ಬೆಳವಡಿ ಮಲ್ಲಮ್ಮ

(ಜಗದೇಕ ಮಹಾರಾಣಿ ಮಲ್ಲಮ್ಮನ ಚರಿತ್ರೆ)

ಕೌಂಡಿನ್ಯ

ವೀರಲೋಕ
207, 2ನೇ ಮಹಡಿ, 3ನೇ ಮೇನ್
ಚಾಮರಾಜಪೇಟೆ, ಬೆಂಗಳೂರು-560018
ಮೊಬೈಲ್: 70221 22121, 88612 12172
ಇಮೇಲ್: veeralokabooks@gmail.com
ವೆಬ್‌ಸೈಟ್: www.veeralokabooks.com

BELAVADI MALAMMA
Historical novel written by **Koundinya**

Published by:
VEERALOKA BOOKS PVT. LTD.
207, 2nd Floor, 3rd Main
Chamarajpet, Bengaluru-560018

Mobile:	+91 7022122121, 8861212172
E-mail:	veeralokabooks@gmail.com
Website:	www.veeralokabooks.com

Price:	Rs. 200/-
Pages:	172
First Impression:	May 2024
Paper used:	70 GSM NS Maplitho
Book size:	1/8th Demy
ISBN:	978-93-94942-68-4

Content edited by:
Anantha Kunigal

Cover page illustration by:
Raju Vishnu

Inner pages design by:
Vijaya Vikram

Printer:
Regal Print Service
Bengaluru-560026

crew

Anand Rach
Anantha Kunigal
Raju Vishnu
Govind Vishnu
Vishwajith
Mamatha
Parvathi
Punith

ಕೌಂಡಿನ್ಯ

ಕೌಂಡಿನ್ಯ ಇವರ ಕಾವ್ಯನಾಮ. ಮೂವತ್ತೆರಡು ವರ್ಷಗಳಿಂದ ಸಾಹಿತ್ಯ ಸೇವೆ. ಪ್ರಕಟವಾಗಿರುವ ಕಾದಂಬರಿಗಳು 350. ಕಾದಂಬರಿಗಳನ್ನು ಪ್ರಕಟಿಸಿರುವ ಪತ್ರಿಕೆಗಳು: ಮಂಗಳ, ತರಂಗ, ಸುಧಾ, ಕನ್ನಡ ಪ್ರಭ, ಪ್ರಜಾವಾಣಿ, ಉದಯವಾಣಿ, ಸಂಯುಕ್ತ ಕರ್ನಾಟಕ, ವಿಜಯ ಕರ್ನಾಟಕ, ಕರ್ಮವೀರ, ಮಯೂರ, ತುಷಾರ, ಹಂಸರಾಗ, ರಾಗಸಂಗಮ, ನವರಾಗಸಂಗಮ ಮತ್ತು ನಾಡಿನ ಇನ್ನಿತರ ಎಲ್ಲ ಪತ್ರಿಕೆಗಳಲ್ಲಿ ಪ್ರಕಟವಾಗಿವೆ. 'ಪ್ರಾಚೀನ ಕನ್ನಡ ಪರಂಪರೆ' ಈ ಕೃತಿಯು ಕನ್ನಡ ಭಾಷಾ ಸಂಶೋಧನಾ ಕೃತಿಯಾಗಿದೆ.

ಐತಿಹಾಸಿಕ ಕೃತಿಗಳು:
(1) ವಿಜಯನಗರ, (2), ವೀರಕ್ಷತ್ರಿಯ, (3) ಯದು ಪರಂಪರೆ, (4) ಕ್ರಿಸ್ತ ಪೂರ್ವದ ಕಲಿ, (5) ಇತಿಹಾಸದ ಧ್ರುವತಾರೆ, (6) ಮಿನುಗಿತು ಮಹಾನಕ್ಷತ್ರ, (7) ಚಾಲುಕ್ಯ ಪರಮೇಶ್ವರ, (8) ಅಮೋಘವರ್ಷ (ನೃಪತುಂಗನ ಚಾರಿತ್ರಿಕ 350ನೇ ಕೃತಿ), (9) ಬೆಳವಡಿ ಮಲ್ಲಮ್ಮ, (10) ಹೊಯ್ಸಳೇಶ್ವರ.

ಪೌರಾಣಿಕ ಗ್ರಂಥಗಳು:
(1) ಮಹಾಭಾರತ ಇತಿಹಾಸವೆ?, (2) ಪುರಾಣಗಳು ಮತ್ತು ಐತಿಹಾಸ, (3) ಕುಂಭ ಸಂಭವ, (4) ಕಲಿ-ಕಲಿಯುಗ.

ಧಾರ್ಮಿಕ ಮತ್ತು ಸಾಮಾನ್ಯ ಲೇಖನಗಳು: 500

ಸಣ್ಣ ಕಥೆಗಳು: 150

ಕವನಗಳು: 2 (1. ಪ್ರಕೃತಿ, 2. ತುಮುಲ)

ಭಾಷಾ ಸಂಶೋಧನಾ ಗ್ರಂಥ: 1 (ಸಾಹಿತ್ಯ ಅವಲೋಕನ, ಸಾಹಿತ್ಯ ಪರಂಪರೆ, ಕರ್ನಾಟಕ ಜಿಲ್ಲೆಗಳ ಪರಂಪರೆ)

ಚಲನಚಿತ್ರಗಳು: 4 ಕಾದಂಬರಿಗಳು
(1. ಸೌಂದರ್ಯ ಲಹರಿ, ಅಪ್ಸರ, ಚಡ್ಡಿ ದೋಸ್ತ್, ಸನ್ನಿವೇಶ)

ಪ್ರಶಸ್ತಿ, ಪುರಸ್ಕಾರಗಳು:
1. ಹಾಸನ ಜಿಲ್ಲಾ ಕನ್ನಡ ರಾಜ್ಯೋತ್ಸವ ಪ್ರಶಸ್ತಿ
2. ಜ್ವಾಲನಯ್ಯ ಪುರಸ್ಕಾರ ಪ್ರಶಸ್ತಿ
3. ಸಹ್ಯಾದ್ರಿ ಶ್ರೀ ಪ್ರಶಸ್ತಿ, ಶಿವಮೊಗ್ಗ
4. ದಕ್ಷಿಣ ಕನ್ನಡದ 'ಸಾಹಿತ್ಯ ರತ್ನ' ಪ್ರಶಸ್ತಿ
5. ಶ್ರೇಷ್ಠ ಕಾದಂಬರಿಕಾರ ಪ್ರಶಸ್ತಿ (ಉಡುಪಿ ಜಿಲ್ಲೆ)
6. ಬಿಜಾಪುರದಲ್ಲಿ ನಡೆದ ಅಖಿಲ ಭಾರತ ಸಾಹಿತ್ಯ ಸಮ್ಮೇಳದಲ್ಲಿ ಸನ್ಮಾನದ ಗೌರವ
7. ತಾಲ್ಲೂಕು ಕನ್ನಡ ಸಾಹಿತ್ಯ ಸಮ್ಮೇಳದ ಅಧ್ಯಕ್ಷತೆಯ ಗೌರವ (ಹೊಳೆನರಸೀಪುರ ತಾಲ್ಲೂಕು)
8. ಜಿಲ್ಲಾ ಘಟಕ ಸಾಹಿತ್ಯ ಸೌರಭದ ಅಧ್ಯಕ್ಷತೆಯ ಗೌರವ (ಹಾಸನ ಜಿಲ್ಲೆ)

ಕೌಂಡಿನ್ಯ

ಕೌಂಡಿನ್ಯ ಇವರ ಕಾವ್ಯನಾಮ. ಮೂವತ್ತೆರಡು ವರ್ಷಗಳಿಂದ ಸಾಹಿತ್ಯ ಸೇವೆ. ಪ್ರಕಟವಾಗಿರುವ ಕಾದಂಬರಿಗಳು 350. ಕಾದಂಬರಿಗಳನ್ನು ಪ್ರಕಟಿಸಿರುವ ಪತ್ರಿಕೆಗಳು: ಮಂಗಳ, ತರಂಗ, ಸುಧಾ, ಕನ್ನಡ ಪ್ರಭ, ಪ್ರಜಾವಾಣಿ, ಉದಯವಾಣಿ, ಸಂಯುಕ್ತ ಕರ್ನಾಟಕ, ವಿಜಯ ಕರ್ನಾಟಕ, ಕರ್ಮವೀರ, ಮಯೂರ, ತುಷಾರ, ಹಂಸರಾಗ, ರಾಗಸಂಗಮ, ನವರಾಗಸಂಗಮ ಮತ್ತು ನಾಡಿನ ಇನ್ನಿತರ ಎಲ್ಲ ಪತ್ರಿಕೆಗಳಲ್ಲಿ ಪ್ರಕಟವಾಗಿವೆ. 'ಪ್ರಾಚೀನ ಕನ್ನಡ ಪರಂಪರೆ' ಈ ಕೃತಿಯು ಕನ್ನಡ ಭಾಷಾ ಸಂಶೋಧನಾ ಕೃತಿಯಾಗಿದೆ.

ಐತಿಹಾಸಿಕ ಕೃತಿಗಳು:

(1) ವಿಜಯನಗರ, (2), ವೀರಕ್ಷತ್ರಿಯ, (3) ಯದು ಪರಂಪರೆ, (4) ಕ್ರಿಸ್ತ ಪೂರ್ವದ ಕಲಿ, (5) ಇತಿಹಾಸದ ಧ್ರುವತಾರೆ, (6) ಮಿನುಗಿತು ಮಹಾನಕ್ಷತ್ರ, (7) ಚಾಲುಕ್ಯ ಪರಮೇಶ್ವರ, (8) ಅಮೋಘವರ್ಷ (ನೃಪತುಂಗನ ಚಾರಿತ್ರಿಕ 350ನೇ ಕೃತಿ), (9) ಬೆಳವಡಿ ಮಲ್ಲಮ್ಮ, (10) ಹೊಯ್ಸಳೇಶ್ವರ.

ಪೌರಾಣಿಕ ಗ್ರಂಥಗಳು:

(1) ಮಹಾಭಾರತ ಇತಿಹಾಸವೆ?, (2) ಪುರಾಣಗಳು ಮತ್ತು ಐತಿಹಾಸ, (3) ಕುಂಭ ಸಂಭವ, (4) ಕಲಿ-ಕಲಿಯುಗ.

ಧಾರ್ಮಿಕ ಮತ್ತು ಸಾಮಾನ್ಯ ಲೇಖನಗಳು: 500

ಸಣ್ಣ ಕಥೆಗಳು: 150

ಕವನಗಳು: 2 (1. ಪ್ರಕೃತಿ, 2. ತುಮುಲ)

ಭಾಷಾ ಸಂಶೋಧನಾ ಗ್ರಂಥ: 1 (ಸಾಹಿತ್ಯ ಅವಲೋಕನ, ಸಾಹಿತ್ಯ ಪರಂಪರೆ, ಕರ್ನಾಟಕ ಜಿಲ್ಲೆಗಳ ಪರಂಪರೆ)

ಚಲನಚಿತ್ರಗಳು: 4 ಕಾದಂಬರಿಗಳು

(1. ಸೌಂದರ್ಯ ಲಹರಿ, ಅಪ್ಸರ, ಚಡ್ಡಿ ದೋಸ್ತ್, ಸನ್ನಿವೇಶ)

ಪ್ರಶಸ್ತಿ, ಪುರಸ್ಕಾರಗಳು:

1. ಹಾಸನ ಜಿಲ್ಲಾ ಕನ್ನಡ ರಾಜ್ಯೋತ್ಸವ ಪ್ರಶಸ್ತಿ
2. ಜ್ವಾಲನಯ್ಯ ಪುರಸ್ಕಾರ ಪ್ರಶಸ್ತಿ
3. ಸಹ್ಯಾದ್ರಿ ಶ್ರೀ ಪ್ರಶಸ್ತಿ, ಶಿವಮೊಗ್ಗ
4. ದಕ್ಷಿಣ ಕನ್ನಡದ 'ಸಾಹಿತ್ಯ ರತ್ನ' ಪ್ರಶಸ್ತಿ
5. ಶ್ರೇಷ್ಠ ಕಾದಂಬರಿಕಾರ ಪ್ರಶಸ್ತಿ (ಉಡುಪಿ ಜಿಲ್ಲೆ)
6. ಬಿಜಾಪುರದಲ್ಲಿ ನಡೆದ ಅಖಿಲ ಭಾರತ ಸಾಹಿತ್ಯ ಸಮ್ಮೇಳದಲ್ಲಿ ಸನ್ಮಾನದ ಗೌರವ
7. ತಾಲ್ಲೂಕು ಕನ್ನಡ ಸಾಹಿತ್ಯ ಸಮ್ಮೇಳದ ಅಧ್ಯಕ್ಷತೆಯ ಗೌರವ (ಹೊಳೆನರಸೀಪುರ ತಾಲ್ಲೂಕು)
8. ಜಿಲ್ಲಾ ಘಟಕ ಸಾಹಿತ್ಯ ಸೌರಭದ ಅಧ್ಯಕ್ಷತೆಯ ಗೌರವ (ಹಾಸನ ಜಿಲ್ಲೆ)

ಅರ್ಪಣೆ–ಅನುಸಂಧಾನ

ಶ್ರೀ ಶಿವಕುಮಾರಾಚಾರಿ ಕೆ.

ಸಾಧಕನಿಗೆ ಕೃತಿಯನ್ನು ಅರ್ಪಣೆ ಮಾಡಿದರೆ ಸಾರ್ಥಕತೆಯ ಭಾವದೊಂದಿಗೆ ಕೃತಿಗೆ ಮೌಲ್ಯ ಬರುತ್ತದೆ ಎಂಬ ಅಭಿಪ್ರಾಯದೊಂದಿಗೆ, ನನ್ನ ಆತ್ಮೀಯ ಗೆಳೆಯರಾದ ಹೊಳೆನರಸೀಪುರದ ಶ್ರೀ ಶಿವಕುಮಾರಾಚಾರಿ ಅವರಿಗೆ ಈ ಕೃತಿಯನ್ನು ಸ್ನೇಹಪೂರ್ವಕವಾಗಿ ಅರ್ಪಿಸುತ್ತಿದ್ದೇನೆ.

–ಕೌಂಡಿನ್ಯ

ಬೆಳವಡಿ ಮಲ್ಲಮ್ಮನಿಗೆ ಅಭಿನಂದನೆಯ ನುಡಿನಮನ

ಭರತಖಂಡ ಪುಣ್ಯಭೂಮಿ. ಧೈರ್ಯ, ಸಾಹಸ, ಕೆಚ್ಚೆದೆಯ ಹೋರಾಟಗಾರರಿಗೆ, ಧರ್ಮ ಮತ್ತು ದೇಶಭಕ್ತಿ, ಸನಾತನ ಪರಂಪರೆ, ಸಂಸ್ಕೃತಿಯ ಪ್ರತಿರೂಪವಾಗಿ ಜನಿಸಿ ಸಾರ್ಥಕತೆಯ ಬದುಕನ್ನು ಕಂಡವರಿಗೆ ಜನ್ಮ ನೀಡಿದ ದೇಶವಿದು. ಅವರೆಲ್ಲರೂ ಈಗ ಇತಿಹಾಸದ ಪುಟಗಳಲ್ಲಿ ರಾರಾಜಿಸುತ್ತಿದ್ದಾರೆ.

ಭವ್ಯ ಭಾರತದ ಇತಿಹಾಸ

ಕರ್ನಾಟಕದ ಇತಿಹಾಸ ಪರಂಪರೆ

ಇವುಗಳ ಅವಲೋಕನ ಮಾಡಿದಾಗ, ರಾಜ್ಯ ಕಟ್ಟುವುದು, ಸಾಮ್ರಾಜ್ಯ ವಿಸ್ತರಣೆ ಮಾಡುವುದು ಮತ್ತು ರಾಜಧಾನಿಯನ್ನು ರಕ್ಷಣೆ ಮಾಡಿ, ಪ್ರಜೆಗಳ ಕ್ಷೇಮ ಮತ್ತು ಸರ್ವಾಂಗೀಣ ಅಭಿವೃದ್ಧಿಗೆ ಕಂಕಣಬದ್ಧರಾಗಿ, ಕಟಿಬದ್ಧರಾಗಿ ಹೋರಾಡಿ ಯಶಸ್ಸನ್ನು ಕಂಡವರು ಕೇವಲ ಪುರುಷರು ಮಾತ್ರ ಅಲ್ಲ; ವೀರ ವನಿತೆಯರೂ ಸಹ ಇತಿಹಾಸದ ಪುಟಗಳಲ್ಲಿ ಪ್ರತ್ಯೇಕ ಅಧ್ಯಾಯವನ್ನೇ ಸೃಷ್ಟಿ ಮಾಡಿದ್ದಾರೆ.

ಕ್ಷತ್ರಿಯ ವಿದ್ಯೆ. ರಣತಂತ್ರಗಳು ಮತ್ತು ಶತ್ರುಗಳನ್ನು ಯುದ್ಧಭೂಮಿಯಲ್ಲಿ ಎದುರಿಸಿ ಹೋರಾಡುವ ಕೆಚ್ಚೆದೆ ಮತ್ತು ಅನುಭವಸ್ಥ ಸೇನಾಧಿಪತಿಯಂತೆ, ಯುದ್ಧ ವ್ಯೂಹಗಳನ್ನು ಬದಲಿಸುತ್ತಾ, ಶತ್ರುಗಳು ತತ್ತರಿಸುವಂತೆ ಮಾಡುತ್ತಾ, ವೀರವಿಹಾರ ಮಾಡಿ, ವಿಜಯ ಪತಾಕೆಯನ್ನು ಹಾರಿಸಿರುವವರು ಪುರುಷ ಸಿಂಹರು ಮಾತ್ರ ಅಲ್ಲ. ವೀರ ವನಿತೆಯರೂ ವಿಜೃಂಭಿಸಿದ್ದಾರೆ.

ಸಾಮ್ರಾಜ್ಯ ರಕ್ಷಣೆ, ದೇಶ ಭಕ್ತಿ ಮತ್ತು ಸ್ವಾಭಿಮಾನಕ್ಕೆ ಹೆಸರಾಗಿ, ಯಾವ ಪುರುಷ ಸಿಂಹನಿಗೂ ಕಡಿಮೆ ಇಲ್ಲದಂತೆ ಹೋರಾಡಿ, ದೇಶಿ–ವಿದೇಶಿ ಶತ್ರುಗಳ ಪಾಲಿಗೆ ಸಿಂಹಸ್ವಪ್ನರಾಗಿದ್ದರು ಅಸಂಖ್ಯಾತ ಪ್ರಾಂತೀಯ ಮಹಾರಾಣಿಯರು. ಇವತ್ತಿಗೂ ಸಹ ನಮ್ಮೆಲ್ಲರ ನೆನಪಿನ ಅಂಗಳದಲ್ಲಿ ನಿತ್ಯ ಹಸಿರಾಗಿ, ನಮ್ಮೆಲ್ಲರ ಅಭಿಮಾನ, ಮೆಚ್ಚುಗೆಗೆ ಪಾತ್ರರಾಗಿರುವ ವೀರ ವನಿತೆಯರ ಸಾಲು ದೊಡ್ಡದೇ ಇದೆ.

ಬೆಳವಡಿ ಮಲ್ಲಮ್ಮ...!

ಕರ್ನಾಟಕ, ಭಾರತದ ಇತಿಹಾಸದಲ್ಲಿ ಮಾತ್ರವಲ್ಲ. ವಿಶ್ವದ ಇತಿಹಾಸಕಾರರ ಗಮನವನ್ನು ಸೆಳೆದ ಹೆಸರಿದು. ಈಕೆಯ ಬಲು ಅಪರೂಪದ, ವಿಶ್ವದ ಇತಿಹಾಸದಲ್ಲೇ ಯಾರು ಮಾಡಿರದ ವಿಶಿಷ್ಟ ಸಾಧನೆಗೆ ಬೆರಗಾಗದವರೇ ಇಲ್ಲ. ಈ ವೀರವನಿತೆ ವಿಶ್ವದ ಇತಿಹಾಸದಲ್ಲಿ ಪ್ರತ್ಯೇಕ ಅಧ್ಯಾಯವನ್ನು ಸೃಷ್ಟಿ

ಮಾಡಿರುವುದು, ಕನ್ನಡಿಗರ, ಈ ನೆಲದ ಎಲ್ಲಾ ಅಭಿಮಾನಿ ಪ್ರಜೆಗಳ ಮೆಚ್ಚುಗೆಗೆ ಪಾತ್ರವಾಗಿದೆ.

ಆ ವಿಶೇಷತೆ ಏನು?

ಇತಿಹಾಸದ ಮಾಹಿತಿಯ ಪ್ರಕಾರ, ತನ್ನ ಆಡಳಿತದ ಅವಧಿಯಲ್ಲಿ ಸುಮಾರು ಮೂರು ಸಾವಿರ (3,000) ಸ್ತ್ರೀಯರನ್ನು ಸಂಘಟಿಸಿ, ಅವರಿಗೆಲ್ಲಾ ಯುದ್ಧ ತರಬೇತಿ ನೀಡಿ, ರಣಾಂಗಣದಲ್ಲಿ ವೀರವಿಹಾರ ಮಾಡುವಂತೆ ಮಾಡಿರುವ ಏಕೈಕ ಮಹಾರಾಣಿ ಬೆಳವಡಿ ಮಲ್ಲಮ್ಮ.

"ಧೈರ್ಯ, ಸಾಹಸ, ಸ್ವಾಭಿಮಾನ, ಕೆಚ್ಚೆದೆಯ ಬಲು ಅಪರೂಪದ, ಸ್ತ್ರೀ ರೂಪದ ಪುರುಷ ಸಿಂಹ" ಎಂಬುದು, ಮಲ್ಲಮನ ಗುರುಗಳಾಗಿದ್ದ ಪೂಜ್ಯ 'ಶ್ರೀ ಶಂಕರಭಟ್ಟರು' ಅಭಿಮಾನದಿಂದ ಆಡಿರುವ ನುಡಿಮುತ್ತುಗಳಾಗಿವೆ.

ಕರ್ನಾಟಕದ ಇತಿಹಾಸದ ಪರಂಪರೆಯನ್ನು ಅವಲೋಕನ ಮಾಡಿದಾಗ, ಸಾಮ್ರಾಜ್ಯವನ್ನು ರಕ್ಷಿಸಲು, ವಿದೇಶಿ ಶತ್ರುಗಳಾಗಿದ್ದ ಬ್ರಿಟಿಷರ ವಿರುದ್ಧ ಹೋರಾಡಿ, ಸ್ವಾತಂತ್ರ್ಯ ಸಂಗ್ರಾಮದ ರಣಕಹಳೆಯನ್ನು ಊದಿದ ವೀರ ಮಹಾರಾಣಿಯರು ನಿತ್ಯ ಸ್ಮರಣೀಯರಾಗಿದ್ದಾರೆ. ಇತಿಹಾಸದ ಪುಟಗಳಲ್ಲಿ, ತಮ್ಮ ವಿಶೇಷ ವ್ಯಕ್ತಿತ್ವದಿಂದ 'ಛಾಪು' ಮೂಡಿಸಿದ್ದಾರೆ.

ಕಿತ್ತೂರು ರಾಣಿ ಚೆನ್ನಮ್ಮ, ಝಾನ್ಸಿರಾಣಿ ಲಕ್ಷ್ಮೀಬಾಯಿ ವೀರರಾಣಿ ಅಬ್ಬಕ್ಕ, ಕೆಳದಿಯ ಚೆನ್ನಮ್ಮ, ಚಿತ್ರದುರ್ಗದ ಓಬವ್ವ, ಹೇಮರೆಡ್ಡಿ ಮಲ್ಲಮ್ಮ, ಹೊನ್ನೂರಿನ ನೂಪುರದೇವಿ, ಮಾಳೇವಾಡದ ಮಾತಂಗಿನಿ, ನೊಳಂಬದ ತ್ರಿಪುರಾಂಭಿಕ, ಭುವನೇಶ್ವರದ ರಾಣಿ ಲಲಿತಾಂಬಿಕೆ, ಉಳ್ಳಾಲದ ರಾಣಿ ಅಬ್ಬಕ್ಕ ದೇವಿ, ಸೊಂದಲೂರಿನ ಚಕ್ರೇಶ್ವರಿ.

ಇತಿಹಾಸದ ಪುಟಗಳನ್ನು ಅವಲೋಕನ ಮಾಡುತ್ತಾ ಸಾಗಿದರೆ, ಹೆಚ್ಚು ಪ್ರಸಿದ್ಧರಾಗಿಲ್ಲದ ಆದರೆ, ಇತಿಹಾಸದಲ್ಲಿ ದಾಖಲಾಗಿರುವ ಇನ್ನೂ ಅನೇಕ ವೀರ ಮಹಾರಾಣಿಯರ ದೇಶಭಕ್ತಿ, ಪರಾಕ್ರಮ, ನಿಷ್ಠೆ ತಿಳಿದು ಬರುತ್ತದೆ.

ವ್ಯಾಪಾರ–ವ್ಯವಹಾರದ ನೆಪದಲ್ಲಿ ಭಾರತಕ್ಕೆ ಪೋರ್ಚುಗೀಸರು, ಡಚ್ಚರು ಮತ್ತು ಬ್ರಿಟಿಷರು ಬಂದು, ವಸಾಹತುಗಳನ್ನು ನಿರ್ಮಿಸಿ, ಹಂತ ಹಂತವಾಗಿ ತಮ್ಮ ನೆಲೆಯನ್ನು ಭದ್ರ ಮಾಡಿಕೊಂಡರು. ಈ ವಿದೇಶಿಯರಲ್ಲಿ ಬ್ರಿಟಿಷರು ಒಡೆದು ಆಳುವ ನೀತಿ ಮತ್ತು ಕುತಂತ್ರದಿಂದ ಮತ್ತು ನಮ್ಮವರಲ್ಲಿ ಇದ್ದ ದ್ವೇಷ, ಅಸೂಯೆ, ಸ್ವಾರ್ಥದ ದೌರ್ಬಲ್ಯಗಳನ್ನು ಬಳಸಿಕೊಂಡು ಒಗ್ಗಟ್ಟಿಲ್ಲದೆ ಕಚ್ಚಾಡುತ್ತಿದ್ದ ನಮ್ಮವರ, ಪ್ರಾಂತೀಯ ಸಣ್ಣಪುಟ್ಟ ಪ್ರದೇಶಗಳನ್ನು ವಶಪಡಿಸಿಕೊಂಡರು. ನಂತರ ಅವರು, ಉತ್ತರ ಮತ್ತು ದಕ್ಷಿಣದ ಪ್ರಮುಖ ರಾಜರುಗಳನ್ನೆಲ್ಲಾ ಪರಾಭವಗೊಳಿಸಿ, ಭಾರತದ ಉದ್ದಗಲಕ್ಕೂ ಬ್ರಿಟಿಷ್ ಸಾಮ್ರಾಜ್ಯವನ್ನು ವಿಸ್ತರಿಸಿದರು.

ಇದೆಂತಹ ವಿಪರ್ಯಾಸ!

ನಮ್ಮ ನೆಲದಲ್ಲಿ ನಮ್ಮ ಮೇಲೆ ಆಡಳಿತದ ಅಧಿಕಾರ ಚಲಾಯಿಸಲು ಕಂಪನಿ ಆಡಳಿತ ಅಸ್ತಿತ್ವಕ್ಕೆ ಬಂದಿತು.

'ಸೂರ್ಯ ಮುಳುಗದ ಸಾಮ್ರಾಜ್ಯ' ಎಂಬ ಖ್ಯಾತಿ ಪಡೆದಿತ್ತು ಬ್ರಿಟಿಷ್ ಆಡಳಿತ. ಭಾರತದ ಎಲ್ಲಾ ಕಡೆ ಬ್ರಿಟಿಷ್ ಕಂಪನಿಯ ಆಡಳಿತದ ದಬ್ಬಾಳಿಕೆ ಪ್ರಾರಂಭವಾಯಿತು. ಕಂಪನಿ ಸರ್ಕಾರ ಮಾಡುತ್ತಿದ್ದ ಕಾನೂನು ಮತ್ತು ವ್ಯವಹಾರದ ನಿಯಮಗಳಿಗೆ ಎಲ್ಲರೂ ಬದ್ಧರಾಗಿರಬೇಕಿತ್ತು. ಇಲ್ಲದಿದ್ದರೆ ಬ್ರಿಟಿಷರು ಅಂತಹ ರಾಜರುಗಳನ್ನು ಸಿಂಹಾಸನದಿಂದ ಇಳಿಸಿ ಬ್ರಿಟಿಷ್ ಪ್ರತಿನಿಧಿಯನ್ನು ನೇಮಿಸುತ್ತಿದ್ದರು.

ಆದರೆ ಕೆಲವರು ಇವರ ಅಧಿಕಾರದ ದಬ್ಬಾಳಿಕೆಯನ್ನು ವಿರೋಧಿಸಿದ್ದರು. ಅವರ ವಿರುದ್ಧ ದಂಗೆ ಎದ್ದಿದ್ದರು. ಬ್ರಿಟಿಷರ ಆಳ್ವಿಕೆ ಮತ್ತು ಅವರು ಮಾಡುತ್ತಿದ್ದ ಕಾನೂನನ್ನು ವಿರೋಧಿಸಿದ್ದರು ನಮ್ಮ ನಾಡಿನ ವೀರವನಿತೆಯರು.

ಕೆಳದಿಯ ಚೆನ್ನಮ್ಮ, ಝಾನ್ಸಿರಾಣಿ ಲಕ್ಷ್ಮೀಬಾಯಿ, ಕಿತ್ತೂರು ರಾಣಿ ಚೆನ್ನಮ್ಮ, ಉಳ್ಳಾಲದ ರಾಣಿ ಅಬ್ಬಕ್ಕದೇವಿ ಮುಂತಾದವರು ರಣಕಹಳೆ ಊದಿದ್ದರು.

ಸ್ವಾಭಿಮಾನ, ಆತ್ಮಗೌರವ ಇದ್ದ ಈ ನಾಡಿನ ಮಹಾರಾಣಿಯರು, ಸಾಗರದಂಥ ವ್ಯಾಪ್ತಿಯ ಸೈನ್ಯ, ಆಧುನಿಕ ಸ್ಫೋಟಕಗಳನ್ನು ಹೊಂದಿದ್ದ ಬ್ರಿಟಿಷರ ವಿರುದ್ಧ ಖಡ್ಗ ಮತ್ತು ಗುರಾಣಿ ಹಿಡಿದು ಕುದುರೆಗಳ ಮೇಲೆ ಸವಾರಿ ಮಾಡುತ್ತಾ ವೀರತ್ವದಿಂದ ವಿಹಾರ ಮಾಡುತ್ತಿದ್ದರು.

ಸ್ವಾತಂತ್ರ್ಯ ಸಂಗ್ರಾಮಕ್ಕೆ ಈ ಪ್ರತಿಭಟನೆ, ಯುದ್ಧ ನಾಂದಿ ಆಗಿತ್ತು ಎಂದು ಹೇಳಬಹುದು.

ಬ್ರಿಟಿಷರ ವಿಚಾರ ಇರಲಿ, ನಮ್ಮ ನಾಡನ್ನು ಆಳುತ್ತಿದ್ದ ರಾಜರುಗಳಲ್ಲಿ ಕೆಲವರು, ಸಾಮ್ರಾಜ್ಯ ವಿಸ್ತರಣೆಯ ದಾಹದಿಂದ ಆಕ್ರಮಣ ಮಾಡುತ್ತಿದ್ದರು. ಇತಿಹಾಸದ ಪುಟಗಳನ್ನು ಅವಲೋಕನ ಮಾಡಿದಾಗ ಇಂತಹ ಘಟನೆಗಳು ದಾಖಲಾಗಿರುವುದು ಕಂಡು ಬರುತ್ತದೆ.

ಸೈನ್ಯಬಲ ಎಷ್ಟೇ ಪ್ರಮಾಣ ಇರಲಿ. ಆದರೆ ಸ್ವಾಭಿಮಾನ, ಸ್ವದೇಶ ಪ್ರೇಮ ಮತ್ತು ಪರಕೀಯರನ್ನು ವಿರೋಧಿಸುವ ರಣೋತ್ಸಾಹ ತುಂಬಾ ಮಂದಿಯಲ್ಲಿ ಇದ್ದದ್ದು ನಿಜ.

ಶತ್ರು ಎಷ್ಟೇ ಬಲಿಷ್ಠನಾಗಿರಲಿ, ನಮ್ಮ ನಾಡಿನ ವೀರವನಿತೆಯರು ಅಂಜದೆ, ಅಳುಕದೆ, ಹಿಂಜರಿಯದೆ, ರಣೋತ್ಸಾಹದಿಂದ ಹೋರಾಡುತ್ತಿದ್ದರು.

ಮಹಾ ಮಂತ್ರ ಏನು?

ಮಾಡು ಇಲ್ಲವೆ ಮಡಿ!

ಅಂತಹ ವೀರ ಮಹಾರಾಣಿಯರಲ್ಲಿ, ತನ್ನ ಹಲವಾರು ವಿಶೇಷತೆಗಳಿಂದ ಗಮನ ಸೆಳೆದಿರುವ, ವಿಶ್ವದ ಏಕೈಕ ಮಹಿಳಾ ಮಹಾರಾಣಿ ಎಂದು ಪ್ರಖ್ಯಾತಳಾಗಿದ್ದವಳು, ನಮ್ಮ ನಾಡಿನ ಹೆಮ್ಮೆಯ 'ಬೆಳವಡಿ ಮಲ್ಲಮ್ಮ'.

ವಿಶ್ವದ ಇತಿಹಾಸದಲ್ಲಿ ಇಂತಹ ಮಹಾ ಪ್ರಯತ್ನವನ್ನು ಬೇರೆ ಯಾವ ರಾಜರೂ ಮಾಡಿಲ್ಲ. ಸ್ತ್ರೀಯರಿಗೆ ಯುದ್ಧ ತರಬೇತಿ ನೀಡಿ, ಯುದ್ಧಭೂಮಿಯಲ್ಲಿ ಶತ್ರುವಿನ ಎದುರಿಗೆ, ಸಮಬಲ ಪರಾಕ್ರಮದಿಂದ ಹೋರಾಡುವಂತೆ ಮತ್ತು ಅವರಲ್ಲಿ ಯುದ್ಧ ತಂತ್ರಗಳನ್ನು ತಿಳಿದಿದ್ದ ಸ್ತ್ರೀಯರು ಯಾರೇ ಆಗಿರಲಿ, ಅವರ ಸೇವೆಯನ್ನು ಮುನ್ನಡೆಸುವ ಸೇನಾ ದಂಡನಾಯಕನ ಪಟ್ಟ ಕಟ್ಟುತ್ತಿದ್ದದ್ದು ವಿಶೇಷವಾಗಿತ್ತು ಮತ್ತು ಇದು ಹೊಸ ಪ್ರಯತ್ನದ ಆವಿಷ್ಕಾರ ಆಗಿತ್ತು.

ಬೆಳವಡಿ ಮಲ್ಲಮ್ಮ, ಈ ನಾಡನ್ನು ಆಳಿರುವ ವೀರ ರಾಣಿಯರಿಗೆಲ್ಲಾ ಮುಕುಟಪ್ರಾಯದಂತಿದ್ದಾಳೆ.

ಮನದ ಮಾತು

ಬೆಳವಡಿ ಮಲ್ಲಮ್ಮನ ಸಾಹಸದ ಮಹಾನ್ ಯಶೋಗಾಥೆಯ ಕೃತಿಯನ್ನು ಓದಿದರೆ, ಆ ಕ್ಷಣಗಳಲ್ಲಿ ರೋಮಾಂಚನದ ಸಿಂಚನ ಉಂಟಾಗುತ್ತದೆ. ಅಭಿಮಾನ, ಮೆಚ್ಚುಗೆಯಿಂದ ಹೃದಯ ತುಂಬಿ ಬರುತ್ತದೆ. ಬೆಳವಡಿ ಮಲ್ಲಮ್ಮ ನಮ್ಮ ನಾಡಿನವಳು, ಈ ಪುಣ್ಯಭೂಮಿಯ ಅಮೂಲ್ಯ ಸ್ತ್ರೀರತ್ನ ಎಂಬ ಭಾವನೆ ಬಂದಾಗ ಭಾವುಕರಾಗುತ್ತೇವೆ.

ವೀರವನಿತೆ ಮಲ್ಲಮ್ಮ ಯಾರು...?

ಸ್ಫೋಟಕ ಜ್ವಾಲಾಮುಖಿ, ಸಿಡಿಲಿನ ಕಡಲು, ಅಲೆಗಳ ಆರ್ಭಟದ ರಭಸ, ಬಿರುಗಾಳಿಯ ಬಿರುಸು.

ಮಲ್ಲಮ್ಮ ಕುದುರೆ ಸವಾರಿ ಮಾಡುತ್ತಾ ಖಡ್ಗ ಬೀಸುತ್ತಾ ರಣಭೂಮಿ ಪ್ರವೇಶಿಸಿದರೆ ದೃಶ್ಯ, ಸನ್ನಿವೇಶ ಬದಲಾಗುತ್ತಿತ್ತು.

ಶತ್ರುಗಳ ರುಂಡ, ಜಿಲ್ಲನೆ ಸಿಡಿದ ರಕ್ತದೊಂದಿಗೆ, ಮೇಲಕ್ಕೆ ಎಗರುತ್ತಾ, ಗಿರ್ರನೆ ತಿರುಗುತ್ತಾ ನೆಲ ಕಾಣುತ್ತಿತ್ತು.

ಗಾಳಿ ವೇಗದ ಪ್ರಹಾರ

ಕೆಲವೇ ಕ್ಷಣಗಳಲ್ಲಿ ಶತ್ರು ರುಂಡಗಳು ಯುದ್ಧಭೂಮಿಯ ತುಂಬಾ ಉರುಳುತ್ತಾ, ನೆಲವನ್ನು ನೆತ್ತರನ್ನಾಗಿ ಮಾಡುತ್ತಿದ್ದವು.

ಸ್ವಾಭಿಮಾನದ ಹೆಣ್ಣು

ಶತ್ರು ಎಷ್ಟೇ ಪ್ರಚಂಡನಾಗಿರಲಿ, ಶರಣಾಗತಿ ಎಂಬುದು ಇರಲಿಲ್ಲ. ಶತ್ರು ವಿಜೃಂಭಿಸಿ ಮಲ್ಲಮ್ಮ ಪರಾಭವಗೊಂಡಿದ್ದರೂ ಸಹ, ತಲೆ ತಗ್ಗಿಸುತ್ತಿರಲಿಲ್ಲ.

ಪ್ರಾಣಭಿಕ್ಷೆ ಬೇಡುತ್ತಿರಲಿಲ್ಲ.

ಕಪ್ಪ-ಕಾಣಿಕೆ ನೀಡುತ್ತಿರಲಿಲ್ಲ.

ಸೋತು ಶತ್ರುವಿನ ಬಂಧನದಲ್ಲಿರುವಾಗಲೂ ಸಹ ಧ್ವನಿ ತಗ್ಗಿರಲಿಲ್ಲ. ಕೋಪ ಮತ್ತು ಆವೇಶ ಕಡಿಮೆ ಆಗಿರಲಿಲ್ಲ.

ಈ ನಾಡಿನ ಮಾತೆ ಭಾರತಮಾತೆ...! ಆ ಮಾತೆಯ ವಿನಹ ಬೇರೆ ಯಾರಿಗೂ ತಲೆ ಬಾಗಿಸಲಾರೆ. ಅಂತಹ ಸನ್ನಿವೇಶ ಬಂದಾಗ ತಲೆದಂಡ ಕೊಡುತ್ತೇನೆ ವಿನಹ ತಲೆ ತಗ್ಗಿಸಲಾರೆ ಎಂದು ಮಲ್ಲಮ್ಮ ಶಪಥ ಮಾಡಿದ್ದಳು.

ದೇಶಾಭಿಮಾನ, ಸ್ವಾಭಿಮಾನ ಇದ್ದ ಕಾರಣದಿಂದ, ಎದೆಗೊಟ್ಟು ಎದುರಿಸುತ್ತಿದ್ದಳು ಮಹಾರಾಣಿ ಮಲ್ಲಮ್ಮ.

ಈ ಮಹಾರಾಣಿಯ ಬಗ್ಗೆ ಬರೆಯುತ್ತಿರುವ ಲೇಖಕನಾಗಿರುವ ನಾನೇ ಭಾವಪರವಶನಾಗುತ್ತಿದ್ದೆ. ಅಪರೂಪದ ಸ್ತ್ರೀರತ್ನ. ವೀರವನಿತೆಯರಿಗೆ ಆದರ್ಶಪ್ರಾಯಳಾಗಿದ್ದ ಮಲ್ಲಮ್ಮನ ಬಗ್ಗೆ ಅಭಿಮಾನ ಮತ್ತು ಮೆಚ್ಚುಗೆಯಿಂದ ಎದೆ ತುಂಬಿ ಬರುತ್ತಿತ್ತು. ಹಲವಾರು ಐತಿಹಾಸಿಕ ಕಾದಂಬರಿಗಳನ್ನು ಬರೆದಿದ್ದರೂ ಸಹ, ಈ ರೀತಿ ನಾನು ಸ್ವಯಂ ಭಾವುಕನಾಗುತ್ತಿರಲಿಲ್ಲ.

ಮಲ್ಲಮ್ಮನ ಇತಿಹಾಸವನ್ನು ಹಲವಾರು ಗ್ರಂಥಗಳ ಅಧ್ಯಯನದ ಮೂಲಕ ಮತ್ತು ನನಗೆ ಇತಿಹಾಸ ಮಾರ್ಗದರ್ಶಕರಾಗಿರುವ, 'ಪ್ರೊಫೆಸರ್ ರಾಮಲಿಂಗಂ' ಅವರೊಂದಿಗೆ ಚರ್ಚೆ ಮಾಡಿ ಮಾಹಿತಿ ಸಂಗ್ರಹಿಸಿ, ಅದನ್ನು ಐತಿಹಾಸಿಕ ಕೃತಿಗೆ ಪೂರಕವಾಗುವ ರೀತಿಯಲ್ಲಿ ನಿರೂಪಿಸಿದ್ದೇನೆ.

ಈ ಕೃತಿಯನ್ನು ತಮ್ಮ ಪ್ರಕಾಶನ ಸಂಸ್ಥೆಯಿಂದ ಪ್ರಕಟಿಸುತ್ತಿರುವ ವೀರಲೋಕ ಪ್ರಕಾಶನದ ಶ್ರೀ ವೀರಕಪುತ್ರ ಶ್ರೀನಿವಾಸ ಅವರಿಗೆ ಮತ್ತು ಮುಖಪುಟ ಕಲಾವಿದರಾದ ಶ್ರೀ ರಾಜುವಿಷ್ಣು ಅವರಿಗೆ ಮತ್ತು ಅನುಗಾಲವೂ ನನ್ನನ್ನು ಪರೋಕ್ಷವಾಗಿ ಹರಸುತ್ತಿರುವ, ನನ್ನ ರಚನೆಗಳ ಪ್ರೇರಕ ಶಕ್ತಿ ಆಗಿರುವ ಶ್ರೀ ಜಿ.ಎಸ್. ಮುರುಗೇಂದ್ರಪ್ಪನವರಿಗೆ ಧನ್ಯವಾದಗಳು.

ಇಂತಹ ಕಾದಂಬರಿಗಳನ್ನು ಕೊಂಡು ಓದುವುದರ ಮೂಲಕ, ಲೇಖಕರು ಮತ್ತು ಪ್ರಕಾಶಕರನ್ನು ಪ್ರೋತ್ಸಾಹಿಸುವ ಅಭಿಮಾನಿ ಓದುಗರಿಗೆ ಸಹ ಹೃದಯಪೂರ್ವಕವಾದ ಧನ್ಯವಾದಗಳು.

–ವೈ.ಎನ್. ನಾಗೇಶ್ (ಕೌಂಡಿನ್ಯ)
ಶ್ರೀನಿಧಿ–ಕೋಟೆ
ಹೊಳೆನರಸೀಪುರ, ಹಾಸನ ಜಿಲ್ಲೆ

ಪ್ರಕಾಶಕರ ಮಾತು

ಕನ್ನಡ ಸಾಹಿತ್ಯಕ್ಕಿರುವ ಬಹುದೊಡ್ಡ ಕೊರತೆ ಅಂದರೆ, ಓದುವ ಸುಖವನ್ನು ಓದುಗ ದೊರೆಗೆ ತಲುಪಿಸೋದು ಹೇಗೆ ಎನ್ನುವುದು. ಸಮೃದ್ಧ ಸಾಹಿತ್ಯದ ತವರೂರು ಕನ್ನಡ. ಇಲ್ಲಿ ಲೇಖಕರೂ ಹೇರಳ. ಒಂದೊಳ್ಳೆ ಓದಿಗೆ, ಓದುಗ ದೊರೆ ಕಾಯುತ್ತಾನೆ ಎಂಬುದಕ್ಕೆ ವೀರಲೋಕ ಪುಸ್ತಕಗಳೇ ಸಾಕ್ಷಿಯಾಗಿವೆ. ಆದರೂ, ನಮ್ಮಲ್ಲಿ ಪುಸ್ತಕಗಳ ವಿತರಣಾ ಜಾಲವಿಲ್ಲ ಎಂಬುದು ಅತ್ಯಂತ ಖೇದಕರ. ಪುಸ್ತಕ ವಿನ್ಯಾಸ, ಮುಖಪುಟ, ಕರಡು ತಿದ್ದುವಿಕೆಯಾಗಿ ಸರ್ವಾಂಗ ಸುಂದರವಾಗಿ ಮುದ್ರಣಗೊಂಡು ಬಿಡುಗಡೆಗೊಳ್ಳುವ ತನಕದ ಪುಸ್ತಕ ಲೋಕದಲ್ಲಿ ಪ್ರತಿ ಕೆಲಸವೂ ಅತ್ಯಂತ ವೃತ್ತಿಪರತೆಯಿಂದ ನಡೆಯುತ್ತದೆ. ಆದರೆ ಅಲ್ಲಿಂದಾಚೆಗೆ ಅದು ಯಾರನ್ನು ತಲುಪಬೇಕು ಎಂಬ ವಿಷಯದಲ್ಲಿ ಇಂದಿಗೂ ಸ್ಪಷ್ಟಮಾರ್ಗಗಳಿಲ್ಲ. ರಾಜ್ಯದಾದ್ಯಂತ ಸಾವಿರಾರು ಪ್ರಕಾಶಕರಿದ್ದರೂ ಪುಸ್ತಕ ಮಾರಾಟ ಕೇಂದ್ರಗಳು ಬೆರಳೆಣಿಕೆ. ಅವರುಗಳೂ ಬಿಡುಗಡೆಗೊಳ್ಳುವ ಎಲ್ಲಾ ಕನ್ನಡ ಪುಸ್ತಕಗಳನ್ನು ಖರೀದಿಸುವುದಿಲ್ಲ. ಹಾಗಾದರೆ ಕನ್ನಡ ಪುಸ್ತಕಗಳು ಓದುಗರನ್ನು ತಲುಪುವ ಬಗೆ ಹೇಗೆ? ಅಚ್ಚರಿ ಎಂದರೆ ಪುಟ್ಟದೊಂದು ಚಾಕೋಲೇಟ್, ಶಾಂಪೂ, ಗೋಲಿ ಸೋಡಾಗಿರುವ ನೆಟ್‌ವರ್ಕ್ ಕನ್ನಡ ಪುಸ್ತಕಗಳಿಗಿಲ್ಲ. ಡಿಸ್ಟ್ರಿಬ್ಯೂಶನ್ ಜಾಲವೇ ಇಲ್ಲದ ಏಕೈಕ ಪ್ರಭಾವಿ ಕ್ಷೇತ್ರವೆಂದರೆ ಅದು ಸಾಹಿತ್ಯಲೋಕ. ಹೀಗೆ ಹೇಳೋಕೆ ಅತ್ಯಂತ ನೋವಾಗತ್ತೆ. ಇಂಥದ್ದೊಂದು ನೋವೇ ಪುಸ್ತಕ ಸಂತೆ ಆಯೋಜನೆಗೆ ಕಾರಣವಾಗಿತ್ತು. ವೀರಲೋಕ ಆಯೋಜಿಸಿದ ಪುಸ್ತಕ ಸಂತೆ ಒಂದಷ್ಟು ಹೊಸ ಭರವಸೆ ಮೂಡಿಸಿದ್ದು ಸುಳ್ಳಲ್ಲ. ವೀರಲೋಕದ ಇದುವರೆಗಿನ ಎಲ್ಲಾ ಕೆಲಸಗಳದ್ದೂ ಒಂದು ತೂಕವಾದರೆ ಪುಸ್ತಕಸಂತೆಯದ್ದೇ ಪ್ರತ್ಯೇಕ ತೂಕ. ಕನ್ನಡೇತರರು ಹೆಚ್ಚಿರುವ ಹೆಚ್‌ಎಸ್‌ಆರ್ ಬಡಾವಣೆಯಲ್ಲಿ ಆಯೋಜಿಸಿದ್ದಂತಹ ಈ ಪುಸ್ತಕ ಸಂತೆಯಲ್ಲಿ ಎಪ್ಪತ್ತೈದಕ್ಕೂ ಹೆಚ್ಚು ಪುಸ್ತಕ ಮಳಿಗೆಗಳು ಇದ್ದವು, ಇಪ್ಪತ್ತು ಸಾವಿರಕ್ಕೂ ಹೆಚ್ಚು ಸಾಹಿತ್ಯಾಸಕ್ತರು ಭಾಗವಹಿಸಿದ್ದರು ಎನ್ನುವುದು ಹೆಗ್ಗಳಿಕೆ.

ಪುಸ್ತಕ ಸಂತೆಯ ಮಹಾನ್ ಯಶಸ್ಸು, ಪುಸ್ತಕ ಮಾರಾಟವನ್ನು ಹೆಚ್ಚಿಸುವ ಮತ್ತು ಎಲ್ಲಾ ಓದುಗರನ್ನು ತಲುಪುವಂತಹ ಭರವಸೆ ಮೂಡಿಸಿದೆ. ಅದು

ನೀಡಿದ ಸ್ಫೂರ್ತಿಯಿಂದಾಗಿ ರಾಜ್ಯದಾದ್ಯಂತ ಪ್ರತಿ ಎರಡು ತಿಂಗಳಿಗೊಮ್ಮೆ ಪುಸ್ತಕ ಸಂತೆಯನ್ನು ಆಯೋಜಿಸುವ ಪ್ರಯತ್ನಕ್ಕೆ ವೀರಲೋಕ ಮುಂದಾಗಿದೆ. ಈ ವರ್ಷ ಬೀದರ್ ಮತ್ತು ಬೆಂಗಳೂರಿನಲ್ಲಿ ಎರಡು ಪುಸ್ತಕ ಸಂತೆಗಳು ನಡೆಯಲಿವೆ. ಓದುಗ, ಲೇಖಕ ಮುಖಾಮುಖಿಯಾಗಿ ಅದು ಪುಸ್ತಕ ಕೊಳ್ಳಲು ಪ್ರೇರಣೆಯಾಗಲಿ ಎನ್ನುವುದು ಅದರ ಹಿಂದಿರುವ ಉದ್ದೇಶಗಳಲ್ಲೂ ಒಂದು.

ಈ ಪುಸ್ತಕ ಸಂತೆಯನ್ನು ಅಂದಗೊಳಿಸೋದು ಮತ್ತದೇ ಪುಸ್ತಕಗಳು. ಹೊಸ ಹೊಸ ಪುಸ್ತಕಗಳನ್ನು ಕೊಡುವ ನಮ್ಮ ಜವಾಬ್ದಾರಿ ಮುಂದುವರೆದಿದೆ. ಇದರ ಭಾಗವಾಗಿ ವೀರಲೋಕವು ಕೌಂಡಿನ್ಯ ಅವರ 'ಬೆಳವಡಿ ಮಲ್ಲಮ್ಮ' ಕೃತಿಯನ್ನು ಹೊರತರುತ್ತಿದೆ. ಭಾರತ ಸ್ವಾತಂತ್ರ್ಯ ಹೋರಾಟವು ಕೇವಲ ರಾಜಕೀಯ ಹೋರಾಟವಾಗಿರಲಿಲ್ಲ. ಅದು ರಕ್ತಸಿಕ್ತ ಅಧ್ಯಾಯವೂ ಆಗಿತ್ತು. ತ್ಯಾಗ ಬಲಿದಾನಗಳ ಚಳವಳಿಯೂ ಆಗಿತ್ತು. ಅದು ಪುರುಷ, ಮಹಿಳೆ ಎಂಬ ತಾರತಮ್ಯಗಳಿಲ್ಲದ ಒಂದು ಸಮಗ್ರ ಹೋರಾಟವಾಗಿತ್ತು. ಆದರೂ ಭಾರತದ ಸ್ವಾತಂತ್ರ್ಯ ಹೋರಾಟದಲ್ಲಿ ಪುರುಷರಿಗೆ ಹೋಲಿಸಿದರೆ, ಮಹಿಳೆಯರು ವಹಿಸಿದ ಪಾತ್ರವು ಇತಿಹಾಸದ ಪುಟಗಳಲ್ಲಿ ಮಬ್ಬು ಮಬ್ಬಾಗಿ ದಾಖಲಾಗಿದೆ. ಆ ಹಿನ್ನಲೆಯಲ್ಲಿ ನೋಡಿದಾಗ ಬೆಳವಡಿ ಮಲ್ಲಮ್ಮ ಕೃತಿಯ ಮಹತ್ವ ನಮಗೆ ಅರಿವಾಗುತ್ತದೆ. ಬೆಳವಡಿ ಮಲ್ಲಮ್ಮ ಯುದ್ಧವ್ಯೂಹಗಳಿಗೆ, ಗಾಳಿವೇಗದ ಪ್ರಹಾರಗಳಿಗೆ, ಸ್ವಾಭಿಮಾನ, ಧೈರ್ಯ ಸಾಹಸಗಳಿಗೆ ಹೆಸರಾದವರು. ಕನ್ನಡ ನಾಡು ಕಂಡ ಮಹಾನ್ ವ್ಯಕ್ತಿಗಳಲ್ಲಿ ಅವರೂ ಒಬ್ಬರು. ಅವರ ಕೃತಿಯನ್ನು ಹೊರತರುವುದು ವ್ಯವಹಾರಿಕ ವಿಷಯವಲ್ಲ, ಅದೊಂದು ಭಾವುಕತೆ, ಜವಬ್ದಾರಿ ಎಂದು ಭಾವಿಸಿದ್ದೇವೆ. ಇಂತಹ ಮಹತ್ವದ ಕೃತಿಯನ್ನು ರಚಿಸಿದವರೂ ಮಹತ್ವದ ಲೇಖಕರೇ ಆಗಿರುವುದು ಕೃತಿಯ ಘನತೆಯನ್ನು ಹೆಚ್ಚಿಸಿದೆ. ನಾಡಿನ ಶ್ರೇಷ್ಠ ಕಾದಂಬರಿಕಾರರಲ್ಲಿ ಒಬ್ಬರಾದ ಕೌಂಡಿನ್ಯ ಅವರು ಈ ಕೃತಿಯ ಕೃತಿಕಾರರು. ಅವರು ಇದುವರೆಗೆ 350ಕ್ಕೂ ಹೆಚ್ಚು ಕೃತಿಗಳನ್ನು ರಚಿಸಿದ್ದಾರೆ. ಈ ಹಿಂದೆ ಅವರ 'ವೀರ ಸಿಂಧೂರ ಲಕ್ಷ್ಮಣ' ಕೃತಿಯನ್ನು ವೀರಲೋಕವೇ ಪ್ರಕಟಿಸಿತ್ತು. ಇದೀಗ ಬೆಳವಡಿ ಮಲ್ಲಮ್ಮ ಕೃತಿಯನ್ನೂ ನಿಮ್ಮ ಓದಿಗೆ ಒದಗಿಸುತ್ತಿದ್ದೇವೆ.

ಈ ಕೃತಿಯನ್ನು ಓದುವ ಸುಖ ನಿಮ್ಮದಾಗಲಿ..

ವೀರಕಪುತ್ರ ಶ್ರೀನಿವಾಸ
ಪ್ರಕಾಶಕ, ವೀರಲೋಕ ಬುಕ್ಸ್

ಅಧ್ಯಾಯ ಒಂದು

ಬೆಳವಡಿ ಮಲ್ಲಮ್ಮ ಯಾರು?

ಕರುನಾಡ ಸಿಡಿಲು!

ಬ್ರೇವ್ ಕ್ವೀನ್ ವಾರಿಯರ್.

ಬೆಳವಡಿ ಮಲ್ಲಮ್ಮನ ವಿಶೇಷತೆ ಏನು?

She was queen of BELVADI kingdom.

ಬೆಳವಡಿ ಸಂಸ್ಥಾನದ (ಪ್ರಾಂತೀಯ ರಾಜ್ಯ) ಮೂಲ ರಾಜನೆಂದರೆ 'ಚಂದ್ರಶೇಖರ' ಮಹಾರಾಜ. ಇತಿಹಾಸ ತಜ್ಞರ ಪ್ರಕಾರ ಕ್ರಿ.ಶ. 1511ರಿಂದ ಪ್ರಾರಂಭವಾಗುತ್ತದೆ. ನಂತರ ಹಂತ, ಹಂತವಾಗಿ ಸಂಸ್ಥಾನದ ಅಡಿಪಾಯ ಗಟ್ಟಿ ಆಗುತ್ತದೆ.

ಬೆಳವಡಿ ಎಲ್ಲಿದೆ?

ಈಗಿನ ಬೆಳಗಾವಿ ಜಿಲ್ಲೆಯಲ್ಲಿರುವ, ಸ್ವಾತಂತ್ರ್ಯ ಪೂರ್ವದ ಗ್ರಾಮವೇ ಬೆಳವಡಿ.

ಕ್ರಿ.ಶ. 1511ರ ಅವಧಿಯಲ್ಲಿ ಅವಂತಿಪುರ ಎಂಬ ಈ ಗ್ರಾಮ 'ಕುಗ್ರಾಮ' ಎಂದೇ ಪ್ರಖ್ಯಾತವಾಗಿತ್ತು. ಚಂದ್ರಶೇಖರ ಸಾಮಾನ್ಯರಲ್ಲಿ ತೀರಾ ಸಾಮಾನ್ಯ ಎಂಬಂತೆ ಇದ್ದವನು. ತಾನು ರಾಜ್ಯ ಕಟ್ಟಬೇಕು ಅಥವಾ ಭವಿಷ್ಯದಲ್ಲಿ ತಾನು ರಾಜನಾಗುತ್ತೇನೆ ಎಂಬ ಕಲ್ಪನೆ ಅವನಲ್ಲಿ ಇರಲಿಲ್ಲ.

ಭವಿಷ್ಯದಲ್ಲಿ ನಡೆದಿತ್ತು ಎನ್ನಲಾಗಿರುವ ಈ ಘಟನೆಗೆ ಯಾವುದೇ ಶಾಸನಗಳ ಆಧಾರ ಇಲ್ಲ. ಬೆಳವಡಿ ಮಲ್ಲಮ್ಮನ ಬಗ್ಗೆ, ಆಕೆಯ ವಂಶದ ಬಗ್ಗೆ ಶತಮಾನಗಳಿಂದ ಜಾನಪದ ಹಾಡುಗಳು, ಉತ್ತರ ಕರ್ನಾಟಕದ ಹಲವಾರು ಗ್ರಾಮಗಳ ಸಾಮಾನ್ಯ ಪ್ರಜೆಗಳ ನಾಲಿಗೆಯಲ್ಲಿ ನಲಿದಾಡುತ್ತಿತ್ತು.

ಕತ್ತಲಾದ ಮೇಲೆ, ಕಲ್ಲಿನ ಮಂಟಪ ಅಥವಾ ಮನೆಗಳ ಜಗುಲಿಯಲ್ಲಿ ಕುಳಿತು ಹೆಂಗಸರು ಆಕೆಯ ಸಾಹಸದ ಬಗ್ಗೆ, ರಾಜವಂಶ ಬೆಳೆದ ಬಗ್ಗೆ ಲಾವಣಿಗಳ ರೂಪದಲ್ಲಿ ಹಾಡುತ್ತಿದ್ದರು.

ಈಗಲೂ ಸಹ ಉತ್ತರ ಭಾಗದ ಗ್ರಾಮಗಳಲ್ಲಿ ಮಲ್ಲಮ್ಮನ ಸಾಹಸದ ಬಗ್ಗೆ ಕೊಂಡಾಡುತ್ತಾರೆ. ಬೆಳಗಾವಿ ಜಿಲ್ಲೆಯ ಬೆಳವಡಿ ಗ್ರಾಮದಲ್ಲಿ ಪ್ರತಿ ವರ್ಷ ಆಗಸ್ಟ್ ಹದಿನೆಂಟನೇ ತಾರೀಖು ಮಹತ್ವ ಪಡೆದಿದೆ.

ಆಗಸ್ಟ್ 18 ವೀರವನಿತೆ ಮಲ್ಲಮ್ಮ ಜನಿಸಿದ ಪುಣ್ಯದಿನ. 'ಬೆಳವಡಿ ಗ್ರಾಮ'ದಲ್ಲಿ ಮಾತ್ರವಲ್ಲ ವಿದೇಶಗಳಲ್ಲಿ ಖ್ಯಾತಿ ಪಡೆಯಲು ಕಾರಣ ಆಗಿದ್ದ ಮಲ್ಲಮ್ಮನ ಜನನವಾಗಿದ್ದ ಪುಣ್ಯದಿನ.

ಈ ದಿನಾಂಕದ ಪೂರ್ಣ ವಿವರ ಲಭ್ಯವಾಗಿಲ್ಲ. ನಿಖರವಾದ ವರ್ಷದ ಬಗ್ಗೆ ದಾಖಲಾತಿ ಇಲ್ಲ. ಶಿವಾಜಿ ಮಹಾರಾಜರು, ಸ್ವತಂತ್ರವಾಗಿ ಸಾಮ್ರಾಜ್ಯ ಕಟ್ಟಿ, ಕ್ಷತ್ರಿಯ ಪದ್ಧತಿಯಲ್ಲಿ ಪಟ್ಟಾಭಿಷಕ್ತರಾಗಿ ಆಳ್ವಿಕೆ ನಡೆಸಿದ್ದ ಕಾಲ ಮತ್ತು ವಿಜಯನಗರ ಸಾಮ್ರಾಜ್ಯದ ಮಹಾಪತನ ಮತ್ತು ಶಿವಾಜಿ ಮಹಾರಾಜರು, ಸರ್ವನಾಶವಾಗಿದ್ದ ಹಾಳು ಹಂಪೆಗೆ ಭೇಟಿ ನೀಡಿದ್ದ ಕಾಲಮಾನ ಮತ್ತು ಅವರು ದೈವಾಧೀನರಾಗಿದ್ದ ಕಾಲ (ಕ್ರಿ.ಶ. 1680 ಏಪ್ರಿಲ್ 3ನೇ ದಿನಾಂಕ) ಮತ್ತು ಬೆಳವಡಿ ಮಲ್ಲಮ್ಮ ಇವರೊಂದಿಗೆ ಯುದ್ಧ ಮಾಡಿದ್ದ ಕಾಲಾವಧಿಯ ಆಧಾರದ ಮೇಲೆ ಇತಿಹಾಸ ತಜ್ಞರು, ಮಲ್ಲಮ್ಮ ಹದಿನೇಳನೇ ಶತಮಾನ, ಆ ಕಾಲಮಾನದ ಆಗಸ್ಟ್ ಮಾಹೆಯಲ್ಲಿ ಜನಿಸಿದ್ದಾರೆ ಎಂಬ ಅಭಿಪ್ರಾಯಕ್ಕೆ ಬಂದಿದ್ದಾರೆ.

ಈ ಮಹಾರಾಣಿಯ ಪೂರ್ವಿಕರಲ್ಲಿ ರಾಜವಂಶ ಸಂಸ್ಥಾಪಕರಾದ 'ಚಂದ್ರಶೇಖರ' ಅವರ ಕಾಲಮಾನ ಕ್ರಿ.ಶ. 1511 ಎಂಬ ಉಲ್ಲೇಖ ಮಾತ್ರ ಇತಿಹಾಸದಲ್ಲಿದೆ.

ಉತ್ತರ ಕರ್ನಾಟಕದ ಗ್ರಾಮಗಳಲ್ಲಿ ಬಳಕೆಯಲ್ಲಿರುವ ಜಾನಪದ-ಲಾವಣಿಗಳ ಆಧಾರದ ಮೇಲೆ ಈ ಘಟನೆ ನಿರೂಪಿಸಲಾಗಿದೆ.

'ಚಂದ್ರಶೇಖರ' ಎಂಬ ಸಾಮಾನ್ಯ ವ್ಯಕ್ತಿ ಬೆಳವಡಿ ಪ್ರಾಂತ್ಯದ ರಾಜನಾಗಿ, ಈ ವಂಶದ ರಾಜ ಆಳ್ವಿಕೆಗೆ ಭದ್ರ ಬುನಾದಿ ಹಾಕಿರುವ ಕತೆ ಬಲು ರೋಚಕವಾಗಿದೆ.

ಆ ಕಾಲದಲ್ಲಿ ಈಗಿನಂತೆ ವಿದ್ಯುತ್ ದೀಪದ ಸೌಕರ್ಯವಾಗಲಿ ಅಥವಾ ಡಾಂಬರು ರಸ್ತೆಯಾಗಲಿ ಇರಲಿಲ್ಲ. ಬಹು ದಟ್ಟವಾದ ಅರಣ್ಯದ ನಡುವೆ ಕಾಲುದಾರಿ ಮಾತ್ರ ಇತ್ತು. ಕ್ರಮೇಣ ಪ್ರಾಂತೀಯ ಮುಖಂಡರುಗಳು, ರಾಜರುಗಳು ತಮ್ಮ ಪ್ರಯಾಣದ ಅನುಕೂಲಕ್ಕಾಗಿ, ರಥಗಳು ಸಾಗುವಷ್ಟು ಅಗಲದ ರಸ್ತೆಗಳನ್ನು ನಿರ್ಮಿಸಿದರು.

ತುಂಬಾ ಒತ್ತೊತ್ತಾಗಿ ಬೆಳೆದಿದ್ದ ಮರಗಳು, ಗಿಡ, ಪೊದೆ ಮತ್ತು ಹುಲುಸಾಗಿ ಬೆಳೆದಿದ್ದ ಹುಲ್ಲು ಮತ್ತು 'ಅಟಲಾಂಟ' ಗಿಡಗಳನ್ನು ಕತ್ತರಿಸಿ, ಪ್ರಯಾಣದ ರಥ ಸುಗಮವಾಗಿ ಸಾಗುವಂತೆ ಮಾಡಿದ್ದರು.

ಹುಣ್ಣಿಮೆಯ ರಾತ್ರಿ!

ಚಂದ್ರಶೇಖರ ಬೆಂಕಿಯ ಪಂಜನ್ನು ಹಿಡಿದು ಕಾಡಿನ ರಸ್ತೆಯ ಮೂಲಕ ಬರುತ್ತಿರುವಾಗ 'ಬೊಮ್ಮೇನಯ್ಯ' ಎಂಬ ಪ್ರಾಂತ್ಯದಲ್ಲಿ ಪ್ರಜೆಗಳು ಪರಸ್ಪರ ಹೊಡೆದಾಡುತ್ತಿರುವ ದೃಶ್ಯ ಕಂಡುಬಂದಿತು.

ಸ್ವಭಾವತಃ ಧೈರ್ಯಶಾಲಿ, ಪರಾಕ್ರಮಿ ಸಹ ಆಗಿದ್ದ ಚಂದ್ರಶೇಖರ ಮುಂದೆ ನುಗ್ಗಿ ಯುದ್ಧ ಮಾಡಿದನು.

ಬೇರೆ ಬೇರೆ ಪ್ರಾಂತ್ಯಗಳಿಂದ ಬಂದಿದ್ದ ಪುಂಡರು, ಎಲ್ಲಾ ಪ್ರಾಂತ್ಯಗಳನ್ನು ವಶಪಡಿಸಿಕೊಂಡು ಏಕರೂಪದ ಪ್ರಾಂತ್ಯ ಆಡಳಿತ ನಡೆಸಲು ಹೋರಾಡುತ್ತಿದ್ದರು.

ಚಂದ್ರಶೇಖರನಿಗೆ ಆ ಕ್ಷಣಗಳಲ್ಲಿ, ಬೆಳಗಿನ ಜಾವ ಕಂಡಿದ್ದ ಕನಸು ನೆನಪಿಗೆ ಬಂದಿತು.

ಏನದು ಕನಸು?

ಕಗ್ಗತ್ತಲು ಆವರಿಸಿದೆ. ಆ ಕ್ಷಣಗಳಲ್ಲಿ ಕಾರ್ಗತ್ತಲನ್ನು ಸೀಳಿಕೊಂಡು, ಉಜ್ವಲ ದಿವ್ಯ ಜ್ಯೋತಿ ಬೆಳಗಿತು.

ಯಾವ ಆಕಾರವೂ ಕಂಡು ಬರಲಿಲ್ಲ. ಕ್ರಮೇಣ ಆ ಜ್ಯೋತಿ, ಚಕ್ರದ ರೀತಿಯಲ್ಲಿ ತಿರುಗಲಾರಂಭಿಸಿತು.

ಒಂದು ಅಶರೀರವಾಣಿ ಕೇಳಿಬಂದಿತು.

"ವತ್ಸ... ನೀನ್ಯಾರು? ನಿನ್ನ ಜನನ ಯಾಕೆ ಆಗಿದೆ ಎಂಬುದರ ಅರಿವು ನಿನಗೆ ಇರುವುದೇ?"

"ನೀನು ಸಂಸಾರ ಜೀವನ ನಡೆಸಿದ ನಂತರ ವೃದ್ಧಾಪ್ಯದಲ್ಲಿ ಸಾವು ಬರುತ್ತದೆ. ಅಂದರೆ ನಿನ್ನ ಬದುಕು, ಯಾವ ಸಾಧನೆಯ ವಿಶೇಷತೆ ಇಲ್ಲದೆ ಅಂತ್ಯಗೊಂಡಿದೆ. ಏನು ಪ್ರಯೋಜನ? ಏಳು... ಎದ್ದೇಳು... ನಿನ್ನಿಂದ ಪ್ರಜಾ ಕಲ್ಯಾಣ ಆಗಬೇಕು.

ಈ ಪುಣ್ಯಭೂಮಿಯನ್ನು ಅಸಂಖ್ಯಾತ ರಾಜರುಗಳು ಆಳಿ, ವಂಶದ ಪ್ರತಿಷ್ಠೆ, ಕೀರ್ತಿ ಬೆಳಗಿಸುತ್ತಾ ಪ್ರಜಾಪಾಲಕರಾಗಿದ್ದಾರೆ.

ನೀನು ಸಾಮಾನ್ಯನಲ್ಲ.

ಸಾಮಾನ್ಯನಂತೆ ನಿನ್ನ ಬದುಕು ಮುಕ್ತಾಯಗೊಳ್ಳಬಾರದು.

ನೀನು ಸೇವಕನಲ್ಲ.

ನಾಯಕ... ಮಹಾನಾಯಕ.

ಪ್ರಾಂತ್ಯ, ರಾಜ್ಯಗಳನ್ನು ಕಟ್ಟಿ ನಿನ್ನ ವಂಶದ ಧ್ವಜ ಪತಾಕೆ ಹಾರಾಡಬೇಕು.

ನೀನು ಕ್ಷತ್ರಿಯನಾಗಬೇಕು.

ನಿನ್ನಲ್ಲಿ ಧೈರ್ಯ, ಸಾಹಸ, ಪ್ರತಿಭೆ ಸುಪ್ತವಾಗಿದೆ. ಅದನ್ನು ನೀನು ಉಪಯೋಗಿಸಿಕೊಳ್ಳಬೇಕು. ಆಲಸ್ಯ ತೊರೆಯಬೇಕು. ರಕ್ತದ ಕಣ-ಕಣದಲ್ಲಿ ರಣೋತ್ಸಾಹ ತುಂಬಿಕೊಳ್ಳಬೇಕು.

ಭವಿಷ್ಯದಲ್ಲಿ ಜನಿಸುವ ನಿನ್ನ ವಂಶದ ಕುಡಿಯಿಂದ ಕೀರ್ತಿ ಪತಾಕೆ ಭರತಖಂಡದಲ್ಲಿ ಹಾರಾಡುತ್ತದೆ.

ಆ ದಿವ್ಯ ಕುಡಿ ಗಂಡಲ್ಲ.

ಆದರ್ಶ ಕುಲನಾರಿ.

ಕರುನಾಡ ಸಿಡಿಲಾಗುತ್ತಾಳೆ.

ಶತ್ರುಗಳಿಗೆ ಸಿಂಹಸ್ವಪ್ನವಾಗುತ್ತಾಳೆ.

ಇದು ಭವಿಷ್ಯದ ಸೂಚನೆ.

ಇದು ನಿಜವಾಗಬೇಕಾದರೆ ನೀನು ಸಾಮ್ರಾಜ್ಯ ಕಟ್ಟುವ ಮಹತ್ಕಾರ್ಯ ಮಾಡಬೇಕು.

ಭದ್ರಬುನಾದಿ ನಿನ್ನಿಂದ ಆಗಬೇಕು.

ನೀನು ಹಾಕುವ ಅಡಿಪಾಯ ಭವಿಷ್ಯದ ಆ ಧ್ರುವತಾರೆ ಬೆಳಗಲು ಕಾರಣ ಆಗಬೇಕು.

ಏಳು... ಎದ್ದೇಳು...!

ವೀರ ಕಲಿಯಾಗು!

ಖಡ್ಗ ಹಿಡಿದು ವೀರವಿಹಾರ ಮಾಡು. ಸೈನ್ಯ ಸಂಘಟಿಸಿ ಸಾಮ್ರಾಟನಾಗು. ಈ ನಿನ್ನ ಪ್ರಯತ್ನ ಯಶಸ್ವಿಯಾಗಲಿ. ನಿನ್ನ ಈ ಸಾಹಸ ಚರಿತ್ರೆಯ ಯಶೋಗಾಥೆ ಆಗಲಿ ನನ್ನ ಕಂದ...!

ನನ್ನ ಆಶೀರ್ವಾದ ನಿನಗಿದೆ."

ವೃತ್ತಾಕಾರವಾಗಿ ತಿರುಗುತ್ತಿರುವ ಆ ದಿವ್ಯಜ್ಯೋತಿ ಅದೃಶ್ಯವಾಯಿತು.

ಕತ್ತಲು... ಕತ್ತಲಾವರಿಸಿದೆ.

ಥಟ್ಟನೆ ಎಚ್ಚರವಾಯಿತು ಚಂದ್ರಶೇಖರನಿಗೆ. ಶರೀರದ ಕಣ-ಕಣದಲ್ಲಿ ಮಹಾ ರೋಮಾಂಚನದ ಸಿಂಚನ ಉಂಟಾಗಿದೆ.

ಬೆಳಗಿನ ಜಾವ

ಪೂರ್ವ ದಿಗಂತದಲ್ಲಿ ಸೂರ್ಯೋದಯದ ಸಂಕೇತವಾಗಿ ನಸುಕೆಂಪಿನ ಛಾಯೆ ಮೂಡುತ್ತಿದೆ. ತುಂಬಾ ನಿಧಾನವಾಗಿ ಮೂಡುತ್ತಿರುವ ಕಿರಣಗಳಿಂದ ಬೆಳಕು ಆವರಿಸುತ್ತಿದೆ.

ಅವನು ಭಾವುಕನಾಗಿದ್ದಾನೆ!

ಹಿಂದೆ ಎಂದೂ ಸಹ ಇಂತಹ ಕನಸು ಕಂಡಿರಲಿಲ್ಲ. ಇಂದು ಮಾತ್ರ ಹೀಗೇಕೆ ಆಗಿದೆ?

ಆಗ ನೆನಪಿಗೆ ಬಂದಿತು.

ಹಿರಿಯರು ಆಗಾಗ ಹೇಳುತ್ತಿದ್ದರು. ಬೆಳಗಿನ ಜಾವ ಕಂಡ ಕನಸು ನಿಜವಾಗುತ್ತದೆ!

** ** **

ಅಲ್ಲಿ... ಆ ಪ್ರಾಂತದಲ್ಲಿ ಕೆಲವರು ಹೊಡೆದಾಡುತ್ತಿದ್ದಾರೆ. ಬೇರೆ ಪ್ರಾಂತ್ಯದಿಂದ ಬಂದಿದ್ದ ಮುಖಂಡ ಎಚ್ಚರಿಸುತ್ತಿದ್ದಾನೆ.

"ನೀವೆಲ್ಲರೂ ಶರಣಾಗಿ ನನ್ನ ನಾಯಕತ್ವ ಒಪ್ಪಿಕೊಳ್ಳಿ."

"ನನ್ನ ನಿಯಮದ ಪ್ರಕಾರ ನೀವು ಬದುಕಬೇಕು."

"ನನಗೆ ಶರಣಾಗಿ ನಿಮ್ಮಲ್ಲಿರುವ ದವಸ, ಧಾನ್ಯ ಮತ್ತು ಇನ್ನಿತರ ಬೆಲೆಬಾಳುವ ವಸ್ತುಗಳಲ್ಲಿ ಸ್ವಲ್ಪ ಭಾಗವನ್ನು ನನಗೆ ಕೊಡಿ."

ಆ ಮುಖಂಡ ಯಾರು?

ವೀರ ಪ್ರಚಂಡ ನಾಯಕ...!

ಅವನು ಈಗಾಗಲೇ ಸುತ್ತಮುತ್ತಲಿನ ಕೆಲವು ಪ್ರಾಂತ್ಯಗಳನ್ನು ವಶಪಡಿಸಿಕೊಂಡು ಮುಖಂಡನಾಗಿದ್ದನು.

"ಬೇಗ ಶರಣಾಗಿ."

"ಇಲ್ಲದಿದ್ದರೆ ಈ ನೆಲದಲ್ಲಿ ರಕ್ತದ ಹೊಳೆ ಹರಿಯುತ್ತದೆ."

"ಪ್ರಾಂತ್ಯ ಸ್ಮಶಾನ ಆಗುತ್ತದೆ."

ಇದನ್ನೆಲ್ಲಾ ದೂರದಿಂದ ಗಮನಿಸುತ್ತಿದ್ದ ಚಂದ್ರಶೇಖರ ಬೆಳಗಿನ ಜಾವ ಕಂಡಿದ್ದ ಕನಸು ನೆನಪಾಗಿದ್ದರಿಂದ ಬದಲಾದನು.

ಕೈಯಲ್ಲಿ ಖಡ್ಗ ಇರಲಿಲ್ಲ.

ಆ ಕ್ಷಣಗಳಲ್ಲಿ ಕಂಡುಬಂತು. ನೆಲದ ಮೇಲೆ ಬಿದ್ದಿದ್ದ ಮರದ ತುಂಡು...! ಉದ್ದ ಮತ್ತು ದಪ್ಪಗಾಗಿದ್ದ ಅದನ್ನು ಕೈಗೆತ್ತಿಕೊಂಡನು.

ಬಾಯಿಂದ ಉದ್ಗಾರ ಬಂತು.

"ಹರ ಹರ ಮಹಾದೇವ...!"

ವೀರಪ್ಪ ನಾಯಕನ ಸೈನ್ಯದ ಕಡೆ ಬಿರುಗಾಳಿಯಂತೆ ರಭಸದಿಂದ ನುಗ್ಗಿದನು.

ಮರದ ತುಂಡು ಆಯುಧವಾಗಿ ವೀರವಿಹಾರ ಮಾಡಿತು.

ವೀರಪ್ಪ ನಾಯಕನ ಸೈನಿಕರು ಇವನ ರಭಸದ ಪ್ರಹಾರಗಳಿಗೆ ಬಲಿಯಾಗಲಾರಂಭಿಸಿದರು.

ಚಂದ್ರಶೇಖರ ಕೂಗಿ ಹೇಳಿದನು.

"ನನ್ನ ಬಂಧುಗಳೇ... ದುಷ್ಟ ವೀರಪ್ಪ ನಾಯಕನನ್ನು ನಾನು ಎದುರಿಸುತ್ತೇನೆ. ನೀವೆಲ್ಲಾ ಕೈ ಜೋಡಿಸಿ."

"ಹೆದರದೆ ಹೋರಾಡಿ."

"ಹರ ಹರ ಮಹಾದೇವ..."

ಈ ರೀತಿ ಕೂಗುತ್ತಿರುವಾಗಲೇ ಪ್ರಾಂತೀಯ ಪ್ರಜೆಗಳು ರೊಚ್ಚಿಗೆದ್ದರು. ಚಂದ್ರಶೇಖರ ಎಲ್ಲರನ್ನೂ ಹುರಿದುಂಬಿಸುತ್ತಾ, ಸೈನ್ಯ ಮುನ್ನಡೆಸುತ್ತಾ

ಹೋರಾಡುವ ಸೇನಾ ನಾಯಕನಂತೆ ವೀರವಿಹಾರ ಮಾಡಿದನು. ಮರದ ತುಂಡು ನೆಲ ಸೇರಿತು... ನೆಲದ ಮೇಲೆ ಬಿದ್ದಿದ್ದ ಖಡ್ಗ ಕೈ ಸೇರಿತು.

ಖಡ್ಗ ವಿಜೃಂಭಿಸಿತು.

ಶತ್ರು ಸೈನಿಕರ ತಲೆಗಳು ಚೆಂಡಿನಂತೆ ಉರುಳಲಾರಂಭಿಸಿದವು.

ವೀರಪ್ಪ ನಾಯಕ ಕೋಪ, ಆವೇಶದಿಂದ ಎದುರಾದನು.

ಕತ್ತಿ ಕಾಳಗ ಪ್ರಾರಂಭವಾಯಿತು. ಪ್ರಾರಂಭದಲ್ಲಿ ಶತ್ರು ನಾಯಕ ವೀರವಿಹಾರ ಮಾಡಿ, ಚಂದ್ರಶೇಖರ ತತ್ತರಿಸುವಂತೆ ಮಾಡಿದನು.

ಆಗ ಇವನ ಪರವಾಗಿದ್ದ ಆ ಪ್ರಾಂತ್ಯದ ಕೆಲವರು "ಹರ ಹರ ಮಹಾದೇವ" ಎಂದು ಕೂಗಿದರು.

ಚಂದ್ರಶೇಖರನಲ್ಲಿ ವಿದ್ಯುತ್ ಸಂಚಾರ ಆಯಿತು. ಶತ್ರುವಿನ ಪ್ರಹಾರಗಳಿಂದ ತುಂಬಾ ಚುರುಕಾಗಿ ತಪ್ಪಿಸಿಕೊಳ್ಳುತ್ತಲೇ, ರಣತಂತ್ರದ ಜಾಣ್ಮೆಯಿಂದ ಶತ್ರು ನಾಯಕನ ರುಂಡ ಉರುಳಿಸಿದನು.

ಜೈಕಾರ ಕೂಗುತ್ತಿದ್ದಾರೆ.

ಉಳಿದವರು ಹೆದರಿ ಪಲಾಯನ ಮಾಡಲು ಪ್ರಯತ್ನಿಸಿದರು. ಚಂದ್ರಶೇಖರನ ಆದೇಶದಂತೆ ಓಡುತ್ತಿದ್ದವರನ್ನೆಲ್ಲಾ ಹಿಡಿದು ಬಂಧಿಸಲಾಯಿತು.

ಚಂದ್ರಶೇಖರ ಆ ಪ್ರಾಂತ್ಯದ ಪ್ರಜೆಗಳಿಗೆ ಧೈರ್ಯ ತುಂಬಿದನು. ಬದುಕಿನ ಭವಿಷ್ಯದ ಭರವಸೆ ನೀಡಿದನು. ಆ ಪ್ರಾಂತ್ಯದ ಪ್ರಜೆಗಳಿಗೆ ಇವನಲ್ಲಿ ವಿಶ್ವಾಸ ಉಂಟಾಗಿದ್ದರಿಂದ ಅವನನ್ನು ತಮ್ಮ ಮುಖಂಡ-ನಾಯಕ ಎಂದು ಏಕಕಂಠದಿಂದ ಜೈಕಾರ ಮಾಡಿದರು.

ವೀರಪ್ಪ ನಾಯಕ ಗೆದ್ದಿದ್ದ ನಾಲ್ಕು ಪ್ರಾಂತ್ಯಗಳು ಚಂದ್ರಶೇಖರನ ವಶವಾದವು.

ಆತ ಸೈನ್ಯ ಕಟ್ಟಿದನು.

ಆ ಪ್ರಾಂತ್ಯ ಪುಟ್ಟ ರಾಜ್ಯವಾಗಿ ಬದಲಾಯಿತು.

ಅರಸೊತ್ತಿಗೆಯ ನಿಯಮಗಳನ್ನು ಚಂದ್ರಶೇಖರ ಜಾರಿಗೆ ತಂದನು. ಸೈನ್ಯಬಲ ಹೆಚ್ಚಾದಂತೆ ಸಾಮ್ರಾಜ್ಯ ವಿಸ್ತರಣೆ ಮಾಡಿದನು. ಈ ವಂಶ ರಾಜವಂಶವಾಗಿ ಬೆಳೆಯಲು ಭದ್ರವಾದ ಬುನಾದಿ ಹಾಕಿದನು.

** ** **

ಚಂದ್ರಶೇಖರ ಎಂಬ ಚಾಣಾಕ್ಷ, ರಣಚತುರ ಸೈನ್ಯ ಸಂಘಟನೆ ಮಾಡಿ ರಾಜ್ಯ ಕಟ್ಟಿದನು (ಕ್ರಿ.ಶ. 1511) ಎಂಬುದು ಮಾತ್ರ ಇತಿಹಾಸದಲ್ಲಿ ಉಲ್ಲೇಖಗೊಂಡಿದೆ.

ಈಗ ನಿರೂಪಿಸಿರುವ ಕನಸಿನ ಪ್ರಕರಣ ಮತ್ತು ಉಳಿದ ವಿವರಗಳು, ಉತ್ತರ ಕರ್ನಾಟಕದ, ಜಾನಪದ, ಲಾವಣಿಯಲ್ಲಿ ಲಾಲಿಪ್ತ ರೂಪದಲ್ಲಿ ಮೂಡಿಬಂದಿದೆ.

** ** **

ಕರ್ನಾಟಕದ ಬೆಳಗಾವಿ ಜಿಲ್ಲೆಯ 'ಬೆಳವಡಿ' ಎಂಬ ಸಣ್ಣ ಪ್ರಾಂತ್ಯದಲ್ಲಿ ಈ ವಂಶದ ಅರಸೊತ್ತಿಗೆ ಬೆಳೆಯಿತು. ಈ ಪ್ರಾಂತ್ಯದ ಕೀರ್ತಿ ಪತಾಕೆ ವಿಶೇಷವಾಗಿ ಮತ್ತು ವಿಭಿನ್ನ ರೀತಿಯಲ್ಲಿ ಪ್ರಕಾಶಿಸಲು 'ಬೆಳವಡಿ ಮಲ್ಲಮ್ಮನ' ಹೊಸ ಸಾಹಸ ಮತ್ತು ವಿಭಿನ್ನ ಪ್ರಯೋಗ ಕಾರಣ ಆಗಿದೆ.

ಇತಿಹಾಸದ ಸ್ವರೂಪ

ಈ ವಂಶದ ರಾಜ್ಯ ಸಂಸ್ಥಾಪಕ ಚಂದ್ರಶೇಖರನ ನಂತರ ಹಲವಾರು ರಾಜರುಗಳು ಬೆಳವಡಿ ಪ್ರಾಂತ್ಯವನ್ನು ಸಮರ್ಥ ರೀತಿಯಲ್ಲಿ ಆಳುತ್ತಾ ಪ್ರಜಾಪಾಲನೆ ಮಾಡಿದರು.

ಸುಮಾರು ಹದಿನೇಳನೇ ಶತಮಾನದ ಮಧ್ಯದ ಅವಧಿಯಲ್ಲಿ, ಬೆಳವಡಿ ಸಂಸ್ಥಾನದ ಸಿಂಹಾಸನವನ್ನು 'ಮದಲಿಂಗ ನಾಯಕ' ಎಂಬ ದಕ್ಷ, ಪ್ರಾಮಾಣಿಕ, ದೈವ ಭಕ್ತ ಮತ್ತು ಶತ್ರುಗಳಿಗೆ ಸಿಂಹಸ್ವಪ್ನನಾಗಿದ್ದ ವೀರಾಧಿವೀರ ಅಲಂಕರಿಸಿ ರಾಜ್ಯವನ್ನು ಪರಿಪಾಲನೆ ಮಾಡಿದ್ದನು.

ಪತ್ನಿ ದೇವಕಾಂತೆ.

ಈಕೆ ಆದರ್ಶ ಗೃಹಿಣಿಯಾಗಿ ಪತಿವ್ರತ ಧರ್ಮವನ್ನು ಪರಿಪಾಲನೆ ಮಾಡುತ್ತಾ, ದೈವಾರಾಧನೆ ಮಾಡುತ್ತಾ, ಪ್ರಜೆಗಳ ಕಷ್ಟಗಳಿಗೆ ಸ್ಪಂದಿಸುತ್ತಾ ಎಲ್ಲರ ಪ್ರೀತಿ, ಅಭಿಮಾನ ಮತ್ತು ಗೌರವಕ್ಕೆ ಪಾತ್ರಳಾಗಿದ್ದಳು.

ಈಕೆಯ ಹೆಸರು ಪ್ರಜೆಗಳ ನಾಲಿಗೆಯಲ್ಲಿ ನಲಿದಾಡುತ್ತಾ, ಮೆಚ್ಚುಗೆಯ ನುಡಿಗಳನ್ನು ಆಡುತ್ತಿದ್ದದ್ದು ಕಾಲದ ವಾಸ್ತವ ಸಂಗತಿಯಾಗಿತ್ತು.

ದೇವಕಾಂತೆ ಶಿವಭಕ್ತೆ.

ಅರಮನೆಯ ನಿತ್ಯ ನಿರ್ವಹಣೆ ಮತ್ತು ಪ್ರಜೆಗಳೊಂದಿಗೆ, ಮುಖ್ಯವಾಗಿ ರಾಜಧಾನಿಯಲ್ಲಿರುವ ಅಸಹಾಯಕ ಸ್ತ್ರೀಯರೊಂದಿಗೆ ಬೆರೆತು ಕಷ್ಟಗಳಿಗೆ ಸ್ಪಂದಿಸುತ್ತಾ, ಪತಿಯ ರಾಜಕಾರ್ಯಗಳಲ್ಲಿ ತನ್ನ ಅನುಭವ, ಬುದ್ಧಿವಂತಿಕೆಗೆ ತಕ್ಕಂತೆ ಸಲಹೆ ನೀಡುತ್ತಿದ್ದಳು.

ಈ ಎಲ್ಲಾ ಕಾರ್ಯಗಳ ಒತ್ತಡವಿದ್ದರೂ ಸಹ, ನಿತ್ಯ ಶಿವಾರಾಧನೆಯನ್ನು ತಪ್ಪಿಸುತ್ತಿರಲಿಲ್ಲ. ಮಹಾರಾಜ ಮದಲಿಂಗ ನಾಯಕ ಸಹ ದೈವಭಕ್ತನಾಗಿದ್ದನು ಮತ್ತು ಪತ್ನಿಯ ದೈವಪೂಜೆಗೆ ಸಹಕಾರ ನೀಡುತ್ತಿದ್ದನು.

ಆದರೆ ಎಲ್ಲಾ ಇದ್ದರೂ, ಸಕಲ ಸೌಭಾಗ್ಯ, ಸುಖ, ಶಾಂತಿ ಇದ್ದರೂ ಸಹ, ಈ ರಾಜ ದಂಪತಿಯನ್ನು ಸಂತಾನ ಭಾಗ್ಯ ಇಲ್ಲ ಎಂಬ ಕೊರಗು ಕಾಡುತ್ತಿತ್ತು.

ವಿವಾಹವಾಗಿ ಹಲವಾರು ವರ್ಷಗಳಾಗಿದ್ದರೂ ಸಹ ದಂಪತಿಗೆ ಈ ಭಾಗ್ಯ ಕೂಡಿ ಬಂದಿರಲಿಲ್ಲ. ಪತಿವ್ರತೆ ದೇವಕಾಂತೆ ಶಿವಪೂಜೆಯ ನಂತರ ಅಂಜಲೀ ಬದ್ಧಳಾಗಿ ಬೇಡುತ್ತಿದ್ದಳು.

"ಹೇ ಸದಾಶಿವ... ಶಂಕರ... ನಿನ್ನ ಸಂಕಲ್ಪ ನನಗೆ ತಿಳಿಯದು. ಈ ರಾಜ್ಯಕ್ಕೆ ಉತ್ತರಾಧಿಕಾರಿಯಾಗಬಲ್ಲ ಗಂಡು ಸಂತಾನವನ್ನೇ ಕರುಣಿಸು ಎಂದು ಬೇಡಲಾರೆ. ಗಂಡಾಗಲಿ, ಹೆಣ್ಣಾಗಲಿ, ಪಾರ್ವತಿ ಮಾತೆ ಮತ್ತು ನಿನ್ನ ಅಂಶವತಾರದ ಮಗುವಾಗಲಿ. ಆ ಮಗುವಿಗೆ, ದೇಶವೇ ಹೆಮ್ಮೆ ಪಡುವಂತೆ, ಈ ವಂಶದ ಕೀರ್ತಿಯನ್ನು ಶಾಶ್ವತವಾಗಿ ಉಳಿಸುವಂಥ ಗುಣ–ಸ್ವಭಾವ ಮತ್ತು ಅದಕ್ಕೆ ಪೂರಕವಾದ ಮನಸ್ಸು ಮತ್ತು ಶಕ್ತಿಯನ್ನು ಕರುಣಿಸು. ಆ ಮಗು ಈ ರಾಜ್ಯದ ಪ್ರಜೆಗಳ ಕಣ್ಮಣಿಯಾಗಬೇಕು. ಇತಿಹಾಸದಲ್ಲಿ ಶಾಶ್ವತವಾಗಿ ದಾಖಲಾಗುವ, ಪ್ರಜಾ ಕಲ್ಯಾಣ ಮತ್ತು ದೇಶ ಭಕ್ತಿಗೆ ಪೂರಕವಾಗಿರುವ ಮಹತ್ಕಾರ್ಯವನ್ನು ಮಾಡಬೇಕು."

ಈ ಪ್ರಾರ್ಥನೆಯಲ್ಲಿ ಸ್ವಲ್ಪವಾದರೂ ಸ್ವಾರ್ಥ ಇರಲಿಲ್ಲ. ಆದರೂ ಸಹ ಶಿವನ ಕೃಪೆ ಆಗಲಿಲ್ಲ. ರಾಜ ದಂಪತಿ ಕಂಗಾಲಾದರು. ನಮ್ಮ ಪೂಜೆಯಲ್ಲಿ, ಬೇಡಿಕೆಯಲ್ಲಿ ಏನಾದರೂ ಲೋಪ ಆಗಿರುವುದೇ ಎಂಬ ಅನುಮಾನ ಕಾಡಿದ್ದರಿಂದ ತಳಮಳ ಉಂಟಾಗಿದೆ.

ಮದಲಿಂಗ ನಾಯಕ ಮತ್ತು ದೇವಕಾಂತೆ ದೇವರ ಕೊಠಡಿಯಲ್ಲಿ ಪೂಜೆ ಮಾಡಿ ಚಿಂತಾಕ್ರಾಂತರಾಗಿರುವಾಗ ದಾಸಿಯೊಬ್ಬಳು ಬಂದು, ದೂರದಿಂದಲೇ ಗೌರವ ಸೂಚಿಸಿದ ನಂತರ "ಪ್ರಭುಗಳನ್ನು ಭೇಟಿ ಮಾಡಲು ಅರಮನೆ ಮತ್ತು ಗುರುಕುಲದ ಗುರುಗಳು ಆಗಮಿಸಿದ್ದಾರೆ" ಎಂದು ಹೇಳಿದಳು.

ಗುರು ಶಂಕರಭಟ್ಟರು ಬಂದಿದ್ದಾರೆ ಎಂಬ ಸಂಗತಿ ಇವರಲ್ಲಿ ರೋಮಾಂಚನ ಉಂಟುಮಾಡಿತು. ರಾಜ ದಂಪತಿ ತಾವೇ ಹೋಗಿ ಗುರುಗಳನ್ನು ಸ್ವಾಗತಿಸಿ, ಸಂಪ್ರದಾಯದ ರೀತಿಯಲ್ಲಿ ಉಪಚರಿಸಿದರು. ಇವರಿಬ್ಬರ ಮುಖಕಮಲಗಳು ಬಾಡಿದಂತೆ ಮತ್ತು ಯಾವುದೋ ಚಿಂತೆಯ ಕಳವಳ ಆವರಿಸಿದಂತೆ ಕಂಡುಬಂದಿದ್ದರಿಂದ ಗುರುಗಳು ದಂಪತಿಯನ್ನು ಪ್ರಶ್ನಿಸಿದರು.

ಮದಲಿಂಗ ನಾಯಕ, "ಗುರುದೇವ... ಸಕಲವನ್ನೂ ಬಲ್ಲ ನಿಮಗೆ ತಿಳಿಯದಿರುವ ಸಂಗತಿ ಏನಿದೆ? ಎಲ್ಲವನ್ನೂ ಕೊಟ್ಟಿರುವ ಆ ಪರಮೇಶ್ವರ ಸಂಸಾರಸ್ಥರಿಗೆ ಅಗತ್ಯವಾಗಿ ಬೇಕಾಗಿರುವ ಸಂತಾನ ಭಾಗ್ಯವನ್ನು ಯಾಕೆ ಕರುಣಿಸುತ್ತಿಲ್ಲ? ನಮಗೆ ತಿಳಿಯದಂತೆ ನಾವೇನಾದರೂ ಅಪಚಾರ ಮಾಡಿದ್ದೇವೆಯೇ ಎಂಬ ಸಂದೇಹ ಕಾಡುತ್ತಿದೆ!"

ಶಂಕರಭಟ್ಟರು "ಮಹಾರಾಜ... ಆತಂಕ ಪಡುವ ಅಗತ್ಯವಿಲ್ಲ. ನಮ್ಮಿಂದ ಅಪಚಾರವಾಗಿದೆ ಎಂಬುದನ್ನು ಮನಸ್ಸಿನಿಂದ ತೆಗೆದುಬಿಡಿ. ನಿಮಗೆ ತಿಳಿದಿಲ್ಲವೆ?"

ಮಹಾರಾಜ ಪ್ರಶ್ನಾರ್ಥಕವಾಗಿ ನೋಡಿದನು.

"ಅನ್ಯಥಾ ಶರಣಂ ನಾಸ್ತಿ ತ್ವಮೇವಂ ಶರಣಂ ಮಮಃ ಅಂತ. ಆ ಪರಮೇಶ್ವರನಿಗೆ ಶರಣಾಗಿ. ಆ ಭಗವಂತ ತನ್ನ ಭಕ್ತರ ಭಕ್ತಿಯ ನಿಶ್ಚಲತೆಯನ್ನು ಪರೀಕ್ಷೆ ಮಾಡಿದ ನಂತರ ಅನುಗ್ರಹಿಸುತ್ತಾನೆ."

ದೇವಕಾಂತೆ ದುಃಖದಿಂದ "ಇನ್ನೆಷ್ಟು ಕಾಲ ಈ ನಿರಾಸೆ, ದುಃಖ ಅನುಭವಿಸಬೇಕು ಗುರುದೇವ" ಎಂದಳು.

"ಶಿವನ ಕೃಪೆ ಆಗುವತನಕ."

"ಶಿವಕೃಪೆ ಆಗುವುದು ಯಾವಾಗ?"

"ದೇವಾನುದೇವತೆಗಳಿಗೇ ಶಿವಾನುಗ್ರಹದ ರಹಸ್ಯ ತಿಳಿದಿರಲಿಲ್ಲ. ಅಂದ ಮೇಲೆ ನಮ್ಮಂತಹ ಸಾಮಾನ್ಯರಿಗೆ ತಿಳಿಯಲು ಸಾಧ್ಯವೆ? ಮನದಲ್ಲಿ ಇಂತಹ ಸಂಶಯ ಇಟ್ಟುಕೊಳ್ಳದೆ ಆ ಭಗವಂತನಿಗೆ ಶರಣಾಗಿ ನಿಶ್ಚಲ ಮನಸ್ಸಿನಿಂದ ಪೂಜೆ ಮಾಡಿ."

ಮದಲಿಂಗ ನಾಯಕ ನಿಟ್ಟುಸಿರು ಬಿಟ್ಟನು. ದೇವಕಾಂತೆ ಕಂಬನಿ ಒರಸಿಕೊಳ್ಳುತ್ತಿರುವಾಗ ಶಂಕರಭಟ್ಟರು "ಇವತ್ತಿನ ನನ್ನ ಭೇಟಿಯ ಉದ್ದೇಶ ಶಿವಾರಾಧನೆಯ ಮಾರ್ಗದರ್ಶನವಾಗಿದೆ" ಎಂದರು.

ಮದಲಿಂಗ ನಾಯಕ "ಅಂದರೆ... ಅಂದರೆ..." ಎಂದು ತಡವರಿಸಿದನು.

ಶಂಕರಭಟ್ಟರು ಆದೇಶಿಸಿದರು.

ಶಿವನ ಪ್ರದೋಷ ಕಾಲದ ಪೂಜೆ, ಎಲ್ಲ ವ್ರತ, ಪೂಜೆಗಳಲ್ಲಿ ಪರಮ ಶ್ರೇಷ್ಠವಾಗಿದೆ.

ದ್ವಾಪರ ಯುಗದಲ್ಲಿ ಯಶೋಧೆ ತನ್ನ ಪೂರ್ವಜನ್ಮದಲ್ಲಿ ಶಿವನ ಪ್ರದೋಷ ಪೂಜೆ ಮಾಡಿದ್ದರಿಂದ ಆಕೆಗೆ ಸ್ವಯಂ ಮಹಾವಿಷ್ಣು ಶ್ರೀಕೃಷ್ಣನಾಗಿ ಅವತರಿಸಿ, ಸಾಕುಮಗನಾಗಿ ಮನದಾಸೆ ಪೂರೈಸಿರಲಿಲ್ಲವೆ? ದೇವಕಿಯ ಗರ್ಭ ಸಂಜಾತನಾದರೂ ಸಹ, ಲೋಕ ಭಗವಂತನನ್ನು ಯಶೋಧ ಕೃಷ್ಣ ಎಂದು ಸ್ತುತಿ ಮಾಡಿರಲಿಲ್ಲವೆ?

ಕೃತಯುಗದಲ್ಲಿ ಮಹಾಸತಿ ಅನುಸೂಯ, ಹಲವಾರು ವರ್ಷಗಳ ಕಾಲ ಶಿವನ ಪ್ರದೋಷ ಪೂಜೆ ಮಾಡಿದ್ದರಿಂದ, ತ್ರಿಮೂರ್ತಿಗಳ ಏಕರೂಪ ಸಂಗಮದ ದತ್ತಾತ್ರೇಯ ಕಂದನಾಗಲಿಲ್ಲವೆ? ಈ ಲೋಕ ಅನುಸೂಯ ತನಯ ದತ್ತಾತ್ರೇಯ ಎಂದು ಸ್ತುತಿ ಮಾಡುತ್ತದೆ.

ಶಿವನ ಪ್ರದೋಷ ಪೂಜೆಯನ್ನು ಭಕ್ತಿ, ಶ್ರದ್ಧೆ ಮತ್ತು ಅತ್ಯಂತ ವಿಶ್ವಾಸದಿಂದ ಮಾಡಿದರೆ ಖಂಡಿತಾ ಫಲ ದೊರೆಯುತ್ತದೆ.

ದೇವಕಾಂತೆ ಮತ್ತು ಮದಲಿಂಗ ನಾಯಕ ಭಕ್ತಿ–ಭಾವ ಪರವಶರಾದರು. "ಗುರುದೇವ... ನಿಮ್ಮ ಆಚಾರ್ಯತ್ವದಲ್ಲಿ ನಾವು ಶಿವನ ಪ್ರದೋಷ ಪೂಜೆ ಮಾಡುತ್ತೇವೆ. ಪೂಜಾ ಕ್ರಮ, ಸಿದ್ಧತೆಗಳ ಬಗ್ಗೆ ತಿಳಿಸಿ ನಮಗೆ ಉಪಕಾರ ಮಾಡಬೇಕು" ಎಂದು ಭಕ್ತಿ ವಿನೀತರಾಗಿ ಬೇಡಿಕೊಂಡರು. ಗುರುಗಳು ರಾಜ ದಂಪತಿಗೆ ಆಶೀರ್ವಾದ ಮಾಡಿದರು.

ಸಂಧ್ಯಾ ಕಾಲದ ಗೋಧೂಳಿ ಸಮಯದಲ್ಲಿ ಶಂಕರಭಟ್ಟರು ಈ ದಂಪತಿಗಳಿಂದ ಶಿವನ ಪ್ರದೋಷ ಪೂಜೆಯನ್ನು ಮಾಡಿಸಿದರು. ಇದು ಫಲ ನೀಡಿತು.

ಶಿವಾನುಗ್ರಹ ಆಯಿತು.

ಒಂದು, ಎರಡು, ಮೂರು ಎಂಬಂತೆ ನವಮಾಸಗಳು ತುಂಬಿವೆ. ಗರ್ಭವತಿಯಾಗಿದ್ದ ಕಾಲದಲ್ಲಿ, ದೇವಕಾಂತೆ ಪುರಾಣ ಪುಣ್ಯಕತೆಗಳನ್ನು ಕೇಳುತ್ತಿದ್ದಳು ಮತ್ತು ಶಿವಸ್ತುತಿಗೆ ಸಂಬಂಧಪಡುವ ಸ್ತೋತ್ರಗಳನ್ನು ಹೇಳುತ್ತಿದ್ದಳು.

ಆ ಕಾಲದ ರಾಜ ಮಹಾರಾಜರುಗಳ ಮತ್ತು ದೇಶ ನಾಯಕರ ಪುಣ್ಯಕತೆಗಳನ್ನು ಮತ್ತು ರಾಜನಿಷ್ಠೆ, ಪ್ರಜಾಭಿಮಾನ ಮತ್ತು ಮುಖ್ಯವಾಗಿ ದೇಶಭಕ್ತಿಯ ಸಿಂಚನ ಉಂಟಾಗುವಂತಹ ಕತೆಗಳನ್ನು ಕೇಳುತ್ತಿದ್ದಳು.

ಗರ್ಭದಲ್ಲಿರುವ ಮಗು ಎಲ್ಲವನ್ನೂ ಆಲಿಸುತ್ತದೆ ಮತ್ತು ಪರಿಗ್ರಹಿಸುತ್ತದೆ ಎಂಬುದಕ್ಕೆ ದ್ವಾಪರ ಯುಗದ ಪ್ರಕರಣ ಸಾಕ್ಷಿ ಪೂರಕವಾಗಿದೆ.

ಯದುಕುಲದ ಶ್ರೀಕೃಷ್ಣ ಮತ್ತು ಬಲರಾಮನ ಸಹೋದರಿಯಾಗಿದ್ದ ಸುಭದ್ರ, ಪಾಂಡವರ ಅರ್ಜುನನನ್ನು ವಿವಾಹವಾಗಿ, ಗರ್ಭವತಿಯಾಗಿದ್ದಳು. ಇಂದ್ರಪ್ರಸ್ಥದಿಂದ ದ್ವಾರಕೆಗೆ ಗರ್ಭಿಣಿ ಸಹೋದರಿಯೊಂದಿಗೆ ಶ್ರೀಕೃಷ್ಣ ಪರಮಾತ್ಮ ಪ್ರಯಾಣ ಮಾಡುತ್ತಿದ್ದ ಕಾಲದಲ್ಲಿ, ಪ್ರಯಾಣದ ಆಯಾಸ, ಏಕತಾನತೆ ಹೋಗಲಾಡಿಸಿದನು.

ಶ್ರೀಕೃಷ್ಣ ಹೇಳಿದ್ದೇನು?

ಚಕ್ರವ್ಯೂಹದ ರಹಸ್ಯ...!

ಮೃತ್ಯು ಪಾಶದಂತೆ ದಶದಿಕ್ಕುಗಳಲ್ಲಿ ಆವರಿಸಿಕೊಂಡು, ವ್ಯೂಹ ರೂಪವಾಗಿರುವ ಆ ಚಕ್ರವ್ಯೂಹವನ್ನು ಭೇದಿಸುವುದು ಹೇಗೆ...? ಯಾವ ರೀತಿ ಎಂಬುದನ್ನು ವಿವರಿಸುತ್ತಿದ್ದಾನೆ ಶ್ರೀಕೃಷ್ಣ ಪರಮಾತ್ಮ. ಗರ್ಭಿಣಿ ಸುಭದ್ರೆಗೆ ಆಯಾಸವಾಗಿದ್ದರಿಂದಲೋ ಏನೋ ಆಕೆಗೆ ನಿದ್ರೆ ಆವರಿಸಿತು.

ಶ್ರೀಕೃಷ್ಣ ಹೇಳುತ್ತಲೇ ಇದ್ದಾನೆ.

ಗರ್ಭದೊಳಗಿಂದ 'ಹೂಂ... ಹೂಂ...' ಎಂಬ ಸ್ವರ ಕೇಳಿಬರುತ್ತಿದೆ.

ಚಕ್ರವ್ಯೂಹವನ್ನು ಯಾವ ರೀತಿ ಭೇದಿಸಿ ಒಳಗೆ ಪ್ರವೇಶ ಮಾಡಬಹುದು ಎಂಬುದನ್ನು ಕೃಷ್ಣ ಹೇಳಿ ಮುಗಿಸುತ್ತಾನೆ. ಆದರೆ, ಆ ಮೃತ್ಯು ವ್ಯೂಹದಿಂದ

ಯಾವ ರೀತಿ ತಪ್ಪಿಸಿಕೊಂಡು ಹಿಂತಿರುಗಿ ಬರಬೇಕು ಎಂಬುದನ್ನು ಹೇಳಲಿಲ್ಲ.

ಕಾರಣ ಏನು?

ಸಹೋದರಿಗೆ ನಿದ್ದೆ ಬಂದಿದೆ ಎಂಬುದನ್ನು ತಿಳಿದು, ಚಕ್ರವ್ಯೂಹದ ಮುಂದಿನ ಭಾಗವನ್ನು ಹೇಳಲಿಲ್ಲ. ಪರಮಾತ್ಮ ಯಾವ ಉದ್ದೇಶದಿಂದ ಚಕ್ರವ್ಯೂಹದ ವಿವರಣೆಯನ್ನು ಪೂರ್ತಿ ಮಾಡಲಿಲ್ಲ ಎಂಬುದಕ್ಕೆ ವ್ಯಾಸ ಮಹರ್ಷಿಗಳು ಕಾರಣ ನೀಡಿದ್ದಾರೆ. ಆ ವಿವರಣೆ ಈ ಇತಿಹಾಸದ ಕೃತಿಗೆ ಪೂರಕವಾಗುವುದಿಲ್ಲ.

ಇದರ ಸಾರಾಂಶ ಏನು?

ತಾಯಿ ಗರ್ಭದಲ್ಲಿರುವ ಮಗು ಎಲ್ಲವನ್ನೂ ಗ್ರಹಿಸುತ್ತದೆ. ಆದ್ದರಿಂದ ಗರ್ಭಿಣಿಯರು, ಒಳ್ಳೆಯ ಪುರಾಣ ಕತೆಗಳನ್ನು ಕೇಳುತ್ತಾ, ಶ್ಲೋಕ, ಸ್ತೋತ್ರ ಹೇಳುತ್ತಿರಬೇಕು. ಆದರ್ಶ ಗುಣ, ಸದಾಚಾರ ಮತ್ತು ನಮ್ಮ ಧರ್ಮ, ಸಂಸ್ಕೃತಿಯ ಬಗ್ಗೆ ಕೇಳುತ್ತಿರಬೇಕು.

ದೇವಕಾಂತೆ ಮಾಡಿದ್ದೇನು?

ಧೈರ್ಯ, ಸಾಹಸ, ಸ್ವಾಭಿಮಾನ, ದೇಶಭಕ್ತಿ, ವೀರತ್ವದ ಬಗ್ಗೆ ಮತ್ತು ದೈವ ಭಕ್ತಿಯ ಬಗ್ಗೆ ಹೇಳುತ್ತಿರುವಾಗ, ಗರ್ಭವನ್ನು ಬಲಗೈನಿಂದ ಸವರಿಕೊಳ್ಳುತ್ತಿದ್ದಳು.

ಪುಣ್ಯಕಾಲ ಬಂದಿತು!

ಭಾರತದ ಉಪಖಂಡವನ್ನೆಲ್ಲಾ ವ್ಯಾಪಿಸುವಂತಹ ವಿಶೇಷ ಗುಣಗಳ ಹೆಣ್ಣು ಮಗುವಿನ ಜನನವಾಯಿತು.

ಇತಿಹಾಸ ಗ್ರಂಥಗಳ ಅಧ್ಯಯನದ ಪ್ರಕಾರ ಈ ಹೆಣ್ಣು ಮಗುವಿನ ಜನನವಾಗಿದ್ದು ಆಗಸ್ಟ್ ತಿಂಗಳ ಹದಿನೆಂಟನೇ ತಾರೀಖು ಎಂಬ ಮಾಹಿತಿ ಲಭ್ಯವಾಗಿದೆ.

ಹೆಣ್ಣು ಮಗು ಮುದ್ದಾಗಿದೆ.

ಹುಣ್ಣಿಮೆ ಚಂದ್ರನಂತಹ ಬೆಳದಿಂಗಳ ಕಾಂತಿಯ ದುಂಡುಮುಖ.

ಹಾಲಿನ ಕೆನೆಯ ಬಣ್ಣದ ವಿಶಿಷ್ಟ ಮೈಕಾಂತಿಯ ಸೊಬಗು.

ಅಗಲವಾದ ಬಟ್ಟಲು ಕಣ್ಣುಗಳಲ್ಲಿನ ವಿಶಿಷ್ಟವಾದ ಕಾಂತಿ. ಕಿಲಕಿಲನೆ ನಗುತ್ತಾ ಆಡುವಾಗ ನೋಡುಗರು ಮೈಮರೆತು ಬಿಡುತ್ತಿದ್ದರು.

ಜಾತಕ ಪರಿಶೀಲನೆ ಮಾಡಿದ ಅರಮನೆ ಮತ್ತು ಗುರುಕುಲದ ಪಂಡಿತರಾದ ಶಂಕರಭಟ್ಟರು, ನಾಮಕರಣದ ದಿನದಂದು ಆ ಹೆಸರನ್ನು ಸೂಚಿಸಿದರು.

ಮಲ್ಲಮ್ಮ...!

ಶಂಕರಭಟ್ಟರು ಭಾವುಕರಾಗಿ, ತುಂಬು ಹೃದಯದಿಂದ ಮಗುವಿನ ಭವಿಷ್ಯದ ಕೆಲವು ಸೂಕ್ಷ್ಮ ಸಂವೇದನೆಗಳನ್ನು ತಿಳಿಸಿದರು.

ಮಲ್ಲಮ್ಮ ಎಲ್ಲರಂತೆ ಅಲ್ಲ!

ಬೆಳೆದು ಪುಷ್ಪವತಿಯಾಗಿ, ಈ ಕಾಲದ ಪದ್ಧತಿಯಂತೆ ವಿವಾಹವಾಗಿ, ಕೇವಲ ಗೃಹಿಣಿಯಾಗಿ, ಅಂತಃಪುರದ ಅರಗಿಣಿಯಾಗಿ ಬದುಕುವುದಿಲ್ಲ.

ಮಲ್ಲಮ್ಮ ಎಂಬ ಹೆಸರಿನಲ್ಲಿ 'ಧೀ ಶಕ್ತಿ' ತುಂಬಿದೆ.

ಬಾಹ್ಯರೂಪದಲ್ಲಿ ಹೆಣ್ಣಾದರೂ ಸಹ, ಯಾವ ಪುರುಷಸಿಂಹನಿಗೂ ಕಡಿಮೆ ಇಲ್ಲದ ರೀತಿ, ಧೈರ್ಯ, ಶಕ್ತಿ, ಕ್ಷತ್ರಿಯ ಗುಣದಿಂದ ವೀರವಿಹಾರ ಮಾಡುತ್ತಾಳೆ.

ಮಲ್ಲಮ್ಮ ಸಾಹಸದ ಪ್ರತೀಕ!

ಈಕೆ ಮಹಾ ಸ್ವಾಭಿಮಾನಿ.

ಆತ್ಮಗೌರವಕ್ಕೆ ಪ್ರಾಮುಖ್ಯತೆ ಕೊಡುವ, ಅನ್ಯಾಯ, ಅಧರ್ಮ, ಅನೀತಿಗೆ ಎಂದೂ ತಲೆಬಾಗದ ಮತ್ತು ದಿಟ್ಟತನದಿಂದ ಎದುರಿಸುವ ಆದರ್ಶ ಸ್ತ್ರೀರತ್ನವಾಗುತ್ತಾಳೆ.

ಇದು ಶಿವನ ಸಂಕಲ್ಪದ ಭವಿಷ್ಯದ ಆಶೀರ್ವಾದದ ನುಡಿಗಳು ಎಂಬುದು ಪರಮ ಸತ್ಯ.

ಎಲ್ಲವನ್ನೂ ದೈವ ಮಾಡುತ್ತದೆ ಎಂದುಕೊಂಡು ನಾವು ಸುಮ್ಮನಿರಬಾರದು.

ತಂದೆ–ತಾಯಿ, ಗುರುವಿನ ಮಾರ್ಗದರ್ಶನ ತುಂಬಾ ಅಗತ್ಯವಾಗಿರುತ್ತದೆ. ಅಂತಹ ಸೃಜನಶೀಲ, ಸುಸಂಸ್ಕೃತ ವಾತಾವರಣವನ್ನು ನಾವು ಪೂರಕ ರೀತಿಯಲ್ಲಿ ಸೃಷ್ಟಿ ಮಾಡಬೇಕಾಗುತ್ತದೆ.

ರಾಜ ದಂಪತಿ, ಸಂಬಂಧಿಕರು ಹರ್ಷಿತರಾದರು. ಕುಲ ಪದ್ಧತಿಯಂತೆ ಮಗುವಿನ ನಾಮಕರಣದ ಶಾಸ್ತ್ರವನ್ನು ಮಾಡಿದರು.

ಮಲ್ಲಮ್ಮ ಬಾಲ್ಯದ ಆಟ–ಪಾಠ ವಿನೋದಗಳ ವಿಶೇಷತೆಯಲ್ಲಿ ಬೆಳೆಯುತ್ತಿರುವಾಗಲೇ ಮತ್ತೊಂದು ಸಂತೋಷದ ಸುದ್ದಿ ರಾಜಧಾನಿಯಲ್ಲಿ ಹರಡಿತು.

ರಾಜಮಾತೆ ದೇವಕಾಂತೆಗೆ ಮತ್ತೊಮ್ಮೆ ಶಿವಾನುಗ್ರಹವಾಗಿದೆ.

ಆಕೆ ಗರ್ಭವತಿಯಾಗಿದ್ದಾಳೆ.

ವಿವಾಹವಾಗಿ ಬಹುಕಾಲವಾಗಿದ್ದರೂ ಸಹ ಸಂತಾನ ಭಾಗ್ಯ ಇರಲಿಲ್ಲ. ಮಲ್ಲಮ್ಮ ಜನಿಸಿದ ಪುಣ್ಯ ವಿಶೇಷತೆಯಿಂದಲೋ ಏನೋ, ದೇವಕಾಂತೆ ಗರ್ಭಿಣಿಯಾಗಿದ್ದಾಳೆ. ನವಮಾಸಗಳ ಪುಣ್ಯಕಾಲದಲ್ಲಿ ಗಂಡು ಮಗುವಿಗೆ ಜನ್ಮ ನೀಡಿದಳು. ರಾಜ್ಯದ ಉತ್ತರಾಧಿಕಾರಿಯ ಚಿಂತೆ ತಪ್ಪಿದೆ. ರಾಜನಿಗೆ ಆತಂಕ ದೂರಾಗಿದೆ.

ಗಂಡು ಮಗುವಿಗೆ ಸದಾಶಿವ ನಾಯಕ ಎಂದು ನಾಮಕರಣ ಮಾಡಿದರು.

ಕಾಲಚಕ್ರ ಉರುಳುತ್ತಿದೆ.

ಮಲ್ಲಮ್ಮನಿಗೆ ಐದು ವರ್ಷವಾಗಿದೆ.

ಬೆಳೆಯುವ ಪೈರು ಮೊಳಕೆಯಲ್ಲಿ ಎಂಬಂತೆ ಬಾಲ್ಯದಿಂದಲೇ, ಮಲ್ಲಮ್ಮನ ಬೆಳವಣಿಗೆಯಲ್ಲಿ ವಿಶೇಷತೆ ಕಂಡು ಬರಲಾರಂಭಿಸಿತು.

ಐದು ವರ್ಷದ ಬಾಲಕಿಯಾಗಿರುವಾಗಲೇ ಎಲ್ಲೆಂದರಲ್ಲಿ ಧೈರ್ಯದಿಂದ ನುಗ್ಗುತ್ತಿದ್ದಳು. ಏಕಾಂಗಿಯಾಗಿ ನಿರ್ಜನ ಪ್ರದೇಶಕ್ಕೆ ಹೋಗುತ್ತಿದ್ದಳು.

ಬೇರೆಯವರು ಈಜಾಡುವುದನ್ನು ಸೂಕ್ಷ್ಮವಾಗಿ ಗಮನಿಸುತ್ತಿದ್ದಳು.

ಏಕಸಂಧಿಗ್ರಾಹಿಯಾಗಿದ್ದಳು.

ಆ ಕ್ಷಣಗಳಲ್ಲಿ ಅವಳಲ್ಲಿ ಮನೋಬಲ ದೃಢವಾಗಿ ಪ್ರಚೋದಿಸಿತು. ತುಂಬಿ ಹರಿಯುತ್ತಿರುವ ನದಿಗೆ ಧುಮುಕಿದಳು. ಅವಳ ಜತೆಯಾಗಿ ಬಂದಿದ್ದ ಬಾಲಕಿಯರು ಹೆದರಿ ಅರಮನೆಗೆ ಹೋಗಿ, ಮಲ್ಲಮ್ಮ ಹೊಳೆಗೆ ಬಿದ್ದಿದ್ದಾಳೆ ಎಂಬ ಸಂಗತಿ ತಿಳಿಸಿದರು. ಮಹಾರಾಜ ಸೈನಿಕರೊಂದಿಗೆ ಹೊಳೆಯ ದಡಕ್ಕೆ ಬಂದನು. ನುರಿತ ಈಜುಗಾರರಿಗೆ ಆದೇಶಿಸಿದನು. ಬೇಗ ನನ್ನ ಕಂದನನ್ನು ರಕ್ಷಿಸಿ...!

ಸೈನಿಕರು ಹೊಳೆಗೆ ನೆಗೆಯಲು ಸಿದ್ಧರಾಗುತ್ತಿರುವಾಗಲೇ ಆ ದೃಶ್ಯ ಕಂಡುಬಂದಿತು.

ತುಂಬಿ ಹರಿಯುತ್ತಿರುವ ಹೊಳೆಯಲ್ಲಿ, ಐದು ವರ್ಷದ ಬಾಲಕಿ ಮಲ್ಲಮ್ಮ, ಸರಾಗವಾಗಿ, ಅನಾಯಾಸವಾಗಿ ಮೀನಿನ ರೀತಿ ಈಜುತ್ತಿದ್ದಾಳೆ. ಮದಲಿಂಗ ನಾಯಕ ಮತ್ತು ಹೊಳೆಯ ದಡದಲ್ಲಿದ್ದವರೆಲ್ಲಾ ಬೆರಗಾಗಿ ನೋಡುತ್ತಿದ್ದಾರೆ.

ಈಜುತ್ತಾ ದಡ ಸೇರಿದ ಬಾಲಕಿ ಮಲ್ಲಮ್ಮನನ್ನು ಎತ್ತಿಕೊಂಡು ಅಪ್ಪಿ ಮುದ್ದಾಡುತ್ತಲೇ ಶ್ವೇತ ವರ್ಣದ ವಸ್ತ್ರದಿಂದ ಆಕೆಯ ತಲೆ ಮತ್ತು ಶರೀರ ಒರೆಸಿದರು.

ಹೆತ್ತ ಕರುಳಿಗೆ ಸಂಕಟವಾಗಿದೆ. ಶೀತ ಆಗದಿರಲಿ ಎಂದು, ಲವಣಗಳ ಮಿಶ್ರಣದ ಕಷಾಯವನ್ನು ಮಾಡಿ ಕುಡಿಸಿದರು. ಮಲ್ಲಮ್ಮ ಪ್ರತಿದಿವಸ ಹೊಳೆಗೆ ಹೋಗಿ ತೃಪ್ತಿ ಆಗುವತನಕ ಈಜಾಡಿ ಬರುತ್ತಿದ್ದಳು. ಆಕೆ ಈಜುಗಾರಿಕೆಯಲ್ಲಿ ನುರಿತೆ ಎಂದು ತಿಳಿದಿದ್ದರೂ ಸಹ, ತಾಯಿ ಸೈನಿಕರನ್ನು ರಕ್ಷಣೆಗಾಗಿ ಕಳಿಸುತ್ತಿದ್ದಳು.

ಅರಮನೆಗೆ ಆಗಮಿಸಿದ್ದ ಶಂಕರಭಟ್ಟರು "ಮಹಾರಾಜ, ಮಗಳಿಗೆ ಶಿಕ್ಷಣ ಕೊಡಿಸುವುದಿಲ್ಲವೆ? ಅರಮನೆಯ ಅರಗಿಣಿಯಾಗಬಾರದು. ಈ ಹಂತದಿಂದಲೇ ರಾಜನೀತಿ-ಧರ್ಮ ಮತ್ತು ಕ್ಷತ್ರಿಯರಿಗೆ ಅಗತ್ಯವಾದ ಶಿಕ್ಷಣವನ್ನು ಕೊಡಬೇಕು" ಎಂದು ಆದೇಶಿಸಿದರು.

ರಾಜ ದಂಪತಿ ಈಗ ಪರಸ್ಪರ ಮುಖ ನೋಡಿಕೊಂಡರು. ಅವರಲ್ಲಿ ಒಂದು ರೀತಿಯ ಗೊಂದಲ ಕಾಡುತ್ತಿದೆ. ಇದನ್ನು ಗಮನಿಸಿದ ಗುರುಗಳು "ನಿಮ್ಮ ಅನುಮಾನ ಏನು ಅಂತ ಹೇಳಿ ಮಹಾರಾಜ" ಎಂದರು.

ಮದಲಿಂಗ "ಗುರುದೇವ... ಮಲ್ಲಮ್ಮ ಕನ್ಯಾರತ್ನ. ತವರುಮನೆಯಲ್ಲಿ ಅವಳು ಹೆಚ್ಚು ಕಾಲ ಇರುವುದಿಲ್ಲ. ಪುಷ್ಪವತಿ ಆಗುವ ಮೊದಲೇ ವಿವಾಹ ಮಾಡಬೇಕು. ಅಂದರೆ ಅವಳು ಮತ್ತೊಂದು ರಾಜ ಕುಟುಂಬವನ್ನು ಬೆಳಗಲು ಹೋಗುತ್ತಾಳೆ. ಶಿಕ್ಷಣ ಕಲಿಸುವ ಉದ್ದೇಶದಿಂದ ಅವಳನ್ನು ನಿಮ್ಮ ಗುರುಕುಲಕ್ಕೆ ಕಳಿಸಿದರೆ, ದೀರ್ಘಕಾಲ ನಮ್ಮಿಂದ ದೂರಾಗಿರುತ್ತಾಳೆ. ಮಗಳು ನಮ್ಮೊಂದಿಗೆ ಇದ್ದಂತೆ ಆಗುವುದಿಲ್ಲ. ಅದೂ ಅಲ್ಲದೆ ಹೆಣ್ಣು ಮಕ್ಕಳಿಗೆ ಶಿಕ್ಷಣ ಬೇಕು ನಿಜ. ಆದರೆ ಕ್ಷತ್ರಿಯ ವಿದ್ಯೆ ಮತ್ತು ರಾಜನೀತಿಯ ಅಗತ್ಯವಾದರೂ ಏನಿದೆ? ರಾಜ ಕುಟುಂಬದ ರಾಣಿಯಾಗಿರುವ ಅವಳಿಗೆ ಈ ಎಲ್ಲಾ ವಿದ್ಯೆಯ ಅಗತ್ಯ ಏನಿದೆ" ಎಂದು ಹೇಳುತ್ತಿರುವಾಗಲೇ ಪತ್ನಿ ದೇವಕಾಂತೆ "ಗುರುವರ್ಯ... ಈ ಎಲ್ಲಾ ಕ್ಷತ್ರಿಯ ವಿದ್ಯೆಯನ್ನು, ಭವಿಷ್ಯದಲ್ಲಿ ಈ ರಾಜ್ಯದ ಉತ್ತರಾಧಿಕಾರಿ ಆಗಲಿರುವ ನಮ್ಮ ಪುತ್ರ ಸದಾಶಿವ ನಾಯಕನಿಗೆ ಕಲಿಸಿದರೆ ರಾಜನಾಗಲಿರುವ ಅವನಿಗೆ ಉಪಯೋಗವಾಗುತ್ತದೆ" ಎಂದಳು.

(ಬೈಲಹೊಂಗಲ 'ಮಲ್ಲಮ್ಮ' ಜನಿಸಿದ ಪುಣ್ಯಭೂಮಿಯಲ್ಲಿ, ಆ ಕಾಲದಲ್ಲಿ ಹೆಣ್ಣು ಮಕ್ಕಳಿಗೂ ಸಹ ಪ್ರತ್ಯೇಕ ಶಿಕ್ಷಣದ ವ್ಯವಸ್ಥೆ ಜಾರಿಯಲ್ಲಿತ್ತು.)

ಶಂಕರಭಟ್ಟರು ಇವರಿಬ್ಬರ ಕಡೆ ನೋಡಿ ಮಂದಹಾಸ ಬೀರುತ್ತಾ "ಹೆತ್ತವರಿಗೆ ಮಗಳಾಗಲಿ, ಮಗನಾಗಲಿ ಅವರ ಮೇಲೆ ಪ್ರೀತಿ, ಮಮಕಾರ ಮತ್ತು ಮೋಹ ಇರೋದು ಸಹಜ. ಆದರೆ ನಮ್ಮ ವ್ಯಾಮೋಹ ಅನ್ನೋದು ಮಕ್ಕಳ ಭವಿಷ್ಯವನ್ನು ರೂಪಿಸುವ ಪ್ರಯತ್ನಕ್ಕೆ ಅಡ್ಡಿ ಉಂಟು ಮಾಡಬಾರದು. ಎರಡು ವಿಚಾರಗಳನ್ನು ನಿಮಗೆ ಮನವರಿಕೆ ಮಾಡಿಕೊಡುವುದು ನನ್ನ ಕರ್ತವ್ಯ ಆಗಿದೆ" ಎಂದರು.

ಮದಲಿಂಗ ನಾಯಕ "ಅಪ್ಪಣೆಯಾಗಲಿ ಗುರುದೇವ. ವ್ಯಾಮೋಹದ ಪೊರೆ ಕಣ್ಣುಗಳನ್ನು ಆವರಿಸಿದರೆ ಬದುಕಿನ ಭವಿಷ್ಯದ ದೃಶ್ಯ ಗೋಚರ ಆಗುವುದಿಲ್ಲ" ಎಂದನು.

ಶಂಕರಭಟ್ಟರು "ಮಗ ಈ ರಾಜ್ಯದ ಉತ್ತರಾಧಿಕಾರಿ ಆಗುತ್ತಾನೆ. ಮಗಳು ವಿವಾಹದ ನಂತರ ಬೇರೆ ಕುಟುಂಬಕ್ಕೆ ಸೇರುತ್ತಾಳೆ. ಅಂದರೆ ನೀವು ಅವಳನ್ನು ಅರಮನೆಯ ಅಂತಃಪುರದ ಅರಗಿಣಿಯಾಗಿರಬೇಕು ಎಂದು ಬಯಸುತ್ತೀರ" ಎಂದು ಹೇಳುತ್ತಿರುವಾಗಲೇ ದೇವಕಾಂತೆಯ ಕಡೆ ತಿರುಗಿ "ಮಹಾರಾಣಿ... ನೀವು ಸಂತಾನ ಭಾಗ್ಯ ಇಲ್ಲದೆ ಕೆಲವು ವರ್ಷಗಳ ಕಾಲ ಸಂಕಟಪಟ್ಟು ಕಂಬನಿ ಮಿಡಿಯುತ್ತಾ ಭಗವಂತನಿಗೆ ಶರಣಾಗಿದ್ದೀರ. ಶಿವನ ಪ್ರದೋಷ ಪೂಜೆ

ಮಾಡುವ ಮೊದಲು ನೀವು ವ್ರತ ಸಂಕಲ್ಪವನ್ನು ಮಾಡಿದ್ದು ಹೇಗೆ ಎಂಬುದು ನೆನಪಿರುವುದೆ? ಗಂಡಾಗಲಿ, ಹೆಣ್ಣಾಗಲಿ, ದೇಶಭಕ್ತಿ, ಸದ್ಗುಣ ಮತ್ತು ಲೋಕಕ್ಕೆ ಮಾದರಿ ಆಗುವಂತ ಸಂತಾನ ಕರುಣಿಸು."

ಶಂಕರಭಟ್ಟರು ಮುಂದುವರೆಸುತ್ತಾ "ನಿಮ್ಮ ಮಗಳು ಮಲ್ಲಮ್ಮ ಗೃಹಿಣಿಯಾಗಿ ತನ್ನ ಸಂಸಾರದ ಸ್ವಾರ್ಥ ವಲಯಕ್ಕೆ ಸೀಮಿತಳಾಗಿರುವ ಹೆಣ್ಣಲ್ಲ. ಆಕೆಯಲ್ಲಿ ಪುರುಷ ಕ್ಷಾತ್ರ ತೇಜಸ್ಸಿದೆ. ಯಾವ ಕಾರ್ಯವನ್ನೇ ಆಗಲಿ ಹಿಡಿದು ಸಾಧಿಸುವ ಛಲವಿದೆ. ಅವಳು ಸೂಕ್ಷ್ಮ ಸಂವೇದನೆಯ ಏಕಸಂಧಿಗ್ರಾಹಿ. ಯಾವ ವಿದ್ಯೆಯನ್ನೇ ಆಗಲಿ, ಅದರ ಗೂಢಾರ್ಥ ಮತ್ತು ಮಹತ್ವವನ್ನು ಕೇವಲ ನೋಟ ಮಾತ್ರದಿಂದ ಗ್ರಹಿಸುವ ಶಕ್ತಿ ಇದೆ. ಪ್ರವಾಹದ ರೀತಿ ತುಂಬಿ ಹರಿಯುತ್ತಿರುವ ನದಿಯಲ್ಲಿ ಮೀನಿನ ರೀತಿ ಈಜಾಡಿದ್ದಾಳೆ. ಆಕೆಗೆ ಈಜುವುದನ್ನು ನೀವ್ಯಾರಾದರೂ ಕಲಿಸಿದ್ದೀರಾ" ಎಂದಾಗ ಮಹಾರಾಜ ಮತ್ತು ಮಹಾರಾಣಿಯಿಂದ ಉತ್ತರ ಬರಲಿಲ್ಲ.

ಶಂಕರಭಟ್ಟರು "ಮಲ್ಲಮ್ಮ ಶಾಶ್ವತವಾಗಿ ತವರುಮನೆಯಲ್ಲಿ ಇರುವುದಿಲ್ಲ ಎಂಬ ವಾಸ್ತವಿಕ ಸಂಗತಿ ನನಗೆ ಗೊತ್ತಿದೆ. ಆದರೆ ಅವಳಲ್ಲಿ ಧೀ ಶಕ್ತಿ ಎಂಬುದು ಸುಪ್ತವಾಗಿದೆ. ಅದು ಪ್ರಕಾಶಿಸಬೇಕಾದರೆ ಎಲ್ಲಾ ರೀತಿಯ ಶಿಕ್ಷಣದ ಅಗತ್ಯ ಇದೆ. ನಿಮ್ಮ ಪುತ್ರ ಸದಾಶಿವ ನಾಯಕನಿಗೆ ವಿದ್ಯೆ ಕಲಿಯುವ ಸೂಕ್ತ ವಯಸ್ಸು ಬಂದಿಲ್ಲ. ನೂಪುರ ಶಿಲೆಯಂತಿರುವ ಮಲ್ಲಮ್ಮ, ದೈವಿಕ ಕಾಂತಿಯ ಬಲು ಸುಂದರವಾದ ವಿಗ್ರಹವಾಗಿ ರೂಪಗೊಳ್ಳಬೇಕಾದರೆ ವಿದ್ಯೆ ಅತ್ಯಗತ್ಯವಾಗಿದೆ."

"ಇದು ಪರಮ ಸತ್ಯ."

"ಇನ್ನು ಮುಂದಿನ ದಿನಗಳಲ್ಲಿ ಅವಳಿಗೆ ಎಲ್ಲಾ ರೀತಿಯ ವಿದ್ಯೆ ಕಲಿಸಲು ವ್ಯವಸ್ಥೆ ಆಗುತ್ತದೆ. ನಿಮ್ಮ ಮಗಳು ಸ್ತ್ರೀಯರಿಗಾಗಿ ಮೀಸಲಾಗಿರುವ ಗುರುಕುಲಕ್ಕೆ ಬರುವ ಅಗತ್ಯ ಇಲ್ಲ. ನಾವು ನಮ್ಮ ಆಶ್ರಮ ಧರ್ಮ ಮತ್ತು ನಿತ್ಯ ಕೈಂಕರ್ಯದ ಕಾಲದ ಪರಿಮಿತಿಯಲ್ಲಿ ಶಿಕ್ಷಣ ನೀಡುತ್ತೇವೆ. ಈಗಾಗಲೇ ನಮ್ಮಿಂದ ಶಿಕ್ಷಣ ಪಡೆದಿರುವ ನಾಲ್ಕು ಮಂದಿ ನುರಿತ ಶಿಷ್ಯರು ಆಗಾಗ ಇಲ್ಲಿಗೆ ಬಂದು ಮಾರ್ಗದರ್ಶನ ಮಾಡುತ್ತಾರೆ. ಮುಖ್ಯವಾದ ವಿದ್ಯೆ ಏನೇ ಆಗಿರಲಿ ಸ್ವಯಂ ನಾನೇ ಕಲಿಸುತ್ತೇನೆ. ನೀವು ಸಂತೋಷದಿಂದ ಒಪ್ಪಿಕೊಂಡರೆ ಮಾತ್ರ ನಾವು ಗುರುವಾಗಿ ಮಲ್ಲಮ್ಮನಲ್ಲಿ ಸುಪ್ತವಾಗಿರುವ ಶಕ್ತಿಗೆ ಕ್ಷಾತ್ರ ಬಲವನ್ನು ತುಂಬುತ್ತೇವೆ" ಎಂದರು.

ಶಂಕರಭಟ್ಟರ ಮಾತುಗಳಿಂದ ರಾಜ ದಂಪತಿ ಪ್ರಭಾವಿತರಾಗಿ ಶರಣಾಗಿ ನಮಸ್ಕರಿಸಿದರು. ಮದಲಿಂಗ ನಾಯಕ "ನಿಮ್ಮ ವಾಣಿ ಸತ್ಯವಾಗಿದೆ ಗುರುದೇವ. ಮಲ್ಲಮ್ಮ ಈ ಲೋಕದ ಆದರ್ಶ ಸ್ತ್ರೀರತ್ನವಾಗಬೇಕು. ಅವಳು ನಮ್ಮ ಮಗಳಲ್ಲ. ಈ ನೆಲದ ಮಗಳು. ಅವಳಿಂದ ಲೋಕಕಲ್ಯಾಣವಾಗಲಿ

ಮತ್ತು ಪ್ರಜೆಗಳಿಗೆ ಶಾಂತಿ, ನೆಮ್ಮದಿ ಮತ್ತು ಸುಖ ಸಿಗುವಂತೆ ಆಗಲಿ. ನಿಮ್ಮ ಆದೇಶದಂತೆ ನಾನು ಸಹಕರಿಸುತ್ತೇನೆ."

ಗುರುಗಳಿಗೆ ಫಲ ತಾಂಬೂಲದೊಂದಿಗೆ, ಆ ಕಾಲದಲ್ಲಿ ಬಳಕೆಯಲ್ಲಿದ್ದ ಚಿನ್ನದ ನಾಣ್ಯಗಳ ಥೈಲಿಯನ್ನು ಇಟ್ಟು ಗೌರವಿಸಿದರು.

ಅಂತಿಮ ತೀರ್ಮಾನವಾಯಿತು.

ಪುಣ್ಯ ದಿನವಾದ ಬನದ ಹುಣ್ಣಿಮೆ ದಿನ ಶಿಕ್ಷಣ ನೀಡಲು ಪುಣ್ಯಕಾಲವಾಗಿದೆ. ಆ ದಿನ ಸರಸ್ವತಿ ಪೂಜೆ ಮತ್ತು ಗುರುಪೂಜೆಯನ್ನು ಮಾಡಿದ ನಂತರ, 'ಓಂಕಾರ' ಸ್ವರೂಪನಾದ ಆ ಪರಮೇಶ್ವರನನ್ನು ಆರಾಧಿಸಿ, ಗುರು ಮುಖೇನ ಪ್ರಾರಂಭ ಮಾಡುತ್ತೇವೆ ಎಂದು ಆದೇಶಿಸಿದರು.

** ** **

'ಬೈಲಹೊಂಗಲ' ಪ್ರಾಂತ್ಯ...!

ಸೈನಿಕನೊಬ್ಬ ಮಹಾರಾಜನಿಗೆ ಪ್ರಧಾನ ಅಮಾತ್ಯರಿಂದ ಬಂದಿದ್ದ ಸಂದೇಶವನ್ನು ತಿಳಿಸಲು ಅಂತಃಪುರದ ಕಡೆ ಹೋಗುತ್ತಿರುವಾಗ ಆ ದೃಶ್ಯ ಕಂಡು ಬೆಚ್ಚಿಬಿದ್ದನು.

ನಿಂತಲ್ಲೇ ಶಿಲೆಯಂತಾದನು.

ಸಣ್ಣಗೆ ನಡುಗುತ್ತಿದ್ದಾನೆ.

ಮುಖ ಬೆವರಾಡುತ್ತಿದೆ.

ನಾಲಿಗೆಯ ಪಸೆ ಇಂಗಿದೆ.

ಆಗತಾನೇ ಅಂತಃಪುರದಿಂದ ಮದಲಿಂಗ ನಾಯಕ ಬಂದವನೇ ಆ ದೃಶ್ಯ ಕಂಡು ಬೆಚ್ಚಿಬಿದ್ದನು. ಪತಿಯ ಹಿಂದೆ ಬಂದಿದ್ದ ದೇವಕಾಂತೆ ತತ್ತರಿಸಿ ಹೋದಳು. ಅವಳ ಬಾಯಿಂದ ಉದ್ಗಾರ ಬಂದಿತು.

"ಮಲ್ಲಮ್ಮ... ಮಲ್ಲಮ್ಮ... ಏನವ್ವ ಇದು... ಅಯ್ಯೋ ದೇವರೆ... ಎಸೆದುಬಿಡು... ಬೇಗ ದೂರ ಎಸೆದುಬಿಡು" ಎಂದು ಗಾಬರಿ ಮತ್ತು ಉದ್ವೇಗದಿಂದ ಕಿರುಚಿಕೊಂಡಳು.

ಐದು ವರ್ಷದ ಬಾಲಕಿ ಮಲ್ಲಮ್ಮನ ಮುಖದಲ್ಲಿ ಮಂದಹಾಸ ತುಂಬಿತ್ತು.

ಅವಳ ಬಲಗೈ ಹಾವಿನ ಹೆಡೆ ಭಾಗವನ್ನು ಅದುಮಿ ಹಿಡಿದಿದೆ. ಎಡಗೈ ಮತ್ತು ಭುಜದ ಭಾಗವನ್ನೆಲ್ಲಾ ಹಾವಿನ ಬಾಲ ಸುತ್ತಿಕೊಂಡಿದೆ.

ಮದಲಿಂಗ "ಮಲ್ಲಮ್ಮ... ಏನಿದು ಹುಡುಗಾಟ. ನೀನು ಹಿಡಿದಿರೋದು ವಿಷ ಸರ್ಪವನ್ನ. ಎಸೆದುಬಿಡು ನನ್ನವ್ವ... ನೀನ್ಯಾಕೆ ಅದನ್ನು ಹಿಡಿದುಕೊಂಡೆ" ಎಂದು ಕೂಗಿಕೊಂಡನು.

ಮಲ್ಲಮ್ಮ "ಅಪ್ಪಾಜಿ... ಈ ಹಾವು, ಮಲಗಿ ನಿದ್ರಿಸುತ್ತಿದ್ದ ಸದಾಶಿವನ ಎದೆಯ ಮೇಲೆ ಕುಳಿತು ಹೆಡೆ ಆಡಿಸುತ್ತಿತ್ತು. ಅವನೇನಾದರೂ ನಿದ್ರೆ

ಮಂಪರಿನಲ್ಲಿ ಹೊರಳಾಡಿ, ಮೈ ಒದರಿದ್ದರೆ ಈ ಹಾವು ಕಾಟು ಹಾಕಿಬಿಡುತ್ತಿತ್ತು. ಅದಕ್ಕೆ ನಾನು ಮುಂದೆ ನುಗ್ಗಿ ಹೆಡೆ ಹಿಡಿದು ಸುತ್ತಿಕೊಂಡು ಬಂದಿದ್ದೇನೆ. ಇದನ್ನು ದೂರದ ಕಾಡಿನಲ್ಲಿ ಬಿಟ್ಟು ಬರ್ತೀನಿ" ಎಂದು ಹೊರಟಳು.

"ಬೇಡ... ಬೇಡ ಕಣವ್ವ... ಹೊರಗೆ ಹೋಗಿ ಎಸೆದು ಬಾ. ಹಾವಾಡಿಗ ಚಿನ್ನಪ್ಪ ಬಂದು ಪುಂಗಿ ಊದಿ ಹಿಡಿದುಕೊಂಡು ಹೋಗುತ್ತಾನೆ" ಎಂದು ತಾಯಿ ಹೇಳಿದರೂ ಕೇಳದೆ ಹೊರಟಳು.

ಮದಲಿಂಗ ನಾಯಕ ಸೈನಿಕರನ್ನು ಕರೆದು ಅವಳ ರಕ್ಷಣೆಗೆ ಹೋಗಿ ಎಂದು ಆದೇಶಿಸಿದನು. ಇವಳ ಹುಚ್ಚು ಸಾಹಸದಿಂದ ಅಪಾಯ ಉಂಟಾಗಬಹುದು ಎಂದು ಹೆದರಿ, ಹಾವಾಡಿಗನನ್ನು ಕರೆತರಲು ಸೈನಿಕನನ್ನು ಕಳಿಸಿದ್ದನು.

ಅಂತಹ ಅಪಾಯ ಎದುರಾಗಲಿಲ್ಲ! ಅರಮನೆಯಿಂದ ತುಂಬಾ ದೂರದ, ನಿರ್ಜನ ಪ್ರದೇಶದ ಕಾಡಿಗೆ ತೆರಳಿ, ಎಡಭುಜಕ್ಕೆ ಸುತ್ತಿಕೊಂಡಿದ್ದ ಹಾವಿನ ಬಾಲದ ಭಾಗವನ್ನು ಬಿಡಿಸಿದಳು. ಹೆಡೆ ಭಾಗದ ಮೇಲಿನ ಹಿಡಿತ ಕಡಿಮೆ ಆಗಲಿಲ್ಲ. ಗಿರ್ರನೆ ತಿರುಗಿಸುತ್ತಾ ಎಸೆದಳು.

ಹಾವು ಗಾಳಿಯಲ್ಲಿ ಗಿರ್ರನೆ ತಿರುಗುತ್ತಾ ರಭಸದಿಂದ ತೂರಿಕೊಂಡು ಹೋಗಿ ಪೊದೆಗಳ ನಡುವೆ ಬಿದ್ದಿತು. ಇವಳ ರಕ್ಷಣೆಗಾಗಿ ಬಂದಿದ್ದ ಸೈನಿಕರು ಬೆಕ್ಕಸ ಬೆರಗಾಗಿ ಈ ದೃಶ್ಯವನ್ನು ನೋಡುತ್ತಿದ್ದಾರೆ. ಮಲ್ಲಮ್ಮ ಜೋರಾಗಿ ಚಪ್ಪಾಳೆ ತಟ್ಟಿ ಎಚ್ಚರಿಸಿದಳು.

ಈ ಸುದ್ದಿ ಬೈಲಹೊಂಗಲ ಮತ್ತು ಇನ್ನಿತರ ಪ್ರಾಂತ್ಯಗಳಲ್ಲಿ ಹರಡಿತು.

ಮಲ್ಲಮ್ಮ ಪ್ರವಾಹದಂತೆ ಉಕ್ಕಿ ಬರುತ್ತಿರುವ ಹೊಳೆಯಲ್ಲಿ ಮೀನಿನ ರೀತಿ ಈಜಾಡಿದಳಂತೆ.

ಅವಳಿಗೆ ಯಾರೂ ಈಜನ್ನು ಕಲಿಸಲಿಲ್ಲ. ಬೇರೆಯವರು ಈಜುವುದನ್ನು ಗಮನಿಸಿ ಪ್ರಯತ್ನ ಮಾಡಿದ್ದಳಂತೆ.

ಬಾಲಕಿಗೆ ಎಂತಹ ಧೈರ್ಯ!

ಘಟ ಸರ್ಪವನ್ನು ಹೂವಿನ ಹಾರದಂತೆ ಹಿಡಿದು ಆಟ ಆಡಿಸಿ ಎಸೆದಿದ್ದಾಳೆ.

ಇವಳು ಸಾಮಾನ್ಯ ಬಾಲಕಿ ಅಲ್ಲವಂತೆ.

ಈ ಸಾಹಸದ ಸಂಗತಿ ತಿಳಿದ ಮೇಲೆ ಈ ಪ್ರಾಂತೀಯ ಪ್ರಜೆಗಳಲ್ಲಿ ಅವಳನ್ನು ನೋಡುವ ಕುತೂಹಲ, ಆತುರ ಉಂಟಾಯಿತು ಎಂದು ಹೇಳಬಹುದು.

** ** **

ಬೆಳಗಿನ ಜಾವದಲ್ಲಿ ಸೂರ್ಯನ ಹೊಂಗಿರಣ ನಸುಕೆಂಪಿನ ಛಾಯೆಯೊಂದಿಗೆ ಹರಡಿದೆ.

ದೇವಕಾಂತೆ ಸ್ನಾನ ಮುಗಿಸಿ ಪತಿಯ ದೇವತಾಕಾರ್ಯಕ್ಕೆ ಸಿದ್ಧತೆಗಳನ್ನು ಮಾಡುತ್ತಿದ್ದಾಳೆ. ಆದರೆ ತಾಯಿಗಿಂತ ಮೊದಲೇ ಎದ್ದು ಸ್ನಾನ ಮಾಡಿ, ತಂದೆಯ ಪೂಜಾಕಾರ್ಯದಲ್ಲಿ ಜತೆಯಾಗಿರುತ್ತಿದ್ದ ಮಲ್ಲಮ್ಮ ಎಲ್ಲೂ ಕಾಣಿಸುತ್ತಿರಲಿಲ್ಲ. ಅವಳ ಅಂತಃಪುರಕ್ಕೆ ಹೋಗಿ ನೋಡಿದರು.

ಅಲ್ಲಿಯೂ ಸಹ ಇರಲಿಲ್ಲ!

ಸ್ನಾನ, ಪೂಜೆ ಮಾಡದೆ ಇಂತಹ ನಸುಬೆಳಕಿನಲ್ಲಿ ಎಲ್ಲಿಗೆ ಹೋದಳು?

ಮದಲಿಂಗ ನಾಯಕನಿಗೆ ವಿಷಯ ತಿಳಿದರೂ ಗಾಬರಿಯಾಗಲಿಲ್ಲ. ಎಂತಹ ಅಪಾಯವನ್ನೇ ಆಗಲಿ ಎದುರಿಸುತ್ತಾಳೆ ಎಂಬ ವಿಶ್ವಾಸ ಆತನಿಗಿತ್ತು. ಆದರೂ ಪತ್ನಿ ಗಾಬರಿಯಾಗಿದ್ದರಿಂದ ಸೈನಿಕರನ್ನು ಕಳಿಸಿದನು.

ಒಂದು ತಾಸು ಕಳೆಯಿತು.

ಶೋಧನೆಗೆ ಹೋಗಿದ್ದ ಸೈನಿಕರು ಹಿಂತಿರುಗಿ ಬಂದು ತಾವು ಕಂಡಿದ್ದನ್ನು ಹೇಳಿದರು. ಈಗ ಮದಲಿಂಗ ನಾಯಕ ಮತ್ತು ದೇವಕಾಂತೆ ನದಿಯ ತೀರಕ್ಕೆ ಹೊರಟರು.

ಎಂದಿನಂತೆ ಅಲ್ಲಿಗೆ ಬಂದಿದ್ದ ಪ್ರಜೆಗಳು ಆ ದೃಶ್ಯವನ್ನು ಕಂಡು ಭಕ್ತಿ-ಭಾವದೊಂದಿಗೆ ಬೆರಗಾಗಿ ನೋಡುತ್ತಿದ್ದಾರೆ.

ಅದು ಪೂಜಾ ದೃಶ್ಯ!

ಮರಳಿನಿಂದ ಎತ್ತರವಾಗಿರುವ ಶಿವಲಿಂಗವನ್ನು ಮಾಡಲಾಗಿದೆ. ಬಿಲ್ವಪತ್ರೆ ಮತ್ತು ಶ್ವೇತ ವರ್ಣದ ತುಂಬೆ ಹೂವುಗಳಿಂದ ಪೂಜೆ ಮಾಡಲಾಗಿದೆ.

ಮರಳಿನ ಲಿಂಗದ ಬಲ ಮತ್ತು ಎಡಭಾಗದಲ್ಲಿ ಹಣತೆಯ ದೀಪಗಳು ಬೆಳಗುತ್ತಿವೆ.

ಮಲ್ಲಮ್ಮ ಎಲ್ಲಿ?

ಆ ಲಿಂಗದ ಎದುರು ಪದ್ಮಾಸನ ಸ್ಥಿತಿಯಲ್ಲಿ ಮರಳಿನ ಮೇಲೆ ಕುಳಿತಿದ್ದಾಳೆ.

ಬಿಲ್ವಾಷ್ಟಕ ಮಾಡುತ್ತಿದ್ದಾಳೆ.

ಶಿವನ ಒಂದೊಂದೇ ನಾಮವನ್ನು ಉಚ್ಚರಿಸುತ್ತಾ ಬಿಲ್ವಪತ್ರೆಯಿಂದ ಪೂಜಿಸುತ್ತಿದ್ದಾಳೆ.

ಶಿವನಿಗೆ ನೈವೇದ್ಯ ಮಾಡಿದಳು.

ಆರತಿ ಮಾಡಿದಳು.

ಮದಲಿಂಗ ನಾಯಕ, ದೇವಕಾಂತೆ ರೆಪ್ಪೆ ಆಡಿಸದೆ ನೋಡುತ್ತಿದ್ದಾರೆ. ಮಲ್ಲಮ್ಮ ಮಂಗಳಾರತಿ ತಟ್ಟೆ ಹಿಡಿದು ಹತ್ತಿರ ಬಂದು "ಅಪ್ಪಾಜಿ... ಅಮ್ಮಾ..." ಎಂದು ಕೂಗಿದಾಗ ಎಚ್ಚರಗೊಂಡು ಮಂಗಳಾರತಿ ಸ್ವೀಕರಿಸಿದರು.

ಮಲ್ಲಮ್ಮ ಹೇಳುತ್ತಿದ್ದಾಳೆ. "ಇಂದು ಮಹಾಶಿವರಾತ್ರಿ. ನದಿಯ ತೀರದಲ್ಲಿ ಶಿವಲಿಂಗ ನಿರ್ಮಿಸಿ, ಬಿಲ್ವಪತ್ರೆಗಳಿಂದ ಪೂಜಿಸಿದರೆ ಶಿವಾನುಗ್ರಹವಾಗುತ್ತದೆ."

ಅಲ್ಲಿಗೆ ಬಂದಿದ್ದವರಿಗೆಲ್ಲಾ ಮಲ್ಲಮ್ಮ ಬಿಲ್ವಪತ್ರೆಯನ್ನು ಪ್ರಸಾದದ ರೂಪದಲ್ಲಿ ನೀಡಿದಳು. ಎಲ್ಲರೂ ಮೂಕವಿಸ್ಮಿತರಾಗುತ್ತಿದ್ದಾರೆ.

ತಂದೆ-ತಾಯಿಗೆ ಹೃದಯ ತುಂಬಿ ಬಂದಂತೆ ಆಗಿದೆ. ಮಗಳನ್ನು ತಬ್ಬಿಕೊಂಡು ತಲೆ, ಬೆನ್ನು ಸವರುತ್ತಾ ಭಾವುಕರಾಗಿದ್ದಾರೆ. ಇದು ಬಲು ಅಪರೂಪದ ಹೃದಯಸ್ಪರ್ಶಿ ದೃಶ್ಯವಾಗಿದೆ.

ಗುರು ಮತ್ತು ಶಿಷ್ಯೆ ಮಲ್ಲಮ್ಮ

ಅರಮನೆ ಆವರಣದಲ್ಲಿರುವ ಅಶ್ವತ್ಥ ವೃಕ್ಷದ ಅಡಿಯಲ್ಲಿ, ಈಶ್ವರ ಮತ್ತು ವಿದ್ಯಾಧಿದೇವತೆ ಸರಸ್ವತಿಯ ಮೂರ್ತಿ ರೂಪಕಗಳನ್ನು ಪ್ರತಿಷ್ಠಾಪಿಸಲಾಗಿದೆ.

ಶಂಕರಭಟ್ಟರೊಂದಿಗೆ ಅವರ ಇಬ್ಬರು ಶಿಷ್ಯರು ಸಹ ಬಂದಿದ್ದಾರೆ.

ಗುರುಗಳು ಕಟ್ಟೆಯ ಮೇಲೆ ಕುಳಿತು ಪೂಜೆ ಮಾಡುತ್ತಿದ್ದಾರೆ.

ಕೆಳಗೆ ಮಲ್ಲಮ್ಮ ಕುಳಿತಿದ್ದಾಳೆ.

ಶಿಷ್ಯರು ದೂರದಲ್ಲಿದ್ದಾರೆ.

ಗುರುಕುಲದ ಪದ್ಧತಿಯಂತೆ ಪೂಜೆಯ ಮಂಗಳ ಕಾರ್ಯ ಮುಗಿಯಿತು. ನಂತರದಲ್ಲಿ ಗುರುಗಳು ಶ್ಲೋಕಗಳನ್ನು ಮತ್ತು ದೇವಿ ಅಷ್ಟೋತ್ತರ ರೂಪದ ಸ್ತುತಿಯನ್ನು ಹೇಳಿಕೊಡುತ್ತಿದ್ದಾರೆ.

ಮಲ್ಲಮ್ಮ ಏಕಸಂಧಿಗ್ರಾಹಿ!

ಗುರುಗಳು ಹೇಳಿದ್ದನ್ನು ಏಕಾಗ್ರತೆಯಿಂದ ಆಲಿಸಿ ಮನನ ಮಾಡಿಕೊಳ್ಳುತ್ತಿದ್ದಳು. ಮುಂದಿನ ಕ್ಷಣಗಳಲ್ಲಿ ಅವಳು, ಆ ಶ್ಲೋಕಗಳನ್ನು, ಸ್ವರ, ವರ್ಣ ಲೋಪ ಆಗದ ರೀತಿಯಲ್ಲಿ ಯಥಾವತ್ತಾಗಿ ಹೇಳಿದಳು.

ಅವಳ ಗ್ರಹಣ ಶಕ್ತಿ, ಅಗಾಧವಾದ ನೆನಪಿನ ಶಕ್ತಿ ಕಂಡು ಎಲ್ಲರೂ ಬೆರಗಾಗಿದ್ದರು ಎಂದು ಹೇಳಬಹುದು. ಶಿಷ್ಯರು ಇದನ್ನು ಕಲಿಯಲು ಒಂದು ತಿಂಗಳು ಕಂಠಪಾಠ ಮಾಡಿದ್ದರು.

ಅಂದಿನ ಶಿಕ್ಷಣ ಮುಗಿದ ನಂತರ ಶಂಕರಭಟ್ಟರು "ಮಲ್ಲಮ್ಮ... ಯಾವ ಕಾರ್ಯವೇ ಆಗಲಿ ಪ್ರಾರಂಭ ಮಾಡಿದ ಮೇಲೆ ದ್ವಿತೀಯ ವಿಘ್ನ ಆಗಬಾರದು. ಆದ್ದರಿಂದ ನಾಳೆ ಇದೇ ಸಮಯಕ್ಕೆ ಬರುತ್ತೇವೆ. ನೀನು ಸ್ನಾನ, ನಿತ್ಯಪೂಜೆ ಮಾಡಿ ಸಿದ್ಧಳಾಗಿರು" ಎಂದರು.

"ಕ್ಷಮಿಸಿ ಗುರುಗಳೆ."

ಮಲ್ಲಮ್ಮ ಈ ರೀತಿ ಹೇಳಿದ್ದನ್ನು ಕೇಳಿ ಅಲ್ಲಿದ್ದವರಿಗೆ ಆಶ್ಚರ್ಯವಾಯಿತು.

"ಕ್ಷಮೆ ಯಾಕೆ ಕೇಳುತ್ತಿರುವೆ?"

"ದೇವರು ಇರುವ ಜಾಗಕ್ಕೆ ನಾವು ಹೋಗಿ ದರ್ಶನ ಮಾಡಬೇಕೆ ವಿನಹ, ದೇವರೇ ನಮ್ಮ ಹತ್ತಿರ ಬರಲಿ ಎಂಬ ಉದ್ಧಟತನ ಬೆಳೆಸಿಕೊಳ್ಳಬಾರದು. ಗುರು ಅಂದರೆ ದೇವರು. ಆದ್ದರಿಂದ ಪ್ರತಿನಿತ್ಯ ನೀವು ಹೇಳಿದ ಸಮಯಕ್ಕೆ ನಾನೇ ಆಶ್ರಮಕ್ಕೆ ಬರುತ್ತೇನೆ."

ಶಂಕರಭಟ್ಟರು ಬೆರಗಾಗಿದ್ದಾರೆ.

ವಿದ್ಯೆಗೆ ವಿನಯವೇ ಭೂಷಣ.

ಇಷ್ಟು ಚಿಕ್ಕ ವಯಸ್ಸಿಗೆ ಇವಳಲ್ಲಿ ಅದೆಂತಹ ವಿವೇಕ, ಸ್ವಜ್ಞಾನ ಬೆಳೆದಿದೆ. ಭಗವಂತ ಮಲ್ಲಮ್ಮನಂತವಳನ್ನು ಅಪರೂಪಕ್ಕೆ ಸೃಷ್ಟಿ ಮಾಡಿ ಲೋಕೋದ್ಧಾರ ಮಾಡುತ್ತಾನೆ ಎಂಬುದು ಸತ್ಯವಾಗಿದೆ. ಈ ಬಾಲಕಿಗೆ ನನಗೆ ತಿಳಿದಿರುವ ಎಲ್ಲಾ ವಿದ್ಯೆಗಳನ್ನು ಕಲಿಸಲು ಮನಸ್ಸು, ಆರೋಗ್ಯ, ಆಯಸ್ಸನ್ನು ಕೊಡು ದೇವ...!

ತಂದೆ-ತಾಯಿಯೊಂದಿಗೆ ಗುರುಗಳಿಗೆ ಫಲ ತಾಂಬೂಲ ಸಮರ್ಪಣೆ ಮಾಡಿ ಭಕ್ತಿಯಿಂದ ನಮಸ್ಕರಿಸಿದಳು.

ಕಾಲಚಕ್ರ ಉರುಳುತ್ತಿದೆ.

ಶಂಕರಭಟ್ಟರು ಅವಳಿಗೆ ತುಂಬಾ ಕಡಿಮೆ ಅವಧಿಯಲ್ಲಿ ವೇದಗಳ ಸಾರ, ಪುರಾಣಗಳು ಮತ್ತು ಧರ್ಮ-ರಾಜನೀತಿಯನ್ನು ಕಲಿಸಿದರು.

ಕ್ಷತ್ರಿಯ ವಿದ್ಯೆಯನ್ನು ಕಲಿಯುವುದಕ್ಕೆ ಮೊದಲು, ನಮ್ಮ ಧರ್ಮ, ಸಂಸ್ಕೃತಿ, ಪುರಾಣಗಳು ಮತ್ತು ಈ ಪುಣ್ಯಭೂಮಿಯ ಮಹತ್ವ ಎಲ್ಲವನ್ನೂ ಸಹ ಅಗತ್ಯವಿದ್ದಷ್ಟು ಪ್ರಮಾಣದಲ್ಲಿ ಕಲಿತಿರಬೇಕು. ಕ್ಷತ್ರಿಯ ವಿದ್ಯೆಯ ಕಲಿಕೆ ಪ್ರಾರಂಭವಾದ ಮೇಲೆ, ಅದರ ಬಗ್ಗೆ ಆಸಕ್ತಿ ಜಾಸ್ತಿ ಆಗುತ್ತದೆ ಎಂಬುದು ಶಂಕರಭಟ್ಟರಿಗೆ ತಿಳಿದಿತ್ತು. ಆದರೆ ಮಲ್ಲಮ್ಮ ಯಾವ ವಿದ್ಯೆಯ ಬಗ್ಗೆಯೂ ಉದಾಸೀನ ಮಾಡಲಿಲ್ಲ ಮತ್ತು ಈ ಧರ್ಮ-ರಾಜನೀತಿ, ಸನಾತನ ಸಂಸ್ಕೃತಿ, ಆಚಾರ-ವಿಚಾರಗಳು ತನಗೇಕೆ ಎಂದು ನಿರಾಸಕ್ತಳಾಗಿರಲಿಲ್ಲ.

ಪುರಾಣಗಳ ಬಗ್ಗೆ ಗುರುಗಳು ಹೇಳುತ್ತಿರುವಾಗ ಅವಳು ಪ್ರಶ್ನೆಗಳ ಮೂಲಕ ತನ್ನ ಸಂದೇಹವನ್ನು ನಿವಾರಿಸಿಕೊಳ್ಳುತ್ತಿದ್ದಳು.

ಶಿವಪುರಾಣದ ಪ್ರಸಂಗ!

ಸ್ಥಳ-ಇಂದ್ರನ ಅಮರಾವತಿ.

ದೇವಾನು ದೇವತೆಗಳು ಬ್ರಹ್ಮದೇವರ ಘನ ಅಧ್ಯಕ್ಷತೆಯಲ್ಲಿ ಸಭೆ ಸೇರಿದ್ದಾರೆ. ವಿಷ್ಣು ದೇವರ ಆಗಮನವಾಯಿತು. ಬ್ರಹ್ಮ ಮತ್ತು ಅಲ್ಲಿದ್ದ ಎಲ್ಲಾ ದೇವತೆಗಳು ಭಕ್ತಿಯಿಂದ ನಮಸ್ಕರಿಸಿ ಗೌರವ ನೀಡಿದರು.

ಶಿವನ ಆಗಮನವಾಯಿತು.

ದೇವತೆಗಳು ಶಿವನಿಗೆ ನಮಸ್ಕರಿಸಿದರು ಮತ್ತು ಸ್ವಾಗತಿಸಿದರು.

ಆದರೆ ಬ್ರಹ್ಮದೇವ ನಿರ್ಲಿಪ್ತನಾಗಿದ್ದನು. ಸೃಷ್ಟಿಯ ಆದಿಯಲ್ಲಿ ಬ್ರಹ್ಮದೇವರಿಗೆ ಐದು ಮುಖಗಳಿದ್ದವು. ಯಾವ ಪ್ರಚೋದನೆಯಿಂದ ಅಥವಾ ಯಾವುದೋ ಮಹತ್ತರವಾದ ಘಟನೆಗೆ ಬ್ರಹ್ಮದೇವರನ್ನು ಈ ರೀತಿ ಪ್ರಚೋದಿಸಿತೋ ಎಂಬುದು ಯಾರಿಗೂ ತಿಳಿದಿರಲಿಲ್ಲ.

ಆಗ ನಡೆದದ್ದೇನು?

ಬ್ರಹ್ಮದೇವರ ಐದನೇ ಮುಖ ಮಾತ್ರ ಶಿವನ ಕಡೆ ನೋಡುತ್ತಾ ಅಪಹಾಸ್ಯ ಮಾಡುವ ರೀತಿಯಲ್ಲಿ ನಗಲು ಪ್ರಾರಂಭಿಸಿತು.

ಶಿವನ ಕೋಪ ಕೆರಳಿತು.

ರುದ್ರ... ಕಾಲಭೈರವನಾದನು.

ತ್ರಿಶೂಲವನ್ನು ಎತ್ತಿ ಗಾಳಿಯಲ್ಲಿ ಆಡಿಸುತ್ತಾ, ಬ್ರಹ್ಮದೇವರ ಕಡೆ ನುಗ್ಗಿ, ಅಪಹಾಸ್ಯ ಮಾಡಿ ನಗುತ್ತಿರುವ ಆ ಐದನೇ ತಲೆಯನ್ನು ಕತ್ತರಿಸಿದನು.

ಬ್ರಹ್ಮ ಶಿರಸ್ಸು ಉರುಳಿತು.

ಆದರೆ ನೆಲಕ್ಕೆ ಬೀಳಲಿಲ್ಲ.

ಶಿವ ಹಿಡಿದಿದ್ದ ತ್ರಿಶೂಲ ಅದೃಶ್ಯವಾಯಿತು. ಬ್ರಹ್ಮ ಶಿರ ನೆಲಕ್ಕೆ ಬೀಳದೆ ಶಿವನ ಬಲಗೈ ಸೇರಿತು. ಮುಂದಿನ ಕ್ಷಣಗಳಲ್ಲಿ ಅದು ಕಪಾಲವಾಗಿ ಬದಲಾಯಿತು.

ಬ್ರಹ್ಮ ಕಪಾಲ...!

ಇದರ ಪರಿಣಾಮ ಏನು?

ಶಿವನಿಗೆ ಬ್ರಹ್ಮಹತ್ಯೆ ದೋಷ ಶಾಪವಾಗಿ ಪರಿಣಮಿಸಿತು. ಎಲ್ಲಿಯತನಕ ಕಪಾಲ ಶಿವನ ಕೈಯಿಂದ ಜಾರುವುದಿಲ್ಲವೋ ಅಲ್ಲಿಯತನಕ ಶಾಪ ವಿಮೋಚನೆ ಆಗುವುದಿಲ್ಲ.

ಶಿವನಿಗೆ ಶಾಪವೆ?

ಈ ಪ್ರಶ್ನೆಯನ್ನು ಕೇಳಿದಳು ಮಲ್ಲಮ್ಮ. "ಹೇ ಗುರುದೇವ... ಲಯ ಕರ್ತನೂ, ತ್ರಿಮೂರ್ತಿಗಳಲ್ಲಿ ಒಬ್ಬನಾಗಿರುವ ಶಿವನಿಗೆ ಶಾಪ ಯಾಕೆ ಬಂತು? ಶಿವ ತನ್ನ ದೈವಿಕ ಶಕ್ತಿ ಮತ್ತು ತಪೋಬಲದಿಂದ ಕಪಾಲದ ಶಾಪವನ್ನು ನಿವಾರಣೆ ಮಾಡಿಕೊಳ್ಳಲು ಆಗುತ್ತಿರಲಿಲ್ಲವೆ?" ಎಂದು ಕೇಳಿದಳು.

ಶಂಕರಭಟ್ಟರು "ಮಲ್ಲಮ್ಮ... ಇದನ್ನ ಕರ್ಮಫಲ ಸಿದ್ಧಾಂತ ಅಂತ ಪುರಾಣಗಳಲ್ಲಿ ಮತ್ತು ವೇದಗಳಲ್ಲಿ ಹೇಳಲ್ಪಟ್ಟಿದೆ. ಮಾಡಿದ ಕರ್ಮಕ್ಕೆ ಫಲವನ್ನು ದೇವತೆಗಳಾಗಲಿ, ಸಾಮಾನ್ಯ ಮನುಷ್ಯರೇ ಆಗಲಿ ಅನುಭವಿಸಲೇಬೇಕು. ಬ್ರಹ್ಮಹತ್ಯಾ ದೋಷ ಎಂಬುದು ಮಹಾನ್ ಘೋರ ಶಾಪ. ಶಿವ ಹಲವಾರು ಸಂವತ್ಸರಗಳ ಕಾಲ ಈ ಶಾಪವನ್ನು ಅನುಭವಿಸಬೇಕಾಯಿತು. ಶಿವ ಮಾತ್ರವಲ್ಲ, ದೇವತೆಗಳು ಅಹಂಕಾರದಿಂದ, ಅಜ್ಞಾನ, ಅವಿವೇಕದಿಂದ ತಪ್ಪು ಮಾಡಿದಾಗ,

ಶಾಪದ ಫಲವಾಗಿ ದೈವಿಕ ಶಕ್ತಿಯ ಜೊತೆಗೆ ಪದವಿಯನ್ನು ಕಳೆದುಕೊಂಡು ಭ್ರಷ್ಟರಾದರು. ಆ ಶಾಪದಿಂದ ಮುಕ್ತರಾಗುವತನಕ ಅವರು ಅತಂತ್ರ ಸ್ಥಿತಿಯಲ್ಲಿ ಅಲೆಮಾರಿಗಳಾಗಿದ್ದರು" ಎಂದರು.

ಮಲ್ಲಮ್ಮ "ತ್ರಿಮೂರ್ತಿಗಳು ಸಮಾನಸ್ಕಂದರು ಎಂದು ನೀವೇ ಹೇಳಿದ್ದೀರ. ಬ್ರಹ್ಮ ಅಥವಾ ವಿಷ್ಣು ಯಾಕೆ ತಮ್ಮ ದೈವಿಕ ಶಕ್ತಿಯಿಂದ ಈ ಶಾಪವನ್ನು ಉಪಸಂಹಾರ ಮಾಡಲಿಲ್ಲ" ಎಂದು ಕೇಳಿದಳು.

ಶಂಕರಭಟ್ಟರು ನಗುತ್ತಾ "ಮಲ್ಲವ್ವ... ಮಾಡಿದ್ದುಣ್ಣೋ ಮಹಾರಾಯ ಅಂತ ಕೇಳಿಲ್ಲವೆ? ಉಪ್ಪನ್ನು ತಿಂದ ಮೇಲೆ ನೀರನ್ನು ಕುಡಿಯಲೇಬೇಕು. ತಪ್ಪನ್ನು ಯಾರೇ ಮಾಡಲಿ ಅದಕ್ಕೆ ತಕ್ಕ ಶಿಕ್ಷೆಯನ್ನು ಅನುಭವಿಸಲೇಬೇಕು. ಬ್ರಹ್ಮ ಆಗಲಿ, ವಿಷ್ಣು ದೇವರಾಗಲಿ ಈ ಶಾಪವನ್ನು ಉಪಸಂಹರಿಸಲು ಅಸಮರ್ಥರಾಗಿದ್ದರು. ಭೃಗು ಮಹರ್ಷಿಯ ಶಾಪಕ್ಕೆ ಬ್ರಹ್ಮ, ಶಿವ ಬಲಿಯಾಗಿರಲಿಲ್ಲವೆ? ಶಾಪವನ್ನು ಕೊಟ್ಟಿದ್ದ ಭೃಗುವಿಗೂ ಸಹ ಅದನ್ನು ಆ ಕ್ಷಣಗಳಲ್ಲಿ ಉಪಸಂಹಾರ ಮಾಡುವ ಶಕ್ತಿ ಇರಲಿಲ್ಲ" ಎಂದರು.

ಶಾಪದ ಫಲ... ಕರ್ಮದ ಫಲ. ಅದನ್ನು ಯಾರೇ ಆಗಲಿ ಅನುಭವಿಸಲೇಬೇಕು.

ಮಲ್ಲಮ್ಮ "ಗುರುದೇವ... ಶಾಪ ಎಂಬುದು ಶಾಶ್ವತ ಅಲ್ಲ ಅಲ್ಲವೆ?"

"ಹೌದು ಮಲ್ಲಮ್ಮ."

"ಪ್ರತಿಯೊಂದು ಶಾಪಕ್ಕೂ ಸಹ ಉಪಸಂಹಾರ ಎಂಬುದು ಇದ್ದೇ ಇರುತ್ತದೆ. ಆದರೆ ಕಾಲ ಮತ್ತು ಉಪಸಂಹಾರದ ಸನ್ನಿವೇಶ ಬೇರೆ ಆಗಿರುತ್ತದೆ ಎಂಬುದು ನಿಜ. ಭಕ್ತರ ರಕ್ಷಕನೂ, ಲಯಕರ್ತನೂ ಆಗಿದ್ದ ಪರಮೇಶ್ವರನಿಗೆ ಯಾವಾಗ, ಯಾವ ರೀತಿ ಶಾಪ ವಿಮೋಚನೆ ಆಯಿತು? ವರ ನೀಡಿ ಹರಸುವ ಶಿವನ ಬಲಗೈ ಬ್ರಹ್ಮ ಕಪಾಲದಿಂದ ಮುಕ್ತವಾಗಿದ್ದು ಹೇಗೆ?"

"ಅತ್ಯುತ್ತಮವಾದ ಪ್ರಶ್ನೆ ಕೇಳಿದ್ದೀಯ ಮಲ್ಲಮ್ಮ. ಶಾಪದಿಂದ ಶಿವನ ಕೈ ಸೇರಿರುವ ಕಪಾಲ ಭಿಕ್ಷೆಯಿಂದ ತುಂಬಬೇಕು. ಈ ಭಿಕ್ಷೆಗಾಗಿ ಪರಮಾತ್ಮ ಲೋಕ-ಲೋಕವನ್ನು ಅಲೆದಾಡಿದನು. ದೇವಾನು ದೇವತೆಗಳು ಶಿವನಿಗೆ ಭಿಕ್ಷೆ ಹಾಕಿದರು. ಆದರೆ ಕಪಾಲ ತುಂಬಲಿಲ್ಲ. ಕಪಾಲ ಭಿಕ್ಷೆಯಿಂದ ತುಂಬಿದರೆ ಮಾತ್ರ ಶಾಪ ವಿಮೋಚನೆ ಆಗುತ್ತದೆ."

"ಬ್ರಹ್ಮ, ವಿಷ್ಣು ದೇವರುಗಳು ನೀಡಿದ ಭಿಕ್ಷೆಯಿಂದ ಕಪಾಲ ತುಂಬಲಿಲ್ಲವೆ?"

"ಇಲ್ಲ ಮಲ್ಲಮ್ಮ."

"ಹಾಗಾದರೆ ಕಪಾಲ ಶಾಪ ವಿಮೋಚನೆ ಆಗಿದ್ದು ಹೇಗೆ?"

"ಜಗನ್ಮಾತೆ ನೀಡಿದ ಭಿಕ್ಷೆಯಿಂದ."

"ವಿವರವಾಗಿ ಹೇಳಿ ಗುರುಗಳೆ."

"ಜಗನ್ಮಾತೆ ಅಂಬಿಕೆ ಅನ್ನಪೂರ್ಣೇಶ್ವರಿಯಾಗಿ ಅವತರಿಸಿ ಜ್ಞಾನ-ವೈರಾಗ್ಯದ ಸಂಕೇತವಾಗಿರುವ ಅಕ್ಕಿ(ಧಾನ್ಯ)ಯನ್ನು ಭಿಕ್ಷೆ ನೀಡಿದಾಗ ಕಪಾಲ ತುಂಬಿ ಪರಮೇಶ್ವರನ ಶಾಪ ವಿಮೋಚನೆ ಆಯಿತು."

ಮಲ್ಲಮ್ಮ "ದೇವತೆಗಳೇ ಆಗಲಿ, ದಾನವರೇ ಆಗಲಿ, ನರಮಾನವರೇ ಆಗಿರಲಿ ತಪ್ಪು ಮಾಡಬಾರದು. ಅಹಂಕಾರ ಮೈಗೂಡಿಸಿಕೊಳ್ಳಬಾರದು. ಅಧರ್ಮ, ಅನ್ಯಾಯ ಮತ್ತು ಲೋಕಕಂಟಕವಾಗಬಾರದು. ಯಾವ ರೀತಿಯಿಂದ ತಪ್ಪು ಮಾಡಿದರೂ, ಆ ತಪ್ಪಿಗೆ ಒಂದಲ್ಲ ಮತ್ತೊಂದು ರೀತಿಯಲ್ಲಿ ಶಿಕ್ಷೆ ಅನುಭವಿಸಬೇಕಾಗುತ್ತದೆ ಅಲ್ಲವೆ? ಈ ಪುರಾಣ ಪ್ರಕರಣ ಲೋಕದ ಜನರಿಗೆ ಪಾಠ ಆಗುತ್ತದೆ."

ಮತ್ತೊಂದು ದಿವಸ ಶಂಕರಭಟ್ಟರು "ಮಲ್ಲಮ್ಮ... ನೀನು ಕುಶಾಗ್ರಮತಿ ಆಗಿದ್ದೀಯ. ನಿನ್ನ ಜ್ಞಾನದ ಪರಿಮಿತಿ ಒಂದೇ ಭಾಷೆಗೆ ಸೀಮಿತ ಆಗಿರಬಾರದು. ನೀನು ಬೇರೆ ಬೇರೆ ಭಾಷೆಗಳನ್ನು ಕಲಿಯಬೇಕು."

ಮಲ್ಲಮ್ಮ ಉತ್ಸಾಹದಿಂದ "ಗುರುದೇವ ನನಗೂ ಸಹ ಈ ಆಲೋಚನೆ ಬಂದಿತ್ತು" ಎಂದಳು.

"ನಾನು ಸಂಸ್ಕೃತ ಕಲಿಸುತ್ತೇನೆ. ಹಿಂದಿ, ಉರ್ದು, ತೆಲುಗು, ತಮಿಳು ಮುಂತಾದ ಭಾಷೆಗಳನ್ನು ಕಲಿತರೆ, ಆ ಭಾಷೆಗಳಲ್ಲಿ ರಚನೆಯಾಗಿರುವ ಗ್ರಂಥಗಳಿಂದ ನಿನ್ನ ಜ್ಞಾನ, ತಿಳುವಳಿಕೆಯ ಪ್ರಮಾಣ ಜಾಸ್ತಿ ಆಗುತ್ತದೆ. ಬೇರೆ ಬೇರೆ ಭಾಷೆಗಳನ್ನು ಕಲಿಸಲು ಗುರುಗಳ ವ್ಯವಸ್ಥೆ ಮಾಡುತ್ತೇನೆ. ನಿನಗೆ ಶ್ರವಣ ಶಕ್ತಿ, ನೆನಪಿನ ಶಕ್ತಿ ಮತ್ತು ಕಲಿಕೆಯ ಆಸಕ್ತಿ ತೀವ್ರವಾಗಿರುವುದರಿಂದ ತುಂಬಾ ಕಡಿಮೆ ಕಾಲಾವಧಿಯಲ್ಲಿ ಎಲ್ಲವನ್ನೂ ಕಲಿಯಬಹುದು."

ಮಲ್ಲಮ್ಮ ಕಲಿಕೆಯಲ್ಲಿ ಆಸಕ್ತಿ ತೋರುತ್ತಾ ಶ್ರದ್ಧೆಯಿಂದ ಕಲಿತು ತುಂಬಾ ಬೇಗ ಬಹು ಭಾಷೆಗಳಲ್ಲಿ ಓದುವುದು, ಬರೆಯುವುದು ಮತ್ತು ಮಾತೃಭಾಷೆಯಂತೆ ಬೇರೆ ಭಾಷೆಗಳನ್ನು ನಿರರ್ಗಳವಾಗಿ ಮಾತಾಡುವುದನ್ನು ಕಲಿತಳು.

ಬೈಲಹೊಂಗಲ ಪ್ರಾಂತ್ಯದ ರಾಜನಾಗಿದ್ದ ಮದಲಿಂಗ ನಾಯಕ ಶಂಕರಭಟ್ಟರನ್ನು ಪ್ರಾರ್ಥಿಸಿದನು.

"ನನ್ನ ಪುತ್ರಿ ತಮ್ಮ ಮಾರ್ಗದರ್ಶನದಿಂದ, ಧರ್ಮ, ರಾಜನೀತಿ ಮತ್ತು ಸನಾತನ ಸಂಸ್ಕೃತಿ ಮತ್ತು ಬಹುಭಾಷೆಗಳನ್ನು ಕಲಿತಿದ್ದಾಳೆ. ಇನ್ನು ಮುಂದೆ ಅವಳಿಗೆ ಕ್ಷತ್ರಿಯ ವಿದ್ಯೆ ಕಲಿಸಲು ಆಶೀರ್ವಾದ ಮಾಡಬೇಕು. ನಿಮ್ಮ ಗುರುಕುಲಕ್ಕೆ ತಾವು ಹೇಳಿದಾಗ, ಕ್ಷತ್ರಿಯ ವಿದ್ಯೆಗಳಲ್ಲಿ ಪ್ರವೀಣರಾಗಿರುವ ಯುದ್ಧ ಅನುಭವ ಪಡೆದಿರುವ ಸೇನಾಧಿಪತಿಗಳನ್ನು ಕಳಿಸುತ್ತೇನೆ. ನಿಮ್ಮ ಮಾರ್ಗದರ್ಶನದಲ್ಲಿ ಅವಳಿಗೆ ಶಿಕ್ಷಣ ದೊರೆಯಬೇಕು" ಎಂದು ವಿನಯವಾಗಿ ಪ್ರಾರ್ಥಿಸಿದನು.

ಶಂಕರಭಟ್ಟರು "ಪ್ರಾರಂಭಿಕ ಶಿಕ್ಷಣ ಪೂರ್ಣವಾಗಿದೆ. ಕ್ಷತ್ರಿಯ ವಿದ್ಯೆಯ ವಿಚಾರವನ್ನು ನಾನೇ ಪ್ರಸ್ತಾಪ ಮಾಡಬೇಕು ಎಂದುಕೊಂಡಿದ್ದೆ. ಆಗಲಿ ಮಹಾರಾಜ, ಒಂದು ಶುಭಕಾಲದಲ್ಲಿ ಕ್ಷತ್ರಿಯರಿಗೆ ಅಗತ್ಯವಾಗಿ ಬೇಕಾಗಿರುವ ಎಲ್ಲಾ ಶಿಕ್ಷಣವನ್ನು ಕಲಿಸುತ್ತೇನೆ" ಎಂದಾಗ ರಾಜ ಮದಲಿಂಗ ನಾಯಕ ಫಲತಾಂಬೂಲ ನೀಡಿ ನಮಸ್ಕರಿಸಿದನು.

** ** **

ಬೈಲಹೊಂಗಲದ ಅರಮನೆಯಿಂದ ಎಂಟು ಫರ್ಲಾಂಗ್ ದೂರದಲ್ಲಿರುವ ಯುದ್ಧ ತರಬೇತಿ ಮೈದಾನದಲ್ಲಿ ಎಲ್ಲರೂ ಸೇರಿದ್ದಾರೆ.

ಸೇನಾಧಿಪತಿಗಳು

ದಂಡನಾಯಕರು

ಆಯ್ಕೆ ಮಾಡಿರುವ ಸೈನಿಕರು

ಶಂಕರಭಟ್ಟರು ಆಸೀನರಾಗಿದ್ದಾರೆ.

ಮಲ್ಲಮ್ಮ ಪ್ರಾಯದ ಯುವತಿ ಆಗಿದ್ದಾಳೆ. ಅವಳಲ್ಲಿ ಕಲಿಯಬೇಕು ಎನ್ನುವ ಉತ್ಸಾಹ ಆಸಕ್ತಿಯೊಂದಿಗೆ ಲವಲವಿಕೆ ಕಂಡು ಬರುತ್ತಿದೆ.

ಮಲ್ಲಮ್ಮ ಮೊದಲು ಗುರುಗಳಿಗೆ ಕ್ಷತ್ರಿಯ ಪದ್ಧತಿಯಲ್ಲಿ ನಮಸ್ಕಾರ ಮಾಡಿದಳು. ನಂತರ ನೆಲದತ್ತ ಬಾಗಿ ಹಿಡಿ ಮಣ್ಣನ್ನು ಎತ್ತಿಕೊಂಡು ಕಣ್ಣುಗಳಿಗೆ ಮತ್ತು ಹಣೆಗೆ ಒತ್ತಿಕೊಂಡಳು.

ಎದುರಿಗೆ ಪೀಠವಿದೆ.

ಎರಡು ಖಡ್ಗಗಳನ್ನು ಇಡಲಾಗಿದೆ.

ಗುರು ಶಂಕರಭಟ್ಟರು ಒಂದು ಖಡ್ಗವನ್ನು ಎತ್ತಿಕೊಂಡು ಮಲ್ಲಮ್ಮನಿಗೆ ನೀಡಿ ಹರಸಿದರು.

ವೀರತ್ವದ ಪ್ರಾರಂಭ.

ಸೇನಾ ದಂಡನಾಯಕನೊಬ್ಬ ಯಾವ ರೀತಿ ಖಡ್ಗ ಹಿಡಿಯಬೇಕು, ಎಂತಹ ಸಂದರ್ಭದಲ್ಲಿಯೂ ಹಿಡಿತ ಸಡಿಲವಾಗಬಾರದು ಎಂಬುದು ಮೊದಲ ಪಾಠ.

ಮಲ್ಲಮ್ಮನ ಕೈಗಳು ಮೃದುವಾಗಿವೆ ಮತ್ತು ಕೋಮಲವಾಗಿರುವುದು ನಿಜ. ಆದರೆ ಖಡ್ಗ ಹಿಡಿದ ಕೂಡಲೇ ಬಿಗಿಯಾಗಿ, ಸಿಂಬಿಯಂತೆ ಸುತ್ತಿಕೊಂಡು ಬಲವಾಗುತ್ತಿದೆ.

ಸೇನಾಧಿಕಾರಿ ಖಡ್ಗ ಹಿಡಿದು "ಒಂದು, ಎರಡು, ಮೂರು" ಎಂದು ಹೇಳುತ್ತಾ ಖಡ್ಗವನ್ನು ಬೀಸಿದನು. ನಂತರದಲ್ಲಿ ಅವಳು ಪ್ರಹಾರಕ್ಕೆ ಯಾವ

ರೀತಿ ಪ್ರತಿ ಪ್ರಹಾರ ಮಾಡಬೇಕು ಎಂಬುದನ್ನು ಕಲಿಸಲಾಯಿತು. ಪ್ರಾರಂಭದಲ್ಲಿ ಮಲ್ಲಮ್ಮನ ಪ್ರಹಾರದ ಬಿರುಸು ಕಡಿಮೆ ಆಗಿತ್ತು.

ಎದುರಾಳಿ ಸೇನಾ ದಂಡನಾಯಕನ ಬಿರುಸಿನ ಪ್ರಹಾರದಿಂದ ಮಲ್ಲಮ್ಮ ತತ್ತರಿಸಿದಳು.

ಖಡ್ಗ ಕೈಯಿಂದ ಜಾರಿತು!

ಮಲ್ಲಮ್ಮ ನಿಂತಲ್ಲೇ ತೂರಾಡಿದಳು.

ಶಂಕರಭಟ್ಟರು ಗಂಭೀರವಾಗಿ "ಮಲ್ಲಮ್ಮ... ಖಡ್ಗ ಎತ್ತಿಕೊಂಡು ದೃಢವಾಗಿ ನಿಲ್ಲು. ಮನೋ ಧೈರ್ಯ, ಸಂಕಲ್ಪ ಗಟ್ಟಿಯಾಗಲಿ. ಇದೇ ಕೊನೆ. ಇನ್ನೆಂದೂ ನಿನ್ನ ಕೈಯಿಂದ ಖಡ್ಗ ಜಾರಬಾರದು" ಎಂದರು.

ಮಲ್ಲಮ್ಮ ಬದಲಾಗುತ್ತಿದ್ದಾಳೆ.

ಮುಖ ಬಿರುಸಾಗುತ್ತಿದೆ.

ನೆಲದತ್ತ ಬಾಗಿದಳು.

ಖಡ್ಗವನ್ನು ಎತ್ತಿಕೊಂಡಳು.

ಶಂಕರಭಟ್ಟರು "ಸ್ವಲ್ಪ ನಿಲ್ಲು ಮಲ್ಲಮ್ಮ" ಎಂದು ಸೇನಾ ದಂಡನಾಯಕನ ಕಡೆ ತಿರುಗಿ "ನಾಯಕರೆ ನೀವು ಮತ್ತು ನಿಮ್ಮೊಂದಿಗೆ ಸಮಬಲ ಪರಾಕ್ರಮದಿಂದ ಹೋರಾಡುವ ಮತ್ತೊಬ್ಬ ದಂಡನಾಯಕನ ಜತೆ ಸ್ವಲ್ಪ ಕಾಲ ಯುದ್ಧ ಮಾಡಿ" ಎಂದು ಪುನಃ ಮಲ್ಲಮ್ಮನ ಕಡೆ ತಿರುಗಿ ಅವಳಲ್ಲಿ ಈಗ ಪ್ರಚೋದನೆ ಉಂಟು ಮಾಡಿ, ಧೀ ಶಕ್ತಿಯನ್ನು ತುಂಬಲು "ಮಲ್ಲಮ್ಮ... ನೀನು ಸೂಕ್ಷ್ಮ ಮತ್ತು ಏಕಸಂಧಿಗ್ರಾಹಿ. ಯಾವ ವಿದ್ಯೆಯನ್ನೇ ಆಗಲಿ ನೋಡುತ್ತಿರುವಾಗಲೇ ಗ್ರಹಿಸುವ ಮತ್ತು ಮನನ ಮಾಡಿಕೊಳ್ಳುವ ಶಕ್ತಿ ಇದೆ ನಿನಗೆ."

ಶಂಕರಭಟ್ಟರು ಮುಂದುವರೆಸುತ್ತಾ "ನಿನ್ನ ಏಕಾಗ್ರತೆ ಅವರಿಬ್ಬರು ಮಾಡುವ ಖಡ್ಗ ಕಾಳಗದ ಕಡೆ ಇರಲಿ. ಯುದ್ಧದ ಆ ನೋಟ ನಿನಗೆ ಗುರುಪಾಠ ಆಗಲಿ" ಎಂದು ಹರಸಿದರು.

ಕತ್ತಿ ಕಾಳಗ ಪ್ರಾರಂಭವಾಗಿದೆ.

ಮಲ್ಲಮ್ಮ ತದೇಕಚಿತ್ತದಿಂದ ಖಡ್ಗ ಪ್ರಹಾರ ಮತ್ತು ಪ್ರತಿ ಪ್ರಹಾರವನ್ನು ತುಂಬಾ ಸೂಕ್ಷ್ಮವಾಗಿ ಗಮನಿಸುತ್ತಿದ್ದಾಳೆ.

ಅವಳು ಅವಳಾಗಿರಲಿಲ್ಲ.

ಅವಳ ಸುಪ್ತ ಮನಸ್ಸಿನಲ್ಲಿ ಕತ್ತಿ ಕಾಳಗದ ತಂತ್ರ-ಪ್ರತಿ ತಂತ್ರ ಸಂಗ್ರಹ ಆಗುತ್ತಿದೆ.

ಇಬ್ಬರು ದಂಡನಾಯಕರುಗಳು ಸಮಬಲ ಪರಾಕ್ರಮದಿಂದ ಹೋರಾಡಿದರು. ಯಾರೊಬ್ಬರೂ ಸಹ ಪರಾಭವಗೊಳ್ಳಲಿಲ್ಲ. ಅಂತಿಮವಾಗಿ ಶಂಕರಭಟ್ಟರು ಅವರಿಬ್ಬರ ಕತ್ತಿ ವರಸೆಗೆ ಉಪಸಂಹಾರ ಮಾಡಿದರು.

"ಮಲ್ಲಮ್ಮ ಸಿದ್ಧಳಾಗಿದ್ದೀಯ ತಾನೇ?" ಎಂದರು.

ಮಲ್ಲಮ್ಮ ಖಡ್ಗ ಹಿಡಿದಿದ್ದಾಳೆ.

ಆ ಕಾಲದಲ್ಲಿ, ಹೆಣ್ಣು ಮಕ್ಕಳು ಪ್ರಾಯಕ್ಕೆ ಬಂದ ಕೂಡಲೇ ಅಂದರೆ, ಪುಷ್ಪವತಿ(ಋತುಮತಿ)ಯಾದ ದಿನದಿಂದ ಸೀರೆ ಉಡಬೇಕಿತ್ತು.

ಮಲ್ಲಮ್ಮ ಈಗ ಉಟ್ಟಿರುವ ಸೀರೆಯ ವಿನ್ಯಾಸ ಬದಲಿಸಿದಳು. ಏಕಾಂತ ಸ್ಥಳಕ್ಕೆ ಹೋಗಿ ಬದಲಾಗಿ ಬಂದಳು.

ವೀರಗಾಸೆ (ಕಚ್ಚೆ) ಹಾಕಿದ್ದಾಳೆ.

ನಮ್ಮ ಸಂಪ್ರದಾಯದ ಆಚರಣೆಯಲ್ಲಿ ಗಂಡಸರು ಶುಭಕಾರ್ಯ ಮಾಡುವಾಗ ಕಚ್ಚೆ-ಪಂಚೆ ಹಾಕುತ್ತಾರೆ. ಆ ಕಾಲದಲ್ಲಿ ಸಹ ಕೆಲವು ಸಂಪ್ರದಾಯಸ್ಥ ಕುಟುಂಬಗಳಲ್ಲಿ ಹೆಂಗಸರು ಸಹ ಸೀರೆಯನ್ನು 'ಕಚ್ಚೆ' ರೀತಿಯಲ್ಲಿ ಉಡುತ್ತಿದ್ದರು.

ಶಂಕರಭಟ್ಟರು ಬಲಿಷ್ಠರೂ, ಖಡ್ಗ ಕಾಳಗದಲ್ಲಿ ಪ್ರವೀಣರಾಗಿರುವ ದಂಡ ನಾಯಕರನ್ನು ಹೊರತುಪಡಿಸಿ, ಸಾಮಾನ್ಯ ಸೈನಿಕರನ್ನು ಕರೆದು ಮಲ್ಲಮ್ಮನೊಂದಿಗೆ ಕತ್ತಿ ಕಾಳಗ ಮಾಡಲು ಹೇಳಿದರು.

ಇದರ ಉದ್ದೇಶ ಏನು?

ಪ್ರಾರಂಭದಲ್ಲೇ ಬಲಿಷ್ಠರೂ, ಖಡ್ಗ ಕಾಳಗದಲ್ಲಿ ಪ್ರಚಂಡರಾಗಿರುವವರು ಎದುರಾದರೆ ಮಲ್ಲಮ್ಮ ಕಂಗಾಲಾಗುತ್ತಾಳೆ. ಪ್ರಾರಂಭದಲ್ಲಿ ಸಾಮಾನ್ಯರೊಂದಿಗೆ ಕಾಳಗ ಮಾಡಿ ಮನೋ ಧೈರ್ಯ ಪಡೆಯಲಿ ಎಂಬುದೇ ಅವರ ಉದ್ದೇಶವಾಗಿತ್ತು.

ಕತ್ತಿ ಕಾಳಗ ಪ್ರಾರಂಭವಾಯಿತು!

ಮಲ್ಲಮ್ಮ, ಇಬ್ಬರು ದಂಡನಾಯಕರ ಕತ್ತಿ ಕಾಳಗದ ಪ್ರಹಾರ-ಪ್ರತಿ ಪ್ರಹಾರದ ತಂತ್ರಗಳನ್ನು ಗಮನಿಸಿದ್ದಳು.

ಏಕಸಂಧಿಗ್ರಾಹಿಯಾಗಿರುವ ಅವಳು ಎದುರಾಗಿ ಬಂದ ಸೈನಿಕನನ್ನು ಲೀಲಾಜಾಲವಾಗಿ ಸೋಲಿಸಿದಳು. ಈ ಪ್ರಾಯದ ಯುವತಿಯ ರಭಸದ ಪ್ರಹಾರದಿಂದ ಆ ಸೈನಿಕನ ಖಡ್ಗ ಮೇಲಕ್ಕೆ ಎಗರಿ ಗಿರ್ರನೆ ತಿರುಗುತ್ತಾ ದೂರ ಹೋಗಿ ಬಿದ್ದಿತು.

ಇಬ್ಬರು ಸೈನಿಕರನ್ನು ಅವಳ ಮೇಲೆ ಏಕಕಾಲದಲ್ಲಿ ಯುದ್ಧ ಮಾಡಲು ಕಳಿಸಿದರು.

ಮಲ್ಲಮ್ಮ ಕಚ್ಚೆ ಗಟ್ಟಿ ಮಾಡಿಕೊಂಡಳು. ಇಬ್ಬರು ಸೈನಿಕರ ಪ್ರಹಾರಗಳನ್ನು ಎದುರಿಸುತ್ತಾ ಪ್ರತಿ ಪ್ರಹಾರ ಮಾಡಿ ಅವರು ತತ್ತರಿಸುವಂತೆ ಮಾಡಿದಳು.

ಸೈನಿಕರ ಸಂಖ್ಯೆ ಜಾಸ್ತಿ ಆಯಿತು.

ಮಲ್ಲಮ್ಮ ಗಾಬರಿಯಾಗಲಿಲ್ಲ.

ಆತಂಕಕ್ಕೆ ಒಳಗಾಗಲಿಲ್ಲ.

ಖಡ್ಗದ ಮೇಲಿನ ಹಿಡಿತ ಬಲಪಡಿಸಿದಳು. ವೀರಾವೇಶದಿಂದ ನುಗ್ಗಿದಳು. ನಾಲ್ಕು ಕಡೆಗಳಿಂದ ಸುಮಾರು ಎಂಟು ಮಂದಿ ಸೈನಿಕರು ದಾಳಿ ಮಾಡಿದರು.

ಮಲ್ಲಮ್ಮನ ವೇಗ, ರಭಸದ ಪ್ರಹಾರ ತೀವ್ರಗೊಂಡಿತು. ನಿಂತಲ್ಲಿ ನಿಲ್ಲದೆ, ಮಿಂಚಿನಂತೆ ಸಂಚರಿಸುತ್ತಾ ಎದುರಾಳಿಗಳ ಪ್ರಹಾರಕ್ಕೆ ಪ್ರತಿರೋಧ ಉಂಟು ಮಾಡುತ್ತಾ, ಸೈನಿಕರು ಹಿಡಿದಿರುವ ಖಡ್ಗ ಸಮೇತ ನೆಲದ ಮೇಲೆ ಉರುಳುವ ರೀತಿ ಮಾಡಿದಳು.

ಮಲ್ಲಮ್ಮನ ಮುಖ, ಕತ್ತಿನ ಭಾಗದಲ್ಲಿ ಬೆವರು ಬರುತ್ತಿದೆ.

ಏದುಸಿರು ಬಿಡುತ್ತಿದ್ದಾಳೆ.

ಆಯಾಸ ಕಂಡು ಬರುತ್ತಿದೆ.

ಅಂತಿಮವಾಗಿ ಶಂಕರಭಟ್ಟರು "ಮಲ್ಲಮ್ಮ... ಇವತ್ತಿಗೆ ಈ ಅಭ್ಯಾಸ ಸಾಕು. ನಿನಗೆ ದಣಿವಾಗಿದೆ. ನಾಳೆ ಪುನಃ ಕಲಿಕೆ ಪ್ರಾರಂಭ ಆಗಲಿ" ಎಂದರು.

"ಕ್ಷಮಿಸಿ ಗುರುದೇವ."

"ಯಾಕೆ ಮಲ್ಲಮ್ಮ?"

ಮೊದಲ ಸಲ ಇವಳಿಗೆ ಎದುರಾಗಿ, ಇವಳ ಕೈಯಿಂದ ಖಡ್ಗ ನೆಲಕ್ಕೆ ಬೀಳುವಂತೆ ಮಾಡಿದ್ದ ಸೇನಾಧಿಕಾರಿ 'ವೃಷಭೇಂದ್ರ'ನ ಕಡೆ ತಿರುಗಿ "ನಾನು ಎಂದೂ ಸಹ ಸೋಲನ್ನು ಒಪ್ಪಿಕೊಳ್ಳುವುದಿಲ್ಲ. ವೃಷಭೇಂದ್ರ ಅವರ ಕೈಯಿಂದ ಖಡ್ಗ ಬೀಳುವತನಕ ಯುದ್ಧ ಮಾಡುತ್ತಿರುತ್ತೇನೆ" ಎಂದು ಆ ದಂಡನಾಯಕನ ಕಡೆ ತಿರುಗಿ "ದಂಡ ನಾಯಕರೆ... ಬನ್ನಿ... ಖಡ್ಗ ಎತ್ತಿಕೊಳ್ಳಿ" ಎಂದು ಆಹ್ವಾನಿಸಿದಳು.

'ವೃಷಭೇಂದ್ರ' ಹಲವಾರು ಯುದ್ಧಗಳಲ್ಲಿ ವೀರವಿಹಾರ ಮಾಡಿ, ಶತ್ರುಗಳ ರುಂಡಗಳನ್ನು ಚೆಂಡಾಡಿರುವ ಕಲಿ. ಖಡ್ಗ ಪ್ರವೀಣ. ಅಂತಹ ಪ್ರಚಂಡ ಪರಾಕ್ರಮಿಗೆ ಈ ರಾಜಕುಮಾರಿ ಸವಾಲು ಹಾಕಿರುವುದು ಸರಿಯೆ?

ಅವಳು ನಿಜವಾಗಿ ಯಶಸ್ವಿ ಆಗುವಳೇ? ವೃಷಭೇಂದ್ರ ಕೆರಳಿ ಕನಲಿದರೆ ರಾಜಕುಮಾರಿ ಎದುರಿಸಲು ಸಾಧ್ಯವೆ? ಬಹಿರಂಗವಾಗಿ ಸವಾಲು ಹಾಕಿರುವುದರಿಂದ, ಈ ದಂಡನಾಯಕ ಇದನ್ನು ಪ್ರತಿಷ್ಠೆಯಾಗಿ ಸ್ವೀಕಾರ ಮಾಡುತ್ತಾನೆ.

ಇದು ಕೋಪ, ಉನ್ಮಾದ, ಆವೇಶಕ್ಕೆ ಪ್ರಚೋದನೆ ನೀಡುತ್ತದೆ. ಇದರಿಂದ ರಾಜಕುಮಾರಿಗೆ ಅಪಾಯ ಆಗಬಹುದು.

ಈಗತಾನೇ ಕಲಿಕೆ ಪ್ರಾರಂಭ ಮಾಡಿರುವ ಮಲ್ಲಮ್ಮ ಇಂತಹ ಹುಚ್ಚು ಸಾಹಸಕ್ಕೆ ಕೈ ಹಾಕಬಾರದಿತ್ತು.

ರಾಜಕುಮಾರಿ ಮಲ್ಲಮ್ಮ ಮತ್ತು ಸೇನಾ ದಂಡನಾಯಕ ವೃಷಭೇಂದ್ರ ಖಡ್ಗ ಮತ್ತು ಗುರಾಣಿ ಹಿಡಿದು ಎದುರುಬದುರಾಗಿ ನಿಂತಿದ್ದಾರೆ.

ದೂತನೊಬ್ಬ ತುಂಬಾ ಬೇಗ ಅರಮನೆ ತಲುಪಿ ರಾಜ ಮದಲಿಂಗ ನಾಯಕನಿಗೆ ಈ ಸಂಗತಿ ತಿಳಿಸಿದನು. ವೃಷಭೇಂದ್ರನಿಂದ ಅಪಾಯ ಆಗಬಾರದು. ಆ ರೀತಿ ಅನಾಹುತ ಮಾಡಿದರೆ ತಲೆ ದಂಡ ಕೊಡಬೇಕಾಗುತ್ತದೆ ಎಂದು ತಿಳಿದಿದೆ.

ಖಡ್ಗ ಕಾಳಗ ಪ್ರವೀಣನಾಗಿರುವ ಅವನು ಸಾಮಾನ್ಯನಲ್ಲ. ಮಲ್ಲಮ್ಮನಿಗೆ ಈಗತಾನೇ ಅಭ್ಯಾಸ ಶುರುವಾಗಿದೆ. ಕಡಿಮೆ ಅವಧಿಯಲ್ಲಿ ಅವನು ರಾಜಕುಮಾರಿಗೆ, ಯುದ್ಧೋನ್ಮಾದ ದಿಂದ ಅಪಾಯ ಉಂಟು ಮಾಡಿದರೇನು ಗತಿ?

ಮದಲಿಂಗ ಆ ಕ್ಷಣ ಬದಲಾದನು.

"ಕೂಡಲೇ ಯುದ್ಧ ಅಭ್ಯಾಸ ನಿಲ್ಲಿಸಲು ಗುರುಗಳಿಗೆ ನಮ್ಮ ಆದೇಶ ತಿಳಿಸು. ನಾವು ಈಗಲೇ ಅಲ್ಲಿಗೆ ಬರುತ್ತೇವೆ."

ದೂತ ರಾಜನಿಗೆ ವಂದಿಸಿ ಕುದುರೆಯೇರಿ ಹೋಗುತ್ತಿದ್ದಾನೆ.

ಅನಾಹುತ ಆಯಿತು.

ಕುದುರೆ ಮುಗ್ಗರಿಸಿತು.

ಸವಾರ ನೆಲಕ್ಕೆ ಬಿದ್ದು ಪ್ರಜ್ಞಾಶೂನ್ಯನಾದನು.

"ನಿಮ್ಮ ಕೈಯಿಂದ ಖಡ್ಗವನ್ನು ಉದುರಿಸುತ್ತೇನೆ" ಎಂದು ಪ್ರತಿಜ್ಞೆ ಮಾಡಿರುವ, ಎಳೆ ನಿಂಬೆಕಾಯಿ ರೀತಿ ಇರುವ ಈ ರಾಜಕುಮಾರಿ ನನ್ನನ್ನು ಪರಾಭವಗೊಳಿಸಲು ಹೇಗೆ ಸಾಧ್ಯ?

ಅವನಿಗೆ (ವೃಷಭೇಂದ್ರನಿಗೆ) ನಗು ಬರುತ್ತಿದೆ.

ಉದಾಸೀನ ಭಾವದಿಂದ ಅವಳತ್ತ ನೋಡಿದನು.

ಶಂಕರಭಟ್ಟರು ಶಂಖನಾದ ಮಾಡಿದರು.

ಅವರಿಬ್ಬರು ಮುನ್ನುಗ್ಗಿದರು.

ಖಡ್ಗಗಳು ಪರಸ್ಪರ ಘರ್ಷಿಸಿದಾಗ ಬೆಂಕಿಯ ಕಿಡಿಗಳೊಂದಿಗೆ 'ಕಣಲ್... ಕಣಲ್...' ಎಂಬ ಶಬ್ದ ಉಂಟಾಯಿತು.

ಪೈಲ್ವಾನ್ ರೀತಿ ಇರುವ ವೃಷಭೇಂದ್ರನ ರಭಸದ ಪ್ರಹಾರಗಳನ್ನು ಈ ರಾಜಕುಮಾರಿ ಎದುರಿಸುತ್ತಾ, ಅಪಾಯಕಾರಿ ಪ್ರಹಾರಗಳಿಂದ ಚಾಣಾಕ್ಷ ರೀತಿಯಲ್ಲಿ ತಪ್ಪಿಸಿಕೊಳ್ಳುತ್ತಾ, ಅವನಿಗೆ ಪ್ರತಿಯಾಗಿ ಅನಿರೀಕ್ಷಿತ ರೀತಿಯಲ್ಲಿ ತಿರುಗೇಟು ನೀಡುತ್ತಿದ್ದಾಳೆ.

ಅವನಿಗೆ ಪರಮಾಶ್ಚರ್ಯವಾಗುತ್ತಿದೆ. ಇದೆಲ್ಲಾ ಇವಳಿಗೆ ಹೇಗೆ ಗೊತ್ತಾಯಿತು?

ಸ್ವಲ್ಪ ಹೊತ್ತಿಗೆ ಮೊದಲು ವೃಷಭೇಂದ್ರ ಮತ್ತು ಮತ್ತೊಬ್ಬ ಪ್ರಬಲ ದಂಡನಾಯಕ ಸಮಬಲ ಪರಾಕ್ರಮದಿಂದ ಯುದ್ಧ ಮಾಡಿದ್ದರು. ಅವರಿಬ್ಬರು ಯುದ್ಧ ಮಾಡುವುದನ್ನು ಗಮನಿಸು ಎಂದು ಗುರು ಶಂಕರಭಟ್ಟರು ಮಲ್ಲಮ್ಮನಿಗೆ ಆದೇಶಿಸಿದ್ದರು.

ಅವಳು ಏಕಸಂಧಿಗ್ರಾಹಿ.

ಅದ್ಭುತ ಗ್ರಹಣ ಶಕ್ತಿ.

ವಿಶೇಷ ನೆನಪಿನ ಶಕ್ತಿ ಇತ್ತು.

ಆಗವಳು ಅದನ್ನು ಗಮನಿಸಿ ಗ್ರಹಿಸಿದ್ದಳು.

ಈಗ ಪ್ರಾಯೋಗಿಕತೆ ಉಂಟಾಗಿದೆ. ಅವಳು ಗ್ರಹಿಸಿದ್ದನ್ನು ತುಂಬಾ ಬೇಗ, ಚಾಕಚಕ್ಯತೆಯಿಂದ ಪ್ರಯೋಗಿಸಿ ಆ ದಂಡನಾಯಕ ತತ್ತರಿಸುವಂತೆ ಮಾಡುತ್ತಿದ್ದಾಳೆ.

ಸೈನಿಕರು ಬೆರಗಾಗಿದ್ದಾರೆ.

ಉಳಿದ ನಾಯಕರು ವಿಸ್ಮಯಗೊಂಡಿದ್ದಾರೆ.

ಶಂಕರಭಟ್ಟರು ಮುಗುಳುನಗುತ್ತಾ, ತಲೆದೂಗುತ್ತಿದ್ದಾರೆ.

ಮಹಾರಾಜ ಮದಲಿಂಗ ನಾಯಕ ರಥದಲ್ಲಿ ಬರುತ್ತಿರುವಾಗ, ಪ್ರಜ್ಞಾಶೂನ್ಯನಾಗಿ ಬಿದ್ದಿದ್ದ ದೂತ ಮತ್ತು ಕುದುರೆಯನ್ನು ಕಂಡು ಗಾಬರಿಯಾಗಿದ್ದಾರೆ. ದೂತ ತಲುಪಿಲ್ಲ. ಮಗಳಿಗೆ ತೊಂದರೆ ಆಗಿದ್ದರೇನು ಗತಿ ಎಂಬ ಆತಂಕ ಉಂಟಾಗಿದೆ.

ಅವರು ಮತ್ತಷ್ಟು ವೇಗವಾಗಿ ರಥದಲ್ಲಿ ಅಲ್ಲಿಗೆ ಬಂದರು.

ಆತಂಕ ಮಾಯವಾಗಿದೆ.

ರೋಮಾಂಚನ ಉಂಟಾಗಿದೆ.

ಪ್ರಚಂಡ ಪರಾಕ್ರಮಿ ವೃಷಭೇಂದ್ರನೊಂದಿಗೆ ಸಮಬಲ ಪರಾಕ್ರಮದಿಂದ ಯುದ್ಧ ಮಾಡುತ್ತಿದ್ದಾಳೆ ಮಲ್ಲಮ್ಮ.

ಕ್ಷತ್ರಿಯ ವಿದ್ಯೆ ಇತ್ತೀಚೆಗೆ ತಾನೇ ಪ್ರಾರಂಭವಾಗಿದೆ. ಕತ್ತಿ ಕಾಳಗದ ಮಹಾ ಚಾಣಾಕ್ಷತನವನ್ನು, ಪ್ರಹಾರಕ್ಕೆ ಇಷ್ಟೊಂದು ಪ್ರಬಲವಾಗಿ ತಿರುಗೇಟು ಕೊಡುವುದನ್ನು ಮಗಳು ಯಾರಿಂದ, ಯಾವಾಗ ಕಲಿತಳು ಎಂಬ ಆಲೋಚನೆಗಳೊಂದಿಗೆ ರೋಮಾಂಚನಗೊಳ್ಳುತ್ತಿರುವಾಗಲೇ ಸೇನಾ ದಂಡನಾಯಕನ ಖಡ್ಗ ಕೈಯಿಂದ ಜಾರಿತು.

ಮಲ್ಲಮ್ಮ ತಿವಿಯುವ ರೀತಿಯಲ್ಲಿ ಪ್ರಹಾರ ಮಾಡುತ್ತಾ ಮುಂದೆ, ಮುಂದೆ ಹೆಜ್ಜೆ ಹಾಕುತ್ತಿದ್ದಾಳೆ.

ವೃಷಭೇಂದ್ರ ದಬಾಲನೆ ನೆಲದ ಮೇಲೆ ಬಿದ್ದನು. ಮುಂದೆ ನುಗ್ಗಿದ ಮಲ್ಲಮ್ಮ ಅವನ ಎದೆ ಭಾಗಕ್ಕೆ ಖಡ್ಗದಿಂದ ಒತ್ತಿ ಹಿಡಿದಳು.

ಅಲ್ಲಿದ್ದವರೆಲ್ಲಾ ರಾಜಕುಮಾರಿಗೆ ಜೈಕಾರ ಮಾಡುತ್ತಾ ಪ್ರಚಂಡ ಕರತಾಡನ ಮಾಡಿದರು. ಶಂಕರಭಟ್ಟರು ಪೀಠದಿಂದ ಇಳಿದು ಬಂದು ಮಲ್ಲಮ್ಮನ ತಲೆ ಸವರುತ್ತಾ ಮೆಚ್ಚುಗೆ ವ್ಯಕ್ತಪಡಿಸಿದರು.

ಮಹಾರಾಜ ಪುಳಕಗೊಂಡಿದ್ದಾನೆ.

ರೋಮಾಂಚನದ ಅನುಭವ ಆಗುತ್ತಿದೆ. ಮಗಳನ್ನು ತಬ್ಬಿಕೊಂಡು ತಲೆ, ಬೆನ್ನು ಸವರುತ್ತಾ "ಮೆಚ್ಚಿದೆ ಮಗಳೆ ಮೆಚ್ಚಿದೆ. ನಿನ್ನಂತಹ ವೀರಾಗ್ರಣಿ, ನನ್ನ ಪುತ್ರಿಯಾಗಿರುವುದು ನನಗೆ ಹೆಮ್ಮೆಯ ಸಂಗತಿಯಾಗಿದೆ. ನಿನ್ನ ವಯಸ್ಸಿನಲ್ಲಿ ನನಗೆ ಖಡ್ಗ ಹಿಡಿಯಲೂ ಸಹ ಹೆದರಿಕೆ ಆಗುತ್ತಿತ್ತು. ನೀನು ನಿನ್ನ ಸಾಧನೆ ವಿಶೇಷವಾಗಿದೆ" ಎಂದನು.

ಮಲ್ಲಮ್ಮ "ಅಪ್ಪಾಜಿ... ಈಗಲೂ ನೀವೇನು ಕಡಿಮೆ ಅಲ್ಲ. ಖಡ್ಗ ಹಿಡಿದು ರಣಾಂಗಣದಲ್ಲಿ ವೀರವಿಹಾರ ಮಾಡುತ್ತಾ, ಶತ್ರುಗಳ ರುಂಡಗಳನ್ನು ಚೆಂಡಾಡಿದ್ದನ್ನು ಮಾತಾಜಿ, ಸಂಬಂಧಿಕರು, ಮಂತ್ರಿಗಳು ಮೆಚ್ಚುಗೆಯಿಂದ ಮಾತಾಡಿದ್ದನ್ನು ಕೇಳಿದ್ದೇನೆ" ಎಂದು ಹೇಳಿದ ನಂತರ "ಅಪ್ಪಾಜಿ... ನನಗೊಂದು ಆಸೆ ಈಗತಾನೇ ಪ್ರಚೋದಿಸುತ್ತಿದೆ" ಎಂದಳು.

ಮಹಾರಾಜ ಉತ್ಸಾಹದಿಂದ "ಹೇಳು... ಅದೇನು ಅಂತ ಹೇಳು ಮಲ್ಲವ್ವ" ಎಂದನು.

"ಅದು... ಅದು..." ಎಂದು ಅವಳು ತಡವರಿಸಿದಳು.

"ತಂದೆಯ ಹತ್ತಿರ ಸಂಕೋಚವೆ? ಅದೇನು ಅಂತ ಹೇಳು."

"ನಿಮ್ಮಂಥ ವೀರಾಗ್ರಣಿಯೊಂದಿಗೆ ಕತ್ತಿಕಾಳಗ ಮಾಡಬೇಕು ಎಂಬ ಆಸೆ ಉಂಟಾಗಿದೆ" ಎಂದಳು. ಕೂಡಲೇ "ಹಾಂ... ತಪ್ಪು ತಿಳಿಯಬೇಡಿ ಅಪ್ಪಾಜಿ. ಇದು ಕೇವಲ ಆಸೆ. ಅಹಂ ಆಗಲಿ, ದರ್ಪ ಆಗಲಿ ಇಲ್ಲ" ಎಂದು ಹೇಳಿದಳು.

ಮದಲಿಂಗ ನಾಯಕ ಮಗಳ ತಲೆ ಸವರುತ್ತಾ "ನಿನ್ನ ಗುಣ, ಸ್ವಭಾವ ನನಗೆ ಚೆನ್ನಾಗಿ ತಿಳಿದಿದೆ. ನಿನ್ನ ಆಸೆ ಈಡೇರಬೇಕಾದರೆ ಇನ್ನಷ್ಟು ಬೇರೆ-ಬೇರೆ ವಿದ್ಯೆ ಕಲಿಯಬೇಕು. ಆಗ ನನ್ನೊಂದಿಗೆ ಮುಖಾಮುಖಿಯಾಗಲು ನಿನ್ನಲ್ಲಿ ಆತ್ಮಸ್ಥೈರ್ಯ ಹೆಚ್ಚುತ್ತದೆ" ಎಂದನು.

"ಆಗಲಿ ಅಪ್ಪಾಜಿ. ನೀವು ಹೇಳಿದಂತೆ ಕ್ಷತ್ರಿಯ ವಿದ್ಯೆಯನ್ನೆಲ್ಲಾ ಕಲಿಯಲು ಪ್ರಯತ್ನ ಮಾಡ್ತೀನಿ" ಎಂದು ಕ್ಷತ್ರಿಯ ಪದ್ಧತಿಯಲ್ಲಿ ತಂದೆಗೆ ಮತ್ತು ಗುರು ಶಂಕರಭಟ್ಟರಿಗೆ ನಮಸ್ಕಾರ ಮಾಡಿದಳು.

ಅಧ್ಯಾಯ ಎರಡು

ಕಗ್ಗಾಡಿನ ಪ್ರದೇಶ.

ಹಗಲಿನ ವೇಳೆಯಾಗಿದ್ದರೂ, ಸೂರ್ಯೋದಯದ ಬೆಳಕು ಪ್ರಜ್ವಲವಾಗಿದ್ದರೂ ಸಹ ಈ ಕಾಡಿನ ಒಳಭಾಗದಲ್ಲಿ ಮಬ್ಬು ಕವಿದ ವಾತಾವರಣವಿದೆ.

ಮರಗಳು ದಟ್ಟವಾಗಿ, ಒತ್ತೊತ್ತಾಗಿ ಬೆಳೆದಿರೋದ್ರಿಂದ ರಥ ಸಾಗಲು ಅಸಾಧ್ಯ ಎಂಬುದು ತಿಳಿದಿದ್ದರಿಂದ, ರಥವನ್ನು ದೂರದಲ್ಲಿ ನಿಲ್ಲಿಸಿ, ಕಾಲುನಡಿಗೆಯಲ್ಲಿ ಸಾಗುತ್ತಿದ್ದಾನೆ.

ಆತನ ಪ್ರಾಯ ಹದಿನೆಂಟು.

ಸದೃಢವಾದ ಶರೀರ, ತೋಳು-ತೊಡೆಗಳಲ್ಲಿ ಬಲಿಷ್ಠತೆ ತುಂಬಿರುವುದರಿಂದ ಮತ್ತು ಮುಖದಲ್ಲಿ ಮಂದಹಾಸ ಮತ್ತು ಕಣ್ಣುಗಳಲ್ಲಿ ವಿಶಿಷ್ಟವಾದ ಹೊಳಪು ಮಿಂಚುತ್ತಿರುವುದರಿಂದ ಮತ್ತು ರಾಜೋಚಿತವಾದ ಉಡುಗೆಗಳನ್ನು ಧರಿಸಿರುವುದರಿಂದ ಆಕರ್ಷಕವಾಗಿ ಕಾಣುತ್ತಿದ್ದಾನೆ.

ಬಿಲ್ಲು ಮತ್ತು ಬಾಣಗಳ ಬತ್ತಳಿಕೆ ಇದೆ. ಒರೆಯಲ್ಲಿ ಖಡ್ಗವಿದೆ. ಚಿಗುರು ಮೀಸೆಯ ಯುವಕ, ನಡೆಯುವ ಹಾದಿಯಲ್ಲಿ ಬೆಳೆದಿರುವ ಹುಲ್ಲು, ಗಿಡಗಳು ಮತ್ತು ಸಣ್ಣಪುಟ್ಟ ಮರದ ಕೊಂಬೆಗಳನ್ನು ಕತ್ತರಿಸುತ್ತಾ ಮುಂದೆ ಸಾಗುತ್ತಿರುವಾಗ ಕೇಳಿಬಂದಿತು.

ಹಸುವಿನ ಆಕ್ರಂದನ.

"ಅಂಬಾ... ಅಂಬಾ..."

ಆ ರಾಜಕುಮಾರ ಆ ಧ್ವನಿಯನ್ನು ಆಲಿಸುತ್ತಾ ಬೇಗ-ಬೇಗ ಹೆಜ್ಜೆ ಹಾಕುತ್ತಾ ಸಾಗಿದನು. ಗಾಳಿ ಜೋರಾಗಿ ಬೀಸುತ್ತಿದೆ.

ಮರದ ದಪ್ಪನೆಯ ಗಾತ್ರದ ಕೊಂಬೆಗೆ ಸುತ್ತಿಕೊಂಡಿದ್ದ ಹೆಬ್ಬಾವು, ಆಗತಾನೇ ಮರದ ಹತ್ತಿರದಿಂದ ಹೋಗುತ್ತಿದ್ದ ಹಸುವಿನ ಮೇಲೆ ಬಿದ್ದು ನುಂಗಲು ಬಾಯಿ ತೆರೆದಿದೆ.

ಹೆಬ್ಬಾವಿನ ಉದ್ದ, ಗಾತ್ರ ಯಾವ ಪ್ರಮಾಣದಲ್ಲಿ ಇದೆ ಎಂದರೆ, ಅಬ್ಬಬ್ಬ ಅದನ್ನು ನೋಡಿದರೆ ಎದೆ 'ಝಲ್' ಎನ್ನುತ್ತದೆ ಮತ್ತು ನಡುಕ ಉಂಟಾಗುತ್ತದೆ.

ಆ ರಾಜಕುಮಾರ ತಡ ಮಾಡಲಿಲ್ಲ. ಬಿಲ್ಲು, ಬಾಣ ಅಥವಾ ಬೇರೆ ಯಾವ ಆಯುಧದಿಂದಲೂ ಹಸುವನ್ನು ಹೆಬ್ಬಾವಿನಿಂದ ಕಾಪಾಡಲು ಸಾಧ್ಯವಿಲ್ಲ ಎಂದು ಗೊತ್ತಿದ್ದರಿಂದ, ಆ ಕೂಡಲೇ ನೆಲದ ಮೇಲೆ ಬಿದ್ದಿದ್ದ, ಉದ್ದ ಮತ್ತು ದಪ್ಪಗಿದ್ದ ಮರದ ತುಂಡನ್ನು ಎತ್ತಿಕೊಂಡನು.

ಹಸುವನ್ನು ಕಬಳಿಸಲು ಪ್ರಯತ್ನಿಸುತ್ತಿದ್ದ ಹೆಬ್ಬಾವಿನ ಬಾಯೊಳಗೆ ಮರದ ತುಂಡನ್ನು ತಳ್ಳಿದನು. ಬಾಲದ ತುದಿಯಿಂದ ಹಸುವನ್ನು ಸುತ್ತಿಕೊಳ್ಳುತ್ತಿದ್ದ ಹೆಬ್ಬಾವು, ಪ್ರಾರಂಭದಲ್ಲಿ ಆ ಮರದ ತುಂಡನ್ನೇ ನುಂಗಲು ಪ್ರಯತ್ನಿಸಿತು.

ಇದು ಆಹಾರ ಅಲ್ಲ ಎಂಬುದು ಗೊತ್ತಾದ ಕೂಡಲೇ ಬಾಯಿಂದ ತಳ್ಳಿತು. ಆ ರಾಜಕುಮಾರ ಈ ಅವಧಿಯಲ್ಲಿ, ಹೆಬ್ಬಾವಿನ ಬಾಯೊಳಗೆ ಬಂಧಿತವಾಗಿದ್ದ ಹಸುವನ್ನು ಬಿಡಿಸಿ ದೂರ ತಳ್ಳಿ ಅಲ್ಲಿಂದ ಓಡಿಸಿದನು.

ಪಾಪ... ಹಸು ನಡುಗುತ್ತಿದೆ.

ಓಡಲಾರದೆ ಮುಗ್ಗರಿಸಿತು.

ರಾಜಕುಮಾರ ಮತ್ತೊಂದು ಮರದ ತುಂಡನ್ನು ಎತ್ತಿಕೊಂಡು ಹೆಬ್ಬಾವು ಸುತ್ತಿಕೊಳ್ಳುವಂತೆ ಮಾಡಿದನು.

ಅಬ್ಬ... ಎರಡು ಕ್ವಿಂಟಾಲ್‌ಗಿಂತ ಜಾಸ್ತಿ ತೂಕ ಇದ್ದ ಹೆಬ್ಬಾವನ್ನು ಹೊರಳಿಸಿ, ಉರುಳಿಸಲು ಸಾಹಸ ಮಾಡಬೇಕಾಯಿತು.

ಹಸುವಿನ ಹತ್ತಿರ ಬಂದು ಮೊದಲು ಅದನ್ನು ನೀರಿರುವ ಹೊಂಡದ ಹತ್ತಿರ ಕರೆದುಕೊಂಡು ಹೋಗಿ ನೀರನ್ನು ಕುಡಿಸಿದನು. ನಂತರ ಮೃದುವಾಗಿ ಬೆಳೆದಿರುವ ಹುಲ್ಲನ್ನು ಮೇಯಲು ಅವಕಾಶ ಮಾಡಿಕೊಟ್ಟನು.

ಅಲ್ಲಿದ್ದರೆ ಯಾವುದಾದರೂ ಕ್ರೂರ ಪ್ರಾಣಿಗೆ ಬಲಿಯಾಗಬಹುದು ಎಂದು ಹೆದರಿ, ಅದನ್ನು ತನ್ನ ಮನೆಯಲ್ಲಿರುವ ಗೋಶಾಲೆಗೆ ಸೇರಿಸಿದನು.

ಈ ಪ್ರಾಯದ ಯುವಕ ಯಾರು?

ಬೆಳವಡಿಯ ರಾಜಕುಮಾರ.

ಈಶಪ್ರಭು...!

** ** **

ಖಡ್ಗ ವಿದ್ಯೆಯಲ್ಲಿ ಮಲ್ಲಮ್ಮ ಪ್ರವೀಣಳಾಗಿದ್ದಾಳೆ ಮತ್ತು ಎಂತಹ ಪ್ರಚಂಡನೇ ಎದುರಾದರೂ ಎದುರಿಸಿ ತಿರುಗೇಟು ನೀಡಬಲ್ಲ ತಂತ್ರಗಾರಿಕೆ ಆಕೆಗೆ ಕರಗತವಾಗಿದೆ ಎಂಬುದು ಖಚಿತವಾಗಿದೆ.

ಆದರೆ ಕಲಿಯಬೇಕಾಗಿರೋದು ಇನ್ನೂ ಇದೆ. ಅದರಂತೆ ಬಿಲ್ಲು ವಿದ್ಯೆಯಲ್ಲಿ ಪ್ರವೀಣರಾದವರನ್ನು ಕರೆಸಿದರು.

ಶಿಕ್ಷಣ ಪ್ರಾರಂಭವಾಗಿದೆ!

ಬೈಲಹೊಂಗಲದ ಸುತ್ತಮುತ್ತಲಿನ ಪ್ರಾಂತ್ಯಗಳಲ್ಲಿ ಇರುವ ನುರಿತ ಬೇಟೆಗಾರರು ಮತ್ತು ಬಿಲ್ಲು ವಿದ್ಯೆಯಲ್ಲಿ ಸಾಧನೆ ಮಾಡಿರುವವರು ಬಂದು ತರಬೇತಿ ನೀಡುತ್ತಿದ್ದಾರೆ.

ಬಿಲ್ಲನ್ನು ಹೇಗೆ ಹಿಡಿಯಬೇಕು?

ಯಾವ ರೀತಿ ಬಾಣವನ್ನು ಗುರಿ ಇಡಬೇಕು ಮತ್ತು ರಭಸದಿಂದ ಪ್ರಯೋಗ ಮಾಡಲು ಬಾಣವನ್ನು ಕಿವಿಯ ತನಕ ಎಳೆಯಬೇಕು ಎಂಬುದನ್ನು ಅವಳಿಗೆ ಕಲಿಸಿದರು.

ದೃಷ್ಟಿ ಪರೀಕ್ಷೆ!

ಗುರಿ ಪರೀಕ್ಷೆ...!

ತುಂಬಾ ದೂರದಲ್ಲಿ ಕೃತಕ ಗಿಣಿ ಮರದ ಮೇಲೆ ಕೂರಿಸಲಾಗಿದೆ (ಮರದ ಗಿಣಿ). ಅದನ್ನು ತೋರಿಸುತ್ತಾ ಆದೇಶಿಸಲಾಯಿತು.

ಮಲ್ಲಮ್ಮ ಬಿಲ್ಲಿಗೆ ಬಾಣವನ್ನು ಹೂಡಿ ಗುರಿ ಇಡುತ್ತಿದ್ದಾಳೆ.

"ಮಲ್ಲಮ್ಮ ನಿನಗೇನು ಕಾಣುತ್ತಿದೆ?"

ಅವಳಿಂದ ಉತ್ತರ ಬರಲಿಲ್ಲ.

"ನಿನಗೇನು ಕಾಣುತ್ತಿದೆ?"

ಅವಳು "ಗಿಣಿಯ ಕಣ್ಣು ಕಾಣುತ್ತಿದೆ" ಎಂದು ಹೇಳಿ ಬಾಣವನ್ನು ಪ್ರಯೋಗ ಮಾಡಿದಳು. ಗಾಳಿಯ ವೇಗದಲ್ಲಿ 'ಸೊಂಯ್' ಎಂಬ ಶಬ್ದದೊಂದಿಗೆ ಹೋಗಿ ಆ ಬಾಣ ಗಿಣಿಯ ಕಣ್ಣಿಗೆ ನಾಟಿಕೊಂಡಿತು.

ಅದ್ಭುತವಾದ ಗುರಿ ಪರೀಕ್ಷೆ!

ಅದರಲ್ಲಿ ಯಶಸ್ವಿಯಾಗಿದ್ದಾಳೆ.

ಈಗ ಕಡಿಮೆ ಸಮಯದಲ್ಲಿ ಎಷ್ಟು ಬಾಣಗಳನ್ನು ಬಿಡಲು ಸಾಧ್ಯ ಎಂಬುದರ ತರಬೇತಿ ನೀಡಲಾಯಿತು.

ಅವಳು ಪ್ರಾರಂಭದಲ್ಲಿ ಕೆಲವೇ ಬಾಣಗಳನ್ನು ಪ್ರಯೋಗ ಮಾಡಿದಳು. ಕೇವಲ ಎರಡು ದಿನಗಳ ಅಭ್ಯಾಸದಿಂದ ಅವಳು ಹೆಚ್ಚಿನ ಸಂಖ್ಯೆಯಲ್ಲಿ ಬಾಣಗಳನ್ನು ಬಿಡುವುದರಲ್ಲಿ ಯಶಸ್ವಿಯಾದಳು.

ಆದರೂ ಸಹ ತಾನು ಕಲಿತಿದ್ದನ್ನು ಮರೆಯಬಾರದು ಎಂಬ ಉದ್ದೇಶದಿಂದ ಅವಳು ಕತ್ತಿವರಸೆ, ಬಾಣ ಪ್ರಯೋಗವನ್ನು ಪ್ರತಿನಿತ್ಯ ಅಭ್ಯಾಸ ಮಾಡುತ್ತಿದ್ದಳು.

ಭಲ್ಲೆ–ಈಟಿ ಎಸೆತ...!

ರಣಾಂಗಣದಲ್ಲಿ ಇದೂ ಸಹ ಮುಖ್ಯವಾಗಿರುತ್ತದೆ ಎಂಬುದು ನಿಜ. ಶತ್ರು ಪಡೆಯ ಪ್ರಮುಖ ನಾಯಕರುಗಳ ಮೇಲೆ ಭಲ್ಲೆ, ಈಟಿ ಪ್ರಯೋಗ ಮಾಡಿ, ಅವರು ಊಹೆ ಮಾಡಿರದ ರೀತಿಯಲ್ಲಿ ಭಲ್ಲೆ ಅಥವಾ ಈಟಿ ಅವರ ದೇಹವನ್ನು ಸೇರಿ ಪ್ರಾಣಹರಣ ಮಾಡುತ್ತಿತ್ತು.

ಹಾಗಾಗಿ ಮಲ್ಲಮ್ಮ ತುಂಬಾ ಶ್ರದ್ಧೆಯಿಂದ ಈ ಪ್ರಯೋಗವನ್ನು ತುಂಬಾ ವಿಶಿಷ್ಟ ರೀತಿಯಲ್ಲಿ ಕಲಿತಳು. ಆದರೂ ಸಹ ಕತ್ತಿಕಾಳಗ ಮತ್ತು ಬಾಣಗಳ ಪ್ರಯೋಗದಲ್ಲಿ ಅವಳ ಸಾಧನೆ ಬೆಕ್ಕಸ ಬೆರಗಾಗುವ ರೀತಿ ಇತ್ತು ಎಂಬುದು ಇತಿಹಾಸದಲ್ಲಿ ದಾಖಲಾಗಿರುವ ಮಾಹಿತಿಯಾಗಿದೆ.

ಶಂಕರಭಟ್ಟರು "ಮಲ್ಲಮ್ಮ ನೀನು ಮುಖ್ಯವಾಗಿ ಕಲಿಯಬೇಕಾಗಿರುವ ವಿದ್ಯೆ ಯಾವುದು ಗೊತ್ತೆ?"

ಅವಳು ಕುತೂಹಲದಿಂದ "ಅಂತಹ ಮುಖ್ಯ ವಿದ್ಯೆ ಯಾವುದು ಗುರುದೇವ?" ಎಂದು ಕೇಳಿದಳು.

ಶಂಕರಭಟ್ಟರು ಹೇಳುತ್ತಿದ್ದಾರೆ.

ಅವಳಿಗೆ ರೋಮಾಂಚನ ಆಗುತ್ತಿದೆ.

** ** **

ಬೆಳವಡಿ ಪ್ರಾಂತ್ಯ.

ರಾಜಕುಮಾರ ಈಶಪ್ರಭು ಸಹ ಕ್ಷತ್ರಿಯ ವಿದ್ಯೆ ಮತ್ತು ರಾಜನೀತಿ, ಧರ್ಮಸೂಕ್ಷ್ಮ ಸಂಹಿತೆ, ಆಡಳಿತದ ವಿಭಾಗದಲ್ಲಿನ ನಿತ್ಯ ವ್ಯವಹಾರಗಳಲ್ಲಿ ಭಾಗವಹಿಸಿ ಅನುಭವ ಮಾಡಿಕೊಂಡನು.

ಈಶಪ್ರಭು ಸೂರ್ಯೋದಯಕ್ಕೆ ಮೊದಲೇ ಎದ್ದು ದೇಹದಲ್ಲಿ ಬೆವರು ಬರುವ ರೀತಿಯಲ್ಲಿ ವ್ಯಾಯಾಮ ಮಾಡುತ್ತಿದ್ದನು. ತುಂಬಿದ ಪ್ರಾಯದ ಅವನ ಶರೀರದ ಅಂಗಗಳು ಕಬ್ಬಿಣದ ತುಂಡುಗಳ ರೀತಿ ಒರಟಾಗಿದ್ದವು.

ಬೆಳವಡಿಯ ಸಂಬಂಧ ಬೆಳೆಸಲು ಸುತ್ತಮುತ್ತಲಿನ ಪ್ರಾಂತೀಯ ಮುಖಂಡರು ಮತ್ತು ಸಾಮಂತ ರಾಜರುಗಳು ಪ್ರಯತ್ನ ಮಾಡುತ್ತಿದ್ದಾರೆ.

ಆದರೆ ವಿವಾಹದ ವಿಚಾರವಾಗಿ ಅವನು ಆಸಕ್ತಿ ತೋರಿಸಲಿಲ್ಲ ಎಂಬುದು ನಿಜ.

ಆ ಸುದ್ದಿ ಬಂದಿತು.

ದೂತರಿಂದ ಸುದ್ದಿ ತಿಳಿದ ಕೂಡಲೇ ರಾಜಕುಮಾರ ಜಾಗೃತನಾದನು.

ಪ್ರಾಂತೀಯ ಪುಂಡರುಗಳು ಬೆಳವಡಿ ಪ್ರಾಂತ್ಯದಲ್ಲಿ ಮೇಯುತ್ತಿರುವ ಅಸಂಖ್ಯಾತ ಹಸುಗಳನ್ನು ಅಪಹರಿಸಲು ಪ್ರಯತ್ನಿಸುತ್ತಿದ್ದಾರೆ.

ರಾಜಕುಮಾರ ಈಶಪ್ರಭು ಅಲ್ಪ ಸೈನ್ಯದೊಂದಿಗೆ ಹಸುಗಳ ರಕ್ಷಣೆಗಾಗಿ ನುಗ್ಗಿದನು.

ಹಸುಗಳನ್ನು ಪುಂಡರು ತಮ್ಮ ಪ್ರಾಂತ್ಯದ ಕಡೆ ಓಡಿಸಿಕೊಂಡು ಹೋಗುತ್ತಿದ್ದಾರೆ.

ಈಶಪ್ರಭು ಬಿಲ್ಲನ್ನು 'ಹೆದೆ ಏರಿಸಿ' ಪುಂಡರ ಮೇಲೆ ಬಾಣಗಳ ಪ್ರಯೋಗ ಮಾಡಿದನು.

ಸೈನಿಕರು ಪುಂಡರ ಸುತ್ತಲೂ ಆವರಿಸಿಕೊಂಡರು. ರಾಜಕುಮಾರನ ಬಾಣಗಳ ಪ್ರಯೋಗದಿಂದ, ಸೈನಿಕರ ದಾಳಿಯಿಂದ ಪುಂಡರು ತತ್ತರಿಸಿದರು. ಪ್ರಾಣಭಯದಿಂದ ಅವರು ಪಲಾಯನ ಮಾಡಿದರು.

ಈಶಪ್ರಭುವಿನ ಯುದ್ಧ ಚಾತುರ್ಯತೆ ಬೆಳವಡಿ ಮಾತ್ರವಲ್ಲದೆ ಸುತ್ತಮುತ್ತಲಿನ ಪ್ರಾಂತ್ಯಗಳಲ್ಲೂ ಹರಡಿತು. ಬೆಳವಡಿ ಸಕಲ ಸಂಪತ್ತಿನಿಂದ ಕೂಡಿದ್ದರಿಂದ ಅದನ್ನು ಕಬಳಿಸಲು ಹೊಂಚು ಹಾಕುತ್ತಿದ್ದವರೆಲ್ಲಾ, ಈ ರಾಜಕುಮಾರ 'ಈಶಪ್ರಭು'ವಿನ ಪರಾಕ್ರಮದ ಬಗ್ಗೆ ಕೇಳಿ ಆಕ್ರಮಣ ಮಾಡುವ ಪ್ರಯತ್ನ ಮರೆತರು.

** ** **

ಮತ್ತೊಂದು ಮಹಾ ವಿದ್ಯೆ ಎಂದರೆ ಕುದುರೆ ಸವಾರಿ...! ಸೈನಿಕರಿಗೆ ಆಗಲಿ, ಸೇನಾಧಿಕಾರಿಗಳಿಗೆ ಆಗಲಿ, ರಾಜರುಗಳಿಗೆ ಆಗಲಿ ಇದು ಅತ್ಯಗತ್ಯ.

ಮಲ್ಲಮ್ಮ, ಕುದುರೆ ಸವಾರಿಯ ತರಬೇತಿಗೆಂದೇ ವಿಶಾಲವಾದ ಬಯಲು ಭೂಮಿಯಲ್ಲಿದ್ದಾಳೆ.

ಶಂಕರಭಟ್ಟರು ಸೇನಾಧಿಕಾರಿಗೆ ಆದೇಶಿಸಿದರು. "ನಿಮ್ಮಲ್ಲಿ ಕುದುರೆ ಸವಾರಿಯಲ್ಲಿ ಹೆಚ್ಚು ಅನುಭವ ಪಡೆದಿರುವ ಸವಾರರು, ಈ ಬಯಲು ಭೂಮಿಯ ಸುತ್ತಲು ಸವಾರಿ ಮಾಡಲಿ" ಎಂದು ಆದೇಶಿಸಿದ ನಂತರ ಮಲ್ಲಮ್ಮನ ಕಡೆ ತಿರುಗಿ ನೋಟದಲ್ಲೇ ಸೂಚನೆ ನೀಡಿದರು.

ತರಬೇತಿಯ ಅಗತ್ಯ ಇಲ್ಲ. ಕೇವಲ ನೋಟ ಮಾತ್ರದಿಂದಲೇ ಅವಳು ಅರ್ಥ ಮಾಡಿಕೊಂಡಳು. ಎಂತಹ ಕ್ಷತ್ರಿಯ ವಿದ್ಯೆಯನ್ನೇ ಆಗಲಿ ಅವಳಿಗೆ ನೋಟ ಮಾತ್ರದಿಂದ ಗ್ರಹಿಸಬಲ್ಲ ತೀಕ್ಷ್ಣವಾದ ಗ್ರಹಣ ಶಕ್ತಿ ಮತ್ತು ವಿಶೇಷವಾದ ನೆನಪಿನ ಶಕ್ತಿ ಇದೆ ಎಂಬುದು ಶಂಕರಭಟ್ಟರಿಗೆ ಮಾತ್ರವಲ್ಲ,

ಇತ್ತೀಚೆಗೆ ಮಲ್ಲಮ್ಮನ ಕಲಿಕೆಯ ಸಾಧನೆಯನ್ನು ಕಂಡು ಪ್ರಜೆಗಳೂ ಅರ್ಥ ಮಾಡಿಕೊಂಡಿದ್ದರು.

ಕುದುರೆಯನ್ನು ಯಾವ ರೀತಿ ಹತ್ತಬೇಕು, ನಿಯಂತ್ರಣದ ಜೀನುಗಳನ್ನು ಯಾವ ರೀತಿ ಹಿಡಿಯಬೇಕು ಮತ್ತು ಅಗತ್ಯ ಕಾಲದಲ್ಲಿ ಕುದುರೆ ವೇಗವಾಗಿ ಓಡಲು ಏನು ಮಾಡಬೇಕು ಎಂಬುದನ್ನು ಗ್ರಹಿಸಿದ್ದಳು.

ಶ್ವೇತ ವರ್ಣದ ಕುದುರೆ ಇವಳಿಗಾಗಿ ಕಾಯುತ್ತಾ ಸಿದ್ಧವಾಗಿ ನಿಂತಿದೆ.

ಮಲ್ಲಮ್ಮ ಹತ್ತಿರ ಬಂದು ಕುದುರೆಯ ತಲೆ, ಮುಖ, ಹೊಟ್ಟೆ ಭಾಗ ಸವರಿದಳು. ನಂತರ ಹತ್ತಾರು ಹೆಜ್ಜೆ ಹಿಂದೆ ಸರಿದಳು.

ಕುದುರೆ ಏರದೇ ರಾಜಕುಮಾರಿ ಇದೇನು ಮಾಡುತ್ತಿದ್ದಾಳೆ ಎಂದು ಎಲ್ಲರೂ ಕುತೂಹಲಗೊಂಡಿದ್ದಾರೆ. ಹಿಂದೆ ಸರಿದಿದ್ದ ಮಲ್ಲಮ್ಮ ವೇಗವಾಗಿ ಓಡುತ್ತಾ, ಕುದುರೆಯ ಹತ್ತಿರ ಬಂದ ಕೂಡಲೇ, ಪಾದಗಳನ್ನು ನೆಲಕ್ಕೆ ಮೆಟ್ಟಿ, ಶರೀರವನ್ನು ನಿಯಂತ್ರಿಸುತ್ತಾ ಚಂಗನೆ ನೆಗೆದು, ಕುದುರೆಯ ಜೀನುಗಳನ್ನು ಹಿಡಿದಳು.

ಕುದುರೆ ಕೆನೆಯುತ್ತಾ ತಲೆ ಮತ್ತು ಮುಂಗಾಲುಗಳನ್ನು ಮೇಲಕ್ಕೆ ಎತ್ತಿ ರಭಸದಿಂದ ತೂರಾಡಿತು. ಹೊಸಬರು ಇಂತಹ ಸಾಹಸ ಮಾಡುವುದಿಲ್ಲ. ಕುದುರೆ ಕೆನೆಯುವ ರಭಸಕ್ಕೆ ಎತ್ತಿ ಎಸೆದ ರೀತಿಯಲ್ಲಿ ಬೀಳುತ್ತಾರೆ.

ಮಲ್ಲಮ್ಮ ಎರಡು ಕೈಗಳಿಂದ ಜೀನುಗಳನ್ನು ಹಿಡಿದು ನಿಯಂತ್ರಿಸುತ್ತಲೇ, ಬಲ, ಎಡದಲ್ಲಿ ಕೆಳಮುಖವಾಗಿರುವ ಕಾಲುಗಳಿಂದ, ಕುದುರೆಗೆ ನೋವಾಗದ ರೀತಿ, ಹೊಟ್ಟೆ ಭಾಗವನ್ನು ಜಾಡಿಸಿದಳು.

ಕುದುರೆ ಮತ್ತೊಮ್ಮೆ ಕೆನೆಯಿತು. ಈಗ 'ಖುರ'ಪುಟದ ಶಬ್ದದೊಂದಿಗೆ ಓಡಲಾರಂಭಿಸಿತು. ಆ ವೇಗಕ್ಕೆ ಮಲ್ಲಮ್ಮ ತತ್ತರಿಸಿದಳು.

ದೇಹ ತೂರಾಡಿತು.

ಸೇನಾಧಿಕಾರಿ ಗಾಬರಿಯಿಂದ "ರಾಜಕುಮಾರಿ..." ಎಂದು ಅವಳ ರಕ್ಷಣೆಗಾಗಿ ಆ ಕುದುರೆಯತ್ತ ಓಡುತ್ತಿರುವಾಗಲೇ ಶಂಕರಭಟ್ಟರು ಜೋರಾದ ಧ್ವನಿಯಲ್ಲಿ "ನಿಲ್ಲಿ... ನಿಲ್ಲಿ... ಸೇನಾಧಿಪತಿಗಳೆ... ಮಲ್ಲಮ್ಮ ತನ್ನನ್ನು ತಾನು ರಕ್ಷಣೆ ಮಾಡಿಕೊಳ್ಳುತ್ತಾಳೆ. ನೀವ್ಯಾರೂ ರಕ್ಷಣೆಯ ಪ್ರಯತ್ನ ಮಾಡಬೇಡಿ" ಎಂದರು.

ಸೈನಿಕರು, ಸೇನಾಧಿಕಾರಿಗಳು ಈಗ ಹಿಂದೆ ಸರಿದರು.

ಮಲ್ಲಮ್ಮ ಕುದುರೆಯನ್ನು ನಿಯಂತ್ರಿಸಿ ಈಗ ವೇಗವಾಗಿ ಓಡಿಸುತ್ತಾ, ಯುದ್ಧಭೂಮಿಯ ಸುತ್ತಲೂ ನಾಲ್ಕಾರು ಸಲ ಓಡಿಸುತ್ತಾ ಬರುತ್ತಿದ್ದಾಳೆ.

ಸೈನಿಕರು ಜೈಕಾರ ಮಾಡಿದರು.

'ಉಘೇ... ಉಘೇ ರಾಜಕುಮಾರಿ.'

ಕುದುರೆ ಸವಾರಿ ಸಂಪನ್ನಗೊಳಿಸಿ ಇಳಿದು ಬಂದು ಶಂಕರಭಟ್ಟರಿಗೆ ರಾಜ ಪದ್ಧತಿಯಂತೆ ನಮಸ್ಕಾರ ಮಾಡಿ ಭಕ್ತಿ, ಗೌರವ ತೋರಿದಳು.

ಅಲ್ಲಿದ್ದವರೆಲ್ಲಾ ಬೆರಗಾಗಿದ್ದಾರೆ.

ಮಲ್ಲಮ್ಮ ಸಾಮಾನ್ಯ ಸ್ತ್ರೀ ಅಲ್ಲ. ಇವಳಲ್ಲಿ ದೈವಿಕ ಶಕ್ತಿ ಇದೆ. ಇಲ್ಲದಿದ್ದರೆ ಕೇವಲ ನೋಟ ಮಾತ್ರದಿಂದಲೇ ಎಲ್ಲವನ್ನೂ ಕಲಿಯಲು ಸಾಧ್ಯ ಆಗುತ್ತಿರಲಿಲ್ಲ.

ಮಹಾರಾಜ ಮದಲಿಂಗ ನಾಯಕ ಮತ್ತು ದೇವಕಾಂತೆಗೆ (ಮಹಾರಾಣಿ) ಈ ಸಂಗತಿ ತಿಳಿದು ಮಗಳ ಬಗ್ಗೆ ಸಂತೋಷ, ಹೆಮ್ಮೆ ಭಾವದಿಂದ ಮನತುಂಬಿ ಬಂದಿತು.

ಪುತ್ರ ಸದಾಶಿವ ನಾಯಕ ಸಹ ಗುರುಕುಲದಲ್ಲಿ ಅಗತ್ಯವಾದ ಕ್ಷತ್ರಿಯ ವಿದ್ಯೆ ಕಲಿಯುತ್ತಿದ್ದಾನೆ. ಈ ರಾಜ್ಯದ ಭವಿಷ್ಯದ ಉತ್ತರಾಧಿಕಾರಿ ಇವನೇ ಅಲ್ಲವೆ? ಮಗನ ಸಾಧನೆಯ ಬಗ್ಗೆ ಮದಲಿಂಗ ನಾಯಕ ಗಮನ ನೀಡಿದ್ದನು. ಮಲ್ಲಮ್ಮ ಸಹ ಆಗಾಗ ಸಹೋದರನಿಗೆ ತರಬೇತಿ ನೀಡುತ್ತಿದ್ದಳು.

ಮಲ್ಲಮ್ಮನ ಸಾಧನೆ ಏನು?

ಅವಳು ಬಹುಭಾಷಾ ಕೋವಿದೆ.

ಕನ್ನಡ-ಸಂಸ್ಕೃತ, ಮಲೆಯಾಳಿ, ತಮಿಳು, ತೆಲುಗು ಭಾಷೆಗಳಲ್ಲಿ ಮಾತಾಡಲು ಮತ್ತು ಓದಿ-ಬರೆದು ಮಾಡುವಷ್ಟರಮಟ್ಟಿಗೆ ಸಾಧನೆ ಮಾಡಿದ್ದಳು.

ಕತ್ತಿಕಾಳಗದ ವರಸೆ

ಭಲ್ಲೆ-ಈಟಿ ಪ್ರಯೋಗ

ಬಿಲ್ಲು ವಿದ್ಯೆಯಲ್ಲಿ ಪ್ರಾವೀಣ್ಯತೆ

ಕುದುರೆ ಸವಾರಿಯ ಸಾಧಕಳು.

ಕ್ಷತ್ರಿಯ ವಿದ್ಯೆಯಲ್ಲಿ ಅವಳು ಪರಿಪೂರ್ಣ ರೀತಿಯಲ್ಲಿ ಸಾಧನೆ ಮಾಡಿದ್ದಳು. ಆದರೆ ಯುದ್ಧಭೂಮಿಯಲ್ಲಿ ಶತ್ರುಗಳನ್ನು ಎದುರಿಸುವಾಗ, ಪುಂಡ-ಪಾಳೆಯಗಾರರು ಹಠಾತ್ ಆಕ್ರಮಣ ಮಾಡಿದಾಗ, ಅವರನ್ನು ಯಾವ ರೀತಿ ಎದುರಿಸಬೇಕು ಎಂಬುದರ ತರಬೇತಿ ಅಗತ್ಯವಾಗಿತ್ತು.

ಅದಕ್ಕಾಗಿ ಸೇನಾಧಿಪತಿಗಳು, ಅನುಭವಸ್ಥ ದಂಡ ನಾಯಕರುಗಳು ರಣತಂತ್ರ, ಶತ್ರುಗಳಿಗೆ ಯಾವ ರೀತಿ ಪ್ರತಿರೋಧ ನೀಡಬೇಕು ಮತ್ತು ಯುದ್ಧಭೂಮಿಯಲ್ಲಿ ಶತ್ರುಗಳ ಸಂಖ್ಯೆ, ಅವರ ಆಕ್ರಮಣದ ಬಿರುಕನ್ನು ಗಮನಿಸಿ, ಯಾವ ರೀತಿ ಯುದ್ಧತಂತ್ರ ಬದಲಿಸಿ, ಬೇರೆ ರೀತಿಯಲ್ಲಿ ವ್ಯೂಹಗಳನ್ನು ರಚನೆ ಮಾಡಬೇಕು ಎಂಬುದನ್ನು ಕಲಿಸಲಾರಂಭಿಸಿದರು.

ಆದರೂ ಸಹ ಯುದ್ಧಗಳಲ್ಲಿ ಭಾಗವಹಿಸಿ, ಶತ್ರುಗಳನ್ನು ಎದುರಿಸುವಾಗ, ಬದಲಾಗುವ ಸನ್ನಿವೇಶಗಳನ್ನು ಎದುರಿಸುವುದು ಅನುಭವದಿಂದ ಮಾತ್ರ

ಸಾಧ್ಯ. ಶಂಕರಭಟ್ಟರು ಸೇನಾಧಿಕಾರಿಗಳಿಗೆ ಸೂಚಿಸಿ, ಪ್ರತ್ಯಕ್ಷವಾಗಿ ಶತ್ರುಗಳ ಆಕ್ರಮಣದ ಸನ್ನಿವೇಶ ಸೃಷ್ಟಿ ಮಾಡಿ, ಮಲ್ಲಮ್ಮ ಯಾವ ರೀತಿ ಎದುರಿಸಬೇಕು ಎಂಬುದನ್ನು ಮನವರಿಕೆ ಮಾಡಿಕೊಡಲಾರಂಭಿಸಿದರು.

ಇದು ಸಾಮಾನ್ಯ ಸಾಹಸ ಆಗಿರಲಿಲ್ಲ. ಆದರೂ ಸಹ ಮಲ್ಲಮ್ಮ ಧೈರ್ಯ, ಸಾಹಸ ಪ್ರದರ್ಶಿಸುವ ಜೊತೆಗೆ ಸಮಯೋಚಿತ ಜಾಣ್ಮೆಯನ್ನು ಉಪಯೋಗಿಸಿ, ರಣತಂತ್ರಗಳನ್ನು ಬದಲಿಸುವ ಕಲೆಯನ್ನು ಎಲ್ಲರೂ ಬೆರಗಾಗುವ ರೀತಿಯಲ್ಲಿ ಪ್ರದರ್ಶಿಸಿದಳು ಎಂಬುದು ಪರಮ ವಿಸ್ಮಯಕಾರಿಯಾಗಿತ್ತು.

ಮಲ್ಲಮ್ಮ ಈಗಿನ ಸ್ಥಿತಿಯಲ್ಲಿ ಕ್ಷತ್ರಿಯ ವಿದ್ಯೆ ಮತ್ತು ಯುದ್ಧಭೂಮಿಯ ಅನುಭವವನ್ನು ತಕ್ಕಮಟ್ಟಿಗೆ ಮಾಡಿಕೊಂಡಿದ್ದಳು. ಈಗ ಉಳಿದಿರೋದು ಏನು?

ಪ್ರಾಯೋಗಿಕ ಅನುಭವ!

ಆ ಸನ್ನಿವೇಶ ಬರುವ ತನಕ ಅವಳು ನಿರಂತರವಾಗಿ ಯುದ್ಧಗಳ ತಂತ್ರಗಳನ್ನು, ಬೇರೆ–ಬೇರೆ ಸೇನಾಧಿಕಾರಿಗಳೊಂದಿಗೆ ಸೇರಿ ಕಲಿಯಲಾರಂಭಿಸಿದಳು.

ಮದಲಿಂಗ ನಾಯಕ ಹಲವಾರು ಸಲ ಅಂದುಕೊಂಡಿದ್ದನು. ಇವಳು ನನ್ನ ಪುತ್ರನಾಗಿ ಜನಿಸಿದ್ದರೆ, ಈ ರಾಜ್ಯಕ್ಕೆ ರಕ್ಷಣೆಯಾಗಿರುತ್ತಿದ್ದಳು ಮತ್ತು ನಮ್ಮ ಸಾಮ್ರಾಜ್ಯ ಅಷ್ಟ ದಿಕ್ಕುಗಳಲ್ಲಿ ವಿಸ್ತರಿಸುವಂತೆ ಮಾಡುತ್ತಿದ್ದಳು.

ಇದೇನು ಸಾಮಾನ್ಯವಲ್ಲ. ಆದರೂ ಮಲ್ಲಮ್ಮ ಎಲ್ಲಾ ಯುವತಿಯರಂತೆ, ಆಟ, ವಿನೋದ, ಮನರಂಜನೆ, ಅಂತಃಪುರದ ಸುಖಭೋಗಗಳಲ್ಲಿ ಕಾಲ ಕಳೆಯುತ್ತಿರಲಿಲ್ಲ. ವಿಶ್ರಾಂತಿಗೆ ಹೆಚ್ಚು ಪ್ರಾಮುಖ್ಯತೆ ನೀಡದೆ ನಿರಂತರವಾಗಿ ಸಾಧನೆ ಮಾಡುತ್ತಿದ್ದಳು.

ತಾಯಿ ದೇವಕಾಂತೆ ಈ ವಿಚಾರವಾಗಿ ಮಗಳನ್ನು ಆಕ್ಷೇಪಿಸಿದ್ದಳು. ಮಲ್ಲಮ್ಮ ನಗುನಗುತ್ತಾ ಒಳ್ಳೆಯ ರೀತಿಯಿಂದಲೇ ಉತ್ತರಿಸಿ ತಾಯಿಯನ್ನು ಸಮಾಧಾನ ಮಾಡಿದ್ದಳು.

ಪುತ್ರ ಸದಾಶಿವ ಆಸಕ್ತಿಯಿಂದ ಕ್ಷತ್ರಿಯ ವಿದ್ಯೆಯನ್ನು ಕಲಿಯುತ್ತಿದ್ದರೂ ಸಹ, ಮಲ್ಲಮ್ಮನಂತೆ ಪ್ರಚಂಡ ಸಾಧನೆ ಮಾಡಿ, ಎಲ್ಲಾ ಕ್ಷತ್ರಿಯ ವಿದ್ಯೆಗಳನ್ನು ಕರಗತ ಮಾಡಿಕೊಂಡಿರಲಿಲ್ಲ. ತುಂಬಾ ನಿಧಾನವಾಗಿ ಮತ್ತು ಹಂತ ಹಂತವಾಗಿ ಎಲ್ಲವನ್ನೂ ಸಹ ಕಲಿಯುತ್ತಿದ್ದಾನೆ.

ಮತ್ತೊಂದು ಆಸೆ...!

ಮಲ್ಲಮ್ಮ ಮಹಾಭಾರತದ ಮಹಾನ್ ಕೃತಿಯನ್ನು ಓದುತ್ತಿದ್ದಾಗ, ಅವಳ ಮನಸ್ಸಿನಲ್ಲಿ ಭೀಮಸೇನ ಮತ್ತು ದುರ್ಯೋಧನ ಗದಾಯುದ್ಧದ ಸನ್ನಿವೇಶ ಇಷ್ಟವಾಗಿತ್ತು. ಅವರಿಬ್ಬರು ಸಮಬಲ ಪರಾಕ್ರಮದಿಂದ, ಮದಗಜಗಳಂತೆ

ಗುದ್ದಾಡುತ್ತಿದ್ದರು. ಭೀಮಸೇನ ಮಲ್ಲಯುದ್ಧ ಮಾಡಿ 'ಬಕಾಸುರ', 'ಕಿಮ್ಮೀರ' ಮತ್ತು 'ಕೀಚಕ' ಎಂಬ ದುಷ್ಟ ರಾಕ್ಷಸರನ್ನು ಸಂಹಾರ ಮಾಡಿದ್ದನು.

ಭೀಮ ಜಗದೇಕ ವೀರ.

ಮಲ್ಲಯುದ್ಧದಲ್ಲಿ ಭೀಮನಿಗೆ ಸರಿಸಮ ಆಗುವವರು ಈ ಜಗತ್ತಿನಲ್ಲೇ ಇರಲಿಲ್ಲ. ಅವನು ಹಾಕುವ ಪಟ್ಟುಗಳ ಬಗ್ಗೆ ಓದಿದ ನಂತರ, ಆ ದೃಶ್ಯ ಹೇಗಿರಬಹುದು ಎಂಬುದನ್ನು ಕಲ್ಪನೆ ಮಾಡಿಕೊಳ್ಳುತ್ತಿದ್ದಳು ಮಲ್ಲಮ್ಮ.

ಅವಳಿಗೆ ಹಂತ-ಹಂತವಾಗಿ ಮಲ್ಲಯುದ್ಧದ ಆಸೆ ಬೆಳೆಯಲಾರಂಭಿಸಿತು. ತುಂಬಾ ಸಲ ಪ್ರಶ್ನೆ ಮಾಡಿಕೊಂಡಿದ್ದಳು. ನಾನ್ಯಾಕೆ ಮಲ್ಲಯುದ್ಧ ಕಲಿತು ಕುಸ್ತಿಪಟು ಆಗಬಾರದು.

ಈ ಆಸೆ ಪ್ರಚೋದಿಸುತ್ತಾ ತೀವ್ರ ರೀತಿಯ ಹಂಬಲವಾಗಿ ಕಾಡಲಾರಂಭಿಸಿತು.

ತಂದೆಗೆ ಈ ಆಸೆ ತಿಳಿಸಿದಳು.

ತಾಯಿ ದೇವಕಾಂತೆ ಒಪ್ಪಲಿಲ್ಲ.

"ಏ ಮಲ್ಲವ್ವ... ಇದೆಂತಹ ಹುಚ್ಚು ಆಸೆ ನಿನಗೆ ಬಂದಿದೆ. ನಿನ್ನಂತ ಕೋಮಲ ಯುವತಿ ಮಲಯುದ್ಧ, ಕುಸ್ತಿ ಕಲಿಯುವುದೆ? ಛೇ... ಛೇ... ನಿನ್ನ ಅಪ್ಪಾಜಿಯವರು ಕೊಟ್ಟ ಸಲಿಗೆ ವಿಪರೀತವಾಗಿ ನೀನು ಎಲ್ಲವನ್ನೂ ಕಲಿಯುವ ಹುಚ್ಚು ಹಂಬಲ ಬೆಳೆಸಿಕೊಳ್ಳುತ್ತಿದ್ದೀಯ. ನೋಡು ಮಲ್ಲವ್ವ... ನಿನಗೆ ಪ್ರಾಯ ಬಂದಿದೆ. ಆದಷ್ಟು ಬೇಗ ಮದುವೆ ಮಾಡುತ್ತೇನೆ ಒಂದು ಕುಟುಂಬದ ದೀಪವಾಗಿ ಬೆಳಗಬೇಕಾಗಿರುವ ನೀನು ಗಂಡಸರಂತೆ ಕುಸ್ತಿ, ಮಲ್ಲಯುದ್ಧ ಕಲಿಯುವ ಅಗತ್ಯ ಇಲ್ಲ" ಎಂದು ಗಂಭೀರವಾಗಿ ಹೇಳಿದಳು.

ಮಲ್ಲಮ್ಮ ತಂದೆಯ ಕಡೆ ನೋಡುತ್ತಾ "ಅಪ್ಪಾಜಿ... ನನ್ನ ಬಗ್ಗೆ ಎಲ್ಲಾ ಗೊತ್ತಿರುವ ನೀವು ಅನುಮತಿ ನೀಡುತ್ತೀರಿ ಎಂಬ ವಿಶ್ವಾಸ, ನಂಬಿಕೆ ನನಗಿದೆ" ಎಂದಳು.

ಮದಲಿಂಗ ನಾಯಕ "ನಿನ್ನ ತಾಯಿ ವಿರೋಧಿಸುತ್ತಿರುವಾಗ ನಾನು ಹೇಗೆ ಅನುಮತಿ ನೀಡಲಿ? ನೀನು ಮಲ್ಲಯುದ್ಧ ಕಲಿತರೆ, ನಿನ್ನನ್ನು ವಿವಾಹವಾಗಲು ಮತ್ತೊಬ್ಬ ಮಲ್ಲಯುದ್ಧ ಪಟುವನ್ನು ಶೋಧಿಸಬೇಕಾಗುತ್ತದೆ" ಎಂದು ಹೇಳಿ ಜೋರಾಗಿ ನಗುತ್ತಾ ಅಲ್ಲಿಂದ ಹೊರಟನು.

"ಅಪ್ಪಾಜಿ ನಿಲ್ಲಿ..."

ಅಂತಃಪುರದ ದ್ವಾರದತ್ತ ಹೋಗುತ್ತಿದ್ದ ರಾಜ ಮದಲಿಂಗ ನಾಯಕ ಹಿಂತಿರುಗಿ "ಮಲ್ಲವ್ವ... ಅದೇನು ಅಂತ ಹೇಳು ತಾಯಿ" ಎಂದಾಗ ಅವಳು ಹತ್ತಿರ ಬಂದಳು.

ದೃಷ್ಟಿ ಬೆರೆಸಿದಳು.

"ಅಪ್ಪಾಜಿ... ನನ್ನ ವಿವಾಹದ ಬಗ್ಗೆ ನೀವು ಈಗಲೇ ಚಿಂತೆ ಮಾಡಬೇಡಿ. ನಾನು ಹುಟ್ಟಿ, ಬೆಳೆದಿರುವ ಈ ಪುಣ್ಯಭೂಮಿಗೆ ಸೇವೆ ಸಲ್ಲಿಸಿದ ನಂತರ ವಿವಾಹವಾಗುತ್ತೇನೆ. ಈಗ ಮತ್ತೊಂದು ಸಂಗತಿ ತಿಳಿಸಲೇಬೇಕು. ನಾನು ಅಪ್ಪಾಜಿಯವರ ಹತ್ತಿರ ನನ್ನ ಆಸೆ, ಕನಸುಗಳನ್ನು ಹೇಳಿಕೊಂಡಂತೆ ಬೇರೆಯವರ ಹತ್ತಿರ, ಮುಖ್ಯವಾಗಿ ವಿವಾಹವಾದ ಮೇಲೆ ಗಂಡನ ಹತ್ತಿರ ಹೇಳಿಕೊಳ್ಳಲು ಹೇಗೆ ಸಾಧ್ಯ? ತವರುಮನೆಯಲ್ಲಿ ಇರುವತನಕ ಕ್ಷತ್ರಿಯರಿಗೆ ಪೂರಕವಾಗಿರುವ ನನ್ನ ಎಲ್ಲಾ ಆಸೆಯನ್ನೂ ದಯಮಾಡಿ ಈಡೇರಿಸಿ" ಎಂದು ಕೈಗಳನ್ನು ಜೋಡಿಸಿ ಪ್ರಾರ್ಥಿಸಿದಳು.

ಮಹಾರಾಜ ಕರಗಿದನು.

ಭಾವುಕ ಸ್ಪಂದನವಾಯಿತು.

ಅಲ್ಲೇ ಇದ್ದ ಪತ್ನಿಯ ಕಡೆ ಒಂದು ಸಲ ನೋಡಿದ ನಂತರ "ಆಗಲಿ... ಆಗಲಿ ನನ್ನ ಕಂದ" ಎಂದಾಗ ದೇವಕಾಂತೆ ಕೋಪದಿಂದ ಗಂಡನ ಕಡೆ ನೋಡಿದಳು. ಆಕೆಯ ಮುಖ ಕೆಂಪಾಗಿದೆ.

"ಮಲ್ಲವ್ವ... ನನ್ನದೊಂದು ನಿಬಂಧನೆ ಇದೆ. ನೀನು ಅದಕ್ಕೆ ಒಪ್ಪಿದರೆ ಮಾತ್ರ ಅನುಮತಿ ನೀಡುತ್ತೇನೆ."

"ಹೇಳಿ ಅಪ್ಪಾಜಿ."

"ಬೇರೆ-ಬೇರೆ ಪ್ರಾಂತ್ಯಗಳಲ್ಲಿ ಕುಸ್ತಿ ವರಸೆ ಕಲಿತಿರುವ ಗುಡ್ಡಗಾಡಿನ ಹೆಂಗಸರು ಇರುತ್ತಾರೆ. ನಿನ್ನ ಕಲಿಕೆ ಮತ್ತು ತರಬೇತಿ ಅವರೊಂದಿಗೆ ಮಾತ್ರ."

"ಆಗಲಿ ಅಪ್ಪಾಜಿ. ರಾಜ ಕುಟುಂಬದ ಸ್ತ್ರೀ ಆಗಿರುವ ನಾನು ಇದನ್ನು ಅರ್ಥ ಮಾಡಿಕೊಳ್ಳಬಲ್ಲೆ."

ಮದಲಿಂಗ ನಾಯಕ ಕೋಪದಿಂದ ದೂರ ಹೋಗುತ್ತಿರುವ ಪತ್ನಿಯ ಕಡೆ ಕೈ ತೋರಿಸುತ್ತಾ "ನೋಡು... ಅಲ್ಲಿ ನೋಡು... ನಿನ್ನ ತಾಯಿಗೆ ಕೋಪ ಬಂದಿದೆ. ಆ ಕೋಪ ಶಮನ ಮಾಡಲು ನಾನು ಸಾಹಸ ಮಾಡಬೇಕು" ಎಂದನು.

ಮಲ್ಲಮ್ಮ ನಗುತ್ತಾ "ನನ್ನ ಮಾತೃಶ್ರೀಯವರ ಕೋಪವನ್ನು ಶಾಂತಗೊಳಿಸುವ ಕಲೆ ನಿಮಗೆ ಕರಗತವಾಗಿದೆ ಅಪ್ಪಾಜಿ" ಎಂದು ಅಲ್ಲಿಂದ ಹೊರಟಳು.

** ** **

ಅಂದು ಹುಣ್ಣಿಮೆ.

ಮಲ್ಲಮ್ಮನಿಗೆ ಬುದ್ಧಿ ತಿಳಿದಾಗಿಂದ ಬೇಟೆ ಬಗ್ಗೆ ಆಸಕ್ತಿ ಇತ್ತು. ಅವಳು ತಂದೆಯ ಅನುಮತಿ ಪಡೆದು ಹೊರಟಳು. ಅವಳ ರಕ್ಷಣೆಗಾಗಿ ನಾಲ್ಕು

ಮಂದಿ ಸೈನಿಕರು ಹೊರಟಿದ್ದಾರೆ. ಮಗಳ ಪರಾಕ್ರಮದ ಬಗ್ಗೆ ಮಹಾರಾಜನಿಗೆ ವಿಶ್ವಾಸ ಇತ್ತು ನಿಜ. ಆದರೂ ಕಗ್ಗಾಡಿನಲ್ಲಿ ರಾತ್ರಿಯ ವೇಳೆ ಬೇಟೆ ತುಂಬಾ ಅಪಾಯಕಾರಿ. ಅದೂ ಅಲ್ಲದೆ 'ಬೈಲಹೊಂಗಲ' ಪ್ರಾಂತ್ಯವನ್ನು ವಶಪಡಿಸಿಕೊಳ್ಳಲು, ಪುಂಡ ಪಾಳೆಯಗಾರರು, ಸಾಮಂತರಲ್ಲಿ ಕೆಲವರು ಅವಕಾಶಕ್ಕಾಗಿ ಕಾಯುತ್ತಿರುತ್ತಾರೆ. ಮಲ್ಲಮ್ಮನ ಸಾಹಸ, ಪರಾಕ್ರಮ ಮತ್ತು ಎಲ್ಲಾ ರೀತಿಯ ಕ್ಷತ್ರಿಯ ವಿದ್ಯೆಯನ್ನು ಅವಳು ಕರಗತ ಮಾಡಿಕೊಂಡು ವೀರ ವನಿತೆಯಾಗಿ ವಿಜೃಂಭಿಸುತ್ತಿರುವ ಸಂಗತಿ ಎಲ್ಲರಿಗೂ ತಿಳಿದಿತ್ತು. ಒಂಟಿಯಾಗಿ ಅರಣ್ಯದಲ್ಲಿ ಬೇಟೆ ಆಡುತ್ತಿರುವಾಗ, ಶತ್ರು ಸೈನಿಕರು, ಎಲ್ಲಾ ಕಡೆಯಿಂದ ಏಕಕಾಲದಲ್ಲಿ ಆಕ್ರಮಣ ಮಾಡಿದರೆ, ಮಲ್ಲಮ್ಮ ಹೇಗೆ ತಾನೇ ಬದುಕುಳಿಯಲು ಸಾಧ್ಯ? ಇದು ರಾಜನಿಗೆ ಆತಂಕ ಉಂಟು ಮಾಡಿದ್ದರಿಂದ ರಕ್ಷಣೆಗಾಗಿ ಸೈನಿಕರ ಒಂದು ತಂಡವನ್ನು ಕಳಿಸಿದ್ದನು.

ಮಲ್ಲಮ್ಮ ಆದೇಶಿಸಿದ್ದಾಳೆ!

ಸೈನಿಕರು ದೂರದಿಂದ ಅವಳನ್ನು ಹಿಂಬಾಲಿಸಬೇಕು ಮತ್ತು ಮಾತಾಡಬಾರದು, ಯಾವ ರೀತಿಯ ಶಬ್ದ ಮಾಡಬಾರದು. ಶಬ್ದ ಉಂಟಾದರೆ ಬೇಟೆ ತಪ್ಪುತ್ತದೆ.

ಕೆಲವು ಸೈನಿಕರು ಬೆಂಕಿಯ ಪಂಜುಗಳನ್ನು ಹಿಡಿದು ಹಿಂಬಾಲಿಸುತ್ತಿದ್ದಾರೆ. ಮಲ್ಲಮ್ಮ ಕುದುರೆಯನ್ನು ಅರಣ್ಯದ ಪ್ರವೇಶ ದ್ವಾರದಲ್ಲಿ ನಿಲ್ಲಿಸಿ, ಬಿಲ್ಲು ಮತ್ತು ಬಾಣಗಳ ಬತ್ತಳಿಕೆ ಮತ್ತು ಸೊಂಟದ ಭಾಗದಲ್ಲಿರುವ ಖಡ್ಗದೊಂದಿಗೆ ತುಂಬಾ ಎಚ್ಚರಿಕೆಯಿಂದ ಹೆಜ್ಜೆ ಹಾಕುತ್ತಿದ್ದಾಳೆ. ಕಿವಿಗಳನ್ನು ನಿಮಿರಿಸಿ ಶಬ್ದವನ್ನು ಆಲಿಸುತ್ತಿದ್ದಾಳೆ.

ದೂರದಲ್ಲಿ ದೀಪಗಳು ಬೆಳಗುತ್ತಿರುವುದು ಕಂಡುಬಂದಿತು.

ಅದು ಗೇರುಸೊಪ್ಪೆ ಗ್ರಾಮ.

ಆ ಗ್ರಾಮ ಬೈಲಹೊಂಗಲದ ಆಡಳಿತಕ್ಕೆ ಒಳಪಟ್ಟಿದೆ. ನೂರಾರು ಮನೆಗಳಿರುವ ಆ ಗ್ರಾಮದಲ್ಲಿ ಕೃಷಿ, ವ್ಯಾಪಾರ-ವ್ಯವಹಾರ ನಿರಂತರವಾಗಿ ನಡೆಯುತ್ತಿವೆ.

ಆ ದೃಶ್ಯ ಕಂಡಿತು.

ಅವಳು ಬೆಚ್ಚಿಬಿದ್ದಳು.

ಆರು ವರ್ಷದ ಬಾಲಕ, ರಾತ್ರಿಯ ವೇಳೆಯಲ್ಲಿ ಮೂತ್ರ ವಿಸರ್ಜನೆಗಾಗಿ ಮನೆಯಿಂದ ಹೊರಗೆ ಬಂದನು.

ದೂರದಲ್ಲಿರುವ ಮರದ ಹತ್ತಿರ ಸುಳಿದಾಡುತ್ತಿದ್ದ ಭಾರೀ ಗಾತ್ರದ ಹುಲಿಯೊಂದು ಅಗಲವಾಗಿ ಬಾಯಿ ತೆರೆದು ಘರ್ಜಿಸುತ್ತಲೇ ಮೂತ್ರ ವಿಸರ್ಜನೆ ಮಾಡುತ್ತಿದ್ದ ಬಾಲಕನ ಕಡೆ ನುಗ್ಗಿತು.

ಹುಲಿಯ ಘರ್ಜನೆ ಕೇಳಿ ಆ ಹುಡುಗ ನಡುಗಿದನು.

ಚಡ್ಡಿ ಜಾರಿತು.

ಮೂತ್ರ ತೊಡೆ, ಮಂಡಿ ಮತ್ತು ಪಾದಗಳ ಮೇಲೆ ಸಿಡಿಯಿತು. ಆ ಬಾಲಕ ಹಿಂತಿರುಗಿದನು.

ಹುಲಿ ರಭಸದಿಂದ ನುಗ್ಗಿ ಬರುತ್ತಿದೆ. ಬಾಲಕ ಪ್ರಾಣಭಯದಿಂದ ಕಿರುಚುತ್ತಾ ಓಡಲಾರಂಭಿಸಿದನು. ಬಾಲಕನ ಕಿರುಚಾಟ ಮತ್ತು ಹುಲಿಯ ಘರ್ಜನೆ ಕೇಳಿ ಬಾಲಕನ ಮನೆಯವರು ಮತ್ತು ನೆರೆ-ಹೊರೆಯಲ್ಲಿ ವಾಸಿಸುತ್ತಿರುವವರು ಭೀತರಾಗಿ, ಬಾಗಿಲು ಪೂರ್ತಿ ತೆಗೆಯದೆ ಇಣುಕಿ ನೋಡಿದರು.

ಭಾರೀ ಗಾತ್ರದ ಹುಲಿ ಬಾಲಕನನ್ನು ಅಟ್ಟಿಸಿಕೊಂಡು ಓಡುತ್ತಿರುವ ದೃಶ್ಯ ಕಂಡು ಭೀತರಾದರು.

ಆ ಬಾಲಕ ಉಳಿಯಲಾರ!

ಇದು ಎಲ್ಲರಿಗೂ ಖಚಿತವಾಗಿದೆ.

ಬಾಲಕನಿಗೆ ಅಪ್ಪ-ಅಮ್ಮ ಇರಲಿಲ್ಲ. ಅವನನ್ನು ಪ್ರೀತಿ, ಕಾಳಜಿ ಮತ್ತು ಅಕ್ಕರೆಯಿಂದ ಬೆಳೆಸುತ್ತಿರುವವಳು ಅಜ್ಜಿ ನೀಲಮ್ಮ...!

ನೀಲಮ್ಮ ಮನೆಯಿಂದ ಹೊರಗೆ ಬಂದು ಜೋರಾಗಿ ಅಳುತ್ತಾ ಮೊಮ್ಮಗನನ್ನು ಕಾಪಾಡಿ ಎಂದು ಕೂಗಿಕೊಳ್ಳುತ್ತಿದ್ದಾಳೆ.

ಬೆಳದಿಂಗಳು ಹರಡಿದೆ ನಿಜ. ಆದರೆ, ಆ ಬಾಲಕ ಭೀತನಾಗಿ ಅಡ್ಡಾದಿಡ್ಡಿ ಓಡುತ್ತಾ, ನೆಲದ ಮೇಲೆ ಬಿದ್ದಿದ್ದ ದುಂಡನೆಯ ಕಲ್ಲಿನ ಮೇಲೆ ಕಾಲನ್ನು ಊರಿದನು. ಆ ಕಲ್ಲು ಹೊರಳಿದ್ದರಿಂದ, ಬಾಲಕ ಆಯ ತಪ್ಪಿ ಈಗ ನೆಲದ ಮೇಲೆ ದಬಾಲನೆ ಬಿದ್ದನು.

ಹುಲಿ ಓಡುತ್ತಲೇ ಮುಂಗಾಲುಗಳನ್ನು ಬಲವಾಗಿ ನೆಲದ ಮೇಲೆ ಊರುತ್ತಾ ಆರು ಅಡಿ ಎತ್ತರಕ್ಕೆ ನೆಗೆದು, ನೆಲದ ಮೇಲೆ ಬಿದ್ದಿರುವ ಆ ಬಾಲಕನ ಮೇಲೆ ಎರಗಿತು.

ನೀಲಮ್ಮ ಬಾಯಿ ಬಡಿದುಕೊಳ್ಳುತ್ತಾ ಗೋಳಾಡುತ್ತಿದ್ದಾಳೆ.

ಆದರೆ ಅಲ್ಲಿ ಅಚಾನಕ್ ಆಗಿ ಬೇರೊಂದು ಘಟನೆ ನಡೆಯಿತು. ಎಲ್ಲಿಂದಲೋ ತೂರಿಕೊಂಡು ಬಂದ ಬಾಣವೊಂದು ಬಾಲಕನ ಮೇಲೆ ಎರಗುತ್ತಿದ್ದ ಹುಲಿಯ ಹೊಟ್ಟೆಗೆ ಬಲವಾಗಿ ಚುಚ್ಚಿಕೊಂಡಿತು. ಆ ಹುಲಿ ವಿಕಾರವಾಗಿ ಘರ್ಜಿಸುತ್ತಾ ನೆಲದ ಮೇಲೆ ದಬಾಲನೆ ಬಿದ್ದಿತು.

ಜನಗಳು ಭಯಾಶ್ಚರ್ಯದಿಂದ ನೋಡುತ್ತಿರುವಾಗ ಬಿಲ್ಲು, ಬಾಣಗಳನ್ನು ಹಿಡಿದು ಅಲ್ಲಿಗೆ ಮಲ್ಲಮ್ಮ ಬಂದಳು.

ರಾಜಕುಮಾರಿ ಬಂದಿದ್ದಾಳೆ.

ಬಾಲಕನ ಪ್ರಾಣ ಕಾಪಾಡಿದ್ದಾಳೆ.

ಹುಲಿ ಬೇಟೆ ಆಡಿದ್ದಾಳೆ.

ಅಬ್ಬಬ್ಬ... ಗುರಿ ಮತ್ತು ಬಾಣ ಪ್ರಯೋಗದಲ್ಲಿ ಅದೆಂತಹ ರಭಸ ಇತ್ತು. ಹುಲಿ ಕೆಲವು ಕ್ಷಣ ನರಳಾಡಿ ಪ್ರಾಣ ಬಿಟ್ಟಿತು.

ಆಗ ಗ್ರಾಮಸ್ಥರು ತಮ್ಮ ಮನೆಗಳಿಂದ ಹೊರಗೆ ಬರಲಾರಂಭಿಸಿದರು. ಆ ಬಾಲಕ ಭಯದಿಂದ ನಡುಗುತ್ತಾ ಓಡಿಬಂದು ಅಜ್ಜಿಯನ್ನು ತಬ್ಬಿಕೊಂಡನು.

ಗ್ರಾಮಸ್ಥರು ಮಲ್ಲಮ್ಮನನ್ನು ಸುತ್ತುವರಿದು ನಿಂತಿದ್ದಾರೆ. ಈ ರಾಜಕುಮಾರಿಯ ಕತ್ತಿ ಕಾಳಗ, ಕುದುರೆ ಸವಾರಿ ಮತ್ತು ಇನ್ನಿತರ ಕ್ಷತ್ರಿಯ ವಿದ್ಯೆಗಳಲ್ಲಿ ಪ್ರಚಂಡ ಸಾಧನೆ ಮಾಡಿರೋದು ಪ್ರಜೆಗಳಿಗೆ ತಿಳಿದಿತ್ತು. ಆದರೆ ಎಲ್ಲರಿಗೂ ರಾಜಕುಮಾರಿಯನ್ನಾಗಲಿ, ಅವಳ ಯುದ್ಧ ಪ್ರಾವೀಣ್ಯತೆಯನ್ನಾಗಲಿ ನೋಡಲು ಅವಕಾಶ ಆಗಿರಲಿಲ್ಲ.

ನೀಲಮ್ಮ ರಾಜಕುಮಾರಿಯನ್ನು ತಬ್ಬಿಕೊಂಡು ಅಳುತ್ತಾ "ಮಲ್ಲವ್ವ... ನೀನು ದೇವತೆ ಕಣಮ್ಮ. ನನಗೆ ಆಧಾರವಾಗಿದ್ದ ವಂಶದ ಕುಡಿಯನ್ನು ಕಾಪಾಡಿ ಮಹಾ ಉಪಕಾರ ಮಾಡಿದ್ದೀಯ..." ಎಂದು ಅವಳ ಕೈ ಹಿಡಿದು "ಬಾರವ್ವ... ನನ್ನ ಮನೆಯೊಳಗೆ ಬಂದು ಒಂದು ಲೋಟ ಹಾಲನ್ನಾದರೂ ಕುಡಿದು ಹೋಗು ನನ್ನಮ್ಮ" ಎಂದು ಭಾವುಕಳಾಗಿ ಬೇಡಿದಳು.

ಗ್ರಾಮದ ಮುಖಂಡ "ಏ ನೀಲಮ್ಮ... ಬುದ್ಧಿ ಇದೆಯಾ ನಿಂಗೆ. ರಾಜಕುಮಾರಿ ನಿನ್ನ ಗುಡಿಸಲಿಗೆ ಬರಬೇಕಾ? ಬಂದು ಹಾಲು ಕುಡಿಯಬೇಕಾ... ಹೋಗು... ನಿನ್ನ ಮೊಮ್ಮಗನನ್ನು ಕರೆದುಕೊಂಡು ಮನೆಯೊಳಗೆ ಹೋಗು" ಎಂದು ರೇಗುವ ರೀತಿ ಹೇಳಿದನು. ನಂತರ ರಾಜಕುಮಾರಿಯ ಕಡೆ ತಿರುಗಿ, "ಮಲ್ಲಮ್ಮ ರಾಜಕುಮಾರಿಯವರೆ... ನಾನು ಈ ಗೇರುಸೊಪ್ಪ ಪ್ರಾಂತ್ಯದ ಮುಖಂಡ. ತಾವು ನನ್ನ ಮನೆಗೆ ಬಂದು ಸ್ವಲ್ಪ ಹೊತ್ತು ವಿಶ್ರಾಂತಿ ತೆಗೆದುಕೊಂಡು, ಸೊಗಸಾದ ಭೋಜನ ಮಾಡುವ ಕೃಪೆ ಮಾಡಬೇಕು" ಎಂದು ಹೇಳಿದನು.

ಮಲ್ಲಮ್ಮ ಕೇಳಿದಳು.

"ನಿಮ್ಮ ಮನೇಲಿ ನಿಮ್ಮ ತಾಯಿ ಇರುವರೆ?"

ಮುಖಂಡನಿಗೆ ಆಶ್ಚರ್ಯವಾಯಿತು.

"ತಾಯಿನಾ...? ತಾಯಿ ಯಾಕೆ ಬೇಕು? ನನ್ನ ಪತ್ನಿ ಸೊಗಸಾಗಿ ಅಡುಗೆ ಮಾಡಿಸಿದ್ದಾಳೆ."

"ನಿಮ್ಮ ಪತ್ನಿ ಮತ್ತು ನಿಮಗೆ ಎಷ್ಟು ಮಂದಿ ಮೊಮ್ಮಕ್ಕಳಿದ್ದಾರೆ?"

ಮುಖಂಡ "ಇದೆಂತಹ ಪ್ರಶ್ನೆ ಕೇಳುತ್ತಿದ್ದೀರ ರಾಜಕುಮಾರಿ. ನನಗೆ ಮದುವೆ ಆಗಿ ಎಂಟು ವರ್ಷ ಆಗಿದೆ. ಇಬ್ಬರು ಮಕ್ಕಳಿದ್ದಾರೆ. ಅವರಿನ್ನೂ

ಬಾಲಕರು. ನಾನು ತಾತ ಆಗಲು, ನನ್ನ ಪತ್ನಿ ಅಜ್ಜಿ ಆಗಲು ಹೇಗೆ ಸಾಧ್ಯ?"

ಮಲ್ಲಮ್ಮ "ನನಗೆ ತಾಯಿ ಇದ್ದಾರೆ. ಆದರೆ ತಾತ-ಅಜ್ಜಿ ಇಲ್ಲ. ಅರಮನೆಯ ವೈಭೋಗ ಇದೆ. ಆದರೆ ಅಜ್ಜಿಯ ಪ್ರೀತಿ ಆಗಲಿ, ಅಜ್ಜಿ ಹಾಕುವ ಕೈತುತ್ತಿನ ಊಟ ಮಾಡುವ ಭಾಗ್ಯವಾಗಲಿ ನನಗಿಲ್ಲ."

ಮುಖಂಡ ಚಡಪಡಿಸುತ್ತಿದ್ದಾನೆ.

"ನನಗೆ ಅಜ್ಜಿಯ ಕೈತುತ್ತು ತಿನ್ನಬೇಕು ಎಂಬ ಆಸೆ ಆಗುತ್ತಿದೆ" ಎಂದು ನೀಲಮ್ಮನ ಕಡೆ ತಿರುಗಿ "ಅಜ್ಜಿ... ನಿಮ್ಮ ಮನೇಲಿ ಊಟ ಉಳಿದಿದೆಯೋ?" ಎಂದು ಕೇಳಿದಳು.

ನೀಲಮ್ಮ ಸಂತೋಷ, ಉತ್ಸಾಹದಿಂದ ಕಾಳು-ಸೊಪ್ಪಿನ ಸಾರು, ಅನ್ನ, ರೊಟ್ಟಿ, ಪಲ್ಯ ಎಲ್ಲಾ ಇದೆ ರಾಜಕುಮಾರಿ."

"ನನಗೆ ಕೈತುತ್ತು ಹಾಕುತ್ತೀಯಾ ಅಜ್ಜಿ?"

ನೀಲಮ್ಮ ಭಾವುಕಳಾದಳು.

ಕಣ್ಣುಗಳಿಂದ ಕಂಬನಿ ಬಿಸರಿತು.

"ಮಲ್ಲವ್ವ... ಮಲ್ಲವ್ವ... ನಿನಗೆ ಈ ಬಡ ಮುದುಕಿಯ ಮೇಲೆ ಎಂತಹ ಕರುಣೆ ಇದೆ ನನ್ನವ್ವ... ಬಾರವ್ವ... ಬಾ. ನಿನಗೆ ಕೈ ತುತ್ತು ಹಾಕುವ ಭಾಗ್ಯ ನನಗೆ ಬಂದಿರೋದು ನನ್ನ ಪೂರ್ವ ಜನ್ಮದ ಪುಣ್ಯ" ಎಂದು ಹೇಳಿ ಮಲ್ಲಮ್ಮನ ಕೈ ಹಿಡಿದು ಒಳಗೆ ಕರೆದುಕೊಂಡು ಬಂದಳು.

ಹಳೆಯ ಕಾಲದ ಮನೆ.

ಕಂಬದಲ್ಲಿ ನೇತುಹಾಕಿರುವ ಜೋಡಿ ದೀಪಗಳ ಬೆಳಕು ಹರಡಿದೆ.

ನೆಲದ ಮೇಲೆ ಎರಡು ಸುತ್ತಿನಲ್ಲಿ ಹೆಣೆದಿರುವ ಚಾಪೆ ಹಾಕಿದ್ದಾರೆ. ಈಗ ಮಲ್ಲಮ್ಮ ಕೂರಲು ಪ್ರಯತ್ನಿಸಿದಾಗ "ನೀನು ರಾಜಕುಮಾರಿ... ನೆಲದ ಮೇಲೆ ಕೂರಬಾರದು" ಎಂದು ಕೋಣೆಯಲ್ಲಿರುವ, ಬೆತ್ತದಲ್ಲಿ ಮಾಡಿದ್ದ ಆಸನವನ್ನು ತರಲು ಹೊರಟಾಗ ಮಲ್ಲಮ್ಮ ತಡೆದು ನಿಲ್ಲಿಸಿದಳು.

"ಅಜ್ಜಿ... ನಾನು ಅರಮನೆಯಲ್ಲಿ ರಾಜಕುಮಾರಿ. ಈ ಮನೆಯಲ್ಲಿರುವ ತನಕ ನಿಮ್ಮ ಮೊಮ್ಮಗಳು ಅಂತ ತಿಳಿದುಕೊಳ್ಳಿ. ನನಗೇನು ವಿಶೇಷ ಉಪಚಾರ ಬೇಕಿಲ್ಲ. ನಾನು ಮಂದಳಿಗೆ (ಚಾಪೆ) ಮೇಲೆ ಕೂರುತ್ತೇನೆ. ನಂಗೆ ತುಂಬಾ ಹಸಿವಾಗುತ್ತಿದೆ. ಬೇಗ ಊಟ ತಗೊಂಡು ಬನ್ನಿ" ಎಂದು ಕೂಗಿ ಹೇಳಿದಳು.

ಸೈನಿಕರು ಆ ಮನೆಯ ಸುತ್ತಲೂ ನಿಂತಿದ್ದಾರೆ. ಈ ಸನ್ನಿವೇಶವನ್ನು ತಿಳಿದುಕೊಂಡು ಯಾರಾದರೂ (ಶತ್ರುಗಳು) ತೊಂದರೆ ಉಂಟು ಮಾಡಬಹುದು ಎಂದು ರಕ್ಷಣಾ ವ್ಯೂಹ ರಚಿಸಿದ್ದಾರೆ.

ಸೊಪ್ಪು-ಕಾಳುಗಳ ಪಲ್ಯ
ಬೆರಕೆಸೊಪ್ಪಿನ ಸಾರು
ರೊಟ್ಟಿ ಮತ್ತು ಅನ್ನ.

ಮಲ್ಲಮ್ಮ "ಅಜ್ಜಿ ನಂಗೆ ಕೈತುತ್ತು ಹಾಕಬೇಕು" ಎಂದು ಕೇಳಿದಾಗ ನೀಲಮ್ಮ ಸಡಗರದಿಂದ, ಅನ್ನ ಸೊಪ್ಪಿನ ಸಾರನ್ನು ಬೆರೆಸಿ ಕಲಸಿ, ಉಂಡೆ ಮಾಡಿ ಅವಳ ಕೈಗೆ ಹಾಕಿದಳು.

ಮಲ್ಲಮ್ಮ ತಿಂದಳು.

ಅವಳ ಮುಖ ಅರಳಿತು.

ನಾಲಿಗೆ ಚಪ್ಪರಿಸಿದಳು.

"ಅಜ್ಜಿ... ಈ ಸಾರು ತುಂಬಾ... ತುಂಬಾ ರುಚಿಯಾಗಿದೆ. ನಮ್ಮ ಅರಮನೆಯ ಭೋಜನದಲ್ಲಿ ಈ ರುಚಿ ಇಲ್ಲ" ಎಂದು ಹೇಳಿ ರೊಟ್ಟಿ ಮತ್ತು ಕಾಳು-ಸೊಪ್ಪಿನ ಪಲ್ಯ ನೋಡುತ್ತಾ "ಅದನ್ನು ಕೊಡಿ ಅಜ್ಜಿ" ಎಂದು ಹೇಳಿದಳು. ರೊಟ್ಟಿ... ಪಲ್ಯ ಸೇರಿಸಿ ಅಜ್ಜಿ ತಾನೇ ಮಲ್ಲಮ್ಮನಿಗೆ ತಿನ್ನಿಸಿದಳು.

ಮೊಮ್ಮಗ ಸಹ ಇವಳೊಂದಿಗೆ ಕುಳಿತಿದ್ದಾನೆ. ಅಜ್ಜಿ ಇಬ್ಬರಿಗೂ ಕೈತುತ್ತು ಮಾಡಿ ಹಾಕುತ್ತಿದ್ದಾಳೆ. ಮಲ್ಲಮ್ಮ ಆಗಾಗ ಆ ಬಾಲಕನ ತಲೆ ಸವರುತ್ತಾ "ನೀನು ಹುಲಿ, ಸಿಂಹಕ್ಕೆ ಹೆದರಬಾರದು. ನಾಳೆಯಿಂದ ಅರಮನೆಗೆ ಬಾ. ನಿನಗೆ ಹೋರಾಡುವ ವಿದ್ಯೆ, ಅಕ್ಷರ ವಿದ್ಯೆ ಕಲಿಸಲು ವ್ಯವಸ್ಥೆ ಮಾಡ್ತೀನಿ" ಎಂದಳು. ಬಳಿಕ ಅಜ್ಜಿಯ ಕಡೆ ತಿರುಗಿ "ಅಜ್ಜಿ... ಇವನನ್ನು ಅರಮನೆ ಶಿಕ್ಷಣಕ್ಕೆ ಕಳಿಸುತ್ತೀರ ತಾನೇ" ಎಂದು ಹೇಳಿ ತನ್ನ ಕತ್ತಿನಲ್ಲಿರುವ ಚಿನ್ನದ ಸರವನ್ನು ತೆಗೆದು, ಆ ಬಾಲಕನ ಕೊರಳಿಗೆ ಹಾಕಿದಳು.

ಅಜ್ಜಿ ಭಾವುಕಳಾಗಿ ಕಂಬನಿ ಮಿಡಿಯುತ್ತಾ "ಕಂದಾ... ನಮ್ಮಂತಹ ಬಡವರ ಮೇಲೆ ನಿನಗೆಷ್ಟು ಕರುಣೆ ಇದೆ. ಅನಾಥ ಮೊಮ್ಮಗನ ಭವಿಷ್ಯ ಬೆಳಗಲು ನೀನು ಸಹಾಯ ಮಾಡಬೇಕು ಕಣವ್ವ" ಎಂದಳು.

ಅಜ್ಜಿಯ ಕಂಬನಿ ಒರಸುತ್ತಾ "ನಾಳೆ ಬೆಳಗ್ಗೆ ನಮ್ಮ ಕಡೆಯ ದೂತ ಇಲ್ಲಿಗೆ ಬಂದು ನಿಮ್ಮ ಮೊಮ್ಮಗನನ್ನು ಕರೆದುಕೊಂಡು ಅರಮನೆಯ ಶಿಕ್ಷಣ ತರಬೇತಿ ಕೇಂದ್ರಕ್ಕೆ ಬರುತ್ತಾರೆ. ಕೆಲವು ದಿನಗಳ ಕಾಲ ಅಲ್ಲೇ ಇರಲಿ. ನೀವು ಆಗಾಗ ಬಂದು ಅವನನ್ನು ನೋಡಿಕೊಂಡು ಹೋಗಬಹುದು. ಅದಕ್ಕೆ ಬೇಕಾದ ಎಲ್ಲಾ ವ್ಯವಸ್ಥೆ ಮಾಡ್ತೀನಿ" ಎಂದು ಹೇಳಿ ಆ ನೀಲಮ್ಮನಿಗೆ ನಮಸ್ಕಾರ ಮಾಡಿ ಅಲ್ಲಿಂದ ಹೊರಗೆ ಬಂದಳು. ರಾಜಕುಮಾರಿ ಅಜ್ಜಿ ಮನೆಯಿಂದ ಹೊರಗೆ ಬಂದಿದ್ದು ಎಲ್ಲರಿಗೂ ತಿಳಿಯಿತು.

ಆ ಗ್ರಾಮದಲ್ಲಿರುವ ಎಲ್ಲಾ ಮಕ್ಕಳನ್ನು ಕರೆಸಿ ಅವರ ಶಿಕ್ಷಣದ ಸ್ಥಿತಿಯ ಬಗ್ಗೆ ಪ್ರಶ್ನೆ ಮಾಡಿ ತಿಳಿದುಕೊಂಡಳು. ನಂತರ ಅವಳು ಬೇರೊಂದು ಯೋಜನೆ ರೂಪಿಸಿದಳು.

ಬೈಲಹೊಂಗಲದ ಸುತ್ತಮುತ್ತಲಿನ ಪ್ರಾಂತ್ಯಗಳಲ್ಲಿ ಶಿಕ್ಷಣದಿಂದ ವಂಚಿತರಾಗಿರುವ ಮಕ್ಕಳಿಗೆ 'ಗೇರುಸೊಪ್ಪೆ' ಗ್ರಾಮದಲ್ಲಿ, ಭವನವನ್ನು ನಿರ್ಮಿಸಿ, ಉಚಿತ ಶಿಕ್ಷಣ ಮತ್ತು ಅನ್ನದಾಸೋಹ ಮತ್ತು ಆಶ್ರಯದ ವ್ಯವಸ್ಥೆ ಮಾಡುವ ಆಸೆಯನ್ನು ಮಹಾರಾಜ ಮದಲಿಂಗ ನಾಯಕನಿಗೆ ತಿಳಿಸಿದಳು.

ಬಡ ಪ್ರಜೆಗಳ ಮೇಲೆ ಮಗಳಿಗಿರುವ ಅನುಕಂಪ, ಕಾಳಜಿ ಬಗ್ಗೆ ಮಹಾರಾಜನಿಗೆ ಮೆಚ್ಚುಗೆ ಉಂಟಾಯಿತು. ನಂತರ ಮಗಳ ಅಕ್ಷರ ಮತ್ತು ಅನ್ನದಾಸೋಹದ ಕಾರ್ಯ ಯೋಜನೆ ರೂಪಿಸಲು, ಮಂತ್ರಿಗಳು ಮತ್ತು ಕೋಶಾಧ್ಯಕ್ಷರೊಂದಿಗೆ ಚರ್ಚೆ ಮಾಡಿದನು.

ಮಲ್ಲಮ್ಮ ಹುಲಿಯನ್ನು ಕೊಂದು ಬಾಲಕನನ್ನು ಕಾಪಾಡಿದ್ದು ಮತ್ತು ನೀಲಮ್ಮನ ಮನೆಯಲ್ಲಿ ಕೈತುತ್ತು ತಿಂದಿದ್ದು ಹಾಗೂ ಶಿಕ್ಷಣದ ಬಗ್ಗೆ ಕಾಳಜಿ ತೋರಿದ್ದ ಪ್ರಕರಣಗಳಿಗೆ ಇತಿಹಾಸದ ದಾಖಲೆ ಇಲ್ಲ.

ಆದರೆ ಇದು ಸುಳ್ಳಲ್ಲ.

ಶತಮಾನಗಳಿಂದ ಉತ್ತರ ಕರ್ನಾಟಕದ ಹಳ್ಳಿಗಳಲ್ಲಿ ಬೆಳವಡಿ ಮಲ್ಲಮ್ಮನ ಧೈರ್ಯ, ಸಾಹಸ ಮತ್ತು ಪ್ರಜೆಗಳ ಬಗ್ಗೆ ಇದ್ದ ಅನುಕಂಪವನ್ನು ಲಾವಣಿಗಳ ಮೂಲಕ ಹಾಡುತ್ತಿದ್ದರು.

ಲಾವಣಿ ಹಾಡುಗಳಿಗೆ ಆಗ ಲಿಪಿ ರೂಪ ಇರಲಿಲ್ಲ. ಆ ಕಾಲದ ಹೆಂಗಸರು, ಮಲ್ಲಮ್ಮನ ಸಾಹಸ, ವೀರವಿಹಾರದ ಬಗ್ಗೆ ಕೇಳಿದ್ದರು. ಅವರು ಅದನ್ನೆಲ್ಲಾ ಲಾವಣಿ ರೂಪದಲ್ಲಿ ರಚನೆ ಮಾಡಿ ಹಾಡುತ್ತಿದ್ದರು.

ಸೂರ್ಯಾಸ್ತವಾಗುತ್ತಿರುವಾಗಲೇ ಹೆಂಗಸರೆಲ್ಲಾ ಗ್ರಾಮದ ಚಾವಡಿಯಲ್ಲಿ ಸೇರುತ್ತಿದ್ದರು ಅಥವಾ ತಮ್ಮ ಮನೆಯ ಜಗುಲಿಯ ಮೇಲೆ ಕುಳಿತು, ತಾವು ತಿಳಿದಿದ್ದ ಮಲ್ಲಮ್ಮನ ಸಾಹಸದ ಬಗ್ಗೆ, ತಮಗೆ ತಿಳಿದಂತೆ ರಚನೆ ಮಾಡಿ, ರಾಗ ಕಟ್ಟಿ ಹಾಡುತ್ತಿದ್ದರು.

** ** **

ಬೆಳವಡಿ ಪ್ರಾಂತ್ಯ...!

ಸಕಲ ವಿದ್ಯಾ ಪ್ರವೀಣನಾಗಿದ್ದ ಅವನಿಗೆ ಯುವರಾಜ ಅಭಿಷೇಕ ಮಾಡಲಾಯಿತು. ಭವಿಷ್ಯದ ಉತ್ತರಾಧಿಕಾರಿಯಾಗಿರುವ ಅವನು, ಕ್ಷತ್ರಿಯ ವಿದ್ಯೆ ಕಲಿಯುವುದರೊಂದಿಗೆ, ರಾಜ್ಯದ ಆಡಳಿತದ ಬಗ್ಗೆ ಗಮನ ನೀಡಿದನು.

ಕೃಷಿ, ವ್ಯಾಪಾರ, ವ್ಯವಹಾರ, ಮಾರುಕಟ್ಟೆಯ ವ್ಯವಸ್ಥೆ ಹೇಗಿದೆ?

ಪ್ರತಿ ಮಂಡಲಕ್ಕೂ ನಾಲ್ಕು ಮಂದಿ ಅಧಿಕಾರಿಗಳನ್ನು ನೇಮಿಸಲಾಗಿತ್ತು. ಬೆಳವಡಿ ಪ್ರಾಂತ್ಯವನ್ನು ಎಂಟು ಮಂಡಲಗಳಾಗಿ ವಿಭಾಗಿಸಲಾಗಿತ್ತು. ಪ್ರತಿ ಎರಡು ಮಂಡಲಗಳ ವ್ಯವಹಾರದ ಉಸ್ತುವಾರಿ ನೋಡಿಕೊಳ್ಳಲು ಆಡಳಿತ ಅಧಿಕಾರಿಗಳನ್ನು ನೇಮಿಸಲಾಗಿತ್ತು.

ಈಶಪ್ರಭು ಮಾಡಿದ್ದೇನು?

ನೇಮಕಗೊಂಡಿರುವ ಆಡಳಿತಾಧಿಕಾರಿಗಳು ತಮ್ಮ ಕರ್ತವ್ಯವನ್ನು ಸರಿಯಾದ ರೀತಿಯಲ್ಲಿ ಮಾಡುತ್ತಿರುವರೆ? ತೆರಿಗೆ ಸಂಗ್ರಹ ಪ್ರಾಮಾಣಿಕವಾಗಿ ಆಗುತ್ತಿರುವುದೆ?

ಆಡಳಿತಾಧಿಕಾರಿಗಳಿಂದ ವ್ಯವಹಾರಸ್ಥ ಪ್ರಜೆಗಳಿಗೆ ತೊಂದರೆ ಆಗಿರುವುದೆ? ತೆರಿಗೆ ವಸೂಲಾತಿಯಲ್ಲಿ ಕ್ರಮಬದ್ಧತೆ ಮತ್ತು ಪ್ರಾಮಾಣಿಕತೆ ಇರುವುದೆ?

ಈಶಪ್ರಭು ಮಾರುವೇಷದಲ್ಲಿ ಗುಪ್ತವಾಗಿ ಸಂಚರಿಸಿ, ಪ್ರಜೆಗಳ ನಿಜವಾದ ಪರಿಸ್ಥಿತಿಯ ಬಗ್ಗೆ ತಿಳಿಯಲು ಪ್ರಯತ್ನ ಮಾಡುತ್ತಿದ್ದನು.

ಈ ರಾಜ್ಯಾಡಳಿತದಿಂದ ಬಿಡುಗಡೆಯಾಗುತ್ತಿರುವ ಆರ್ಥಿಕ ಯೋಜನೆಗಳ ಫಲ ಪ್ರಜೆಗಳಿಗೆ ತಲುಪುತ್ತಿರುವುದೆ? ಅಧಿಕಾರಿಗಳ ಭ್ರಷ್ಟಾಚಾರ ಪತ್ತೆ ಮಾಡಲು ಸ್ವಯಂ ಪ್ರಯತ್ನ ಮಾಡುತ್ತಿದ್ದನು. ಅಂತಹವರು ಯಾರೇ ಆಗಿರಲಿ, ಅವರನ್ನು ಸೇವೆಯಿಂದ ವಜಾ ಮಾಡುವುದರ ಜೊತೆಗೆ ಕಠಿಣ ಶಿಕ್ಷೆಗೆ ಗುರಿಪಡಿಸುತ್ತಿದ್ದನು. ಸಕಲ ಸಂಪತ್ತಿನಿಂದ ಸಮೃದ್ಧಿಯಾಗಿರುವ ಬೆಳವಡಿ ಸಂಸ್ಥಾನವನ್ನು ಕಬಳಿಸಲು ಶತ್ರುಗಳು ಯಾವ-ಯಾವ ರೀತಿ ಸಂಚು ಮಾಡುತ್ತಿದ್ದಾರೆ ಎಂಬುದನ್ನು ಪತ್ತೆ ಮಾಡಲು, ಗೂಢಚಾರ ವಿಭಾಗದವರನ್ನು ನೇಮಿಸಿದ್ದನು. ಅವರೊಂದಿಗೆ ಚರ್ಚೆ ಮಾಡಿ ಮಾಹಿತಿ ಸಂಗ್ರಹಿಸುತ್ತಿದ್ದನು.

ಇವನ ವಿಶೇಷತೆ ಏನು?

ಯುವರಾಜನಾಗಿ ಅರಮನೆಯ ಸುಖಭೋಗ ಲಾಲಸೆಗಳಲ್ಲಿ ಮೈಮರೆಯದೆ, ರಾಜ್ಯಾಡಳಿತದ ಕಡೆ ಗಮನ ನೀಡುತ್ತಿದ್ದನು.

ಇತ್ತೀಚೆಗೆ ಬಂದ ಗುಪ್ತಚಾರ ವಿಭಾಗದ ಮಾಹಿತಿ ತಲ್ಲಣಗೊಳ್ಳುವಂತೆ ಮಾಡಿತ್ತು.

ಮರಾಠರ ಮಹದಾಸೆ!

ಮರಾಠ ಸೈನಿಕರು ಒಂದೆರಡು ಸಲ ಆಕ್ರಮಣ ಮಾಡಲು ಪ್ರಯತ್ನಿಸಿದ್ದರು. ಆದರೆ ಬೆಳವಡಿ ಸೈನಿಕರು, ಈಶಪ್ರಭುವಿನ ನೇತೃತ್ವದಲ್ಲಿ, ಮರಾಠಿಗರು ಪರಾಭವಗೊಂಡು ಪಲಾಯನಗೊಳ್ಳುವಂತೆ ಮಾಡಿದ್ದರು.

ಆದರೂ ಬೆಳವಡಿಯ ಗಡಿ ಪ್ರಾಂತ್ಯಗಳಲ್ಲಿ ಸೈನಿಕರು ಕಟ್ಟೆಚ್ಚರದಿಂದ ಇರಲು ವ್ಯವಸ್ಥೆ ಮಾಡಿದ್ದನು. ಬೆಳವಡಿಯ ಕೋಟೆಯನ್ನು ಸಮೀಪಿಸುವ

ನಾಲ್ಕು ಭಾಗಗಳಲ್ಲಿ ಸಶಸ್ತ್ರ ಪಡೆಗಳು ಹಗಲಿರುಳು ಎಚ್ಚರದಿಂದ ಇರುತ್ತಿದ್ದವು.

ಪ್ರಾಯದ ಯುವಕನಿಗೆ ಆಸೆ, ಕನಸು ಮತ್ತು ಮೋಹ ಎಂಬುದು ಸಹಜ. ಅವನಲ್ಲಿ ಸಹ ವಿವಾಹದ ಬಯಕೆ ಉಂಟಾಗಿದ್ದರೂ ಆತುರ ಪಡುತ್ತಿರಲಿಲ್ಲ.

ಅವನಿಗೆ ಮಂತ್ರಿ ಮಂಡಲದ ಆಪ್ತರಿಂದ ಮಾಹಿತಿಯೊಂದು ಬಂದಿತ್ತು.

ಅದು ಬೈಲಹೊಂಗಲದ ಮಹಾರಾಜ ಮದಲಿಂಗ ನಾಯಕನ ಪುತ್ರಿ ಮಲ್ಲಮ್ಮನ ಧೈರ್ಯ, ಸಾಹಸ ಕುರಿತಾಗಿತ್ತು. ಪುರುಷ ವೀರರನ್ನೂ ಮೀರಿಸುವ ರೀತಿಯಲ್ಲಿ ಆಕೆ ಎಲ್ಲ ಕ್ಷತ್ರಿಯ ವಿದ್ಯೆಗಳಲ್ಲಿ ಪರಿಣಿತಳಾಗಿದ್ದಾಳೆ. ಹುಲಿ ಬೇಟೆ ಆಡಿ ವೀರವಿಹಾರ ಮಾಡಿದ್ದಾಳೆ. ಸೌಂದರ್ಯದಲ್ಲಿ ಆಕೆ ಅಪ್ಸರೆಯಂತೆ, ವಿಶಿಷ್ಟ ಸೌಂದರ್ಯದ ಬಲು ಅಪರೂಪದ ಚೆಲುವೆ ಎಂಬ ಸಂಗತಿ ಕೇಳಿ ಈಶಪ್ರಭುಗೆ ಸಹಜವಾಗಿ ಆಸಕ್ತಿ ಮತ್ತು ಕುತೂಹಲ ಉಂಟಾಗಿತ್ತು.

ಯಾರು ಈ ಮಲ್ಲಮ್ಮ?

ನಿಜವಾಗಿ ಸೌಂದರ್ಯವತಿನಾ?

ಸೌಂದರ್ಯ, ಕ್ಷತ್ರಿಯ ಪರಾಕ್ರಮ ಹಾಗೂ ಪ್ರತಿಭೆ ಸಂಗಮಗೊಂಡಿರುವುದು ಬಲು ಅಪರೂಪದ ಸಂಗತಿ. ಹೇಗಾದರೂ ಆಗಲಿ ಆಕೆಯನ್ನು ಭೇಟಿ ಮಾಡಲೇಬೇಕು ಎಂದು ಅಂದುಕೊಂಡಿದ್ದಾನೆ ಈಶಪ್ರಭು.

ಆದರೆ, ಸೌಂದರ್ಯವತಿ ಎಂಬ ಕಾರಣದಿಂದ ಮಲ್ಲಮ್ಮನನ್ನು ತಾನಾಗಿಯೇ ಭೇಟಿ ಮಾಡಲು ಹೇಗೆ ತಾನೇ ಸಾಧ್ಯ?

ಬದುಕಲ್ಲಿ ಯಾವ ವಿಶೇಷ ಘಟನೆ ನಡೆಯಬೇಕಾದರೂ ಸಹ ಕಾಲ, ಸನ್ನಿವೇಶ ಕೂಡಿ ಬರಬೇಕು. ಅಂತಹ ಒಂದು ಸನ್ನಿವೇಶ, ಊಹೆ ಮಾಡಿರದಿದ್ದ ರೀತಿಯಲ್ಲಿ ಸೃಷ್ಟಿಯಾಗುವುದು, ನೈಜ ಬದುಕಿನ ಆಕಸ್ಮಿಕಗಳು ಎನ್ನುತ್ತಾರೆ.

ಅಧ್ಯಾಯ ಮೂರು

ಭಾಷೆಗಳ ಕಲಿಕೆ, ಸಾಧನೆ, ವೀರತ್ವದ ವಿಹಾರ, ರಾಜ್ಯಾಡಳಿತದಲ್ಲಿ ತಂದೆಗೆ ಸಹಾಯ ಮಾಡುವುದರಲ್ಲಿ ನಿರತಳಾಗಿದ್ದ ಮಲ್ಲಮ್ಮ ತಾಯಿ ದೇವಕಾಂತೆಯ ಕಾರಣದಿಂದ ಸ್ವಲ್ಪ ಮಾತ್ರ ಬದಲಾಗಿದ್ದಳು.

ಎಂತಹ ಬದಲಾವಣೆ!

ತಾಯಿ ದೇವಕಾಂತೆ "ಏ ನೀನು ಹೆಣ್ಣು ಅನ್ನೋದನ್ನು ಮರೆತಿದ್ದೀಯ. ಪ್ರಾಯಕ್ಕೆ ಬಂದಿರುವ ನಿನಗೆ ಕತ್ತಿಕಾಳಗ, ಕುದುರೆ ಸವಾರಿ, ಹುಲಿ ಬೇಟೆಯ ವಿನಹ ಬೇರೆ ಯಾವ ಆಸೆ ಇಲ್ಲವೇ" ಎಂದು ಮಗಳಿಗೆ ರೇಗುವ ರೀತಿ ಕೇಳಿದ್ದಳು.

ಮಲ್ಲಮ್ಮ ಚಕಿತಳಾಗಿದ್ದಳು.

"ಬೇರೆ ಆಸೆ ಅಂದ್ರೇನಮ್ಮ?"

ದೇವಕಾಂತೆ ಕೋಪದಿಂದ "ತಪ್ಪು ನಿನ್ನದಲ್ಲ. ನಿನ್ನ ಅಪ್ಪಾಜಿ ನಿನ್ನನ್ನು ಗಂಡುಬೀರಿಯಂತೆ ಬೆಳೆಸಿದ್ದಾರೆ. ನೀನೇನು ರಾಜ್ಯದ ಪರಿಪಾಲನೆ ಮಾಡಬೇಕೆ?" ಎನ್ನುತ್ತಿರುವಾಗಲೇ ಸೈನಿಕನೊಬ್ಬ ಅಪ್ಪಣೆ ಪಡೆದು, ದ್ವಾರದ ಹತ್ತಿರ ನಿಂತು ಕೈ ಮುಗಿದು "ಮಹಾಪ್ರಭುಗಳು ಬರುತ್ತಿದ್ದಾರೆ" ಎಂದು ಹೇಳಿ ಗೌರವಿಸಿ ಹಿಂದೆ ಸರಿದನು.

ಮದಲಿಂಗ ನಾಯಕ ಒಳಗೆ ಬಂದ ಕೂಡಲೇ ದೇವಕಾಂತೆ, ಒಗ್ಗರಣೆಯಲ್ಲಿನ ಸಾಸಿವೆಯಂತೆ ಸಿಡಿಯುತ್ತಾ "ನಿಮಗೆ ಮಗಳ ಬಗ್ಗೆ ಕಾಳಜಿ ಇಲ್ಲ. ಅವಳಿಗೆ ತಾನು ಹೆಣ್ಣು ಎಂಬುದೇ ಮರೆತು ಹೋಗಿದೆ. ಅವಳಲ್ಲಿರುವ ಹೆಣ್ತನವನ್ನು ನಾನು ಜಾಗೃತಗೊಳಿಸಬೇಕಾಗಿದೆ" ಎಂದಳು.

ಮದಲಿಂಗ ನಾಯಕ "ದೇವಿ... ಈಗ ಏನಾಗಿದೆ ಅಂತ ಇಷ್ಟೊಂದು ಕೋಪಗೊಂಡಿದ್ದೀಯ" ಎಂದು ಕೇಳಿದನು.

"ನನ್ನ ಕೋಪ ಯಾಕೆ ಗೊತ್ತಾ?"

"ನೀನು ಹೇಳಿದರೆ ತಾನೇ ಗೊತ್ತಾಗಲು ಸಾಧ್ಯ?"

"ಯಾವ ವಯಸ್ಸಿನಲ್ಲಿ ಹೇಗಿರಬೇಕೋ ಆ ರೀತಿ ಇಲ್ಲ ನಿಮ್ಮ ಮಗಳು. ಯಾವ ಕಾಲದಲ್ಲಿ ಏನು ಮಾಡಬೇಕೋ ಅದನ್ನು ತಂದೆಯಾಗಿ ಸರಿಯಾಗಿ ಮಾಡುತ್ತಿಲ್ಲ ನೀವು."

"ದೇವಿ... ಈ ರೀತಿ ಒಗಟಿನಂತೆ ಮಾತಾಡಿದರೆ ನನಗೆ ಗೊತ್ತಾಗುವುದಾದರೂ ಹೇಗೆ? ಅದೇನು ಅಂತ ಬಿಡಿಸಿ ಹೇಳಬಾರದೆ" ಎಂದು ಅಸಹನೆಯಿಂದ ಹೇಳಿದನು.

"ಮಲ್ಲಮ್ಮನಿಗೆ ಮದುವೆಯ ವಯಸ್ಸಾಗಿದೆ ಅನ್ನೋದು ನಿಮಗೆ ನೆನಪಿದೆ ತಾನೆ?"

ಮದಲಿಂಗ ನಾಯಕ "ಇದೆಂತಹ ಮಾತಾಡುತ್ತಿರುವೆ ದೇವಿ. ತಂದೆಯಾದವನಿಗೆ ಮಗಳ ಭವಿಷ್ಯದ ಬದುಕಿನ ಬಗ್ಗೆ ನೆನಪಿರುವುದಿಲ್ಲವೆ?"

ದೇವಕಾಂತೆ "ಈಗಿನ ಸನ್ನಿವೇಶಗಳನ್ನು ನೋಡಿದರೆ, ನೀವು ಮಲ್ಲಮ್ಮನನ್ನು ನಮ್ಮ ಮಗ ಸದಾಶಿವ ನಾಯಕ ಎಂದು ಭಾವಿಸಿ, ಆ ರೀತಿ ಬೆಳೆಸುತ್ತಿದ್ದೀರಿ" ಎಂದು ಹತ್ತಿರ ಬಂದು "ಪ್ರಾಪ್ತ ವಯಸ್ಸಿಗೆ ಬಂದಿರುವ ಮಗಳಿಗೆ ವರ ಶೋಧನೆ ಮಾಡುವ ಪ್ರಯತ್ನ ಮಾಡಿದ್ದೀರಾ?" ಎಂದು ಕೇಳಿದಳು.

ಮದಲಿಂಗ ನಾಯಕ "ಮಾಡಿದ್ದೇನೆ ದೇವಿ. ಪ್ರಧಾನ ಅಮಾತ್ಯರು, ಮಂತ್ರಿಗಳ ತಂಡವನ್ನು ಸುತ್ತಮುತ್ತಲಿನ ಪ್ರಾಂತ್ಯಗಳಿಗೆ ವರ ಶೋಧನೆಗಾಗಿ ಕಳಿಸಿದ್ದಾರೆ."

"ಅವರಿಂದ ಮಾಹಿತಿ ಬಂದಿಲ್ಲವೆ?"

'ಚಂದಲಾಪುರ, ಸಂಕೇಶ್ವರ ಪ್ರಾಂತ್ಯಗಳ ರಾಜಕುಮಾರರ ಬಗ್ಗೆ ಮಾಹಿತಿ ಬಂದಿತ್ತು. ಆದರೆ ನನಗೆ ಒಪ್ಪಿಗೆ ಆಗಲಿಲ್ಲ. ಹಾಗಾಗಿ ನಾನು ನಯವಾಗಿ ನಿರಾಕರಿಸಿದೆ."

ದೇವಕಾಂತೆ ಬೇಸರದಿಂದ "ಮಗಳಿಗೆ ವರನನ್ನು ಆಯ್ಕೆ ಮಾಡುವ ವಿಚಾರದಲ್ಲಿ ಅಥವಾ ತಿರಸ್ಕರಿಸುವ ವಿಚಾರದಲ್ಲಿ ನನ್ನ ಗಮನಕ್ಕೆ ತಂದು ಅಭಿಪ್ರಾಯ ತಿಳಿದುಕೊಳ್ಳಬೇಕೆಂದು ಮಹಾರಾಜರಲ್ಲಿ ವಿನಂತಿ ಮಾಡಿಕೊಳ್ಳುತ್ತೇನೆ" ಎಂದಳು.

"ಇದು ವಿನಂತಿ ಅಲ್ಲ ದೇವಿ. ಮಗಳ ವಿವಾಹದ ವಿಚಾರದಲ್ಲಿ ನನ್ನಷ್ಟೇ ನಿನಗೂ ಸಹ ಅಧಿಕಾರ ಇದೆ."

"ಹಾಗಾದರೆ ನನ್ನ ಗಮನಕ್ಕೆ ತರದೆ ಯಾಕೆ ಇಂತಹ ನಿರ್ಧಾರ ಮಾಡಿದ್ರಿ?"

"ಮರೆತು ಮಾಡಿರುವ ಈ ತಪ್ಪಿಗೆ ಮಹಾರಾಣಿಯವರಲ್ಲಿ ಕ್ಷಮೆ ಕೇಳುತ್ತೇನೆ. ಇನ್ನು ಮುಂದೆ ಈ ರೀತಿ ಆಗದಂತೆ ಜಾಗ್ರತನಾಗಿರುತ್ತೇನೆ."

ದೇವಕಾಂತೆ "ಈ ರಾಜ್ಯದ ಪ್ರಭು ಆಗಿರುವ ನೀವು ನನ್ನ ಹತ್ತಿರ ಕ್ಷಮೆ ಕೇಳಬಾರದು" ಎಂದಳು.

ಮದಲಿಂಗ ನಾಯಕ ನಗುತ್ತಾ "ಪತ್ನಿಯಾಗಿರುವ ನೀನು ಬದುಕಿನ ಭಾಗ್ಯದೇವತೆ. ನಿನ್ನ ಹತ್ತಿರ..." ಎನ್ನುತ್ತಿರುವಾಗಲೇ ದೇವಕಾಂತೆ ಕೆಂಪೇರಿದ ಮುಖದಿಂದ "ಈ ಸಂಭಾಷಣೆ ಸಾಕು..." ಎಂದಳು.

ತಂದೆ ಮತ್ತು ತಾಯಿಯ ಈ ಪ್ರೇಮ ಕಲಹದ ಮಾತುಗಳನ್ನು ಕೇಳಿ ಮಲ್ಲಮ್ಮ ನಗುತ್ತಾ "ನಿಮ್ಮಿಬ್ಬರನ್ನು ಈ ಸ್ಥಿತಿಯಲ್ಲಿ ನೋಡಿದ ಮೇಲೆ ನನಗೂ ಸಹ ವಿವಾಹದ ಬಯಕೆ ಉಂಟಾಗಿದೆ" ಎಂದಳು.

ದೇವಕಾಂತೆ ಮಗಳನ್ನು ತಬ್ಬಿಕೊಂಡು ತಲೆ ಸವರುತ್ತಾ "ನೀನು ಈಗಾಗಲೇ ಹುಟ್ಟಿ ಬೆಳೆದಿರುವ ತವರಿಗೆ ಕೀರ್ತಿ ತಂದಿದ್ದೀಯ. ಇನ್ನು ನೀನು ಗೃಹಿಣಿಯಾಗಿ ಮತ್ತೊಬ್ಬ ಯೋಗ್ಯ ಪುರುಷನ ಬದುಕಿನ ದೀಪವಾಗಿ ಬೆಳಗಬೇಕು ಮಲ್ಲಮ್ಮ" ಎಂದಳು.

ಮದಲಿಂಗ ನಾಯಕ, ಪತ್ನಿ ಮತ್ತು ಮಗಳನ್ನು ತಬ್ಬಿಕೊಂಡು "ಈಗ ನನಗೆ ಜವಾಬ್ದಾರಿಯ ಪೂರ್ಣ ಅರಿವಾಗಿದೆ. ನಾನು ವರ ಶೋಧನೆಯ ಕಾರ್ಯವನ್ನು ತೀವ್ರಗೊಳಿಸುವಂತೆ ಆದೇಶಿಸುತ್ತೇನೆ. ಈ ಸಂವತ್ಸರ ಮುಗಿಯುವುದರಲ್ಲಿ ಮಲ್ಲಮ್ಮನ ವಿವಾಹ ಆಗಲೇಬೇಕು" ಎಂದು ಭಾವುಕನಾಗಿ ಹೇಳಿದನು.

ಅಂತಃಪುರದ ಪಲ್ಲಂಗದ ಮೇಲೆ ರಾಜಕುಮಾರಿ ಮಲ್ಲಮ್ಮ ಮಲಗಿದ್ದಾಳೆ. ಆದರೆ ನಿದ್ದೆ ಬಂದಿಲ್ಲ.

ವಿವಾಹದ ನೆನಪಾಗಿ ಅವಳ ಮನಪಲ್ಲಟವಾಗುತ್ತಿದೆ.

ಸಂಸಾರ ಜೀವನ.

ಪತಿ ಮತ್ತು ದಾಂಪತ್ಯ ಜೀವನ.

ಆಹಾ... ಎಂತಹ ಮಧುರವಾದ ಕಲ್ಪನೆ.

ಹಿಂದೆಂದೂ ಆಗಿರದಂತಹ ರೋಮಾಂಚನದ ಸಿಂಚನ ಉಂಟಾಗುತ್ತಿದೆ. ಪ್ರಾಯದ ಯುವತಿ ಆಗಿದ್ದರೂ ಸಹ ಆಕೆಗೆ ಪ್ರೀತಿ, ಪ್ರೇಮ, ಸಂಸಾರ, ದಾಂಪತ್ಯ ಜೀವನದ ಬಗ್ಗೆ ಎಂದೂ ಕಲ್ಪನೆ ಬಂದಿರಲಿಲ್ಲ. ಯಾಕೆ ಅಂದರೆ ಅವಳು ದಿನದ ಬಹುತೇಕ ಸಮಯವನ್ನು ಕ್ಷತ್ರಿಯ ವಿದ್ಯೆ ಕಲಿಯುವುದರಲ್ಲಿ, ಉಳಿದಂತೆ ಅಧ್ಯಯನದಲ್ಲಿ ತೊಡಗಿರುತ್ತಿದ್ದಳು.

ಮಲ್ಲಮ್ಮ ಬಹುಭಾಷಾ ಚತುರೆ!

ಕನ್ನಡ, ಸಂಸ್ಕೃತ, ಹಿಂದಿ ಮತ್ತು ಇನ್ನಿತರ ಎರಡು ಭಾಷೆಗಳಲ್ಲಿ ಪಾಂಡಿತ್ಯದಿಂದ ಓದಬಲ್ಲಳು ಮತ್ತು ಮಾತಾಡಬಲ್ಲವಳಾಗಿದ್ದಳು.

ಇದಷ್ಟೇ ಸಾಲದು ಎಂಬಂತೆ ಯುದ್ಧಭೂಮಿಯಲ್ಲಿ ಶತ್ರುಗಳನ್ನು ಯಾವ ರೀತಿ ಎದುರಿಸಬೇಕು. ರಣತಂತ್ರಗಳನ್ನು ಅಪಾಯಕಾರಿ ಸನ್ನಿವೇಶಕ್ಕೆ ತಕ್ಕಂತೆ

ಯಾವ ರೀತಿಯಲ್ಲಿ ರೂಪಿಸಬೇಕು ಎಂಬುದರ ಬಗ್ಗೆ ಅನುಭವಿ ಸೇನಾ ದಂಡನಾಯಕರುಗಳಿಂದ ಕಲಿಯುತ್ತಿದ್ದಳು.

ತಂದೆಯೊಂದಿಗೆ ರಾಜ್ಯದ ಆಡಳಿತದ ಬಗ್ಗೆ, ಧರ್ಮ ಸೂಕ್ಷ್ಮ ವಿಚಾರಗಳು ಮತ್ತು ರಾಜನೀತಿ ಸಂಹಿತೆಯ ಬಗ್ಗೆ ಮತ್ತು ನಿತ್ಯ ಆಡಳಿತದ ಬಗ್ಗೆ ತಿಳಿಯುವ ಪ್ರಯತ್ನ ಮಾಡುತ್ತಿದ್ದಳು. ಮುಂಜಾನೆಯಿಂದ ರಾತ್ರಿ ಮಲಗುವ ತನಕ ಚಟುವಟಿಕೆಗಳಲ್ಲಿ ತೊಡಗಿರುತ್ತಿದ್ದಳು.

ಹಾಗಾಗಿ ಮಲಗಿದ ಕೂಡಲೇ ಅವಳಿಗೆ ಗಾಢವಾಗಿ ನಿದ್ದೆ ಬರುತ್ತಿತ್ತು. ಅವಳಿಗೆ ಪ್ರಾಯದ ಸಲ್ಲಾಪ ನಡೆಸುವ ಗೆಳತಿಯರು ಇರಲಿಲ್ಲ. ಅಂತಹ ಗೆಳೆತನಕ್ಕೆ ಅವಳು ಅವಕಾಶ ನೀಡಿರಲಿಲ್ಲ ಎಂದು ಹೇಳಬಹುದು.

ತಂದೆ, ತಾಯಿ ಮದುವೆ ವಿಚಾರವಾಗಿ ಅಂತಿಮ ತೀರ್ಮಾನ ಮಾಡಿದ್ದರಿಂದ, ಅವಳ ಮನೋಲಹರಿ, ಭಾವ ಸ್ಪಂದನದ ವರ್ತಲದಲ್ಲಿಯೇ ಪರಿಭ್ರಮಣಗೊಳ್ಳಲಾರಂಭಿಸಿತು.

ಪ್ರೀತಿ–ಪ್ರೇಮ, ದಾಂಪತ್ಯದ ಕಲ್ಪನೆಗಳು ದುಂಬಿಯ ನಾದದಂತೆ ಝೇಂಕಾರ ಮಾಡುತ್ತಿದ್ದರಿಂದ ಅವಳ ಮೈ ಬೆಚ್ಚಗಾಯಿತು ಮತ್ತು ಮನದಲ್ಲಿ ತುಡಿತ ಉಂಟಾಯಿತು.

ಈ ಗುಂಗಿನಲ್ಲಿರುವಾಗಲೇ ಅವಳಿಗೆ ನಿಧಾನವಾಗಿ ನಿದ್ದೆ ಆವರಿಸಿತು.

ಮದಲಿಂಗ ನಾಯಕ ಪ್ರತಿನಿತ್ಯ ದೇಹ ದಂಡಿಸಿ ವ್ಯಾಯಾಮ ಮಾಡುತ್ತಾನೆ. ಮಗಳು ಸಹ ತಂದೆಯೊಂದಿಗೆ ಸೇರಿ ಯೋಗಾಭ್ಯಾಸ ಮಾಡುತ್ತಿದ್ದಳು.

ದಿನಗಳು ಉರುಳುತ್ತಿವೆ.

ಮದಲಿಂಗ ನಾಯಕನ ಆದೇಶದಂತೆ ಬೇರೆ–ಬೇರೆ ಪ್ರಾಂತ್ಯಗಳಿಗೆ ಹೋಗಿದ್ದ ಮಂತ್ರಿಗಳು ಹಾಗೂ ರಾಜ ಪ್ರತಿನಿಧಿಗಳು, ವರ ಶೋಧನೆ ಮಾಡಿಕೊಂಡು ಮಾಹಿತಿ ತಂದಿದ್ದರು.

ರಾಜಕುಮಾರನ ಭಾವಚಿತ್ರ ಮತ್ತು ಆ ರಾಜಕುಮಾರನ ರಾಜ್ಯದ ಬಗ್ಗೆ ಮಾಹಿತಿ ಮತ್ತು ರಾಜ ಕೌಟುಂಬಿಕ ಹಿನ್ನೆಲೆಯನ್ನು ತಂದಿದ್ದರು.

ನುರಿತ ಕಲಾವಿದನೊಬ್ಬ ಮಲ್ಲಮ್ಮನ ಭಾವಚಿತ್ರವನ್ನು ಕಲಾತ್ಮಕ ಶೈಲಿಯಲ್ಲಿ ಬರೆದಿದ್ದನು. ಅವಳ ಸೌಂದರ್ಯ ಎಂಬುದು ಆ ಕಲಾವಿದನ ಬಣ್ಣಗಳ ಕುಂಚದಲ್ಲಿ ಮೆರುಗು ಬರುವಂತೆ ಮೂಡಿತ್ತು.

ಇವಳ ಸೌಂದರ್ಯ ಕಂಡು ವಿವಾಹದ ಅಪೇಕ್ಷೆ ಇದ್ದ ರಾಜಕುಮಾರರು ಬೆರಗಾಗಿದ್ದರು ಮತ್ತು ಅವಳ ಧೈರ್ಯ, ಸಾಹಸ, ಪರಾಕ್ರಮದ ಬಗ್ಗೆ ತಿಳಿದ ಮೇಲೆ, ಅವಳನ್ನೇ ವಿವಾಹವಾಗಬೇಕೆಂಬ ಉತ್ಕಟ ಬಯಕೆ ಉಂಟಾಗಿ ತಮ್ಮ ಸಮ್ಮತಿ ನೀಡಿದ್ದರು.

ಮಲ್ಲಮ್ಮ, ದೇವಕಾಂತೆ ಮತ್ತು ತಂದೆ ಮದಲಿಂಗ ನಾಯಕ ಭಾವಚಿತ್ರಗಳನ್ನು ನೋಡುತ್ತಾ ವಿವರಗಳನ್ನು ತಿಳಿಯಲು ಪ್ರಯತ್ನ ಮಾಡಿದರು. ವರ ಶೋಧನೆಗೆ ಹೋಗಿದ್ದ ದೂತರು ಮಾಹಿತಿ ನೀಡಿದರು.

ಮಲ್ಲಮ್ಮ ನಿರ್ಲಿಪ್ತಳಾಗಿದ್ದಾಳೆ.

ದೇವಕಾಂತೆಗೆ, ವಿವಾಹ ಅಪೇಕ್ಷಿತ ರಾಜಕುಮಾರರಲ್ಲಿ ಇಬ್ಬರು ಇಷ್ಟವಾಗಿದ್ದರು. ಅವರು ತಮ್ಮ ಸಮ್ಮತಿಯನ್ನು ತಿಳಿಸಿದರು. ಮಹಾರಾಜ ಮದಲಿಂಗ ನಾಯಕ ಸಹ ಸಮ್ಮತಿಸಿದ್ದನು.

ಮಲ್ಲಮ್ಮ ತನ್ನ ಅಭಿಪ್ರಾಯ ಹೇಳಲಿಲ್ಲ ಮತ್ತು ರಾಜಕುಮಾರರ ಭಾವಚಿತ್ರಗಳ ವೀಕ್ಷಣೆಯಲ್ಲಿ ಆಸಕ್ತಿ ತೋರಿಸಿರಲಿಲ್ಲ.

ಅವಳನ್ನು ಪ್ರಶ್ನೆ ಮಾಡಿದರು.

"ಅಪ್ಪಾಜಿ... ಈ ರಾಜಕುಮಾರರ ಬಾಹ್ಯ ಸೌಂದರ್ಯ ಆಕರ್ಷಕವಾಗಿದೆ ನಿಜ. ಆದರೆ... ಆದರೆ ಅವರ ಕ್ಷತ್ರಿಯ ಪರಾಕ್ರಮದ ಬಗ್ಗೆ ತಿಳಿದಿಲ್ಲ. ಯುದ್ಧ ಮತ್ತು ಕ್ಷತ್ರಿಯ ವಿದ್ಯೆಗಳಲ್ಲಿ ಆಸಕ್ತಿ ಇಲ್ಲದ ಮತ್ತು ಕೇವಲ ರಾಜ್ಯದ ಆಡಳಿತದಲ್ಲಿ ಅಥವಾ ಅರಮನೆಯ ವೈಭವ, ಸುಖ, ಭೋಗಗಳಲ್ಲಿ ಆಸಕ್ತನಾಗಿದ್ದರೆ ಏನು ಗತಿ? ನನ್ನ ಅಭಿರುಚಿ, ಭಾವನೆಗಳಿಗೆ ಅವನು ವಿರೋಧವಾಗಿದ್ದರೆ ನನ್ನ ಆಸೆ, ಕನಸು, ಉದ್ದೇಶ ವ್ಯರ್ಥವಾಗುತ್ತದೆ."

ದೇವಕಾಂತೆ ಗಾಬರಿಯಿಂದ "ಮಲ್ಲವ್ವ... ನೀನು ಏನು ಹೇಳುತ್ತಿದ್ದೀಯ. ತವರುಮನೆಯಲ್ಲಿ ಬೆಳೆದು ಬದುಕಿದಂತೆ ಗಂಡನ ಮನೆಯಲ್ಲಿ ಸಾಧ್ಯವೆ? ನೀನು ರಾಜ ಕುಟುಂಬದವಳು. ರಾಜ ಕುಲೋತ್ತಮನ ಪತ್ನಿಯಾಗಿ, ಮಹಾರಾಣಿಯಾಗಿ ವೈಭವದಿಂದ ಬದುಕಬೇಕು. ಇದೇ ನಮ್ಮ ಆಸೆ."

ಮಲ್ಲಮ್ಮ ತಕ್ಷಣ ಹೇಳಿದಳು.

"ಆದರೆ ಇದೆಲ್ಲಾ ನನ್ನ ಆಸೆ ಅಲ್ಲ."

ಮದಲಿಂಗ ನಾಯಕ ಗಾಬರಿಯಿಂದ "ಹಾಗಾದರೆ ನೀನು ಎಂತಹ ರಾಜನನ್ನು ವಿವಾಹವಾಗಲು ಬಯಸುತ್ತೀಯ" ಎಂದು ಕೇಳಿದನು.

ಮಲ್ಲಮ್ಮ ದೃಢವಾದ ಸ್ವರದಲ್ಲಿ ತನ್ನ ಸಂಕಲ್ಪವನ್ನು ಹೇಳಿದಳು.

"ನಾನು ಅಗ್ನಿಪರೀಕ್ಷೆಯನ್ನು ರೂಪಿಸುತ್ತೇನೆ. ಅಗ್ನಿಪರೀಕ್ಷೆಯಲ್ಲಿ ಗೆದ್ದವರನ್ನು ವಿವಾಹ ಆಗುತ್ತೇನೆ."

ದೇವಕಾಂತೆ ಗಾಬರಿಯಿಂದ "ಮಲ್ಲವ್ವ... ಒಳ್ಳೆಯ ರಾಜ ಕುಟುಂಬಗಳ ಸಂಬಂಧ ಬಂದಿರುವಾಗ ನೀನು ಏನೇನೋ ನಿಬಂಧನೆಗಳನ್ನು ಹಾಕಬೇಡ. ಈಗ ನಾವು ಒಪ್ಪಿರುವ ಇಬ್ಬರು ರಾಜಕುಮಾರರಲ್ಲಿ ಯಾರನ್ನಾದರೂ ವಿವಾಹವಾಗು" ಎಂದಳು.

ಮಲ್ಲಮ್ಮ "ನನ್ನ ಅಭಿರುಚಿ ಮತ್ತು ನಿರೀಕ್ಷೆಗಳಿಗೆ ವಿರೋಧವಾಗಿದ್ದರೂ ಪರವಾಗಿಲ್ಲ. ಯಾರೋ ಒಬ್ಬನನ್ನು ವಿವಾಹವಾಗಿ ತವರುಮನೆಯಿಂದ ಹೊರಟರೆ ನಿಮಗೆ ನೆಮ್ಮದಿ ಮತ್ತು ಸಮಾಧಾನ ಆಗುತ್ತೆ ಅಲ್ವಾ?"

ಮದಲಿಂಗ ನಾಯಕ ಬೇಸರದಿಂದ "ಛೇ... ಛೇ... ಎಂತಹ ಮಾತಾಡುತ್ತಿದ್ದೀಯ ಮಲ್ಲಮ್ಮ. ಹೆತ್ತವರಾದ ನಮಗೆ ನೀನು ಮತ್ತು ಪುತ್ರ ಸದಾಶಿವ ನಾಯಕ ಇಬ್ಬರೂ ಸಮಾನರು.

ಪತ್ನಿ ಬೇರೆ ಏನನ್ನೋ ಹೇಳಲು ಪ್ರಯತ್ನ ಮಾಡಿದಾಗ ಮದಲಿಂಗ ನಾಯಕ ಕೂಡಲೇ "ಮಲ್ಲವ್ವ... ನಿನ್ನ ನಿಬಂಧನೆ ಅಥವಾ ಅದೇನೋ ಅಗ್ನಿಪರೀಕ್ಷೆ ಅಂತ ಹೇಳಿದೆಯಲ್ಲ. ಅದೇನು ಅಂತ ಹೇಳು" ಎಂದನು.

ದೇವಕಾಂತೆಗೆ ಕೋಪ ಬಂದಿದೆ.

ಗಂಡನ ಕಡೆ ತಿರುಗಿ "ಎಲ್ಲಾ ಹೆಣ್ಣು ಮಕ್ಕಳಂತೆ ಇವಳನ್ನು ಬೆಳೆಸಿದ್ದರೆ, ವಿವಾಹಕ್ಕೆ ಇಂತಹ ಸಮಸ್ಯೆ ಬರುತ್ತಿರಲಿಲ್ಲ. ಮಗಳಿಗೆ ಕ್ಷತ್ರಿಯ ವಿದ್ಯೆಗಳನ್ನೆಲ್ಲಾ ಕಲಿಸಿ ಅವಳನ್ನು ಮೆರೆಸಿದ್ದರಿಂದ ಈಗವಳು ಹೀಗಾಡುತ್ತಿದ್ದಾಳೆ" ಎಂದಳು.

ಮದಲಿಂಗ ನಾಯಕ "ತಾಳ್ಮೆಯಿಂದ ಇರು ದೇವಿ" ಎಂದು ಮಗಳ ಕಡೆ ತಿರುಗಿ "ನಿನ್ನ ಪರೀಕ್ಷೆ ಏನು? ಯಾವ ಅಗ್ನಿಪರೀಕ್ಷೆಯಲ್ಲಿ ರಾಜಕುಮಾರರು ವಿಜೇತರಾಗಬೇಕು ಎಂಬುದನ್ನು ಹೇಳು."

ಮಲ್ಲಮ್ಮ ಹೇಳುತ್ತಿದ್ದಾಳೆ.

"ನಿಮಗೆಲ್ಲಾ ತಿಳಿದಿದೆ. ನನಗೆ ಬೇಟೆ ಬಗ್ಗೆ ತುಂಬಾ ಹಂಬಲವಿದೆ. ನಾನು ಎರಡು ಹುಲಿಗಳನ್ನು ಬೇಟೆ ಆಡಿದ್ದೇನೆ. ನನ್ನನ್ನು ವಿವಾಹವಾಗುವ ರಾಜಕುಮಾರ ಹುಲಿ ಬೇಟೆಯ ಅಗ್ನಿಪರೀಕ್ಷೆಯಲ್ಲಿ ಗೆಲ್ಲಬೇಕು."

ದೇವಕಾಂತೆ "ಅಂದರೆ ಈ ರಾಜಕುಮಾರ ಎರಡು ಹುಲಿಗಳನ್ನು ಬೇಟೆಯಾಡಬೇಕೆ?"

ಮಲ್ಲಮ್ಮ "ಎರಡು ಹುಲಿಗಳನ್ನು ಬೇಟೆಯಾಡಿದರೆ ಆ ರಾಜಕುಮಾರ ಹುಲಿ ಬೇಟೆಯಲ್ಲಿ ನನಗೆ ಸಮನಾಗುತ್ತಾನೆ ವಿನಹ ಸಾಹಸಿ ಆಗಲಾರ" ಎಂದಳು.

ದೇವಕಾಂತೆ ಗಾಬರಿಯಿಂದ "ಹಾಗಾದರೆ ಆ ರಾಜಕುಮಾರ ಇನ್ನೆಷ್ಟು ಹುಲಿಗಳನ್ನು ಬೇಟೆಯಾಡಬೇಕು?"

ಮಲ್ಲಮ್ಮ "ಒಂದು ಮಾಸದ ಅವಧಿಯಲ್ಲಿ ಇಪ್ಪತ್ತೊಂದು ಹುಲಿಗಳನ್ನು ಬೇಟೆಯಾಡಬೇಕು."

ರಾಜ ದಂಪತಿಗಳು ಬೆಚ್ಚಿಬಿದ್ದರು.

ದೇವಕಾಂತೆ ರೇಗಿದಳು.

"ಮಲ್ಲವ್ವ... ಇದು ಯಾಕೋ ವಿಪರೀತವಾಗಿದೆ. ಇಪ್ಪತ್ತೊಂದು ಹುಲಿಗಳನ್ನು ಒಂದು ಮಾಸದಲ್ಲಿ ಬೇಟೆಯಾಡಲು ಯಾವ ರಾಜಕುಮಾರನಿಂದಲೂ ಸಾಧ್ಯ ಇಲ್ಲ. ಈ ಹುಚ್ಚು ನಿಬಂಧನೆಗಳನ್ನು ಬಿಟ್ಟು ಎಲ್ಲಾ ರಾಜ ಕನ್ಯೆಯರಂತೆ ಸ್ವಯಂವರದಲ್ಲಿ ನಿನಗೆ ಒಪ್ಪಿಗೆಯಾದವರಿಗೆ ಹೂವಿನ ಮಾಲೆ ಹಾಕು."

ಮಲ್ಲಮ್ಮ ಗಂಭೀರವಾಗಿ "ಸ್ವಯಂವರಕ್ಕೆ ಬಂದಿರುವ ರಾಜಕುಮಾರರಲ್ಲಿ ನನಗೆ ಯಾರೂ ಇಷ್ಟ ಆಗದಿದ್ದರೆ ಅಥವಾ ನನ್ನ ನಿರೀಕ್ಷೆಗೆ ತಕ್ಕಂತೆ ಇರದಿದ್ದರೂ ಸಹ ನಾನು ವಿವಾಹಕ್ಕೆ ಒಪ್ಪಿ ಮಾಲೆ ಹಾಕಬೇಕೆ" ಎಂದು ಕೇಳಿದಳು.

ಮದಲಿಂಗ ನಾಯಕ "ಅಂದರೆ ನೀನು... ನೀನು ನಿನ್ನ ನಿಬಂಧನೆಗಳನ್ನು ಪೂರೈಸಬಲ್ಲ ಸಮರ್ಥ ಹುಲಿ ಬೇಟೆಗಾರ ರಾಜಕುಮಾರ ಸಿಗುವ ತನಕ ವಿವಾಹ ಆಗುವುದಿಲ್ಲವೆ" ಎಂದು ಕೇಳಿದನು.

"ಕ್ಷಮಿಸಿ ಅಪ್ಪಾಜಿ."

ದೇವಕಾಂತೆ ಕೋಪದಿಂದ "ಮಲ್ಲವ್ವ... ಇದು ವೀರತ್ವದ ಅಹಂಕಾರದ ಪರಕಾಷ್ಠೆ ಆಯಿತು. ನೀನು ಎಷ್ಟು ಕಾಲ ವಿವಾಹವಾಗದೆ ಗಂಡುಬೀರಿಯಂತೆ ಕತ್ತಿ ಕಾಳಗ ಮಾಡಿಕೊಂಡಿರಲು ಸಾಧ್ಯ. ಪ್ರಾಪ್ತ ವಯಸ್ಸಿಗೆ ಬಂದಿರುವ ಮಗಳಿಗೆ ವಿವಾಹ ಮಾಡಿಲ್ಲ ಎಂಬ ಅಪಕೀರ್ತಿ ನಮಗೆ ಬರುತ್ತದೆ. ಈ ರಾಜನೀತಿಯ ಸೂಕ್ಷ್ಮತೆ ನಿನಗೆ ಅರ್ಥ ಆಗಿಲ್ಲವೆ?"

ಅವಳು ಮಾತಾಡಲಿಲ್ಲ. "ಅಪ್ಪಾಜಿ... ಹುಲಿ ಬೇಟೆಯ ನನ್ನ ನಿಬಂಧನೆಯನ್ನು ಸುತ್ತಮುತ್ತಲಿನ ಎಲ್ಲಾ ಪ್ರಾಂತ್ಯಗಳಲ್ಲಿ ಪ್ರಚಾರ ಮಾಡಿ. ಯಾರಾದರೂ ಈ ಸವಾಲನ್ನು ಒಪ್ಪಿಕೊಂಡು ಮುಂದೆ ಬಂದು, ಬೇಟೆಯಲ್ಲಿ ಯಶಸ್ವಿಯಾದರೆ ಸರಿ. ಇಲ್ಲದಿದ್ದರೆ..." ಎಂದು ಹೇಳುತ್ತಿರುವಾಗಲೇ ಮಹಾರಾಜ "ಇಲ್ಲದಿದ್ದರೆ ನೀನು ವಿವಾಹ ಆಗುವುದಿಲ್ಲವೆ" ಎಂದು ಗಾಬರಿಯಿಂದ ಕೇಳಿದನು.

"ಆಗುವುದೇ ಇಲ್ಲ ಎಂದು ಭೀಷ್ಮ ಪ್ರತಿಜ್ಞೆ ಮಾಡಲಾರೆ. ಸ್ವಲ್ಪ ಕಾಲ ಕಾಯುತ್ತೇನೆ. ಈ ಕಾಲಾವಧಿಯಲ್ಲಿ ರಾಜ್ಯಕ್ಕೆ, ಪ್ರಜೆಗಳಿಗೆ ನಾನು ಸೇವೆ ಸಲ್ಲಿಸುತ್ತೇನೆ. ಮುಂದಿನ ದಿನಗಳಲ್ಲಿ ಬದಲಾಗಬಹುದಾದ ನನ್ನ ನಿರ್ಣಯಗಳ ಬಗ್ಗೆ ಈಗಲೇ ಹೇಳಲಾರೆ" ಎಂದು ಹೇಳಿ ಹೆತ್ತವರಿಗೆ ನಮಸ್ಕರಿಸಿ ಅಲ್ಲಿಂದ ಹೊರಗೆ ಬಂದಳು.

ದೇವಕಾಂತೆ ಗಾಬರಿಯಿಂದ "ಪ್ರಭು... ಇದೇನು ಇವಳು ಈ ರೀತಿ ಮಾತಾಡಿದ್ದಾಳಲ್ಲ. ಮುಂದೆ ಏನು ಗತಿ?"

"ದೇವಿ... ಕೊನೆಯಲ್ಲಿ ಮಲ್ಲವ್ವ ಏನು ಹೇಳಿದಳು ಗೊತ್ತೆ? ಮುಂದಿನ ದಿನಗಳಲ್ಲಿ ಬದಲಾಗಬಹುದಾದ ನಿರ್ಣಯಗಳ ಬಗ್ಗೆ ನಾನು ಈಗಲೇ ಹೇಳಲಾರೆ ಅಂದಿದ್ದಾಳೆ. ಅಂದರೆ ಅವಳು ಖಂಡಿತಾ ವಿವಾಹವಾಗುತ್ತಾಳೆ. ಮಲ್ಲವ್ವನೇ ಪುರುಷ ಸಿಂಹನ ರೀತಿ ಹುಲಿ ಬೇಟೆ ಆಡಿದ್ದಾಳೆ. ನನ್ನ ಬಾಳಸಂಗಾತಿ ಆಗಬಲ್ಲ ರಾಜಕುಮಾರ ತನ್ನಷ್ಟೇ ಪರಾಕ್ರಮಿ, ನುರಿತ ಬೇಟೆಗಾರ ಆಗಿರಬೇಕು ಎಂದು ನಿರೀಕ್ಷೆ ಮಾಡುವುದು ತಪ್ಪಲ್ಲ ದೇವಿ."

"ಅವಳ ಮಾತು, ವರ್ತನೆ ನನಗೆ ಭಯ ಉಂಟು ಮಾಡುತ್ತಿದೆ ಪ್ರಭು."

ಪತ್ನಿಯನ್ನು ಸಂತೈಸುತ್ತಾ "ತಾಳ್ಮೆಯಿಂದ ಇರು ದೇವಿ. ನಾನು ಅವಳ ವಿವಾಹದ ನಿಬಂಧನೆಗಳನ್ನು ಎಲ್ಲಾ ಕಡೆ ಪ್ರಚಾರ ಮಾಡುತ್ತೇನೆ. ಅಂತಹ ವೀರ ಪುರುಷ ಖಂಡಿತಾ ಸಿಗುತ್ತಾನೆ ಎಂಬ ವಿಶ್ವಾಸ ನನಗಿದೆ" ಎಂದು ಹೇಳುತ್ತಿದ್ದರೂ ದೇವಕಾಂತೆಗೆ ಗಾಬರಿ, ಆತಂಕ ಕಡಿಮೆ ಆಗಿರಲಿಲ್ಲ.

** ** **

ಬೈಲಹೊಂಗಲ ಮತ್ತು ಸುತ್ತಮುತ್ತಲಿನ ಪ್ರಾಂತ್ಯಗಳಲ್ಲಿ ಅಬ್ಬರದ ಪ್ರಚಾರ ಮಾಡುತ್ತಿದ್ದಾರೆ. ದೂತನ ಮೂಲಕ ಎಲ್ಲಾ ಪ್ರಾಂತ್ಯದ ರಾಜಕುಮಾರರಿಗೆ ತಿಳಿಸುತ್ತಿದ್ದಾರೆ.

ಇದು ಸಂಚಲನೆ ಉಂಟು ಮಾಡಿದೆ.

ಇದೆಂತಹ ಹುಚ್ಚಾಟ!

ಇದು ಸಾಧ್ಯವೆ?

ಮಲ್ಲಮ್ಮನಿಗೆ ವಿವೇಕ ಇಲ್ಲವೆ?

ಒಂದು ಮಾಸದ ಅವಧಿಯಲ್ಲಿ ಇಪ್ಪತ್ತೊಂದು ಹುಲಿಗಳನ್ನು ಬೇಟೆಯಾಡಲು ಹೇಗೆ ತಾನೇ ಸಾಧ್ಯ? ಅಸಾಧ್ಯವಾದ ನಿಬಂಧನೆಗಳ ಅಗತ್ಯವಾದರೂ ಏನಿತ್ತು?

ತಾನು ಪರಾಕ್ರಮಿ ಎಂಬ ಅಹಂಕಾರವೇ? ಒಂದು ಹುಲಿಯನ್ನು ಬೇಟೆಯಾಡಿದ ಮಾತ್ರಕ್ಕೆ ಮಲ್ಲಮ್ಮನಿಗೆ ತಾನು ಜಗದೇಕ ವೀರವನಿತೆ ಎಂಬ ಭ್ರಮೆ ಬಂದಿರುವುದೆ? ಇವಳಿಗೆ ಈ ಜನ್ಮದಲ್ಲಿ ವಿವಾಹ ಆಗುವುದಿಲ್ಲ ಎಂದು ರಾಜಧಾನಿ ಮತ್ತು ಸುತ್ತಮುತ್ತಲಿನ ಪ್ರಾಂತ್ಯಗಳ ರಾಜರುಗಳು ಟೀಕೆ ಮಾಡಿ, ಇದೇ ರೀತಿಯಲ್ಲಿ ಅರ್ಥ ಬರುವಂತೆ ಮರು ಸುತ್ತೋಲೆಯನ್ನು ಬೈಲಹೊಂಗಲಕ್ಕೆ ಕಳಿಸಿದರು.

ದೇವಕಾಂತೆ ಗಾಬರಿಯಾಗಿ ಮಗಳ ಮೇಲೆ ಕೋಪದಿಂದ ರೇಗಾಡಿ, ಬೈದು ಬುದ್ಧಿ ಹೇಳಿದಳು.

ಮಲ್ಲಮ್ಮ ಬದಲಾಗಲಿಲ್ಲ.

ಮಹಾರಾಜ ಪ್ರಜೆಗಳ ಮತ್ತು ಸಾಮಂತ ರಾಜರುಗಳ ಟೀಕೆಗೆ ಪ್ರಾಮುಖ್ಯತೆ ನೀಡಲಿಲ್ಲ. ಆದರೂ ಸಹ ಮನದ ಮೂಲೆಯಲ್ಲಿ ಎಲ್ಲೋ ಒಂದು ಕಡೆ ಆತಂಕ, ಉದ್ವಿಗ್ನತೆ ತುಂಬಿತ್ತು.

** ** **

ಒಂದು ಮಾಸದ ಅವಧಿಯಲ್ಲಿ ಇಪ್ಪತ್ತೊಂದು ಹುಲಿಗಳನ್ನು ಬೇಟೆಯಾಡಬೇಕು. ಅಂತಹ ರಾಜಕುಮಾರನನ್ನು, ಬೈಲಹೊಂಗಲದ ರಾಜಕುಮಾರಿ ಮಲ್ಲಮ್ಮ ವಿವಾಹವಾಗುತ್ತಾಳೆ.

ಚರ್ಚೆ ಪ್ರಾರಂಭವಾಗಿದೆ.

ಕೆಲವರಿಗೆ ಅಸಮಾಧಾನ ಉಂಟಾಗಿದೆ ಮತ್ತು ಕೋಪ ಬಂದಿದೆ.

ಆದರೆ ಒಬ್ಬ ರಾಜನಿಗೆ ಕೋಪ ಬಂದಿರಲಿಲ್ಲ. ಬದಲಿಗೆ ಕುತೂಹಲ ಉಂಟಾಗಿದ್ದರಿಂದ, ತನ್ನ ದೂತರನ್ನು ಕಳಿಸಿ, ಮಲ್ಲಮ್ಮನ ಬಗ್ಗೆ ಸಮಗ್ರ ಮಾಹಿತಿಯನ್ನು ತರಿಸಿಕೊಂಡನು. ನುರಿತ ಕಲಾವಿದನೊಬ್ಬ ಬೈಲಹೊಂಗಲ ಪ್ರಾಂತ್ಯಕ್ಕೆ ಭೇಟಿ ನೀಡಿ, ಮದಲಿಂಗ ಮಹಾರಾಜನ ಅನುಮತಿ ಪಡೆದು, ಮಲ್ಲಮ್ಮನನ್ನು ಪ್ರತ್ಯಕ್ಷವಾಗಿ ಕಂಡನು ಮತ್ತು ಆಕೆಯ ಅಪ್ಸರೆಯಂಥ ಚೆಲುವನ್ನು ಕಣ್ಣುಗಳಲ್ಲಿ ತುಂಬಿಕೊಂಡು ಮತ್ತು ಮನದಲ್ಲಿ ಹಸಿರು ಮಾಡಿಕೊಂಡು ಚಿತ್ರ ಬಿಡಿಸಿದನು.

ಕಲಾವಿದ ತಂದ ಮಲ್ಲಮ್ಮನ ಭಾವಚಿತ್ರ ಕಂಡು ಬೆರಗಾದನು ಆ ಯುವರಾಜ. ಅದರೊಂದಿಗೆ ದೂತರು ತಂದಿದ್ದ ಮಾಹಿತಿ ಆಸಕ್ತಿ ಉಂಟು ಮಾಡಿತ್ತು.

ಮಲ್ಲಮ್ಮ ಅಪರೂಪ ಸೌಂದರ್ಯ ತುಂಬಿರುವ ಅಪ್ಸರೆ ಮಾತ್ರವಲ್ಲ.

ವೀರಕ್ಷತ್ರಿಯ ವನಿತೆ.

ಸಮರಾಂಗಣ ಸಾಧಕಿ.

ರಾಜನೀತಿ, ಧರ್ಮಸೂಕ್ಷ್ಮ ಸಂಹಿತೆ ಮತ್ತು ಆಡಳಿತದ ಅನುಭವ ತಿಳಿದಿರುವ ಬಲು ಅಪರೂಪದ ರಾಜಕನ್ಯೆ.

ಕನ್ನಡ, ಸಂಸ್ಕೃತ ಮುಂತಾದ ನಾಲ್ಕಾರು ಭಾಷೆಗಳಲ್ಲಿ ಪಾಂಡಿತ್ಯ ಪಡೆದಿದ್ದಾಳೆ. ಇಂತಹ ಕನ್ಯೆ ಅಪರೂಪ. ಇವಳನ್ನು ವಿವಾಹ ಆಗಲಿರುವ ಪುರುಷ ಪರಮ ಭಾಗ್ಯವಂತ.

ಆ ಪುರುಷ... ಅದೃಷ್ಟವಂತ ಪುರುಷ ನಾನೇ ಯಾಕಾಗಬಾರದು? ಆದರೆ ಅವಳ ನಿಬಂಧನೆಗಳು ಅಪಾಯಕಾರಿ ಮತ್ತು ಅಸಾಧ್ಯವಾಗಿವೆ ಎಂಬುದು ಸತ್ಯ.

ಮಲ್ಲಮ್ಮನಂತ ಸ್ತ್ರೀರತ್ನಳನ್ನು ನನ್ನ ಬಾಳಸಂಗಾತಿಯಾಗಿ ಪಡೆಯಬೇಕಾದರೆ ನಾನು ಈ ಸಾಹಸವನ್ನು ಮಾಡಲೇಬೇಕು.

ಅಪಾಯ ಎದುರಿಸಬೇಕು.

ಜಯಶಾಲಿ ಆಗಲೇಬೇಕು.

ನಾನು ಈ ಪಂಥಾಹ್ವಾನವನ್ನು ಸ್ವೀಕರಿಸಿ ಸವಾಲನ್ನು ಎದುರಿಸುತ್ತೇನೆ ಎಂದು ನಿರ್ಧಾರ ಮಾಡಿದನು.

ಬೈಲಹೊಂಗಲದ ಮಹಾರಾಜನಿಗೆ ಸವಾಲು ಸ್ವೀಕರಿಸಿರುವ ಸಮ್ಮತಿಯ ಸುತ್ತೋಲೆ ಕಳಿಸಿದನು.

ಒಂದು ಮಾಸದ ಅವಧಿಯಲ್ಲಿ ಇಪ್ಪತ್ತೊಂದು ಹುಲಿಗಳನ್ನು ಬೇಟೆಯಾಡುತ್ತೇನೆ. ಪ್ರತಿ ಬೇಟೆಯಾಡಿದ ಮೇಲೆ, ಮರಣಿಸಿರುವ ಹುಲಿಯನ್ನು ಬೈಲಹೊಂಗಲಕ್ಕೆ ಕಳಿಸುತ್ತೇನೆ. ಒಂದು ತಿಂಗಳ ನಂತರ ನನಗೆ ವಿವಾಹದ ಸಮ್ಮತಿಯ ಮತ್ತು ಸಾಧನೆಯ ವಿಜಯ ಮಾಲೆ ಹಾಕಲು ನಿಮ್ಮ ಪುತ್ರಿ ಸಿದ್ಧಳಾಗಿರಲಿ.

ಮಹಾರಾಜ
ಈಶಪ್ರಭು
ಬೆಳವಡಿ

** ** **

ಮದಲಿಂಗ ನಾಯಕನಿಗೆ ಪರಮಾಶ್ಚರ್ಯದೊಂದಿಗೆ ಮಹಾ ಆನಂದ ಉಂಟಾಯಿತು. ಪತ್ನಿ ಮತ್ತು ಪುತ್ರಿ ಮಲ್ಲಮ್ಮನನ್ನು ಭೇಟಿ ಮಾಡಿ, ಬೆಳವಡಿ ರಾಜ ಈಶಪ್ರಭು ಸ್ವೀಕರಿಸಿದ ಸುತ್ತೋಲೆಯನ್ನು ಅವರಿಗೆ ತಿಳಿಸಿದನು.

ಬೆಳವಡಿಯ ಈಶಪ್ರಭು!

ಅವನ ಧೈರ್ಯ, ಸಾಹಸ, ಪರಾಕ್ರಮ ಮತ್ತು ಆಡಳಿತದಲ್ಲಿ ದಕ್ಷತೆ, ಅಭಿವೃದ್ಧಿಯ ಸಾಧನೆ ಮತ್ತು ರಾಜಧಾನಿಯ ರಕ್ಷಣೆಗಾಗಿ ಮಾಡಿರುವ ರಕ್ಷಣಾ ವ್ಯೂಹಗಳ ಬಗ್ಗೆ ಕೇಳಿ ತಿಳಿದಿದ್ದರು.

ಅಂತಹ ರಾಜ ಸವಾಲನ್ನು ಸ್ವೀಕರಿಸಿದ್ದಾನೆ. ಅವನು ಯಶಸ್ವಿಯಾಗಿ ನನ್ನ ಮಗಳ ಬಾಳಸಂಗಾತಿಯಾಗಲಿ ಎಂದು ದೇವರನ್ನು ಪ್ರಾರ್ಥಿಸಿದನು.

ಮಲ್ಲಮ್ಮ ಅದಕ್ಕೂ ಮೊದಲು ಈಶಪ್ರಭುನನ್ನು ನೋಡಿರಲಿಲ್ಲ. ಆದರೆ ಅವನ ಆಡಳಿತ ಸಾಮರ್ಥ್ಯದ ಬಗ್ಗೆ ಕೇಳಿದ್ದಳು. ಈಗ ಅವಳ ಮುಖದಲ್ಲಿ ಮಂದಹಾಸ ಮೂಡುತ್ತಿದೆ.

ಯಶಸ್ವಿ ಆಗಲಿ ಎಂದು ಅವಳ ಮನ ಬಯಸುತ್ತಿದೆ. ಇಪ್ಪತ್ತೊಂದು ಹುಲಿಗಳನ್ನು, ಬೆಳವಡಿ ಮಹಾರಾಜ ಬೇಟೆಯಾಡಿದರೆ ಅವನು

ನಿಜವಾಗಿ ಧೈರ್ಯವಂತ, ಪರಾಕ್ರಮಿ ಮತ್ತು ನುರಿತ ಬೇಟೆಗಾರ ಎಂಬುದು ಖಚಿತವಾಗುತ್ತದೆ.

ಬೆಳವಡಿಯ ಸುತ್ತೋಲೆಯ ಕೊನೆಯಲ್ಲಿ ಈ ವಾಕ್ಯವನ್ನು ಸೇರಿಸಲಾಗಿತ್ತು ಎಂದು ಹೇಳಬಹುದು.

ಆ ವಾಕ್ಯ ಏನು?

'ಮಾಘಮಾಸ'ದ ಹುಣ್ಣಿಮೆಯಿಂದ ಪ್ರಾರಂಭವಾಗಿ 'ಫಾಲ್ಗುಣ ಮಾಸದ' ಹುಣ್ಣಿಮೆಯ ದಿನದಂದು ಇಪ್ಪತ್ತೊಂದು ಹುಲಿಗಳ ಬೇಟೆ ಮುಗಿದಿರುತ್ತದೆ.

ಇದು ನೆನಪಾಗಿ ಅವಳಿಗೆ ಒಂದು ರೀತಿಯಲ್ಲಿ ರೋಮಾಂಚನ ಉಂಟಾಯಿತು. ಇಷ್ಟೊಂದು ಖಡಕ್ ಆಗಿ ಹೇಳಿದ್ದಾನೆ ಎಂದರೆ, ಅವನು ಮಾತುಗಳ ಪ್ರಮಾಣಕ್ಕೆ ಬದ್ಧನಾಗಿರುವ ವೀರನೇ ಇರಬೇಕು ಎಂದುಕೊಂಡಳು.

ಎರಡು ದಿನಗಳ ನಂತರ ಸುದ್ದಿ ಬಂದಿತು.

ಬೈಲಹೊಂಗಲದ ಪ್ರಜೆಗಳು ಗಾಬರಿಯಾಗಿದ್ದಾರೆ. ಸೈನಿಕನೊಬ್ಬ ಒಂಟಿ ರಥದಲ್ಲಿ ಬಾಣ ನಾಟಿಕೊಂಡು ಸತ್ತಿದ್ದ ಹುಲಿಯೊಂದಿಗೆ ಬಂದಿದ್ದಾನೆ. ಸೈನಿಕರು ಕೂಡಲೇ ಮಹಾರಾಜನಿಗೆ ಈ ಸಂಗತಿ ತಿಳಿಸಿದರು.

ಮಲ್ಲಮ್ಮ ಸಹ ಪುಳಕಗೊಂಡಳು ಮತ್ತು ತಂದೆಯೊಂದಿಗೆ ಅಲ್ಲಿಗೆ ಬಂದಳು.

ಆ ಹುಲಿಯನ್ನು ರಥದಿಂದ ಎತ್ತಿ ನೆಲದ ಮೇಲೆ ಉರುಳಿಸಲು ಒಬ್ಬ ಸೈನಿಕನಿಂದ ಆಗಲಿಲ್ಲ. ಬೈಲಹೊಂಗಲದ ಆರು ಮಂದಿ ಸೈನಿಕರು ಅಲ್ಲಿಗೆ ಬಂದರು. ಸಹಾಯ ಮಾಡಿದರು.

ದಬಾಲನೆ ಹುಲಿ ನೆಲದ ಮೇಲೆ ಬಿದ್ದ ಜಾಗದಿಂದ ಧೂಳು ಮೇಲೆದ್ದಿತು.

ಮದಲಿಂಗ ನಾಯಕ ಮೃತದೇಹದಲ್ಲಿ ನಾಟಿಕೊಂಡಿದ್ದ ಬಾಣವನ್ನು ಎಳೆದನು. ಸೈನಿಕ ಒಣಗಿರುವ ರಕ್ತದ ಕಲೆ ತೊಳೆದನು. ಬಾಣದ ತುದಿ ಭಾಗದಲ್ಲಿ ಕೆತ್ತಿದ್ದ ಹೆಸರು ಕಂಡಿತು.

ಬೆಳವಡಿ ಈಶಪ್ರಭು!

ಸೈನಿಕ "ಹುಣ್ಣಿಮೆಯ ರಾತ್ರಿಯಲ್ಲಿ ನಮ್ಮ ಪ್ರಭು ಕಾಡಿನಲ್ಲಿ ತಿರುಗಾಡಿ ಹುಲಿಯನ್ನು ಬೇಟೆಯಾಡಿದ್ದರು. ಅವರೊಬ್ಬರೇ ಭಾರೀ ಗಾತ್ರ ಇರುವ ಈ ಹುಲಿಯನ್ನು ಎತ್ತಿ ರಥದಲ್ಲಿ ಹಾಕಿದರು" ಎಂದನು.

ಅಲ್ಲಿ ಸೇರಿದ್ದ ಪ್ರಜೆಗಳಿಗೆ ಇದರ ಹಿನ್ನೆಲೆ ಏನು ಎಂದು ತಿಳಿಯಲಿಲ್ಲ. ಮದಲಿಂಗ ನಾಯಕನ ಆದೇಶದಂತೆ ಬೆಳವಡಿ ಸೈನಿಕನಿಗೆ ಸ್ನಾನ, ಊಟ ಮತ್ತು ಆ ರಾತ್ರಿ ಮಲಗಲು ಸೂಕ್ತ ರೀತಿಯ ವ್ಯವಸ್ಥೆಗಳಾದವು.

ಮಲ್ಲಮ್ಮನಿಗೆ ಈಗ ಯಾವುದರಲ್ಲಿಯೂ ಆಸಕ್ತಿ ಇರಲಿಲ್ಲ. ಒಂದು ಮಾಸದ ಅವಧಿಯಲ್ಲಿ ಅಷ್ಟೊಂದು ಹುಲಿಗಳನ್ನು ಬೇಟೆಯಾಡಲು

ಸಾಧ್ಯವೆ? ಬೇಟೆಯಾಡುವಂತ ಸಾಮರ್ಥ್ಯವಿದ್ದರೂ ಸಹ ಹುಲಿಗಳು ಸಿಗಬೇಕಲ್ಲ.

ಒಂದು ವೇಳೆ, ಹತ್ತಾರು ಹುಲಿಗಳನ್ನು ಬೇಟೆಯಾಡಿ, ಅರಣ್ಯದಲ್ಲಿ ಹುಲಿಗಳು ಸಿಗದೆ ವಿಫಲನಾದರೆ ಏನು ಮಾಡಲಿ?

ಈ ಸಂದೇಹ ಕಾಡುತ್ತಿದೆ.

ಆದರೆ ನಿಜಜೀವನ ಎಂಬುದು, ಯಾವಾಗಲೂ ನಿಂತ ನೀರಿನಂತೆ ಒಂದೇ ರೀತಿ ಇರುವುದಿಲ್ಲ. ಅನಿರೀಕ್ಷಿತ ತಿರುವುಗಳು ಜಾಸ್ತಿ. ಇವತ್ತು ಇದ್ದಂತೆ ನಾಳೆ ಇರುವುದಿಲ್ಲ, ಈಗ ಇರುವಂತೆ ಮುಂದಿನ ಕ್ಷಣಗಳಲ್ಲಿ ಇರುವುದಿಲ್ಲ. ಯಾವಾಗ ಏನು ಬೇಕಾದರೂ ಆಗಬಹುದು.

ಮಲ್ಲಮ್ಮ ಖಡ್ಗ, ಗುರಾಣಿ ಹಿಡಿದು, ಕುದುರೆ ಸವಾರಿ ಮಾಡುತ್ತಾ, ವೀರವಿಹಾರ ಮಾಡಬೇಕಾಗುತ್ತದೆ ಎಂಬ ಕಲ್ಪನೆ ಇರಲಿಲ್ಲ.

ಅಧ್ಯಾಯ ನಾಲ್ಕು

ಬೈಲಹೊಂಗಲ ಪ್ರಾಂತ್ಯದಿಂದ ನಲವತ್ತು ಹರಿದಾಮ (ಒಂದು ಹರಿದಾಮ ಅಂದರೆ ಈಗಿನ ಮೈಲಿ ಅಳತೆಗಿಂತ ಜಾಸ್ತಿ) ದೂರದಲ್ಲಿರುವ 'ದೇವಲಂಗಡಿ' ಎಂಬ ಪ್ರಾಂತ್ಯದ (ಈ ಹೆಸರು ಬಳಕೆಯಲ್ಲಿ ಇಲ್ಲ) ರಾಜ 'ಚಂಡಲ ದುರ್ಗೇಶ್ವರ'ನಿಗೆ ಎರಡು ವರ್ಷಗಳಿಂದ ಬೈಲಹೊಂಗಲದ ಮೇಲೆ ಕಣ್ಣು ಬಿದ್ದಿತ್ತು.

ಭೂಗರ್ಭ ನಿಕ್ಷೇಪ.

ತಿಜೋರಿ, ಕೋಶ ತುಂಬಿರುವ ರಾಜಧಾನಿ.

ರೇವು ಮಣ್ಣಿನ ಕೃಷಿಭೂಮಿ.

ಬೇರೆ-ಬೇರೆ ಪ್ರಾಂತ್ಯಗಳೊಂದಿಗೆ ವ್ಯಾಪಾರ, ವ್ಯವಹಾರ ಅತ್ಯುತ್ತಮವಾಗಿದ್ದರಿಂದ ತೆರಿಗೆ ರೂಪದ ಆದಾಯ ಅಧಿಕವಾಗಿತ್ತು.

ಮತ್ತೊಂದು ಕಾರಣ ಏನು?

ಮಹಾರಾಜ ಮದಲಿಂಗ ನಾಯಕನ ಮೇಲೆ 'ಚಂಡಲ ದುರ್ಗೇಶ್ವರ' ಎಂಬ ರಾಜನಿಗೆ ಕೋಪ-ದ್ವೇಷ ಇತ್ತು.

ಕಾರಣ ಪರಾಭವ!

ಬೈಲಹೊಂಗಲದ ಮೇಲೆ ಆಕ್ರಮಣ ಮಾಡಿ, ಹೀನಾಯ ರೀತಿಯಲ್ಲಿ ಪರಾಭವಗೊಂಡು ಪಲಾಯನ ಮಾಡಿದ್ದನು.

ಮದಲಿಂಗ ನಾಯಕ ಸೋತು ನನ್ನ ಮುಂದೆ ತಲೆ ತಗ್ಗಿಸಿ ನಿಲ್ಲಬೇಕು. ನೆಲದ ಮೇಲೆ ಮಂಡಿ ಊರಿ, ತಲೆಬಾಗಿ ಶರಣಾಗಬೇಕು.

ಬೈಲಹೊಂಗಲ ನನ್ನ ಆಡಳಿತದ ನಿಯಂತ್ರಣದಲ್ಲಿರಬೇಕು. ಈ ಉದ್ದೇಶದ ಸಾಧನೆಗಾಗಿ, ನೆರೆ ಸಾಮಂತ ರಾಜರುಗಳ ಸಹಾಯ ಪಡೆದಿದ್ದನು.

ರಣಾಂಗಣದಲ್ಲಿ ತರಬೇತಿ ಪಡೆದಿರುವಂತಹ ಸೇನಾ ದಂಡನಾಯಕರುಗಳನ್ನು ಆಯ್ಕೆ ಮಾಡಿಕೊಂಡು, ಅವರಿಂದ ಸೈನಿಕರಿಗೆ ಯುದ್ಧ

ತರಬೇತಿ ಕೊಡಿಸಿದ್ದನು ಮತ್ತು ತೆರಿಗೆಯಿಂದ ಬರುತ್ತಿದ್ದ ಆದಾಯವನ್ನೆಲ್ಲಾ ಆಯುಧಗಳು, ಸ್ಫೋಟಕಗಳು, ಕುದುರೆಗಳು ಮತ್ತು ಗಜಪಡೆಗಳನ್ನು ಪಡೆಯುವುದರಲ್ಲಿ ಖರ್ಚು ಮಾಡಿದ್ದನು. ಸಿದ್ಧತೆಗಳು ಒಂದು ಹಂತಕ್ಕೆ ಬಂದ ನಂತರ ಅವನು ಸೇನಾ ದಂಡನಾಯಕರುಗಳೊಂದಿಗೆ ಯಾವ ರೀತಿ, ಯಾವಾಗ ಬೈಲಹೊಂಗಲದ ಮೇಲೆ ಆಕ್ರಮಣ ಮಾಡಬೇಕು ಎಂಬುದನ್ನು ಚರ್ಚಿಸಿದನು.

ಸಕಲ ಸೈನ್ಯ ಸಮೇತ ಬೈಲಹೊಂಗಲದ ಕಡೆ ಪ್ರಯಾಣ ಮಾಡಿದನು.

ಕಾರ್ಯ ಯೋಜನೆ ಏನು?

ಒಂದು ವೇಳೆ ಮದಲಿಂಗ ನಾಯಕನಿಗೆ ನಮ್ಮ ಆಕ್ರಮಣದ ಸುಳಿವು ಸಿಕ್ಕಿದರೂ ಸಹ, ಅವನು ನಿರೀಕ್ಷೆ ಮಾಡಿರದ ದಿಕ್ಕಿನಿಂದ ಆಕ್ರಮಣ ಮಾಡಬೇಕು.

ಪಶ್ಚಿಮ ಭಾಗದಲ್ಲಿ ರಾಜಧಾನಿ ಮತ್ತು ಅರಮನೆಯ ಹಿಂಭಾಗ ಬರುತ್ತದೆ. ಈ ಭಾಗದಲ್ಲಿ ಅಧಿಕ ಪ್ರಮಾಣದಲ್ಲಿ ಸೈನ್ಯ ಮತ್ತು ನುರಿತ ಬಿಲ್ಲಾಳುಗಳು ಇರಬೇಕು. ಅದೇ ರೀತಿ ಉಳಿದ ಎರಡು ಕಡೆಗಳಲ್ಲಿ ಸಹ ಸೈನ್ಯ ಸಮೂಹ ಇರಬೇಕು.

ಮೂರು ಕಡೆಗಳಿಂದ ಆಕ್ರಮಣ ಮಾಡಬೇಕು. ಅದೂ ಸಹ ಏಕಕಾಲದಲ್ಲಿ ಆಗಬೇಕು. ಬೈಲಹೊಂಗಲದವರು ಬೆಳಗಿನ ಸುಖ ನಿದ್ರೆಯಲ್ಲಿರುವಾಗ ದಾಳಿ ಮಾಡಿದರೆ ಹೆಚ್ಚು ಪರಿಣಾಮ ಉಂಟಾಗುತ್ತದೆ. ಈ ವೇಳೆಯಲ್ಲಿ ಕಾವಲು ಪಡೆ ಸಹ ಪೂರ್ಣ ಪ್ರಮಾಣದಲ್ಲಿ ಜಾಗೃತವಾಗಿರಲು ಸಾಧ್ಯವೇ ಇಲ್ಲ. ತುಂಬಾ ಸುಲಭವಾಗಿ ಶತ್ರು ಸೈನಿಕರ ರುಂಡಗಳನ್ನು ಚೆಂಡಾಡಬಹುದು.

ಚಂಡಲ ದುರ್ಗೇಶ್ವರ ಖಡಕ್ ಆಗಿ ಆದೇಶಿಸಿದ್ದನು–ಮದಲಿಂಗ ನಾಯಕನನ್ನು ಸಾಯಿಸಬಾರದು. ಅವನನ್ನು ಹಾಗೂ ಅವನ ಪತ್ನಿ ಮತ್ತು ಇಬ್ಬರು ಮಕ್ಕಳನ್ನು ಬಂಧಿಸಿ ನನ್ನ ಕಾಲುಗಳ ಮೇಲೆ ಉರುಳಿಸಬೇಕು.

'ಚಂಡಲ ದುರ್ಗೇಶ್ವರ' ಸೈನಿಕರನ್ನು ಉತ್ತೇಜಿಸುತ್ತಾ, ಸೇನಾ ನಾಯಕರುಗಳಿಗೆ, ಪ್ರಯಾಣದ ವಿಶ್ರಾಂತಿ ವೇಳೆಯಲ್ಲಿ ಚರ್ಚೆ ಮಾಡುತ್ತಾ, ಆಕ್ರಮಣದ ತಂತ್ರಗಳ ಬಗ್ಗೆ ಕಾರ್ಯ ತಂತ್ರ ರೂಪಿಸುತ್ತಿದ್ದಾನೆ.

** ** **

'ದೇವಲಂಗಡಿ' ಪ್ರಾಂತ್ಯದ ರಾಜನ ದ್ವೇಷ, ಕೋಪ ಮತ್ತು ಬೈಲಹೊಂಗಲದ ಸಂಪತ್ತನ್ನು ಕಬಳಿಸಬೇಕೆಂಬ ಆತನ ದುರಾಸೆಯ ಬಗ್ಗೆ ಮದಲಿಂಗ ನಾಯಕನಿಗೆ ತಿಳಿದಿತ್ತು. ಆದರೆ ಎರಡು ವರ್ಷಗಳಿಂದ ಅವನ ಬಗ್ಗೆ ಯಾವ ವಿಶೇಷ ಸುದ್ದಿ ಬಂದಿರಲಿಲ್ಲ. ಹಾಗಾಗಿ ಸ್ವಲ್ಪ ಕಾಲ ಉದಾಸೀನ

ಮಾಡಿದ್ದನು. ಆದರೆ ಇತ್ತೀಚೆಗೆ ಅಂದರೆ ಕೇವಲ ನಾಲ್ಕು ದಿನಗಳ ಹಿಂದೆ, ಗುಪ್ತಚಾರ ವಿಭಾಗದ ಸೈನಿಕರಿಂದ ಮಾಹಿತಿ ಬಂದಿತ್ತು.

ಅಧಿಕ ಪ್ರಮಾಣದ, ಸೈನ್ಯದೊಂದಿಗೆ, ಸಕಲ ಸಿದ್ಧತೆಗಳೊಂದಿಗೆ 'ದೇವಲಂಗಡಿ' ಪ್ರಾಂತ್ಯದ ರಾಜ ಆಕ್ರಮಣ ಮಾಡಲು ಬರುತ್ತಿದ್ದಾನೆ. ಎರಡು ದಿನಗಳಲ್ಲಿ ಅಥವಾ ಅದಕ್ಕಿಂತ ಮೊದಲೇ ಅವನು ನಮ್ಮ ಪ್ರಾಂತ್ಯದ ಮೇಲೆ ಆಕ್ರಮಣ ಮಾಡಬಹುದು ಎಂಬ ಮಾಹಿತಿ ತಿಳಿದ ಕೂಡಲೇ ಮದಲಿಂಗ ಜಾಗೃತನಾದನು.

ಮಂತ್ರಿಗಳು, ಸೇನಾಧಿಪತಿಗಳು ಮತ್ತು ಬೈಲಹೊಂಗಲದ ನಿಯಂತ್ರಣದಲ್ಲಿರುವ ಸುಮಾರು ಹದಿನೆಂಟು ಮಂಡಲಾಧಿಪತಿಗಳ ತುರ್ತು ಸಭೆ ಕರೆದು ಚರ್ಚೆ ಮಾಡಿದನು.

ಈ ಸಭೆಯಲ್ಲಿ ಅನಿರೀಕ್ಷಿತ ರೀತಿಯಲ್ಲಿ ಭಾಗಿಯಾಗಿದ್ದಳು ಮಲ್ಲಮ್ಮ...!

ಪ್ರಶ್ನೆ ಎದುರಾಯಿತು!

ಸ್ತ್ರೀಯರು ಯುದ್ಧದಲ್ಲಿ ಭಾಗವಹಿಸಬಹುದೆ? ಬೈಲಹೊಂಗಲದಲ್ಲಿ ಮಾತ್ರವಲ್ಲ, ಸಮೀಪದ ಹತ್ತಾರು ಪ್ರಾಂತ್ಯಗಳ ರಾಜರುಗಳು ಸಹ ಸ್ತ್ರೀಯರಿಗೆ ಯುದ್ಧದಲ್ಲಿ ಭಾಗವಹಿಸಲು ಅವಕಾಶ ನೀಡಿರಲಿಲ್ಲ. ಬೈಲಹೊಂಗಲದ ರಾಜಕುಮಾರಿ ಮಾತ್ರ ಕ್ಷತ್ರಿಯ ವಿದ್ಯೆಯಲ್ಲಿ ಸಾಧನೆ ಮಾಡಿದ್ದಾಳೆ. ಧೈರ್ಯವಂತೆ, ಶತ್ರುಗಳಿಗೆ ಅನಿರೀಕ್ಷಿತ ರೀತಿಯಲ್ಲಿ ಆಘಾತ ಉಂಟು ಮಾಡುವ ಆಕ್ರಮಣದಲ್ಲಿ ತರಬೇತಿ ಪಡೆದಿದ್ದಾಳೆ.

ಆದರೂ ಸಂಪ್ರದಾಯಕ್ಕೆ ವಿರೋಧವಾಗಿ ಸ್ತ್ರೀಯರಿಗೆ ಅವಕಾಶ ನೀಡುವುದು ಸರಿಯೆ? ಬೇರೆ ಯಾವ ಪ್ರಾಂತ್ಯದಲ್ಲಿಯೂ ಸ್ತ್ರೀಯರಿಗೆ ಯುದ್ಧ ತರಬೇತಿ ನೀಡಿಲ್ಲ ಮತ್ತು ಕೆಲವು ರಾಜರುಗಳು ಸ್ತ್ರೀಯರನ್ನು ಪಂಜರದ ಗಿಣಿಗಳಂತೆ ಮಾಡಿದ್ದರು.

ಸಂಸಾರ ಜೀವನ.

ಪತಿಯ ಬಯಕೆ ತೀರಿಸುವುದು.

ಮಕ್ಕಳನ್ನು ಹೆರುವುದು.

ಇಷ್ಟಕ್ಕೇ ಅವರ ಪ್ರತಿಭೆ ಸೀಮಿತವಾಗಿತ್ತು ಎಂಬುದು ಆ ಕಾಲದ ಪ್ರಾಯೋಗಿಕ ಸತ್ಯವಾಗಿತ್ತು.

ಮಲ್ಲಮ್ಮ ತಂದೆಯ ಕಡೆ ಅನುಮತಿ ಬೇಡುವ ರೀತಿಯಲ್ಲಿ ನೋಡಿದಳು. ಆಗ ಮಹಾರಾಜ, ತನ್ನ ಅಂತಿಮ ನಿರ್ಣಯವನ್ನು ಪ್ರಕಟಿಸಿದನು.

"ನನ್ನ ಪುತ್ರಿ ಮಲ್ಲಮ್ಮ ಯುದ್ಧದಲ್ಲಿ ಜೊತೆಗೂಡುತ್ತಾಳೆ."

ಸಭೆಯಲ್ಲಿ ಕರತಾಡನವಾಯಿತು!

ಮಲ್ಲಮ್ಮನ ಧೈರ್ಯ, ಸಾಹಸದ ಬಗ್ಗೆ ತಿಳಿದಿದ್ದರಿಂದ ಈ ನಿರ್ಣಯವನ್ನು ಎಲ್ಲರೂ ಸ್ವಾಗತಿಸಿದರು.

ಸೇನಾ ದಂಡನಾಯಕರುಗಳಲ್ಲಿ ಯಾರ್ಯಾರು ಯಾವ-ಯಾವ ಭಾಗದಲ್ಲಿ ಸೈನ್ಯದೊಂದಿಗೆ ಇದ್ದುಕೊಂಡು ಶತ್ರುಗಳಿಗೆ ತಿರುಗೇಟು ಕೊಡಬೇಕು ಎಂಬುದನ್ನು ಮಹಾರಾಜ ತಿಳಿಸಿದನು.

ರಾಜಧಾನಿಯ ಪಶ್ಚಿಮ ಭಾಗವೇ ಹಿಂಭಾಗ...!

ಶತ್ರುಗಳು ನೇರವಾಗಿ ಆಕ್ರಮಣ ಮಾಡದೆ, ಬೇರೆ-ಬೇರೆ ಭಾಗಗಳಿಂದ ಆಕ್ರಮಣ ಮಾಡುತ್ತಾರೆ. ಪಶ್ಚಿಮ ಭಾಗವನ್ನು ನಾವು ಉದಾಸೀನ ಮಾಡಬಹುದು ಎಂಬ ಆಲೋಚನೆಯಿಂದ ಅವರು ಮುಖ್ಯ ಸೈನ್ಯವಾಹಿನಿಯೊಂದಿಗೆ ಆ ಭಾಗದ ಮೇಲೆ ಆಕ್ರಮಣ ಮಾಡುತ್ತಾರೆ. ಆದ್ದರಿಂದ ನಮ್ಮ ಸೈನ್ಯ 'ಕೇತುಮಲ್ಲ' ಎಂಬ ದಂಡನಾಯಕನ ನೇತೃತ್ವದಲ್ಲಿ ಅಲ್ಲಿ ಸಿದ್ಧರಾಗಿರಬೇಕು.

ಮಲ್ಲಮ್ಮ ಆ ಭಾಗದಲ್ಲಿ ಕೇತುಮಲ್ಲನೊಂದಿಗೆ ಇರುತ್ತಾಳೆ.

ಮಲ್ಲಮ್ಮ ಈಗ ಮಾನಸಿಕವಾಗಿ ಯುದ್ಧ ಸಿದ್ಧಳಾಗುತ್ತಿದ್ದಾಳೆ. ಆದರೂ ಸಹ ಸ್ವಲ್ಪ ಉದ್ವಿಗ್ನಳಾಗಿದ್ದಾಳೆ.

ಕ್ಷತ್ರಿಯ ವಿದ್ಯೆಗಳನ್ನೆಲ್ಲಾ ಕರಗತ ಮಾಡಿಕೊಂಡಿದ್ದಾಳೆ. ಹುಲಿ, ಸಿಂಹ ಎದುರಾದರೂ ಸಹ ಎದುರಿಸುವ ಎದೆಗಾರಿಕೆ ಅವಳಲ್ಲಿ ಇದೆ. ಆದರೂ ಸಹ ಯುದ್ಧಭೂಮಿಯಲ್ಲಿ ಶತ್ರುಗಳೊಂದಿಗೆ ಮುಖಾಮುಖಿ ಆಗುತ್ತಿರುವುದು ಇದೇ ಮೊದಲು.

ಅಗ್ನಿಪರೀಕ್ಷೆ!

ಅಂತಃಪುರದಲ್ಲಿರುವ ಮಹಾರಾಣಿ ದೇವಕಾಂತೆಗೆ ಈ ಯುದ್ಧದ ಸಂಗತಿ ತಿಳಿಯಿತು.

ಇದೇನು ಸಾಮಾನ್ಯವೆ?

ಮಗಳು ಕತ್ತಿ, ಗುರಾಣಿ ಹಿಡಿದು ರಣಭೂಮಿಯಲ್ಲಿ ಯುದ್ಧ ಮಾಡಲಿದ್ದಾಳೆ ಎಂಬುದನ್ನು ಕೇಳಿಯೇ ಭಯ ಉಂಟಾಗಿ ವಿರೋಧಿಸಿದ್ದಳು ಮಹಾರಾಣಿ.

"ಪ್ರಭು... ಅವಳಿಗೇನೋ ಪ್ರಾಯದ ಹುಮ್ಮಸ್ಸು, ಉತ್ಸಾಹ ತುಂಬಿದೆ. ನೀವು... ನಾವು ಆಲೋಚಿಸಬೇಕು. ಮಗಳನ್ನು ಯುದ್ಧಭೂಮಿಗೆ ಕಳಿಸಲು ಯಾಕೆ ಅನುಮತಿ ನೀಡಿದ್ದೀರ? ವಿವಾಹವಾಗಿ ಪತಿಯ ಮನೆ ಸೇರಿ ಸುಖವಾಗಿ ಸಂಸಾರ ಮಾಡಬೇಕಾಗಿರುವ ಅವಳು ಯುದ್ಧ ಮಾಡಬೇಕೆ? ಯಾಕೆ... ನಿಮ್ಮ ಸೈನ್ಯ ಸಮೂಹದಲ್ಲಿ ಬೇರೆ ಯಾವ ವೀರರೂ ಇಲ್ಲವೆ? ಆ ಶತ್ರುಗಳನ್ನು ಎದುರಿಸಿ ಹೋರಾಡಲು ನನ್ನ ಮಗಳೇ ಬೇಕಾಗಿತ್ತೆ?"

ಮದಲಿಂಗ ನಾಯಕ "ಶಾಂತಳಾಗು ದೇವಿ. ನೀನು ಮಲ್ಲವ್ವನನ್ನು ಅಂತಃಪುರದ ಅರಗಿಣಿ ಅಂತ ತಿಳಿದಿದ್ದೀಯ. ಶೌರ್ಯ, ಪರಾಕ್ರಮ ಮತ್ತು ಅಪಾಯವನ್ನು ಎದುರಿಸಿ ಮುನ್ನುಗ್ಗುವ ಎದೆಗಾರಿಕೆ ಹಾಗೂ ಯುದ್ಧ ಚಾಣಾಕ್ಷತನದಲ್ಲಿ ಅವಳು ಯಾವ ದಂಡನಾಯಕನಿಗೂ ಕಡಿಮೆ ಇಲ್ಲ. ಅವಳು ಎಲ್ಲರಂತಲ್ಲ. ನಿನಗೆ ಗೊತ್ತಿಲ್ಲವೇ ದೇವಿ. ನಮ್ಮ ಪುತ್ರಿ ಬಹು ಭಾಷೆಗಳನ್ನು ಬೇಗ ಕಲಿತಳು. ನಾನು ಎರಡು ವರ್ಷಗಳಲ್ಲಿ ಕಲಿತಿದ್ದ ಕ್ಷತ್ರಿಯ ವಿದ್ಯೆಗಳನ್ನು ಅವಳು ಕೇವಲ ಎರಡು ಮಾಸದಲ್ಲಿ ಕಲಿತಳು. ಅವಳು ಏಕಾಂಗಿಯಾಗಿ ಅರಣ್ಯ ಪ್ರವೇಶಿಸಿ ಬಾಲಕನೊಬ್ಬನನ್ನು ಕಾಪಾಡಲು ಹುಲಿ ಬೇಟೆ ಆಡಿದ್ದಾಳೆ. ಅವಳು ಬಾವಿಯೊಳಗಿನ ಮಂಡೂಕ (ಕಪ್ಪೆ) ಆಗಬಾರದು. ನೀನು ಅವಳ ಶಕ್ತಿ, ಪರಾಕ್ರಮ, ಪ್ರತಿಭೆಯ ಬಗ್ಗೆ ನಂಬಿಕೆ ಇಟ್ಟುಕೊಂಡು ಸಂತೋಷದಿಂದ ಕಳಿಸಿಕೊಡು. ಅವಳು ಶತ್ರುಗಳ ನಡುವೆ ವೀರವಿಹಾರ ಮಾಡಿ ವಿಜೃಂಭಿಸಲಿ" ಎಂದನು.

ಮಹಾರಾಣಿ ಭಯ, ಗಾಬರಿಯಿಂದಲೇ "ಒಂದು ವೇಳೆ ಯುದ್ಧದಲ್ಲಿ ಅವಳಿಗೇನಾದರೂ ಅಪಾಯ ಉಂಟಾದರೆ ಏನು ಗತಿ?"

"ನಾನು ಅವಳೊಂದಿಗೆ ಇರುತ್ತೇನೆ. ಅವಳ ರಕ್ಷಣೆಗಾಗಿ ಸೈನ್ಯ ಸಮೂಹ ಇರುತ್ತದೆ."

ಗಂಡನ ಒತ್ತಾಯ ಮತ್ತು ಮಗಳ ಬೇಡಿಕೆಗೆ ವಿರೋಧಿಸಲಾರದೆ, ಮಗಳನ್ನು ತಬ್ಬಿಕೊಂಡು ಅಳುತ್ತಾ ಎಚ್ಚರಿಕೆಯ ಮಾತುಗಳನ್ನಾಡಿ ಹರಸಿದಳು ಮಹಾರಾಣಿ.

ರಾಜಧಾನಿಯ ಎಲ್ಲಾ ಕಡೆ ಸೈನ್ಯವ್ಯೂಹ ರಚನೆಯಾಗಿದೆ.

ಮಲ್ಲಮ್ಮ ಖಡ್ಗ ಹಿಡಿದು ಕುದುರೆಯ ಮೇಲೆ ಸವಾರಿ ಮಾಡುತ್ತಾ, ರಾಜಧಾನಿಯ ರಕ್ಷಣೆಯ ಕಡೆ ಗಮನ ನೀಡುತ್ತಿದ್ದಾಳೆ. ವ್ಯೂಹ ಸಮೂಹದಲ್ಲಿ ಲೋಪ ಕಂಡುಬಂದರೆ ಸರಿಪಡಿಸುತ್ತಾಳೆ.

ಸೈನಿಕರು ಹಗಲು-ರಾತ್ರಿ ಎಂಬ ಭೇದ-ಭಾವವಿಲ್ಲದೆ ಕಾಯುತ್ತಿದ್ದರು. ಸೈನಿಕರಿದ್ದ ಸ್ಥಳಗಳಿಗೇ ಊಟ ಮತ್ತು ನೀರಿನ ಸರಬರಾಜು ಮಾಡಲು ಪ್ರತ್ಯೇಕ ತಂಡಗಳಿವೆ. ಸೈನಿಕರಿಗೆ ಅಲ್ಪ ವಿಶ್ರಾಂತಿ ಕೊಡಲು ಪಾಳೀ ಪ್ರಕಾರ ಕೆಲಸ ಮಾಡಲು ಕಾರ್ಯ ಯೋಜನೆ ರೂಪಿಸಲಾಗಿದೆ.

ರಾಜಧಾನಿಯ ಹೊರಭಾಗದಲ್ಲಿರುವ ಎತ್ತರವಾದ ಗುಡ್ಡ ಮತ್ತು ಮರಗಳನ್ನೇರಿರುವ ಸೈನಿಕರು ಶತ್ರುಗಳ ಆಗಮನ ಯಾವ ಕಡೆಯಿಂದ ಆಗುತ್ತಿದೆ ಮತ್ತು ಸೈನ್ಯದ ಪ್ರಮಾಣ ಎಷ್ಟಿದೆ ಎಂಬುದನ್ನು ನೋಡಿ, ದೂತನ ಮೂಲಕ ಸಂದೇಶ ಕಳಿಸುತ್ತಿದ್ದಾರೆ. ಗುಡ್ಡಗಳ ಮೇಲೆ ಶತ್ರು ಸೈನಿಕರಿಗೆ ಆಘಾತ ಉಂಟು ಮಾಡಲು ಸಿದ್ಧರಾಗಿದ್ದಾರೆ.

ನುರಿತ ಬಿಲ್ಲುಗಾರರು.

ಬೆಂಕಿ ಉಂಡೆಗಳನ್ನು ಬಾಣಗಳ ಮೂಲಕ ಚುಚ್ಚಿ ಪ್ರಯೋಗ ಮಾಡಲು ಸಿದ್ಧರಾಗಿದ್ದಾರೆ.

ಬಾಣಗಳ ಪ್ರಯೋಗ.

ಭಲ್ಲೆಗಳ ಎಸೆತ.

ಶತ್ರುಗಳ ಆಕ್ರಮಣ ತಡೆದು ಅವರನ್ನು ಹಿಮ್ಮೆಟ್ಟಿಸಲು ಎಲ್ಲಾ ರೀತಿಯಲ್ಲಿ ಸಿದ್ಧರಾಗಿದ್ದಾರೆ.

ಶತ್ರುಗಳು ನುಗ್ಗುತ್ತಿದ್ದಾರೆ.

ಮದಲಿಂಗ ನಾಯಕ ಈ ಅಪಾಯಕಾರಿ ಸನ್ನಿವೇಶ ಎದುರಿಸಲು ಸೇನಾ ದಂಡನಾಯಕರುಗಳಿಗೆ ಆದೇಶಿಸಿದನು.

ಬೆಳಗಿನ ಜಾವ ನಾಲ್ಕು ಗಂಟೆ. ಇವರು ಮೊದಲೇ ಊಹೆ ಮಾಡಿದಂತೆ, ಶತ್ರು ಸಮೂಹ ರಾಜಧಾನಿಯ ಹಿಂಭಾಗದಿಂದ ದೊಡ್ಡ ಪ್ರಮಾಣದ ಸೈನ್ಯದೊಂದಿಗೆ ಆಕ್ರಮಣ ಮಾಡಿತು.

ಮಲ್ಲಮ್ಮ ರಕ್ಷಣೆಗಾಗಿ ಖಡ್ಗ ಹಿಡಿದು ನಿಂತಿದ್ದಾಳೆ.

ಶತ್ರುಗಳ ಆಗಮನದ ಸೂಚನೆ ತಿಳಿದ ಕೂಡಲೇ ಮೊದಲೇ ಸಿದ್ಧಪಡಿಸಿದ್ದ ನೂರಾರು ಬೆಂಕಿಯ ಪಂಜುಗಳನ್ನು ಪ್ರಜ್ವಲಿಸುವ ರೀತಿ ಬೆಳಗಿಸಿದರು.

ಇದು ಅನಿರೀಕ್ಷಿತ.

ಬಿಲ್ಲುಗಾರರು ನಿರಂತರವಾಗಿ ಬಾಣಗಳನ್ನು ಬಿಡುತ್ತಿದ್ದಾರೆ. ಆದರೂ ಸಹ ಶತ್ರು ಸೈನಿಕರು ನುಗ್ಗಿದರು. ಎರಡೂ ಕಡೆಯ ಸೈನ್ಯ ಪರಸ್ಪರ ಎದುರಾಯಿತು.

ಮಲ್ಲಮ್ಮ ವೀರಗಾಸೆ ಹಾಕಿಕೊಂಡು, ಕುದುರೆ ಸವಾರಿ ಮಾಡುತ್ತಾ, ಶತ್ರು ಸೈನಿಕರ ನಡುವೆ ನುಗ್ಗಿ ಖಡ್ಗ ಪ್ರಹಾರ ಮಾಡುತ್ತಿದ್ದಾಳೆ. ಅವಳ ಗುರಿ ಎಷ್ಟೊಂದು ನಿಖರವಾಗಿತ್ತು ಎಂದರೆ, ಪ್ರತಿ ಪ್ರಹಾರಕ್ಕೂ ಸಹ ಶತ್ರುಗಳ ರುಂಡ ಮೇಲಕ್ಕೆ ಎಗರಿ, ಗಿರ್ರನೆ ತಿರುಗುತ್ತಾ, ಸಿಡಿಯುತ್ತಿರುವ ರಕ್ತದೊಂದಿಗೆ ನೆಲದ ಮೇಲೆ ಬೀಳುತ್ತಿತ್ತು. ಸಿಡಿದ ರಕ್ತದ ಹನಿಗಳು ಇವಳ ದೇಹದ ಮೇಲೆ ಎರಚುವ ರೀತಿ ಬೀಳುತ್ತಿತ್ತು.

ಮಲ್ಲಮ್ಮ ಕುದುರೆಯನ್ನು ಅತೀ ಚಾಣಾಕ್ಷತನದಿಂದ ನುಗ್ಗಿಸುತ್ತಾ, ಶತ್ರುಗಳ ಪ್ರಹಾರಕ್ಕೆ ಕುದುರೆ ಬಲಿಯಾಗದ ರೀತಿ ಕಾಪಾಡುತ್ತಲೇ ರುಂಡಮಾಲಿನಿಯಂತೆ ರುಂಡಗಳನ್ನು ಧರೆಗುರುಳಿಸುತ್ತಿದ್ದಳು. ಜಗನ್ಮಾತೆ ರುಂಡಮಾಲಿನಿ ರೂಪದಿಂದ ಅವತರಿಸಿದಾಗ, ದುಷ್ಟ ದಾನವರ, ಲೋಕಕಂಟಕ ರುಂಡಗಳನ್ನು ಕತ್ತರಿಸಿ ಮಾಲೆಯಾಗಿ ಹಾಕಿಕೊಳ್ಳುತ್ತಿದ್ದಳು. ಇಲ್ಲಿ ಮಲ್ಲಮ್ಮ ರಣಚಂಡಿಯಾಗಿ ರುಂಡಗಳು ನೆಲ ಕಾಣುವಂತೆ ಪ್ರಹಾರ ಮಾಡುತ್ತಿದ್ದಳು.

ಶತ್ರು ಸೈನಿಕರು, ಸೇನಾ ದಂಡನಾಯಕರು ಭಯಾಶ್ಚರ್ಯಗೊಂಡಿದ್ದಾರೆ. ಯಾರು ಈ ವೀರನಾರಿ? ಇವಳೊಬ್ಬಳೇ ನಮ್ಮವರನ್ನೆಲ್ಲಾ ಬಲಿ ತೆಗೆದುಕೊಳ್ಳುತ್ತಿದ್ದಾಳೆ. ಇವಳಿಗೆ ಒಂದು ಗತಿ ಕಾಣಿಸದಿದ್ದರೆ ನಮ್ಮ ಸೈನಿಕರು ಸಂಪೂರ್ಣ ಬಲಿಯಾಗುತ್ತಾರೆ.

ರಾಜನ ಆದೇಶದಂತೆ ನಾಲ್ಕು ಮಂದಿ ದಂಡನಾಯಕರು, ಸೈನ್ಯ ಸಮೇತರಾಗಿ ಮಲ್ಲಮ್ಮನ ಮೇಲೆ ಏಕಕಾಲದಲ್ಲಿ ಎಲ್ಲಾ ಕಡೆಗಳಿಂದ ದಾಳಿ ಮಾಡಿದರು.

ಖಡ್ಗ ಹಿಡಿದು ಯುದ್ಧ ಮಾಡುತ್ತಿದ್ದ ಮದಲಿಂಗ ನಾಯಕ ಈ ದೃಶ್ಯ ನೋಡಿ ಗಾಬರಿಯಾಗಿ ಕೂಗಿಕೊಂಡನು.

"ಮಲ್ಲಮ್ಮನ ರಕ್ಷಣೆಗೆ ಬೇಗ ಹೋಗಿ" ಎಂದು ಹೇಳುತ್ತಲೇ, ಎದುರಾಗಿ ಬರುತ್ತಿದ್ದ ಶತ್ರು ಸೈನಿಕರನ್ನು ತುಂಡರಿಸುತ್ತಾ ಮಗಳ ರಕ್ಷಣೆಗಾಗಿ ಮುನ್ನುಗ್ಗಿದನು. ಮತ್ತೊಂದು ಕಡೆಯಿಂದ ಮುಖ್ಯ ಸೇನಾ ನಾಯಕರುಗಳು ಬಂದರು.

ಆದರೆ ಎಲ್ಲರೂ ಸ್ತಂಭೀಭೂತರಾದರು. ಆ ದೃಶ್ಯ ಭಯಂಕರವಾಗಿದೆ.

ಮಲ್ಲಮ್ಮ ಹೆದರದೆ, ಬೆದರದೆ ಎದುರಾಗಿ ಆಕ್ರಮಣ ಮಾಡುತ್ತಿರುವ ಶತ್ರುಗಳ ಮೇಲೆ ಖಡ್ಗ ಪ್ರಹಾರ ಮಾಡುತ್ತಿದ್ದಾಳೆ ಮತ್ತು ಅವರ ಪ್ರಹಾರಗಳಿಗೆ ತಡೆ ನೀಡುತ್ತಿದ್ದಾಳೆ.

ಅವಳ ಕೈ ಸೋಲುತ್ತಿಲ್ಲವೆ?

ಆಯಾಸ ಆಗುತ್ತಿಲ್ಲವೆ?

ಒಂದೇ ಒಂದು ಕ್ಷಣ ಸಹ ತಡೆ ಇಲ್ಲದಂತೆ ಪ್ರಹಾರ, ಪ್ರತಿ ಪ್ರಹಾರ ನಡೆಯುತ್ತಿದೆ. ಅವಳ ಪ್ರತಿ ಪ್ರಹಾರದಲ್ಲಿ ಗಾಳಿಯ ವೇಗ ಮತ್ತು ರಭಸ ಇದೆ!

ಶತ್ರು ಸಮೂಹದ ಮುಖ್ಯ ಸೇನಾ ನಾಯಕರುಗಳು ಮಲ್ಲಮ್ಮಳ ಖಡ್ಗಕ್ಕೆ ಬಲಿಯಾದರು. ಬಾಳೆ ಗಿಡವನ್ನು ಕತ್ತರಿಸುವ ರೀತಿಯಲ್ಲಿ ಶತ್ರು ಸೈನಿಕರ ದೇಹವನ್ನು ಕತ್ತರಿಸುತ್ತಿದ್ದಾಳೆ.

ರುಂಡಗಳು ಒಂದು ಕಡೆ, ಮತ್ತೊಂದು ಕಡೆ ರುಂಡವಿಲ್ಲದ ದೇಹಗಳು ಬಿದ್ದಿವೆ.

ರಕ್ತದ ಕೋಡಿ ಹರಿದಿದೆ.

ಮಲ್ಲಮ್ಮ ಅಬ್ಬರಿಸುತ್ತಾ ಮುಂದೆ ನುಗ್ಗುತ್ತಾ ವೀರವಿಹಾರ ಮಾಡುತ್ತಿದ್ದಾಳೆ.

ರಕ್ಷಣೆಯ ಅಗತ್ಯ ಇಲ್ಲ.

ಎದುರಾದವರೆಲ್ಲಾ ಹೆಣಗಳಾಗಿದ್ದಾರೆ.

ಆದರೂ ಮಲ್ಲಮ್ಮನ ರಣೋತ್ಸಾಹ ಕಡಿಮೆ ಆಗಿಲ್ಲ. ಶತ್ರುಗಳ ಮೇಲೆ ಪ್ರಹಾರ ಮಾಡುತ್ತಿದ್ದಾಳೆ.

ಮದಲಿಂಗ ದಿಗ್ಭ್ರಾಂತನಾಗಿದ್ದಾನೆ. ಇವಳು... ಈ ಮಲ್ಲಮ್ಮ ನನ್ನ ಪುತ್ರಿ... ಎಂಬ ಅಭಿಮಾನದಿಂದ ಆತನ ಎದೆ ತುಂಬಿ ಮೈಮರೆತಿದ್ದಾನೆ.

ಅನಾಹುತದ ಸನ್ನಿವೇಶ...!

ಮೈಮರೆತಿರುವ ಮದಲಿಂಗ ನಾಯಕನ ಕಡೆ, ಖಡ್ಗ ಪ್ರಹಾರ ಮಾಡುತ್ತಾ ಶತ್ರು ಸೈನಿಕರು ಬಲು ವೇಗವಾಗಿ ನುಗ್ಗಿದರು.

ಖಡ್ಗ ಗಾಳಿಯಲ್ಲಿ ಆಡಿತು.

ಆ ದೃಶ್ಯ ನೋಡಿಬಿಟ್ಟಳು ಮಲ್ಲಮ್ಮ. ಕುಳಿತಿದ್ದ ಕುದುರೆಯಿಂದ ನೆಗೆದು ಅಡ್ಡ ಬಂದಳು. ತಂದೆಯ ರುಂಡ ಕತ್ತರಿಸಲು ಬಾಗುತ್ತಿರುವ ಆ ಖಡ್ಗಗಳನ್ನು ತಡೆದಳು.

ಅಬ್ಬ... ಅದೆಂತಹ ರಭಸ!

ನೆಲದಲ್ಲಿ ವೃತ್ತಾಕಾರವಾಗಿ ತಿರುಗುತ್ತಾ ಶತ್ರು ಸೈನಿಕರನ್ನು ಏಕಾಂಗಿಯಾಗಿ ಎದುರಿಸುತ್ತಿರುವಾಗಲೇ ಮದಲಿಂಗ ನಾಯಕ ಜಾಗೃತನಾದನು.

ವೀರವಿಹಾರ ಮಾಡಿದನು.

ತಂದೆ–ಮಗಳು ಮೈಮೇಲೆ ಕಾಲಯಮ ಆವಾಹನೆ ಆದಂತೆ ಯುದ್ಧ ಮಾಡುತ್ತಾ ಶತ್ರುನಾಶ ಮಾಡುತ್ತಿದ್ದಾರೆ.

ಉಳಿದ ಕಡೆಗಳಲ್ಲಿ ಬೈಲಹೊಂಗಲದ ವೀರಾಗ್ರಣಿಗಳು 'ಮಾಡು ಇಲ್ಲವೆ ಮಡಿ' ಎಂಬಂತೆ ಯುದ್ಧ ಮಾಡುತ್ತಿದ್ದಾರೆ.

'ದೇವಲಂಗಡಿ' ಪ್ರಾಂತ್ಯದ ಶತ್ರು ರಾಜ 'ಚಂಡಲ ದುರ್ಗೇಶ್ವರ' ಮಲ್ಲಮ್ಮನ ಖಡ್ಗ ಪ್ರಹಾರಕ್ಕೆ ಬಲಿಯಾದನು. ನೆಲದ ಮೇಲೆ ಬಿದ್ದಿರುವ ಶತ್ರು ರಾಜನ ರುಂಡವನ್ನು ಮಲ್ಲಮ್ಮ ಖಡ್ಗದಲ್ಲಿ ಚುಚ್ಚಿಕೊಂಡಳು.

ಆ ಖಡ್ಗವನ್ನು ಮೇಲೆ ಎತ್ತಿ ಹಿಡಿದು ಬಲು ವೇಗವಾಗಿ ಓಡುತ್ತಲೇ ಚಂಗನೆ ನೆಗೆದು, ದಿಗ್ಗನೆ ಕುಳಿತು, ಒಂದು ಕೈಯಿಂದ ಕುದುರೆಯ ಜೀನ್ ಹಿಡಿದು ಅಬ್ಬರಿಸಿದ ಕೂಡಲೇ ಕುದುರೆ ಕೆನೆಯುತ್ತಾ ಓಡಲಾರಂಭಿಸಿತು.

ಅವಳ ಕೈಯಲ್ಲಿ ಖಡ್ಗ ಇದೆ. ಶತ್ರು ರಾಜನ ರುಂಡ ಚುಚ್ಚಿಕೊಂಡು ಈಗ ಶತ್ರುಗಳ ಕಡೆ ನುಗ್ಗುತ್ತಿದ್ದಾಳೆ.

ಬೈಲಹೊಂಗಲ ಪಡೆಯವರು ವಿಜಯದ ಕಹಳೆ, ಕೊಂಬು ಊದಿದರು. ಮಲ್ಲಮ್ಮ ಹಿಡಿದಿದ್ದ ರಾಜನ ರುಂಡವನ್ನು ಕಂಡು ಶತ್ರು ಸೈನಿಕರು ಪಲಾಯನ ಮಾಡಿದರು.

ಉಳಿದ ನಾಯಕರು ಶರಣಾಗಿ ಶ್ವೇತ ಧ್ವಜವನ್ನು ಎತ್ತಿ ಹಿಡಿದರು. ಮಂಡಿಗಳನ್ನು ನೆಲದ ಮೇಲೆ ಊರುತ್ತಾ ಶರಣಾದರು. ಮದಲಿಂಗ ನಾಯಕ ದೇವಲಂಗಡಿ ಪ್ರಾಂತ್ಯ ವಶಪಡಿಸಿಕೊಂಡು, ಯುದ್ಧದ ಖರ್ಚು ಮತ್ತು ಇನ್ನಿತರ ವೆಚ್ಚವನ್ನು ಸರಿದೂಗಿಸಲು ಕಪ್ಪವನ್ನು ಅಧಿಕ ಪ್ರಮಾಣದಲ್ಲಿ

ವಸೂಲಿ ಮಾಡಿದನು. 'ದೇವಲಂಗಡಿ' ಮತ್ತು ಸುತ್ತಮುತ್ತಲಿನ ರಾಜರುಗಳು ಸಾಮಂತರಾದರು.

ಬೈಲಹೊಂಗಲದ ಅಡಿಪಾಯ ಗಟ್ಟಿಯಾಯಿತು. ಈ ರಾಜ್ಯದ ಕೀರ್ತಿ ಉತ್ತರ ಭಾಗದ ಎಲ್ಲಾ ಕಡೆ ಹರಡಿತು.

ದೂತರಿಂದ ದೇವಕಾಂತೆಗೆ ಆಗಾಗ ಯುದ್ಧದ ಬಗ್ಗೆ ಮಾಹಿತಿ ಲಭ್ಯವಾಗುತ್ತಿತ್ತು. ಪುತ್ರಿ ಮಲ್ಲಮ್ಮನ ಪ್ರಚಂಡ ಪರಾಕ್ರಮದ ಬಗ್ಗೆ ಕೇಳಿ ಆಕೆ ದಿಗ್ಭ್ರಾಂತಳಾಗಿದ್ದಳು.

ಎಲ್ಲರೂ ಅಭಿಪ್ರಾಯ ಪಟ್ಟಿರುವಂತೆ, ಶತ್ರುಗಳನ್ನು ಹಿಮ್ಮೆಟ್ಟಿಸಿ, ವಿಜಯ ಗಳಿಸುವ ಪ್ರಯತ್ನದಲ್ಲಿ ಮಲ್ಲಮ್ಮನ ವೀರವಿಹಾರ ಕಾರಣವಾಗಿದೆ.

ತಂದೆ, ಮಗಳು ಅರಮನೆಗೆ ಬಂದಾಗ ದೇವಕಾಂತೆ ಮತ್ತು ರಾಜಧಾನಿಯ ಮುತ್ತೈದೆಯರು ಸೇರಿ ವಿಜಯದ ಆರತಿ ಬೆಳಗಿದರು. ಮಗಳ ದೇಹದ ಬಹು ಭಾಗ ರಕ್ತದ ಕಲೆ ಆಗಿರುವುದು ಕಂಡು ಗಾಬರಿಯಾಯಿತು. ನಿರಂತರವಾಗಿ ಹೋರಾಡಿದ್ದರೂ ಸಹ ಅವಳ ಮುಖದಲ್ಲಿ ಅದೇ ಮಂದಹಾಸ ಕಂಡು ಬರುತ್ತಿದೆ. ಆಯಾಸ ಆಗದಿರಲು ಸಾಧ್ಯವೆ? ಆದರೆ ಅವಳಿಗೆ ಮನೋಬಲವಿದೆ. ತನ್ನನ್ನು ತಾನು ನಿಯಂತ್ರಿಸಿಕೊಳ್ಳುತ್ತಿದ್ದಾಳೆ.

ವಿಜಯ ದುಂದುಭಿ ಮೊಳಗುತ್ತಿದೆ.

ರಾಜನಿಗೆ ಬಹುಪರಾಕ್ ಹೇಳುತ್ತಿದ್ದಾರೆ.

ಮಲ್ಲಮ್ಮನ ಧೈರ್ಯ, ಸಾಹಸ ಮತ್ತು ವೀರವಿಹಾರದ ಬಗ್ಗೆ ಪ್ರಜೆಗಳು ಲಾವಣಿ ಕಟ್ಟಿ ಹಾಡುತ್ತಿದ್ದಾರೆ.

ವಿಜಯ ಸಂಕೇತದ ಸಭಾ ಕಾರ್ಯಕ್ರಮವನ್ನು ಮರುದಿವಸ ಏರ್ಪಡಿಸಲಾಯಿತು. ಯುದ್ಧದಲ್ಲಿ ಭಾಗಿಯಾಗಿದ್ದವರೆಲ್ಲಾ ಆ ದಿವಸ ವಿಶ್ರಾಂತಿ ಪಡೆದು ಮರುದಿನ ಸಭೆಗೆ ಬಂದಿದ್ದರು.

ಸೈನಿಕರು, ದಂಡನಾಯಕರು ಮತ್ತು ಇತರ ಪ್ರಮುಖರುಗಳಿಗೆ ಅವರ ಸ್ಥಾನಕ್ಕೆ ತಕ್ಕಂತೆ ಸನ್ಮಾನಿಸಿ, ಆ ಕಾಲದಲ್ಲಿ ಚಲಾವಣೆಯಲ್ಲಿದ್ದ ಚಿನ್ನದ ನಾಣ್ಯಗಳ ರೂಪದಲ್ಲಿ ವಿಶೇಷ ಉಡುಗೊರೆ ಕೊಡಲಾಯಿತು.

** ** **

ಮಲ್ಲಮ್ಮನಿಗೆ ರೋಮಾಂಚನ ಉಂಟಾಗುತ್ತಿದೆ. ಯಾಕೆಂದರೆ ಏಳು ದಿನಗಳ ಅವಧಿಯಲ್ಲಿ ಈಶಪ್ರಭು ಸುಮಾರು ಆರು ಹುಲಿಗಳನ್ನು ಬೇಟೆಯಾಡಿ ಬೈಲಹೊಂಗಲಕ್ಕೆ ಕಳಿಸಿದ್ದನು.

ಮದಲಿಂಗ ನಾಯಕ ಸಹ ಇವರಿಂದ ಹರ್ಷಿತನಾದನು. ನನ್ನ ಪುತ್ರಿ ಮಲ್ಲಮ್ಮ ಸಾಮಾನ್ಯಳಲ್ಲ. ಅವಳು ಶಕ್ತಿದೇವತೆ.

ಸಕಲ ವಿದ್ಯಾಪಾರಂಗತೆ.

ಅಂತಹವಳ ಸಂಗಾತಿ ಆಗಲು ಬೇಟೆಯಾಡುತ್ತಿರುವ ಬೆಳವಡಿಯ ಈಶಪ್ರಭು ನಿಜವಾಗಿ ವೀರಕ್ಷತ್ರಿಯ! ಇಲ್ಲದಿದ್ದರೆ ಇಷ್ಟೊಂದು ಹುಲಿಗಳನ್ನು ಮಹಾ ಅರಣ್ಯದಲ್ಲಿ ಶೋಧಿಸಿ ಬೇಟೆಯಾಡುವುದು ಎಂದರೆ ಸಾಮಾನ್ಯರಿಂದ ಸಾಧ್ಯವಿಲ್ಲ.

ಈಶಪ್ರಭು ಹೇಗಿದ್ದಾನೆ?

ಪಂಥಾಹ್ವಾನವನ್ನು ಪೂರೈಸುವ ಮೊದಲು ಅವನು ಹೇಗಿದ್ದಾನೆ ಎಂಬುದನ್ನು ನೋಡಿ ತಿಳಿಯಬೇಕು.

ಆದರೆ ಹೇಗೆ ಸಾಧ್ಯ?

ಅವನ ಅನುಮತಿ ಇಲ್ಲದೆ ಅವನ ಭಾವಚಿತ್ರವನ್ನು ಕಲಾವಿದ ಚಿತ್ರಿಸಲು ಸಾಧ್ಯವಿಲ್ಲ. ನಾನು ಸುತ್ತೋಲೆ ಕಳಿಸಿದರೆ ಅವನು ಅದಕ್ಕೆ ಗೌರವ ನೀಡಬಹುದು. ಆದರೆ ಇದು ಎಷ್ಟರಮಟ್ಟಿಗೆ ಸರಿ? ವೀರಪಂಥಾಹ್ವಾನದ ಸಾಹಸದ ಪ್ರಯತ್ನ ನಡೆಯುತ್ತಿರುವಾಗ ಅವನಿಗೆ ಈ ಬೇಡಿಕೆಯನ್ನು ಹೇಗೆ ತಾನೇ ಇಡಲು ಸಾಧ್ಯ?

ಬೇಡ... ಬೇಡ... ಇಷ್ಟೊಂದು ಆತುರ ಪಡುವುದು ಬೇಡ ಎಂದುಕೊಳ್ಳುತ್ತಿರುವಾಗಲೇ ಪತ್ನಿ ದೇವಕಾಂತೆ ಬೇಸರ, ಕೋಪದಿಂದ "ತಂದೆ ಮಗಳು ಸಂತೋಷ, ಸಂಭ್ರಮ ಪಡುತ್ತಿರುವುದನ್ನು ಕಂಡರೆ ನನಗೆ ಸಹಿಸಲಾಗುತ್ತಿಲ್ಲ" ಎಂದಳು.

ಮಲ್ಲಮ್ಮ "ಮಾತೆ... ನನ್ನ ನಿರೀಕ್ಷೆಗೆ ತಕ್ಕ ವೀರ ನನ್ನನ್ನು ಕೈ ಹಿಡಿಯಲು ಅಸಾಧ್ಯವಾಗಿರುವ ಸಾಹಸವನ್ನು ಮಾಡುತ್ತಿದ್ದಾನೆ. ಆ ಮಹಾರಾಜ ಈಶಪ್ರಭು. ಖಂಡಿತಾ ವಿಜಯ ಸಾಧಿಸುತ್ತಾನೆ. ನನ್ನ ಕಲ್ಪನೆ, ನಿರೀಕ್ಷೆಗೆ ತಕ್ಕಂತೆ ಸಂಗಾತಿ ಸಿಗಲಿದ್ದಾನೆ. ಇದು ನಿನಗೆ ಸಂತೋಷ ಆಗಿಲ್ಲವೆ?"

ದೇವಕಾಂತೆ "ನನಗೆ ಸಂತೋಷ ಆಗಿರೋದು ನಿಜ. ನಿನಗೆ ಒಳ್ಳೆಯ ಸಂಗಾತಿಯಾಗಿ ಇಡೀ ಸಾಮ್ರಾಜ್ಯವೇ ಹೆಮ್ಮೆ ಪಡುವಂತ ಅಳಿಯ ಸಿಗಲಿ ಎಂಬ ಆಸೆ ನಮಗಿದೆ. ಆದರೆ ಅದಕ್ಕಾಗಿ ನೀನು ಇಂತಹ ನಿಬಂಧನೆ ಹಾಕಬಾರದಿತ್ತು. ನಿನ್ನ ಸಂಗಾತಿ ಆಗಲಿರುವ ರಾಜನ ಶಕ್ತಿ, ಸಾಮರ್ಥ್ಯ ಪರೀಕ್ಷೆ ಮಾಡಲು, ಅರಣ್ಯದಲ್ಲಿರುವ ಹುಲಿಗಳನ್ನು ಬಲಿ ಕೊಡುವುದು ತಪ್ಪಲ್ಲವೆ? ಇದೇ ರೀತಿ ಮುಂದುವರೆದರೆ ಅರಣ್ಯದಲ್ಲಿ ಹುಲಿಗಳ ಸಂತತಿ ಇಲ್ಲದಂತೆ ಆಗುತ್ತದೆ. ಮೊದಲು ಈ ಪ್ರಾಣಿ ಭೇಟೆ ನಿಲ್ಲಿಸಲು ಬೆಳವಡಿ ರಾಜನಿಗೆ ಮನವಿಯ ಆದೇಶದ ಸುತ್ತೋಲೆ ಕಳಿಸಿ. ಈ ಆದೇಶದಲ್ಲಿ ಈ ನಿಬಂಧನೆಯನ್ನು ಉಪಸಂಹರಿಸಲು ಮತ್ತು ತಮ್ಮನ್ನು ವಿವಾಹವಾಗಲು ಮಲ್ಲಮ್ಮ ಸಮ್ಮತಿಸಿದ್ದಾಳೆ ಎಂದು ತಿಳಿಸಿ. ನಿಮ್ಮ ರಾಜ ಮುದ್ರಿಕೆಯೊಂದಿಗೆ ಮಲ್ಲಮ್ಮ ಸಹ ತನ್ನ ಅಭಿಪ್ರಾಯದ

ಒಕ್ಕಣೆ ಬರೆಯಲಿ" ಎಂದು ಗಂಭೀರವಾಗಿ, ಆದೇಶಿಸುವ ರೀತಿಯಲ್ಲಿ ಹೇಳಿದಳು.

ಮದಲಿಂಗ ನಾಯಕ ಮಗಳ ಕಡೆ ನೋಡುತ್ತಾ "ನಿನ್ನ ತಾಯಿಯ ಅಭಿಪ್ರಾಯ ಸೂಕ್ತವಾಗಿದೆ. ಇಲ್ಲಿಯ ತನಕ ಎಂಟು ಹುಲಿಗಳನ್ನು ಬೇಟೆಯಾಡಿರುವ ಬೆಳವಡಿ ಮಹಾರಾಜ ನಿಜವಾಗಿ ಶೂರ, ಸಾಹಸಿ ಎಂಬುದು ಖಚಿತವಾಗಿದೆ. ಇನ್ನು ಪ್ರಾಣಿಗಳನ್ನು ಬಲಿ ಕೊಟ್ಟು ಅವನ ಕ್ಷತ್ರಿಯ ವೀರತ್ವವನ್ನು ಪರೀಕ್ಷೆ ಮಾಡುವ ಅಗತ್ಯ ಇಲ್ಲ ಅಲ್ಲವೆ?"

ಮಲ್ಲಮ್ಮ ಕೂಡಲೇ ಪ್ರತಿಕ್ರಿಯೆ ನೀಡಲಿಲ್ಲ. ಕೆಲವು ಕ್ಷಣಗಳ ನಂತರ "ಆಗಲಿ ಅಪ್ಪಾಜಿ. ಮಾತೃಶ್ರೀಯವರ ಅಭಿಪ್ರಾಯ ನನಗೆ ಸಮ್ಮತವಾಗಿದೆ. ನೀವು ಕಳಿಸಿರುವ ಆದೇಶಕ್ಕೆ ನಾನು ಬದ್ಧಳಾಗಿರುತ್ತೇನೆ" ಎಂದು ಹೇಳಿದ್ದರಿಂದ ಹೆತ್ತವರಿಗೆ ಒಂದು ರೀತಿಯಲ್ಲಿ ಸಮಾಧಾನ ಉಂಟಾಯಿತು.

ಆದೇಶದ ಪ್ರತಿಯನ್ನು ಪ್ರಧಾನ ಅಮಾತ್ಯರು ಸಿದ್ಧಪಡಿಸಿದರು.

ರಾಜಮುದ್ರೆ ಅಂಕಿತವಾಯಿತು!

ದೂತನ ಮೂಲಕ ಬೆಳವಡಿಗೆ ಈ ಸಂದೇಶವನ್ನು ರವಾನಿಸಲಾಯಿತು.

ನಾಲ್ಕು ದಿನಗಳ ನಂತರ ಮರು ಉತ್ತರ ಬಂದಿತು. ಅದಕ್ಕೆ ಎರಡು ತಾಸುಗಳ ಮೊದಲು, ಎರಡು ಹುಲಿಗಳ ಮೃತದೇಹವನ್ನು ಸಾರೋಟಿನಲ್ಲಿ ಹಾಕಿಕೊಂಡು ತಂದಿದ್ದರು.

ಅಪರಾಹ್ನದ ಸಮಯ!

ಬೈಲಹೊಂಗಲದ ದೂತ ಬೆಳವಡಿ ರಾಜಕುಮಾರ ನೀಡಿದ ಉತ್ತರದ ಮರು ಸುತ್ತೋಲೆಯನ್ನು ಕಳಿಸಿದ್ದನು.

"ಬೈಲಹೊಂಗಲದ ಪ್ರಭುಗಳಾದ ಮತ್ತು ಹಿರಿಯರ ಸನ್ನಿಧಾನಕ್ಕೆ ಬೆಳವಡಿ ರಾಜಕುಮಾರನ ವಿನಯಪೂರ್ವಕ ಪ್ರಣಾಮಗಳು.

ನಿಮ್ಮ ಅಭಿಪ್ರಾಯ ಅರ್ಥವಾಯಿತು. ಆದರೆ ಮಾಡಿರುವ ಪಂಥಾಹ್ವಾನದ ಪ್ರತಿಜ್ಞೆಯನ್ನು ಪೂರೈಸದಿದ್ದರೆ ಭವಿಷ್ಯದಲ್ಲಿ ನಿಮ್ಮ ಪುತ್ರಿ ನನ್ನ ಸಾಮರ್ಥ್ಯದ ಬಗ್ಗೆ ಸಂದೇಹಿಸಬಹುದು.

ಹುಲಿಯಂತಹ ಅಪರೂಪದ ಪ್ರಾಣಿಗಳನ್ನು ಪ್ರಾಣ ತೆಗೆಯುವುದು ನನಗೂ ಇಷ್ಟವಿಲ್ಲ. ಆದರೆ ಒಬ್ಬ ಕ್ಷತ್ರಿಯನಿಗೆ ಅವನು ಆಡಿರುವ ಮಾತು, ಮಾಡಿರುವ ಪ್ರಮಾಣವನ್ನು ಉಳಿಸಿಕೊಳ್ಳುವುದು ತುಂಬಾ ಮುಖ್ಯ.

ಇದು ನನ್ನ ಸಾಮರ್ಥ್ಯ, ಗೌರವ ಮತ್ತು ರಾಜ ಪ್ರತಿಷ್ಠೆಯ ಪ್ರಶ್ನೆಯಾಗಿದೆ. ಆದ್ದರಿಂದ ಹನ್ನೆರಡು ದಿನಗಳಲ್ಲಿ ಉಳಿದ ಹುಲಿಗಳ ಬೇಟೆಯಾಡುತ್ತೇನೆ. ಇದು ತಪ್ಪಲಾರದು. ನಿಮ್ಮ ಮನವಿಯನ್ನು ತಿರಸ್ಕರಿಸುವುದಕ್ಕೆ ಕ್ಷಮೆ ಇರಲಿ.

ಮಹಾರಾಜ ಈಶಪ್ರಭು

ಬೆಳವಡಿ ಸಂಸ್ಥಾನ"

ಮದಲಿಂಗ ನಾಯಕ ಇದಕ್ಕೆ ಪ್ರತಿಕ್ರಿಯೆ ನೀಡಲಿಲ್ಲ. ಆದರೆ, ದೇವಕಾಂತೆ ಅಸಹನೆಯಿಂದಲೇ ಮಾತಾಡಿದಳು.

"ಮಲ್ಲಮ್ಮ ಪ್ರಾಣಿಗಳ ಬಗ್ಗೆ ಕಿಂಚಿತ್ ಕರುಣೆ ಇಲ್ಲದೆ ಅವುಗಳನ್ನು ಬೇಟೆಯಾಡಿ ಸಂಹಾರ ಮಾಡುವಂತಹ ನಿಬಂಧನೆ ಹಾಕಿದಳು. ಆ ಕ್ಷತ್ರಿಯ ವೀರನಿಗೆ ಪ್ರಾಣಿಗಳ ಪ್ರಾಣ ಉಳಿಸುವುದಕ್ಕಿಂತ ತನ್ನ ಪೌರುಷ, ಪ್ರತಿಷ್ಠೆ, ಕ್ಷತ್ರಿಯ ಗೌರವ ಮುಖ್ಯವಾಗಿದೆ. ಇವರಿಬ್ಬರ ಈ ಆಟದಲ್ಲಿ ಹುಲಿ ಸಂತತಿ ನಾಶವಾಗಬೇಕಾಗಿದೆ."

ಮಲ್ಲಮ್ಮ ಚಡಪಡಿಸುತ್ತಿದ್ದಾಳೆ.

ಮಹಾರಾಜ ಮೌನವಾಗಿದ್ದಾನೆ.

ದೇವಕಾಂತೆ "ತಂದೆ-ಮಗಳ ಈ ಸಮಸ್ಯೆಗೆ ಬೇರೆ ಪರಿಹಾರವನ್ನು ಹುಡುಕುವುದು ಅನಿವಾರ್ಯ ಅಂತ ಅನಿಸುತ್ತಿಲ್ಲವೆ" ಎಂದು ಕೇಳಿದಳು.

ಮದಲಿಂಗ "ಉಳಿಸೋದು ಒಂದೇ ಪ್ರಯತ್ನ ಮಾತ್ರ" ಎಂದನು.

ಮಲ್ಲಮ್ಮ ಕುತೂಹಲಗೊಂಡಳು.

ದೇವಕಾಂತೆ "ಏನದು ಹೇಳಿ" ಎಂದಳು.

"ಬೆಳವಡಿಗೆ ಇವತ್ತೇ ಪ್ರಯಾಣ ಮಾಡಿ ರಾಜ ಈಶಪ್ರಭುವನ್ನು ಭೇಟಿ ಮಾಡಿ ಸಂಧಾನದ ಪ್ರಯತ್ನ ಮಾಡುತ್ತೇನೆ. ಪ್ರಧಾನ ಅಮಾತ್ಯರು, ರಾಜ ಪುರೋಹಿತರು ಮತ್ತು ಮಹಾರಾಣಿ ಆಗಿರುವ ನೀನೂ ಸಹ ಬಂದು ರಾಜನನ್ನು ಒಪ್ಪಿಸಿ, ವಿವಾಹದ ಒಪ್ಪಂದವನ್ನು ಕ್ಷತ್ರಿಯ ಸಂಪ್ರದಾಯದ ಪದ್ಧತಿಯಲ್ಲಿ ಮಾಡಿಕೊಂಡು ಬರೋಣ. ಮಲ್ಲಮ್ಮನಿಗೆ ನಿಮ್ಮ ಕ್ಷತ್ರಿಯ ವೀರತ್ವದ ಬಗ್ಗೆ ವಿಶ್ವಾಸ ಉಂಟಾಗಿದೆ ಎಂದು ಹೇಳೋಣ" ಎಂದನು.

ಇದೇ ವೇಳೆ ಮಲ್ಲಮ್ಮನೂ ಒಂದು ಸುತ್ತೋಲೆ ಸಿದ್ಧಪಡಿಸಲಿ ಎಂದನು. "ಇನ್ನು ಹುಲಿಗಳ ಬೇಟೆಯ ಅಗತ್ಯ ಇಲ್ಲ. ನನ್ನ ಜೀವಿತದ ಅವಧಿಯಲ್ಲಿ ಈ ಪ್ರಸಂಗದ ಬಗ್ಗೆ ಮಾತಾಡುವುದಿಲ್ಲ. ನಾನು ಮನಪೂರ್ವಕವಾಗಿ ನಿಮ್ಮಂಥ ವೀರನನ್ನು ವಿವಾಹವಾಗಲು ಸಂತೋಷದಿಂದ ಸಮ್ಮತಿಸಿ, ತಂದೆ-ತಾಯಿಯೊಂದಿಗೆ ರಾಜ ಪರಿವಾರದವರನ್ನು ಕಳಿಸುತ್ತಿದ್ದೇನೆ. ವಿವೇಕಶೂನ್ಯಳಾಗಿ ಮಾಡಿರುವ ನಿಬಂಧನೆಯನ್ನು ಕ್ಷಮಿಸಿ ಮತ್ತು ಮರೆತುಬಿಡಿ. ನಾನು ಸಹ ಇದನ್ನು ಪೂರ್ಣ ಪ್ರಮಾಣದಲ್ಲಿ ಮರೆತುಬಿಡುತ್ತೇನೆ."

ಈ ರೀತಿಯಲ್ಲಿ ಮಲ್ಲಮ್ಮ ಪ್ರತ್ಯೇಕವಾದ ಸುತ್ತೋಲೆಯನ್ನು ಬರೆದು ರಾಜಕುಮಾರಿ ಅಂಕಿತದ ರುಜು ಮಾಡಿದಳು.

ಓದುಗರ ಗಮನಕ್ಕೆ

ಹುಲಿ ಬೇಟೆಯನ್ನು ಮಲ್ಲಮ್ಮ ವಿವಾಹದ ನಿಬಂಧನೆಯನ್ನಾಗಿ ಮಾಡಿರುವುದು ಮತ್ತು ಬೆಳವಡಿ ರಾಜ ಈಶಪ್ರಭು, ಈ ಉದ್ದೇಶದಿಂದ ಹುಲಿ ಬೇಟೆ ಆಡಿದ್ದ ಎಂಬ ಮಾಹಿತಿ ಲಭ್ಯವಾಗಿದ್ದರೂ ಸಹ, ಇತಿಹಾಸಕಾರರಲ್ಲಿ ಈ ವಿಚಾರವಾಗಿ ಒಮ್ಮತದ ಅಭಿಪ್ರಾಯ ಇಲ್ಲ. ಮಲ್ಲಮ್ಮನ ಧೈರ್ಯ, ಸಾಹಸ ಮತ್ತು ಶೌರ್ಯದ ಬಗ್ಗೆ ತಿಳಿದಿದ್ದ ಆ ಕಾಲದ ಪ್ರಜೆಗಳು, ಮುಖ್ಯವಾಗಿ ಸ್ತ್ರೀಯರು, ಸಂಧ್ಯಾಕಾಲದಲ್ಲಿ ಲಾವಣಿ ರೂಪದಲ್ಲಿ ಹಾಡುತ್ತಿದ್ದರು. ಮಲ್ಲಮ್ಮನ ವೀರತ್ವ, ಪ್ರತಾಪದ ಬಗ್ಗೆ ಅಸಂಖ್ಯಾತ ಲಾವಣಿಗಳಿವೆ. ಭಾರತಕ್ಕೆ ಸ್ವತಂತ್ರ ಬಂದು ಹಲವಾರು ವರ್ಷಗಳ ತನಕ, ಗ್ರಾಮಗಳಲ್ಲಿ ಮಲ್ಲಮ್ಮನ ಬಗ್ಗೆ ಲಾವಣಿಗಳನ್ನು ಹೇಳುತ್ತಿದ್ದರು. ಆದರೆ ಕಾಲ ಬದಲಾದಂತೆ, ಹಳ್ಳಿಗಳ ಮೇಲೆ ನಗರದ ಮತ್ತು ಆ ನಾಗರೀಕತೆಯ ಜೀವನ ಪ್ರಭಾವ ಬೀರಿದ್ದರಿಂದ ಮತ್ತು ತಲೆಮಾರುಗಳು ಕಳೆದು ಆ ಕಾಲದವರ ಸಂತತಿ ಮರೆಯಾಗಿದ್ದರಿಂದ ಜಾನಪದ ಶೈಲಿಯ ಮತ್ತು ಲಾವಣಿ ರೂಪಕ ಹಾಡುಗಳನ್ನು ಹೇಳುವುದು ಕಡಿಮೆ ಆಗುತ್ತಿದೆ.

ಆದರೂ ಸಹ ರಾಜ್ಯದ ಉತ್ತರ ಭಾಗದಲ್ಲಿ ಅಂದರೆ, ಉತ್ತರ ಕರ್ನಾಟಕದ ಬೆಳಗಾವಿ, ಧಾರವಾಡ, ಬಳ್ಳಾರಿ ಮುಂತಾದ ನಗರಗಳಲ್ಲಿ, ಜಾನಪದ ಗೀತೆಯ ಕಾರ್ಯಕ್ರಮ ರೂಪಿಸಿದಾಗ ತಪ್ಪದೆ ಈ ಹಾಡನ್ನು ಹೇಳುತ್ತಾರೆ.

ಆಗಸ್ಟ್ ತಿಂಗಳ ಹದಿನೆಂಟನೇ ತಾರೀಖು. ಬೆಳಗಾವಿ ಜಿಲ್ಲೆಯ ಬೆಳವಡಿ ಮತ್ತು ಸುತ್ತಮುತ್ತಲಿನ ಗ್ರಾಮಗಳಲ್ಲಿ, ಮಲ್ಲಮ್ಮ ಹುಟ್ಟಿದ ದಿನ ಎಂದು ವಿಶೇಷವಾಗಿ ಆಚರಿಸುತ್ತಾರೆ. ಆ ಪುಣ್ಯದಿನದಲ್ಲಿ ಮಲ್ಲಮ್ಮನ ಜೀವನದಲ್ಲಿ ನಡೆದಿರುವ ಪ್ರಮುಖ ಘಟನೆಗಳ ಬಗ್ಗೆ ಕಿರುನಾಟಕ ಮತ್ತು ಕಲಾಪ್ರತಿಭೆ ಇರುವ ಯುವತಿಯರು ಏಕಪಾತ್ರ ಅಭಿನಯ ಮಾಡುತ್ತಾರೆ. ಈಗಲೂ ಸಹ ಮಲ್ಲಮ್ಮನ ಬಗ್ಗೆ ಸಾಹಸ, ಶೌರ್ಯ ಮತ್ತು ಆತ್ಮಾಭಿಮಾನಕ್ಕೆ ಪೂರಕವಾಗಿರುವ ಹಾಡುಗಳನ್ನು ಹೇಳುತ್ತಾರೆ.

ಇತಿಹಾಸದ ದಾಖಲೆಗಳಿಗಿಂತ, ಈ ರೀತಿ ಜಾನಪದ ಶೈಲಿಯ ಹಾಡುಗಳು ಮತ್ತು ಲಾವಣಿ ರೂಪಕಗಳು ಆಕೆಯ ಬದುಕಿನ ವಿಸ್ಮಯಕಾರಿ ಘಟನೆಗಳನ್ನು ಹೇಳುತ್ತವೆ. ಇದರೊಂದಿಗೆ ಮರಾಠಿ ಭಾಷೆಯಲ್ಲಿ ರಚನೆ ಆಗಿರುವ ಕೃತಿಗಳಲ್ಲಿ ಶಿವಾಜಿ ಮಹಾರಾಜ ಮತ್ತು ಬೆಳವಡಿ ಮಲ್ಲಮ್ಮನ ನಡುವೆ ನಡೆದಿತ್ತು ಎನ್ನಲಾಗಿರುವ ಘಟನೆಗಳ ಬಗ್ಗೆ ದಾಖಲಿಸಲಾಗಿದೆ.

ಮಲ್ಲಮ್ಮನ ಗುರುಗಳಾಗಿದ್ದ ಶ್ರೀ ಶಂಕರಭಟ್ಟರು ಆಕೆಯನ್ನು ಹತ್ತಿರದಿಂದ ಬಲ್ಲವರಾಗಿದ್ದರು. ಅವರೂ ಸಹ ಮಲ್ಲಮ್ಮನ ಬಗ್ಗೆ ಬರೆದಿರುವ ಗ್ರಂಥ ಇತಿಹಾಸದ ದಾಖಲೆಯಾಗಿದೆ. ಈ ಕೃತಿಯ ಕೊನೆಯ ಅಧ್ಯಾಯದಲ್ಲಿ

ದಾಖಲಾತಿಗಾಗಿ ಉಪಯೋಗಿಸಿಕೊಂಡಿರುವ ಗ್ರಂಥಗಳ ಬಗ್ಗೆ ಮಾಹಿತಿ ನೀಡಲಾಗಿದೆ.

** ** **

ಬೈಲಹೊಂಗಲದ ಮಹಾರಾಜ ಮದಲಿಂಗ ನಾಯಕ ಮತ್ತು ರಾಜಪುತ್ರಿ ಮಲ್ಲಮ್ಮ ಕಳಿಸಿದ್ದ ಸುತ್ತೋಲೆಯನ್ನು ಬೆಳವಡಿಯ ಪ್ರಧಾನ ಅಮಾತ್ಯರು ಓದಿ ಹೇಳಿದರು.

ಈಶಪ್ರಭು ಕೂಡಲೇ ಪ್ರತಿಕ್ರಿಯೆ ನೀಡಲಿಲ್ಲ. ಯಾವ ಹಂತದಲ್ಲಿಯೂ ಸಹ ಈ ಮಹಾರಾಜ ಬದಲಾಗಲು ಸಿದ್ಧನಿರಲಿಲ್ಲ. ತನ್ನ ಪ್ರತಿಭೆ, ಸಾಮರ್ಥ್ಯದ ಬಗ್ಗೆ ವಿಶ್ವಾಸ ಇತ್ತು. ನಿಬಂಧನೆಗಳ ಪ್ರಕಾರ ಒಂದು ಮಾಸದ ಅವಧಿಯೊಳಗೆ ಇಪ್ಪತ್ತೊಂದು ಹುಲಿಗಳನ್ನು ಬೇಟೆಯಾಡುವುದಾಗಿ ಮಲ್ಲಮ್ಮ ಮತ್ತು ಮಹಾರಾಜನಿಗೆ ಸಂದೇಶ ಕಳಿಸಿದ್ದನು. ಈಗ ಅದನ್ನು ಮರೆಯಲು ಸಾಧ್ಯವೆ? ಇನ್ನು ಕೆಲವೇ ಹುಲಿಗಳನ್ನು ಬೇಟೆಯಾಡಿದರೆ ನಾನು ಮಾತಿಗೆ ಬದ್ಧನಾಗಿ ವಿಜಯಶಾಲಿಯಾದ ನಂತರ ಅವಳನ್ನು ವಿವಾಹ ಆಗುತ್ತೇನೆ.

ಇದೇ ನನ್ನ ತೀರ್ಮಾನ!

ಬೈಲಹೊಂಗಲಕ್ಕೆ ಮರುಸಂದೇಶವನ್ನು ಕಳಿಸಿ ಎಂದು ಆದೇಶಿಸಿದನು ಈಶಪ್ರಭು. ಆಗ ಪ್ರಧಾನ ಅಮಾತ್ಯರು "ಪ್ರಭುಗಳು ತಪ್ಪು ತಿಳಿಯದಿದ್ದರೆ ನನ್ನ ಅಭಿಪ್ರಾಯವನ್ನು ಹೇಳುತ್ತೇನೆ" ಎಂದರು.

ಈಶಪ್ರಭು "ಅಮಾತ್ಯರೆ... ನೀವು ಈ ರೀತಿ ಮನವಿ ಮಾಡಬಾರದು. ನೀವು ರಾಜನಿಷ್ಠರು, ವಯಸ್ಸಿನಲ್ಲಿ ಹಿರಿಯರು. ನಿಮಗೆ ಈ ರಾಜ್ಯಾಡಳಿತದಲ್ಲಿ ಆಗಿರುವ ಅನುಭವದಷ್ಟು ವಯಸ್ಸು ನನಗೆ ಆಗಿಲ್ಲ. ನೀವು ಸಂಕೋಚವಿಲ್ಲದೆ ಧಾರಾಳವಾಗಿ ಹೇಳಿ" ಎಂದನು.

ಪ್ರಧಾನ ಅಮಾತ್ಯರು "ಬೈಲಹೊಂಗಲದ ರಾಜ ಮತ್ತು ವಿವಾಹದ ನಿಬಂಧನೆ ವಿಧಿಸಿದ್ದ ಮಲ್ಲಮ್ಮ ಈಗ ಬದಲಾಗಿ, ತಮ್ಮ ನಿಬಂಧನೆಯನ್ನು ಉಪಸಂಹಾರಗೊಳಿಸಲು ಮತ್ತು ವಿವಾಹವಾದ ಮೇಲೆ, ಜೀವಿತದ ಅವಧಿಯಲ್ಲಿ ಈ ಪ್ರಕರಣದ ಬಗ್ಗೆ ಮಾತಾಡುವುದಿಲ್ಲ ಎಂದು ಪ್ರಮಾಣಪೂರ್ವಕವಾಗಿ ಬರೆದಿದ್ದಾರೆ. ಅಂದ ಮೇಲೆ ಅನಗತ್ಯವಾಗಿ ಹುಲಿಗಳನ್ನು ಬೇಟೆಯಾಡಿ ಅವುಗಳ ಸಂತತಿಯ ಸಂಖ್ಯೆಯನ್ನು ಕಡಿಮೆ ಮಾಡಬಾರದು. ಈ ಸುತ್ತೋಲೆಯನ್ನು ಭದ್ರತಾ ಕೊಠಡಿಯಲ್ಲಿ ಸುರಕ್ಷಿತವಾಗಿ ಇಟ್ಟಿರುತ್ತೇನೆ. ಭವಿಷ್ಯದ ಬದುಕಲ್ಲಿ ಇದರ ಅಗತ್ಯ ಬಂದರೆ ತೆಗೆದು ತೋರಿಸಿದರಾಯಿತು. ತಂದೆ ಮತ್ತು ಮಗಳು ಸುಸಂಸ್ಕೃತರಾಗಿರುವುದರಿಂದ ಮತ್ತು ಆಚಾರವಂತರು,

ವಿಚಾರವಂತರಾಗಿರುವುದರಿಂದ ಸಂಸಾರ ಜೀವನದಲ್ಲಿ ಈ ಪ್ರಕರಣ ಸಮಸ್ಯೆಯಾಗಲಾರದು. ತಾವು ಈ ಹುಲಿ ಬೇಟೆಯನ್ನು ಸಂಪನ್ನಗೊಳಿಸಿ ವಿವಾಹವಾಗಲು ಸಮ್ಮತಿ ನೀಡಬೇಕು ಎಂದು ಸಲಹೆ ನೀಡುತ್ತಾ ಮನವಿ ಮಾಡುತ್ತೇನೆ" ಎಂದು ನಮ್ರತೆಯಿಂದ ಹೇಳಿದರು.

ಅವಲೋಕನ

ಇತಿಹಾಸದಲ್ಲಿ ವಿವಾಹದ ನಿಬಂಧನೆ ಮತ್ತು ಈಶಪ್ರಭು ಇಪ್ಪತ್ತೊಂದು ಹುಲಿಗಳನ್ನು ಬೇಟೆಯಾಡಿ ನಿಬಂಧನೆ ಪೂರೈಸಿ ವಿಜಯಶಾಲಿಯಾದ ನಂತರ ವಿವಾಹವಾದನು ಎಂಬುದಕ್ಕೆ ಉಲ್ಲೇಖವಿಲ್ಲ. ಇದು ಮಲ್ಲಮ್ಮನ ಕುರಿತಾದ ಲಾವಣಿ ಮತ್ತು ಜಾನಪದ ಗೀತೆಗಳಲ್ಲಿ ಮೂಡಿಬಂದಿದೆ.

ಕೆಲವರು ಹಾಡಿರುವ ಲಾವಣಿಯ ಪ್ರಕಾರ ಈಶಪ್ರಭು, ಎರಡು ಹುಲಿಗಳನ್ನು ಬೇಟೆಯಾಡಿದ ಕೂಡಲೇ, ಮಲ್ಲಮ್ಮ ಈ ವೀರಪುರುಷನ ಸಾಮರ್ಥ್ಯವನ್ನು ಅರಿತು ಶರಣಾಗಿ ವಿವಾಹಕ್ಕೆ ಸಮ್ಮತಿ ನೀಡಿದಳು ಎಂಬ ಅರ್ಥದಲ್ಲಿ ಲಾವಣಿ ರೂಪಗೊಂಡಿದೆ.

ಬೈಲಹೊಂಗಲ, ಬೆಳವಡಿ ಪ್ರಾಂತ್ಯಗಳ ತೊಂಬತ್ತು ವರ್ಷ ದಾಟಿರುವ ವೃದ್ಧರು, ಈ ಹುಲಿ ಬೇಟೆಯ ಪ್ರಸಂಗದ ಬಗ್ಗೆ ಮಾತಾಡುವುದಿಲ್ಲ.

ಈಶಪ್ರಭುವನ್ನು ಸ್ವಯಂವರದಲ್ಲಿ ಮಾಲೆ ಹಾಕಿ ವಿವಾಹವಾದಳು ಎಂದು ಅಭಿಪ್ರಾಯ ಪಡುತ್ತಾರೆ.

ವಿವಾಹಕ್ಕೆ ಮೊದಲು, ಬಾಲಕನೊಬ್ಬನ ಮೇಲೆ ಆಕ್ರಮಣ ಮಾಡಲು ಬರುತ್ತಿದ್ದ ಹುಲಿಯನ್ನು, ಬಿಲ್ಲು ವಿದ್ಯೆಯಲ್ಲಿ ಪ್ರಾವೀಣ್ಯತೆ ಪಡೆದಿದ್ದ ಮಲ್ಲಮ್ಮ ತೀಕ್ಷ್ಣವಾದ ಬಾಣ ಪ್ರಯೋಗದಿಂದ ಸಂಹರಿಸಿದ್ದಳು. ಈಶಪ್ರಭು ಸಹ ನಿಬಂಧನೆಯನ್ನು ಪೂರೈಸಲು ಎರಡು ಹುಲಿಗಳನ್ನು ಬೇಟೆಯಾಡಿದ್ದನು ಎಂಬ ಅಭಿಪ್ರಾಯವಿದೆ.

ಇದೆಲ್ಲಾ ಇತಿಹಾಸದ ದಾಖಲೆಯಲ್ಲ. ಆ ಕಾಲದ ಜನಗಳ ಅಭಿಪ್ರಾಯ, ವಿಷಯ ಹೇಳುವ ರೀತಿ ಬದಲಾಗುತ್ತಾ ಹೋಗುತ್ತದೆ ಎಂಬುದು ನಿಜ.

** ** **

ವೀರವನಿತೆ ಮಲ್ಲಮ್ಮ ಮತ್ತು ಬೆಳವಡಿ ರಾಜ ಈಶಪ್ರಭುವಿನ ವಿವಾಹ ವಿಜೃಂಭಣೆಯಿಂದ ಮತ್ತು ರಾಜಕುಲ ಪದ್ಧತಿಯಂತೆ ಶಾಸ್ತ್ರೋಕ್ತ ರೀತಿಯಲ್ಲಿ ನೆರವೇರಿತು.

ಮಲ್ಲಮ್ಮ ಬೈಲಹೊಂಗಲದ ಪ್ರಜೆಗಳ ಕಣ್ಮಣಿಯಾಗಿದ್ದಳು. ಅವಳ ಧೈರ್ಯ, ಸಾಹಸ, ಯುದ್ಧ ಸಂದರ್ಭದಲ್ಲಿ ಶತ್ರುಗಳ ರುಂಡಗಳನ್ನು, ರಣಚಂಡಿಯಂತೆ

ಚೆಂಡಾಡಿದ ರೀತಿ ಮತ್ತು ಅವಳ ಬಹುಭಾಷಾ ನೈಪುಣ್ಯತೆ, ಸದ್ಗುಣಗಳು, ಪ್ರಜೆಗಳು ಮತ್ತು ರಾಜ್ಯದ ಬಗ್ಗೆ ಇದ್ದ ಕಾಳಜಿ ಕುರಿತು ಆ ಕಾಲದ ಹೆಂಗಸರು ಮತ್ತು ವಯಸ್ಸಾದ ಗಂಡಸರು ಮನಃಪೂರ್ವಕವಾಗಿ ಹೊಗಳಿ ಹಾಡುತ್ತಿದ್ದರು. ಅದೇ ಕ್ರಮೇಣ ಲಾವಣಿ ರೂಪವಾಗಿ ಬದಲಾಯಿತು.

ಸಹೋದರ ಸದಾಶಿವ ನಾಯಕನಂತೂ ಮಲ್ಲಮ್ಮನನ್ನು ಕಳಿಸಿಕೊಡುವಾಗ ಸಣ್ಣ ಮಗುವಿನ ರೀತಿಯಲ್ಲಿ ತಬ್ಬಿಕೊಂಡು ಗೋಳಾಡಿದ್ದನು. ತಂದೆ, ತಾಯಿ, ಪ್ರಜೆಗಳು ಅವಳನ್ನು ಹೃದಯ ತುಂಬಿ ಹಾರೈಸಿದ್ದರು.

ನೂರಾರು ಮುತ್ತೈದೆಯರು, ಪತಿಯೊಂದಿಗೆ ರಥದಲ್ಲಿ ಸಾಗುತ್ತಿರುವ ಮಲ್ಲಮ್ಮನಿಗೆ ಆರತಿ ಮಾಡಿ ಹರಸಿದ್ದರು.

ಮಲ್ಲಮ್ಮ ಭಾವುಕಳಾಗಿದ್ದಳು. ಪ್ರಜೆಗಳ ಪ್ರೀತಿ, ಅಭಿಮಾನದಿಂದ ಅವಳ ಹೃದಯ ತುಂಬಿಬಂದಿತ್ತು. ಪ್ರಯಾಣದ ಉದ್ದಕ್ಕೂ, ಕೈಗಳನ್ನು ಜೋಡಿಸಿ ಪ್ರಜೆಗಳಿಗೆ ನಮಸ್ಕರಿಸಿದಳು.

ಅಧ್ಯಾಯ ಐದು

ಮಹಾ ವೈಭವದಿಂದ ಮೂರು ಶತಮಾನಗಳಿಗಿಂತ ಹೆಚ್ಚುಕಾಲ ವಿಜಯನಗರ ಸಾಮ್ರಾಜ್ಯವನ್ನು ಆಳಿದ್ದರು ನಾಲ್ಕು ವಂಶಗಳ ರಾಜರುಗಳು.

ಸಂಗಮ ವಂಶ

ಸಾಳ್ವ ವಂಶ

ತುಳುವ ವಂಶ

ಅರವೀಡು ವಂಶ

ಈ ನಾಲ್ಕು ವಂಶಗಳ ಅರಸರುಗಳಲ್ಲಿ, ತುಳುವ ವಂಶದ ಶ್ರೀಕೃಷ್ಣದೇವರಾಯನ ಆಡಳಿತದ ಕಾಲ ಬಹು ವೈಭವದಿಂದ ಕೂಡಿತ್ತು. ಈ ಸಾಮ್ರಾಜ್ಯದ ಕೀರ್ತಿಪತಾಕೆ ದೇಶದಲ್ಲಿ ಮಾತ್ರವಲ್ಲ ವಿದೇಶಗಳಲ್ಲಿ ವ್ಯಾಪಕವಾಗಿ ಪ್ರಚಾರವಾಗಿತ್ತು. ವಿದೇಶಿ ಯಾತ್ರಿಕರು ಈ ಕಾಲದಲ್ಲಿ ಭೇಟಿ ನೀಡಿದ್ದರು. ಅದು ದಕ್ಷ ಆಡಳಿತ, ರಾಜಧಾನಿಯ ರಕ್ಷಣೆ, ವ್ಯಾಪಾರ, ವ್ಯವಹಾರ, ಕಲಾವೈಭವ, ಸಾಹಿತ್ಯ ಮತ್ತು ಇನ್ನಿತರ ಕಲೆಗಳು ಉತ್ತುಂಗ ಸ್ಥಿತಿಯಲ್ಲಿದ್ದ ಮಹಾಕಾಲವಾಗಿತ್ತು.

ಶ್ರೀಕೃಷ್ಣ ದೇವರಾಯನ ನಂತರ ಅಳಿಯ ರಾಮರಾಯ ಸಿಂಹಾಸನ ಅಲಂಕರಿಸಿ ಆಡಳಿತ ನಡೆಸಿದನು. ಅರವೀಡು ವಂಶದ ಆಳ್ವಿಕೆ ಇವನಿಂದ ಪ್ರಾರಂಭವಾಗಿತ್ತು.

ಕ್ರಿ.ಶ. 1565, ಈ ಕಾಲದಲ್ಲಿ ನಡೆದಿತ್ತು ಎಂದು ದಾಖಲಾಗಿರುವ 'ರಕ್ಕಸತಂಗಡಿ' ಕಾಳಗದಿಂದಾಗಿ, ವೈಭವದ ವಿಜಯನಗರ ಸರ್ವನಾಶವಾಗಿ, ಈಗ ನೋಡುತ್ತಿರುವ ಹಾಳು ಹಂಪೆಯಾಗಿ ಅವನತಿಯತ್ತ ಸಾಗಿತ್ತು. ಸರ್ವನಾಶದ ಮಹಾ ದುರಂತ ಸಂಭವಿಸಿದ ಮೇಲೂ ಸಹ ಕೆಲವು ರಾಜರುಗಳು ಆಳ್ವಿಕೆ ನಡೆಸಿದ್ದರು.

ಮಹಾ ವೈಭವದ ಸಾಮ್ರಾಜ್ಯದ ಮೇಲೆ ಸೇಡು ತೀರಿಸಿಕೊಳ್ಳುವಂತೆ 'ಯವನ' ಸೈನಿಕರು, ಬಹಮನಿ ಸುಲ್ತಾನರು, ಗೋಲ್ಕಂಡದ ದೊರೆಗಳು ಮಾನವೀಯತೆ ಮರೆತು, ಕರುಣೆ ಕಿತ್ತೆಸೆದು ಮೃಗಗಳಾಗಿದ್ದರು.

ದೇವಾಲಯಗಳ ನಾಶ.

ಅರಮನೆ ಲೂಟಿ.

ಹಿಂದೂಗಳ ನಿರಂತರ ಕಗ್ಗೊಲೆ.

ಮಾನಿನಿಯರ ಮೇಲೆ ನಿರಂತರ ಅತ್ಯಾಚಾರ.

ಮಹಾ ವಿಜಯನಗರ ಹಾಳುಹಂಪೆಯಾಗಿ ಉಳಿಯಿತು. ಹಿಂದೂಗಳಿಗೆ ಜೀವರಕ್ಷಣೆ ಇರಲಿಲ್ಲ. ಯಾವಾಗ, ಎಲ್ಲಿಂದ ಆ 'ಯವನ' ಸೈನ್ಯ ಪಡೆಯವರು ಬಂದು ದಾಂಧಲೆ ಮಾಡಿ, ಕೈಗೆ ಸಿಕ್ಕಿದ್ದನ್ನೆಲ್ಲಾ ದೋಚಿ ಪ್ರಾಣ ತೆಗೆಯುತ್ತಾರೋ ಎಂಬ ಭಯ, ಆತಂಕದಲ್ಲಿ ಬದುಕುತ್ತಿದ್ದರು. ಹಲವಾರು ಕುಟುಂಬಗಳು ಗುಳೆಹೋಗಿದ್ದು ಇತಿಹಾಸದಲ್ಲಿ ದಾಖಲಾಗಿದೆ.

ತುತ್ತು ಅನ್ನಕ್ಕೆ ಗತಿ ಇಲ್ಲ.

ವ್ಯಾಪಾರ–ವ್ಯವಹಾರ ಇಲ್ಲ.

ಜೀವಭಯ ಕಾಡುತ್ತಿತ್ತು.

ಇಂತಹ ವಾತಾವರಣದಲ್ಲಿ ಹಲವಾರು ವರ್ಷಗಳು ಕಳೆದಿದ್ದರು ಹಿಂದೂಗಳು. ನಮ್ಮ ಕಷ್ಟಗಳನ್ನು ಪರಿಹಾರ ಮಾಡಿ, ಪ್ರಾಣ ರಕ್ಷಣೆ ಮತ್ತು ಬದುಕಲು ವ್ಯವಹಾರದ ಅವಕಾಶ ಕಲ್ಪಿಸುವ ಧೀರೋತ್ತಮ ಯಾರಾದರೂ ಬರಬಾರದೆ? ಬೇಗ ಬರಲಿ ಎಂದು ಬೇಡಿಕೊಳ್ಳುತ್ತಿದ್ದರು.

ಸಂವತ್ಸರಗಳ ಕಾಲಚಕ್ರ ಉರುಳಿದಂತೆ, ಹಾಳು ಹಂಪೆಯಾಗಿ, ಯವನರ ದಬ್ಬಾಳಿಕೆ ಮತ್ತು ದೌರ್ಜನ್ಯಕ್ಕೆ, ಸರ್ವಾಧಿಕಾರದ ಆರ್ಭಟದ ಆದೇಶಕ್ಕೆ ಪ್ರಜೆಗಳ ಬದುಕು ನರಕದಂತೆ ಆಗಿತ್ತು.

ಅವರ ಬೇಡಿಕೆ ಏನು?

ಓ ದೇವರೆ... ಹಿಂದೂಗಳನ್ನು ಮತ್ತು ಹಿಂದೂ ಧರ್ಮವನ್ನು ಕಾಪಾಡಬಲ್ಲ, ದೇಶಭಕ್ತ ಮತ್ತು ಧರ್ಮ ದುರಂಧರನನ್ನು ಇಲ್ಲಿಗೆ ಬರುವಂತೆ ಮಾಡು ಎಂದು ಬೇಡಿಕೊಳ್ಳುತ್ತಿದ್ದರು.

ಈ ಪ್ರಜೆಗಳಲ್ಲಿ ತುಂಬಾ ಮಂದಿ ವಿದ್ಯಾವಂತರು ಸುತ್ತಮುತ್ತಲಿನ ಪ್ರಾಂತ್ಯ ಮತ್ತು ರಾಜ್ಯಗಳಲ್ಲಿ ಏನು ನಡೆಯುತ್ತಿದೆ ಎಂಬುದನ್ನು ತಿಳಿಯಬಲ್ಲವರಾಗಿದ್ದರು.

ಶಿವಾಜಿ ಮಹಾರಾಜ್...!

ಹಿಂದೂ ಧರ್ಮದ ರಕ್ಷಕ.

ಔರಂಗಜೇಬನಂಥ ಪ್ರಬಲ ಹಾಗೂ ದೇಶದಲ್ಲೇ ಅತ್ಯಂತ ಬಲಿಷ್ಠ, ಪ್ರಭಾವಶಾಲಿ ರಾಜನೆಂದು ಪ್ರಖ್ಯಾತನಾಗಿದ್ದ ತಂತ್ರಗಾರನನ್ನು ಎದುರಿಸಿ, ಅವನ ಹಲವಾರು ಕೋಟೆಗಳನ್ನು ವಶಪಡಿಸಿಕೊಂಡವರು ವೀರಪ್ರಭು ಶಿವಾಜಿ ಮಹಾರಾಜ್.

ಅಪ್ರತಿಮ ದೈವಭಕ್ತ!

ಸುಲ್ತಾನ ದೊರೆಗಳಿಂದ ಹಿಂದೂಗಳಿಗೆ ಆಗುತ್ತಿದ್ದ ಅನ್ಯಾಯ ಮತ್ತು ಅಮಾನುಷ ಕಗ್ಗೊಲೆಗಳನ್ನು ತಡೆದು ಪ್ರತಿ ಉತ್ತರ ನೀಡಿದ್ದನು.

ಅಂತಹ ಮಹಾವೀರನು ವಿಜಯನಗರವು ವೈಭವದ ವಿಜಯನಗರ ಎಂದು ಪ್ರಖ್ಯಾತವಾಗಿ ಈಗ ಸ್ಮಶಾನಸದೃಶವಾಗಿರುವ, ಬಹುಪಾಲು ಹಿಂದೂಗಳ ಸಮಾಧಿಯಾಗಿರುವ ಹಾಳು ಹಂಪೆಗೆ ಶಿವಾಜಿ ಮಹಾರಾಜರು ಬರಬೇಕು ಎಂಬುದೇ ಎಲ್ಲರ ಪ್ರಾರ್ಥನೆ ಆಗಿತ್ತು.

ಕ್ರಿ.ಶ. 1674ರಲ್ಲಿ ಪಟ್ಟಾಭಿಷಿಕ್ತರಾಗಿದ್ದ ಶಿವಾಜಿ ಮಹಾರಾಜರು, ಸಮಗ್ರ ಆಡಳಿತದ ಮೇಲೆ ಅಧಿಕಾರ ಪಡೆದುಕೊಂಡರು.

ಆಸ್ಥಾನ ಪಂಡಿತರು, ಮಹಾರಾಜರ ವಿಶ್ರಾಂತಿ ಕಾಲದಲ್ಲಿ, ಸುತ್ತಮುತ್ತಲಿನ ಪ್ರಾಂತ್ಯಗಳ ಬಗ್ಗೆ ಮಾಹಿತಿ ನೀಡುತ್ತಿದ್ದರು.

ಹಂಪೆಯ ಪ್ರಸಿದ್ಧ ದೇವಸ್ಥಾನ ಯಾವುದು?

ಹಂಪೆಯ ವಿರೂಪಾಕ್ಷ ದೇವಾಲಯ.

ಬಹಮನಿ ಸುಲ್ತಾನರು, ಗೋಲ್ಕಂಡ ಮತ್ತು ಬಿಜಾಪುರ ಸುಲ್ತಾನರ ಆಕ್ರಮಣದಿಂದ ಪ್ರತಿನಿತ್ಯ ನಡೆಯುತ್ತಿರುವ ಲೂಟಿ, ಹಿಂದೂ ದೇವಾಲಯಗಳು ಮತ್ತು ವಿಗ್ರಹಗಳ ನಾಶ ಮತ್ತು ನಿರಂತರವಾಗಿ ಹಿಂದೂಗಳ ಹತ್ಯೆ, ಸ್ತ್ರೀಯರ ಮೇಲೆ ಅತ್ಯಾಚಾರ ಇದನ್ನೆಲ್ಲಾ ಶಿವಾಜಿ ಮಹಾರಾಜರಿಗೆ, ಆಸ್ಥಾನದ ಇತಿಹಾಸಕಾರರು ಮತ್ತು ಹಂಪೆಗೆ ಹೋಗಿ ಅಲ್ಲಿನ ಆಗಿನ ಪರಿಸ್ಥಿತಿಯನ್ನು ಗಮನಿಸಿ ವರದಿ ಮಾಡಿದ್ದ ಗೂಢಚಾರ ಪಡೆಯವರಿಂದ ಮಾಹಿತಿ ಲಭ್ಯವಾಗಿತ್ತು.

ವಿರೂಪಾಕ್ಷನ ದೇವಾಲಯ ಮತ್ತು ಸುಲ್ತಾನರ ದಬ್ಬಾಳಿಕೆ, ದೌರ್ಜನ್ಯಕ್ಕೆ ಸಿಕ್ಕಿ ಸರ್ವನಾಶವಾಗಿರುವ ಸಂಪೂರ್ಣ ಮಾಹಿತಿಯನ್ನು ನೀಡಿದ್ದರು. ಶಿವಾಜಿ ಮಹಾರಾಜರು ನಿರ್ಧರಿಸಿದ್ದರು. ಹಿಂದೂಗಳು ಅಂದರೆ ಎಲ್ಲರೂ ಒಂದೇ. ಅವರು ನಮ್ಮ ದೇಶದ ಯಾವ ರಾಜ್ಯದಲ್ಲೇ ವಾಸ ಮಾಡುತ್ತಿರಲಿ ಅವರೆಲ್ಲಾ ನಮ್ಮವರು. ಹಿಂದೂಗಳೆಂದರೆ ಬಾಂಧವ್ಯದ ಬೆಸುಗೆ.

ಶಿವಾಜಿಯ ವಂಶದ ಮೂಲದವರು ಕರ್ನಾಟಕದ 'ಗದಗ' ಜಿಲ್ಲೆಯಲ್ಲಿ ಜೀವಿಸುತ್ತಿದ್ದವರು. ತೀವ್ರ ರೀತಿಯ ಬರಗಾಲ ಬಂದಿದ್ದರಿಂದ 'ಗುಳೆ' ಹೋಗಿದ್ದರು. ಬದುಕಿನ ನೆಲೆ ಕಂಡುಕೊಳ್ಳಲು ಪ್ರಯಾಣ ಮಾಡುತ್ತಾ ಮಹಾರಾಷ್ಟ್ರ ಸೇರಿದ್ದರು.

ಈ ಸಂಗತಿ ಏನೇ ಆಗಿರಲಿ, ಶಿವಾಜಿ ಮಹಾರಾಜ್ ಅವರಿಗೆ ಹಿಂದೂಗಳೆಲ್ಲಾ ಒಂದೇ ಎಂಬ ಅಖಂಡ ಭ್ರಾತೃತ್ವದ ಭಾವನೆ ಇತ್ತು. ಹಂಪೆ ವಿರೂಪಾಕ್ಷನ ದರ್ಶನ ಮಾಡಬೇಕು ಮತ್ತು ಅಲ್ಲಿರುವ ಶೋಷಿತ ಹಿಂದೂಗಳ ಪರಿಸ್ಥಿತಿ ಅವಲೋಕಿಸಬೇಕು ಎಂದು ಸಂಕಲ್ಪ ಮಾಡಿ ಪ್ರಯಾಣ ಮಾಡಿದ್ದರು.

ಮತ್ತೊಂದು ಉದ್ದೇಶ ಏನು?

ಸಾಮ್ರಾಜ್ಯದ ವಿಸ್ತರಣೆ.

ಶಿವಾಜಿ ಮಹಾರಾಜರು ಔರಂಗಜೇಬ ಮತ್ತು ಇನ್ನಿತರ ರಾಜರುಗಳಿಗೆ ಸೇರಿದ್ದ ಅಸಂಖ್ಯಾತ ಕೋಟೆಗಳನ್ನು ವಶಪಡಿಸಿಕೊಂಡಿದ್ದರು. ದಕ್ಷಿಣ ಭಾಗದಲ್ಲಿ ಸಹ ಪ್ರಾಂತ್ಯ ವಿಸ್ತರಿಸಬೇಕೆಂಬ ಉದ್ದೇಶದಿಂದ ಸೈನ್ಯದ ತುಕಡಿಗಳನ್ನು ಮತ್ತು ಈ ಸೇನೆಯ ನಿಯಂತ್ರಣ ಮತ್ತು ನಿರ್ವಹಣೆಗಾಗಿ ಮರಾಠ ಪ್ರತಿನಿಧಿಗಳನ್ನು ಕಳಿಸಿದ್ದರು. ಗೂಢಚಾರ ವಿಭಾಗದವರು ಕರ್ನಾಟಕದಲ್ಲಿ ಸಂಚರಿಸಿ ಮಾಹಿತಿ ನೀಡುತ್ತಿದ್ದರು.

ಇದು ವಾಸ್ತವ ಸಂಗತಿ.

ಶಿವಾಜಿ ಮಹಾರಾಜರು ಹಂಪೆಗೆ ಬಂದ ನಂತರ ಏನಾಯಿತು ಎಂಬುದು 'ಬೆಳವಡಿ' ಪ್ರಾಂತ್ಯದ ಯುದ್ಧದೊಂದಿಗೆ ಸಮನ್ವಯಗೊಳ್ಳಲಿದೆ.

** ** **

ಬೆಳವಡಿಯ ರಾಜಧಾನಿಯಲ್ಲಿ ಈಗ ಸಂತೋಷ, ಸಂಭ್ರಮ ಮತ್ತು ಪ್ರಜೆಗಳಲ್ಲಿ ಉಲ್ಲಾಸ, ಉತ್ಸಾಹ ಕಂಡುಬರುತ್ತಿದೆ.

ರಾಜಧಾನಿಯ ಎಲ್ಲಾ ಬೀದಿಗಳಲ್ಲಿ ಮುಖ್ಯವಾಗಿ, ಮಹಾರಾಜ ಈಶಪ್ರಭು ತನ್ನ ಪತ್ನಿಯೊಂದಿಗೆ ರಥದಲ್ಲಿ ಬರುವ ಮಾರ್ಗವನ್ನೆಲ್ಲಾ ತಳಿರು ತೋರಣಗಳಿಂದ ಅಲಂಕಾರ ಮಾಡಲಾಗಿದೆ.

ಬಣ್ಣ-ಬಣ್ಣದ ಚಿತ್ತಾರಗಳ ರಂಗೋಲಿ ದಾರಿಯುದ್ದಕ್ಕೂ ಕಂಗೊಳಿಸುತ್ತಿದೆ.

ಬಿಡಿ ಹೂವುಗಳನ್ನು ಚೆಲ್ಲಿದ್ದಾರೆ.

ರಾಜಧಾನಿಯ ಮುತ್ತೈದೆಯರು ರಸ್ತೆಯ ಎರಡು ಬದಿಗಳಲ್ಲಿ 'ಆರತಿ' ತಟ್ಟೆಗಳನ್ನು ಹಿಡಿದು ಕಾಯುತ್ತಿದ್ದಾರೆ.

ಅರಮನೆ ಸಿಂಗಾರಗೊಂಡಿದೆ.

ಅರಮನೆಯ ಪ್ರಮುಖ ದ್ವಾರದಲ್ಲಿ ರಾಜ ಪುರೋಹಿತರು, ಆಸ್ಥಾನದ ಪಂಡಿತರುಗಳೊಂದಿಗೆ ನಿಂತಿದ್ದಾರೆ.

ಕೊಂಬು, ಕಹಳೆ ಮತ್ತು ಮಂಗಳಕರ ವಾದ್ಯದವರು ಸಿದ್ಧರಾಗಿದ್ದಾರೆ. ಎಲ್ಲರಿಗೂ ಈ ಸಂಗತಿ ತಿಳಿದಿದೆ.

ಅದು ಏನು ಗೊತ್ತೆ?

ಮಲ್ಲಮ್ಮ ಸಾಹಸಗಾಥೆ.

ಮಲ್ಲಮ್ಮ ಅಂತಃಪುರದ ಅರಗಿಣಿ ಅಲ್ಲವಂತೆ...!

ಖಡ್ಗ ಕಾಳದಲ್ಲಿ ವೀರವನಿತೆಯಂತೆ.

ಕುದುರೆ ಸವಾರಿ ಕಲಿತಿದ್ದಾಳಂತೆ.

ವಿವಾಹಕ್ಕೆ ಮೊದಲು ತಂದೆಯೊಂದಿಗೆ ಯುದ್ಧದಲ್ಲಿ ಭಾಗವಹಿಸಿ ರಣಚಂಡಿಯಂತೆ ಹೋರಾಡಿ, ಶತ್ರು ಸೈನಿಕರ ಹೆಣಗಳನ್ನು ಚೆಂಡಾಡಿದ್ದಾಳಂತೆ.

ಅವಳು ಧರ್ಮ ದೇವತೆಯಂತೆ.

ಸದ್ಗುಣ ಸಂಪನ್ನೆಯಂತೆ.

ಈ ರೀತಿಯಾಗಿ ಪ್ರಜೆಗಳು, ತಮಗೆ ಅವಳ ಬಗ್ಗೆ ತಿಳಿದಿರುವ ವಿಚಾರಗಳನ್ನು ಪರಸ್ಪರ ಮಾತಾಡಿ ವಿನಿಮಯ ಮಾಡಿಕೊಳ್ಳುತ್ತಿದ್ದಾರೆ.

ಮುಂದೆ ಮಹಾರಾಜ ಈಶಪ್ರಭುವಿನ ರಥ. ಅವರ ಹಿಂದೆ ಬೈಲಹೊಂಗಲದ ರಾಜ ಮದಲಿಂಗ ನಾಯಕ, ಪತ್ನಿ ದೇವಕಾಂತೆ ಆಸೀನರಾಗಿರುವ ರಥ ಮತ್ತು ಅದರ ಹಿಂಭಾಗದಲ್ಲಿ ಮಗಳಿಗೆ ಮುಡಿ ತುಂಬಿರುವ ಚಿನ್ನ, ಬೆಳ್ಳಿ, ವಜ್ರ, ವೈಢೂರ್ಯ, ಇನ್ನಿತರ ಅಮೂಲ್ಯ ವಸ್ತುಗಳು ಮತ್ತು ವಿಶೇಷ ದವಸ, ಧಾನ್ಯಗಳನ್ನು ತುಂಬಿಸಿಕೊಂಡು ಬರುತ್ತಿರುವ ನಾಲ್ಕು ರಥಗಳಿವೆ.

ಪುರ ಪ್ರವೇಶವಾಯಿತು.

ಪ್ರಜೆಗಳು ಸಂತೋಷ, ಉತ್ಸಾಹದಿಂದ ಜೈಕಾರ ಮಾಡಿದರು. ಈಶಪ್ರಭು ಈಗ ಪತ್ನಿಯೊಂದಿಗೆ ರಥದಿಂದ ಇಳಿದನು.

ಪ್ರಜೆಗಳು ಮಹಾರಾಜ ಮತ್ತು ಅವರ ಪತ್ನಿಯನ್ನು ನೋಡಲು ತುಂಬಾ ಹೊತ್ತಿನಿಂದ ಇಲ್ಲಿ ಕಾದು ನಿಂತಿದ್ದಾರೆ. ಅವರಿಗೆ ನಿರಾಸೆ ಆಗಬಾರದು ಎಂದು ಕಾಲು ನಡಿಗೆಯಲ್ಲಿ ಅರಮನೆಯ ಕಡೆ ಸಾಗಿದನು.

ಮಲ್ಲಮ್ಮ ವೀರವನಿತೆ ಮಾತ್ರವಲ್ಲ...! ಅಬ್ಬ... ಬಲು ಅಪರೂಪದ ಲಾವಣ್ಯವತಿ!

ದೇವಲೋಕದ ಅಪ್ಸರೆ.

ಸೌಂದರ್ಯ ಮತ್ತು ಧೈರ್ಯ, ಸಾಹಸ ಮತ್ತು ಬುದ್ಧಿ ಚಾತುರ್ಯ ಸಂಗಮಗೊಂಡಿರುವ ಈ ಯುಗದ ಅಪರೂಪದ ಸ್ತ್ರೀರತ್ನ.

ಈ ಮಲ್ಲಮ್ಮ ಮಹಾರಾಣಿ ನಮ್ಮ ಪ್ರಭುವಿನ ಪತ್ನಿಯಾಗಿರುವುದು ಅವರ ಸೌಭಾಗ್ಯ ಮತ್ತು ಅದೃಷ್ಟ. ನಮ್ಮೆಲ್ಲರಿಗೆ ಆ ದೇವರೇ ಕರುಣಿಸಿ ಕಳಿಸಿದ್ದಾನೆ.

ಮಂಗಳಕರ ವಾದ್ಯ ಮೊಳಗುತ್ತಿದೆ ಮತ್ತು ಮುತ್ತೈದೆಯರು ಬಿಡಿ ಹೂವುಗಳನ್ನು ನವದಂಪತಿಯ ಮೇಲೆ ಹಾಕುತ್ತಾ ಆರತಿ ಮಾಡಿ ಸ್ವಾಗತಿಸುತ್ತಿದ್ದಾರೆ.

ಮಲ್ಲಮ್ಮನಿಗೆ ಈ ಪ್ರಜೆಗಳ ಪ್ರೀತಿ, ಅಭಿಮಾನ ಕಂಡು ಹೃದಯ ತುಂಬಿಬಂದಂತೆ ಆಗುತ್ತಿದೆ.

ಪ್ರಜೆಗಳ ಪ್ರೀತಿಪೂರಕವಾದ ಸಂಭ್ರಮದ ಸ್ವಾಗತದೊಂದಿಗೆ ಅರಮನೆ ತಲುಪಿದರು. ಈ ಮೊದಲೇ ಪ್ರಜೆಗಳಿಗೆ, ವಿಶೇಷ ಭೋಜನದ ವ್ಯವಸ್ಥೆ ಮಾಡಲು ಈಶಪ್ರಭು ಆದೇಶಿಸಿದ್ದನು.

ಅರಮನೆಯ ಪ್ರಮುಖ ದ್ವಾರದ ಹತ್ತಿರ ಬಂದಾಗ ರಾಜ ವಂಶದ ಮುತ್ತೈದೆಯರು ಆರತಿ ಮಾಡಿದರು.

ಹೊಸಿಲಿನ ಮುಂಭಾಗದಲ್ಲಿ 'ಸೇರು' ಪಾತ್ರೆ ತುಂಬಿರುವ ಅಕ್ಕಿಯ ಮೇಲೆ ಬೆಲ್ಲದ ಅಚ್ಚು ಇದೆ. ಮಲ್ಲಮ್ಮ ಬಲಗಾಲನ್ನು ಇಟ್ಟು ಪ್ರವೇಶಿಸುತ್ತಾ ಅಕ್ಕಿ ತುಂಬಿರುವ 'ಸೇರು' ಪಾತ್ರೆಯನ್ನು ತಳ್ಳಿದಳು.

ಮುತ್ತೈದೆಯರು ಕುಲದೇವತೆಗೆ ಸಂಬಂಧಪಡುವ ಹಾಡನ್ನು ಹೇಳುತ್ತಾ ಸ್ವಾಗತಿಸಿದರು. ನಂತರ ಮಲ್ಲಮ್ಮನನ್ನು ದೇವರ ಕೋಣೆಗೆ ಕರೆತಂದರು. ರಾಜ ಪುರೋಹಿತರು ಈ ದಂಪತಿಗಳಿಂದ ಕುಲದೇವರ ಪೂಜೆ ಮಾಡಿಸಿದರು.

** ** **

ಮಲ್ಲಮ್ಮ ಸಹಜ ಸೌಂದರ್ಯವತಿ. ಈಗ ಅವಳ ಸಹಜ ಸೌಂದರ್ಯಕ್ಕೆ ಮೆರುಗು ಬಂದಿದೆ. ಅವಳು ಆಭರಣಗಳನ್ನು ತೆಗೆದಿದ್ದಾಳೆ. ಕತ್ತಿನಲ್ಲಿ ಮಾಂಗಲ್ಯ, ಚಿನ್ನದ ಸರ ಮಾತ್ರ ಇದೆ. ಕೈಗಳಲ್ಲಿ ಹಸಿರು ಗಾಜಿನ ಬಳೆಗಳೊಂದಿಗೆ ಚಿನ್ನದ ಬಳೆಗಳಿವೆ. ಒಂದೇ ಒಂದು ಉಂಗುರ ಅವಳ ಬೆರಳನ್ನು ಅಲಂಕರಿಸಿದೆ.

ಪತಿಯಾಗಿರುವ ಈಶಪ್ರಭುವಿನೊಂದಿಗೆ ವಿವಾಹದ ನಂತರ ಬಂದಿರುವ ಪ್ರಸ್ತದ ಶಾಸ್ತ್ರದ ಆ ಕೊಠಡಿಗೆ, ಬೆಳ್ಳಿಯ ಲೋಟದಲ್ಲಿ ಕೇಸರಿ ಬೆರೆಸಿರುವ ಹಾಲಿನೊಂದಿಗೆ ಬಂದಿದ್ದಾಳೆ.

ಬುದ್ಧಿ ತಿಳಿದಾಗಿಂದ ಅವಳು ಕಲಿಕೆಯ ಸಾಧನೆಯಲ್ಲಿ, ಬಹುಭಾಷೆಗಳ ಪಾಂಡಿತ್ಯ ಕರಗತ ಮಾಡಿಕೊಳ್ಳುವುದರಲ್ಲಿ ತನ್ನನ್ನು ತಾನು ತೊಡಗಿಸಿಕೊಂಡಿದ್ದಳು. ಆದರೆ ಇದೇ ವಿಶೇಷವಾಗಿದೆ.

ಈಗ ಸಂಸಾರ ಜೀವನದಲ್ಲಿ ಪ್ರಾರಂಭ ಆಗಲಿರುವ ದಾಂಪತ್ಯದ ಮೈಲಿಗಲ್ಲಾಗಿರುವ ಮೊದಲ ರಾತ್ರಿಯ ಮಿಲನದ ಕ್ಷಣಗಳು ಸಮೀಪಿಸುತ್ತಿವೆ.

ನೂರಾರು ಮಂದಿ ಶತ್ರು ಸೈನಿಕರ ರುಂಡಗಳನ್ನು ಚೆಂಡಾಡುವಾಗ ಇವಳು ಹೆದರಿರಲಿಲ್ಲ. ಆದರೆ... ಆದರೆ ಈಗ ಅವಳಲ್ಲಿ ಒಂದು ರೀತಿಯ ಉದ್ವೇಗ ಉಂಟಾಗಿದೆ. ತಂಪಾದ ವಾತಾವರಣದಲ್ಲಿ ಸಹ ಅವಳು ಬೆವರುತ್ತಿದ್ದಾಳೆ.

ದಾಸಿಯೊಬ್ಬಳು ದ್ವಾರದ ಹತ್ತಿರ ಬಂದು "ಮಹಾರಾಣಿಯವರಿಗೆ ಶುಭಕಾಮನೆಗಳು. ಪ್ರಭುಗಳು ಆಗಮಿಸುತ್ತಿದ್ದಾರೆ" ಎಂದು ಹೇಳಿ ಗೌರವ ಸೂಚಿಸಿ ಅಲ್ಲಿಂದ ಹೊರಗೆ ಹೋದಳು.

ಕೆಲವು ಕ್ಷಣಗಳ ನಂತರ ಪತಿಯ ಆಗಮನವಾಯಿತು. ಹಾಲಿನ ಲೋಟ ಹಿಡಿದು ತಲೆ ತಗ್ಗಿಸಿ ನಿಂತಿರುವ ಪತ್ನಿಯ ಹತ್ತಿರ ಬಂದು "ದೇವಿ..." ಎಂದು ಅವಳ ಕೈ ಹಿಡಿದನು.

ಅವಳು ಕಂಪಿಸಿದಳು.

ಕೈ ನಡುಗಿತು.

ಕೈಗಳಲ್ಲಿ ಹಿಡಿದಿದ್ದ ಬೆಳ್ಳಿಯ ಲೋಟ ಅಲುಗಾಡಿತು. ಹಾಲು ತುಳುಕಿತು.

ಅವನೀಗ ಪತ್ನಿಯ ಗಲ್ಲವನ್ನು ಬೆರಳುಗಳ ತುದಿಯಿಂದ ಹಿಡಿದೆತ್ತಿದನು.

ಬಲು ಸುಂದರವಾದ ಮುಖ.

ಕಾಂತಿಯುಕ್ತ ಕಣ್ಣುಗಳು.

ಪುಟ್ಟ ಬಾಯಿ.

ಹವಳದಂಥ ಜೇನುತುಟಿಗಳು.

ರಾಗ ರಂಜಿತ ಕದಪುಗಳು.

ಪ್ರಮಾಣಬದ್ಧವಾದ ಮೈಮಾಟ.

ಹಾಲಿನ ಕೆನೆಯ ಬಣ್ಣದ ಉಜ್ವಲ ಮೈ ಕಾಂತಿಯಿಂದ ಕಂಗೊಳಿಸುತ್ತಿರುವ ಅವಳ ಆ ಮುದ್ದಾದ ಮುಖದಲ್ಲಿ ಬೆವರನ್ನು ಕಂಡು ಮತ್ತು ಆಕೆ ಉದ್ವಿಗ್ನಳಾಗಿದ್ದಾಳೆ ಎಂಬುದನ್ನು ಗಮನಿಸಿ, ಅವಳನ್ನು ತನ್ನ ತೋಳಿನಿಂದ ಬಳಸಿ, ಹೂವುಗಳಿಂದ ಅಲಂಕರಿಸಿರುವ ಪಲ್ಲಂಗದಲ್ಲಿ ಕೂರಿಸಿದನು ಈಶಪ್ರಭು. ಬಲು ಮೃದುವಾದ ಕರವಸ್ತ್ರದಿಂದ, ಆಕೆಯ ಮುಖದಲ್ಲಿ ಮೂಡಿದ್ದ ಬೆವರಿನ ಬಿಂದುಗಳನ್ನು ಒರೆಸಿದನು. ನಂತರ "ದೇವಿ... ಕಾಡಿನಲ್ಲಿ ಏಕಾಂಗಿಯಾಗಿ ನುಗ್ಗಿ ಹುಲಿಯನ್ನು ಕೊಂದಿರುವ ವೀರವನಿತೆ ನೀನು. ಕ್ಷತ್ರಿಯ ವಿದ್ಯೆಗಳನ್ನೆಲ್ಲಾ ಕಲಿತು, ರಣಾಂಗಣದಲ್ಲಿ ವೀರವಿಹಾರ ಮಾಡಿ, ಶತ್ರುಗಳ ರುಂಡಗಳನ್ನು ಚೆಂಡಾಡಿದ ರಣಚಂಡಿ ಸ್ವರೂಪಳು ನೀನು. ಧೈರ್ಯವಂತೆ ಆಗಿರುವ ನೀನು ಈಗ ಬೆವರುತ್ತಾ ಉದ್ವಿಗ್ನತೆಗೆ ಒಳಗಾಗಿರುವುದು ನನಗೆ ಆಶ್ಚರ್ಯ ಉಂಟುಮಾಡಿದೆ. ಯಾಕೆ ನನ್ನನ್ನು ಕಂಡರೆ ಭಯವೇ ದೇವಿ" ಎಂದನು.

ಅವಳು ತುಂಬಾ ಮೆಲ್ಲಗೆ "ಭಯವಲ್ಲ ಪ್ರಭು. ಹೆಣ್ಣು ಎಷ್ಟೇ ಧೈರ್ಯಶಾಲಿಯಾಗಿರಲಿ ಅಥವಾ ಸಾಹಸ ಕಾರ್ಯಗಳನ್ನು ಮಾಡಿರಲಿ, ದಾಂಪತ್ಯಕ್ಕೆ ನಾಂದಿ ಆಗಲಿರುವ ಪ್ರಥಮ ರಾತ್ರಿಯಲ್ಲಿ ಸಹಜವಾಗಿ ಉದ್ವಿಗ್ನತೆ ಉಂಟಾಗುತ್ತದೆ. ನನಗೆ ಖಡ್ಗ ಹಿಡಿದು ವೀರವಿಹಾರ ಮಾಡಿ ಗೊತ್ತಿರುವುದೇ ವಿನಹ, ಪ್ರೀತಿ, ಪ್ರಣಯ, ದಾಂಪತ್ಯದ ಬಗ್ಗೆ ಎಂದೂ ಸಹ ಕಲ್ಪನೆ ಬಂದಿರಲಿಲ್ಲ. ಯಾಕೆ ಅಂದರೆ, ಮುಂಜಾನೆಯಿಂದ ರಾತ್ರಿ ಪಲ್ಲಂಗದಲ್ಲಿ ಮಲಗುವತನಕ ವಿಶ್ರಾಂತಿಗೆ ಅವಕಾಶ ಇಲ್ಲದ ರೀತಿ ಚಟುವಟಿಕೆಗಳು, ಕಾರ್ಯ ಯೋಜನೆಗಳಲ್ಲಿ ಲೀನಳಾಗಿರುತ್ತಿದ್ದೆ. ಆ ಲೋಕದಿಂದ ಹೊರ ಬಂದು ಬೇರೊಂದು ಮಧುರವಾದ ಅನುಭವಕ್ಕೆ ಹೊಂದಿಕೊಳ್ಳಬೇಕಾಗಿರುವುದರಿಂದ ಒಂದು ರೀತಿಯಲ್ಲಿ...." ಎಂದು ಹೇಳುತ್ತಿರುವಾಗಲೇ ಈಶಪ್ರಭು ನಗತೊಡಗಿದನು.

ಮಲ್ಲಮ್ಮನ ಮುಖ ಕೆಂಪಾಯಿತು!

"ಪ್ರಭು... ಯಾಕೆ ನಗುತ್ತಿದ್ದೀರಿ? ವಿವಾಹದ ಪೂರ್ವದಲ್ಲಿ ನಾನು ಹೇಗಿದ್ದೆ ಎಂಬುದನ್ನು ಹೇಳುತ್ತಿದ್ದರೆ ನೀವು ನಗುತ್ತಿದ್ದೀರಲ್ಲ."

ಅವಳ ಕೈ ಹಿಡಿದು "ದೇವಿ ನನಗೆ ನಗು ಬಂದಿರುವುದು ಬೇರೆ ಕಾರಣದಿಂದ" ಎಂದನು.

"ಬೇರೆ ಕಾರಣವೇ... ಏನದು?"

"ಪ್ರೀತಿ, ಪ್ರೇಮ, ದಾಂಪತ್ಯದ ಬಗ್ಗೆ ಎಂದೂ ಆಲೋಚನೆ ಮಾಡಿರಲಿಲ್ಲ ಎಂದು ಹೇಳಿದ್ದು ನಿಜ ತಾನೇ?"

"ಹೌದು... ನಿಜ... ಆದರೆ ಇದರಲ್ಲಿ ನಗುವ ಅಂಶ ಏನಿದೆ?"

ಪುನಃ ನಗುತ್ತಾ "ಖಡ್ಗ ಹಿಡಿದು ವೀರವಿಹಾರ ಮಾಡಿರುವ ಈ ವೀರವನಿತೆಗೆ ಇನ್ನು ಮುಂದೆ ನಾನು ಪ್ರೀತಿ, ಪ್ರಣಯದ ಶಿಕ್ಷಣ ನೀಡಬೇಕಾಗಿದೆಯಲ್ಲ ಎಂಬ ಆಲೋಚನೆಯಿಂದ ನಗು ಬಂದಿತು" ಎಂದನು.

ಅವಳು ಪುನಃ ರಂಗೇರಿದಳು.

ಪತ್ನಿಯನ್ನು ಆಲಿಂಗಿಸಿಕೊಂಡು "ದೇವಿ.... ನಾನು ಕಲಿಸುವ ಪ್ರಣಯ, ಶೃಂಗಾರದ ಪಾಠವನ್ನು ಶ್ರದ್ಧೆಯಿಂದ ಕಲಿಯುತ್ತೀಯ ತಾನೇ" ಎಂದು ನಗುತ್ತಾ ಕೇಳಿದನು.

ಅವಳು ಕೆಂಪೇರಿದ ಲಜ್ಜೆಯ ಮುಖಭಾವದಿಂದ ಪತಿಯ ಕಡೆ ನೋಡುತ್ತಾ ಮೃದು ಮಂದಹಾಸದೊಂದಿಗೆ ತಲೆಯಾಡಿಸಿದಳು.

ಸಂಸಾರ, ದಾಂಪತ್ಯದ ಬಗ್ಗೆ ಕಲ್ಪನೆ ಬಂದದ್ದು ಬೆಳವಡಿ ಈಶಪ್ರಭುವನ್ನು ವಿವಾಹವಾಗಲು ನಿರ್ಧರಿಸಿದ ನಂತರ. ಈಗ ಅವಳಿಗೆ ಪ್ರಣಯದ ಪ್ರಾಯೋಗಿಕ ಅನುಭವ ಆಗುತ್ತಿದೆ.

ಮಲ್ಲಮ್ಮ ಈಗ ಬದಲಾಗಿದ್ದಾಳೆ.

ಸತಿಯಾದವಳು ರತಿಯಾಗಿದ್ದಾಳೆ.

ದಾಂಪತ್ಯದ ಮಿಲನದ ಸವಿ ಗುಂಗಿನಲ್ಲಿ ಅವಳು ಮೈಮರೆತಿದ್ದಾಳೆ. ಎಲ್ಲವನ್ನೂ ಮರೆಯುವಂತೆ ಮಾಡಬಲ್ಲ ಶಕ್ತಿ ಇರುವುದು ಮೊದಲ ರಾತ್ರಿಯ ಮಿಲನದ ಮಧುರತೆಗೆ ಮಾತ್ರ.

ದಂಪತಿ ಸಂತೃಪ್ತರಾಗಿದ್ದಾರೆ. ಆ ರಾತ್ರಿ ತನ್ನ ಆಲಿಂಗನದಲ್ಲಿದ್ದ ಮಲ್ಲಮ್ಮನಿಗೆ ಈಶಪ್ರಭು ಬೇರೆ ಯಾವ ವಿಚಾರವನ್ನೂ ಮಾತಾಡಲು ಅವಕಾಶ ನೀಡಲಿಲ್ಲ. ಇಬ್ಬರೂ ಪ್ರಣಯ, ಶೃಂಗಾರ ಮತ್ತು ರಸಿಕ ದಾಂಪತ್ಯದ ಮಾತುಗಳಿಂದ ರಾತ್ರಿ ಪೂರ್ತಿ ಕಳೆದರು.

** ** **

ಇದನ್ನು ನಿರೀಕ್ಷೆ ಮಾಡಿರಲಿಲ್ಲ!

ಗುಪ್ತಚಾರ ವಿಭಾಗದ ದೂತರು ಮಾಹಿತಿ ಸಂಗ್ರಹಿಸಿ ವರದಿ ಮಾಡಿದ್ದರು.

ಬೆಳವಡಿಯ ರಾಜಧಾನಿಯ ಹೊರಭಾಗದಲ್ಲಿ ಮರಾಠ ಸೈನಿಕರು ಶಿಬಿರಗಳನ್ನು ನಿರ್ಮಾಣ ಮಾಡಿಕೊಂಡಿದ್ದಾರೆ. ಅವರೆಲ್ಲರೂ ಸಕಲ ಸಶಸ್ತ್ರ ಆಯುಧಗಳೊಂದಿಗೆ ಬಂದಿದ್ದಾರೆ. ಯುದ್ಧಭೂಮಿಯಲ್ಲಿ ತರಬೇತಿ ಪಡೆದಿರುವ ವಿದೇಶಿ ಕುದುರೆಗಳನ್ನು ಸಹ ತಂದಿದ್ದಾರೆ.

ಕೆರಳಿಬಿಟ್ಟನು ಈಶಪ್ರಭು!

ಪ್ರಧಾನ ಅಮಾತ್ಯರಿಗೆ ಆದೇಶ ತಲುಪಿದ ಕೂಡಲೇ ಅವರು ರಾಜನನ್ನು ಭೇಟಿ ಮಾಡಿದರು.

"ನಮ್ಮ ರಾಜಧಾನಿಯ ಹೊರಭಾಗದಲ್ಲಿ ನಮ್ಮ ಅನುಮತಿ ಪಡೆಯದೆ ಸೈನ್ಯ ಸಮೇತರಾಗಿ ತಳ ಊರಿರುವ ಮರಾಠ ಸೈನಿಕರಿಗೆ, ಸೇನಾ ನಾಯಕರುಗಳಿಗೆ ವಿವೇಕ ಶೂನ್ಯವಾಗಿರುವುದೆ? ಪ್ರಾಂತೀಯ ರಾಜನ ಅನುಮತಿ ಪಡೆಯಬೇಕೆಂಬ ಸಾಮಾನ್ಯ ಪರಿಜ್ಞಾನ ಅವರಲ್ಲಿ ಇಲ್ಲವೆ? ನೀವು ನಮ್ಮ ಸೈನ್ಯದೊಂದಿಗೆ ಹೋಗಿ ಎಚ್ಚರಿಕೆಯ ಆದೇಶ ನೀಡಿ. ಇಪ್ಪತ್ತನಾಲ್ಕು ತಾಸುಗಳ ಅವಧಿಯಲ್ಲಿ ತೆರವು ಮಾಡಬೇಕೆಂದು ಆದೇಶಿಸಿ."

"ಅಪ್ಪಣೆ ಪ್ರಭು."

"ಮರಾಠರೊಂದಿಗೆ ಅನಗತ್ಯ ವಾದ-ವಿವಾದ ಮಾಡಬಾರದು. ಎಚ್ಚರಿಕೆಯ ಸಂದೇಶ ನೀಡಿ. ಅವರು ಸೈನ್ಯ ತೆರವು ಮಾಡದಿದ್ದರೆ ಮುಂದೆ ಯಾವ ರೀತಿ ಕ್ರಮ ತೆಗೆದುಕೊಳ್ಳಬೇಕೆಂದು ಆಗ ಚಿಂತಿಸೋಣ."

"ಪ್ರಭು... ಮಹಾರಾಷ್ಟ್ರದ ಹಲವಾರು ಪ್ರಾಂತ್ಯಗಳಲ್ಲಿ ಮರಾಠ ಸೈನ್ಯದ ರಾಜರುಗಳು ಇದ್ದಾರೆ. ಇವರು ಯಾವ ರಾಜನ ಆದೇಶದಿಂದ ಇಲ್ಲಿಗೆ ಬಂದಿದ್ದಾರೆ? ಯಾವ ಉದ್ದೇಶದಿಂದ ಬಂದಿದ್ದಾರೆ ಎಂಬುದನ್ನು ಮೊದಲು ತಿಳಿದುಕೊಳ್ಳಬೇಕು. ನಮ್ಮ ರಾಜಾಜ್ಞೆಗೆ ಬೆಲೆ ಕೊಡದಿದ್ದರೆ ನಾವು ಮುಂದಿನ ಕ್ರಮದ ಬಗ್ಗೆ ಚಿಂತಿಸಬೇಕಾಗುತ್ತದೆ."

ಈಶಪ್ರಭು "ಹೇಗಾದರೂ ಆಗಲಿ, ನಮ್ಮ ಸೈನ್ಯ ಸಿದ್ಧವಾಗಿರಲಿ. ದಂಡನಾಯಕರುಗಳಿಗೆ ಆದೇಶ ನೀಡಿ. ಯುದ್ಧಕ್ಕೆ ಬೇಕಾಗಿರುವ ಆಯುಧಗಳ ಸಂಗ್ರಹದ ಪ್ರಮಾಣ ಎಷ್ಟಿದೆ ಎಂಬುದನ್ನು ಪರೀಕ್ಷೆ ಮಾಡಿ. ಕೊರತೆ ಕಂಡುಬಂದರೆ ಹೊಸ ರೀತಿಯ ಸ್ಫೋಟಕಗಳು ಮತ್ತು ಆಯುಧಗಳ ಸಂಗ್ರಹಕ್ಕೆ ಗಮನ ನೀಡಬೇಕಾಗುತ್ತದೆ."

"ಆಗಲಿ ಪ್ರಭು."

** ** **

ಮಲ್ಲಮ್ಮ ಮೊದಲಿನಂತೆ ತನ್ನ ಕಾರ್ಯ ಚಟುವಟಿಕೆಗಳನ್ನು ಪ್ರಾರಂಭ ಮಾಡಿದ್ದಾಳೆ. ಕಲಿತಿರುವ ಕ್ಷತ್ರಿಯ ವಿದ್ಯೆ ಮರೆಯಬಾರದು ಎಂದು ಪ್ರತಿದಿನ ಅಭ್ಯಾಸದಲ್ಲಿ ತೊಡಗುತ್ತಾಳೆ.

ಅರಮನೆಯ ದಿನನಿತ್ಯದ ಚಟುವಟಿಕೆಗಳಲ್ಲಿರುವ ಲೋಪವನ್ನು ಸರಿಪಡಿಸಿ, ಹೊಸ ರೀತಿಯಲ್ಲಿ ಕಾರ್ಯವೈಖರಿ ರೂಪಿಸಿದ್ದಾಳೆ. ಕೆಲಸ ಏನೇ ಆಗಿರಲಿ, ಯಾವುದೇ ಆಗಿರಲಿ ಎಲ್ಲವನ್ನೂ ಸಹ ಶಿಸ್ತುಬದ್ಧವಾಗಿ, ಅಚ್ಚುಕಟ್ಟಾಗಿ ಮತ್ತು ಸಮಯಕ್ಕೆ ಸರಿಯಾಗಿ ಮಾಡಿ ಮುಗಿಸಬೇಕು. ಮಾಡುವ ಕೆಲಸದಲ್ಲಿ ಆಲಸ್ಯ, ತಾತ್ಸಾರ ಭಾವ ಕಂಡರೆ ಅಂತಹವರ ಬಗ್ಗೆ ಕಠಿಣ ಕ್ರಮ ತೆಗೆದುಕೊಳ್ಳುತ್ತಿದ್ದಳು.

ಮಲ್ಲಮ್ಮ ಹೇಳಿದಂತೆ ಎಲ್ಲವೂ ಸಹ ಕ್ರಮಬದ್ಧವಾಗಿ ಆಗಬೇಕಿತ್ತು. ಅವಳು ಸೊಸೆಯಾಗಿ, ಮಹಾರಾಣಿಯಾಗಿ ಬಂದ ಮೇಲೆ ಅರಮನೆಯ ಚಟುವಟಿಕೆಗಳ ಸ್ವರೂಪವೇ ಬದಲಾಯಿತು.

ಅಷ್ಟೇ ಅಲ್ಲ, ಅವಳು ಪತಿಯ ಅನುಮತಿ ಪಡೆದು ರಾಜ್ಯದ ನಿತ್ಯ ಆಡಳಿತದ ಬಗ್ಗೆ ತಿಳಿದುಕೊಳ್ಳಲಾರಂಭಿಸಿದಳು. ಎಲ್ಲವನ್ನೂ ಕರಗತ ಮಾಡಿಕೊಂಡ ನಂತರ, ಬದಲಾವಣೆಗಳನ್ನು ಮಾಡಲಾರಂಭಿಸಿದಳು. ತವರೂರು ಬೈಲಹೊಂಗಲದಲ್ಲಿ ಯಾವ ರೀತಿಯಲ್ಲಿ ಪ್ರಜೆಗಳ ತೊಂದರೆಗಳನ್ನು ತಿಳಿದು, ಅವರ ದಿನನಿತ್ಯದ ಕಷ್ಟ ಮತ್ತು ತೊಂದರೆಗಳಿಗೆ ಸ್ಪಂದಿಸುತ್ತಾ ಎಲ್ಲಾ ರೀತಿಯ ಅಗತ್ಯ ಸಹಾಯ ಮಾಡುತ್ತಿದ್ದಳೋ ಅದೇ ರೀತಿ ಆಗ ಬೆಳವಡಿಯಲ್ಲೂ ಪ್ರಜೆಗಳಿಗೆ ಅಗತ್ಯ ಸಹಾಯ ಮಾಡಲಾರಂಭಸಿದ್ದಾಳೆ. ಬೆಳವಡಿಯ ಮಹಾರಾಣಿಯಾದ ಮೇಲೆ ಅವಳು ಆಡಳಿತದ ವಿಭಾಗದ ಎಲ್ಲಾ ಹಂತಗಳ ಬಗ್ಗೆ ತಿಳಿದುಕೊಂಡು ಸಕ್ರಿಯವಾಗಿ ಪಾಲ್ಗೊಳ್ಳುತ್ತಿದ್ದಳು. ಇದು ಪರಮ ಪ್ರಾಯೋಗಿಕ ಸಂಗತಿಯಾಗಿದೆ.

ಬೆಳವಡಿಯಲ್ಲಿ ನಡೆದಿತ್ತು ಎನ್ನಲಾಗಿರುವ ಒಂದು ಮಹತ್ತರವಾದ, ಬಲು ಮುಖ್ಯವಾದ ಘಟನೆ, ಜಗತ್ತಿನಲ್ಲೇ ಯಾವ ಮಹಾರಾಣಿ ಅಥವಾ ಮಹಾರಾಜರುಗಳು ಮಾಡದಿದ್ದ ಹೊಸ ಸಾಹಸಕ್ಕೆ ನಾಂದಿ ಆಯಿತು.

ಅದೇ ಮಹಿಳಾ ಸೈನ್ಯ ತರಬೇತಿ.

ಪುರುಷರಂತೆ ಸೈನ್ಯಕ್ಕೆ ಸೇರ್ಪಡೆಯಾಗಿ, ಸಕಲ ಯುದ್ಧ ತರಬೇತಿ ಪಡೆದು, ಪುರುಷ ಶತ್ರು ಸೈನಿಕರನ್ನು ರಣರಂಗದಲ್ಲಿ ಎದುರಿಸಿ, ಹೋರಾಡಿ, ವೀರವಿಹಾರ ಮಾಡುವಂತೆ ಮಾಡಿರುವ ಮಹಿಳಾ ಸೈನ್ಯ ಸಂಘಟನೆಗೆ ಕಾರಣವಾದವಳು ಬೆಳವಡಿ ಮಲ್ಲಮ್ಮ...!

ಇದು ಸಾಮಾನ್ಯ ಸಂಗತಿಯಾಗಿರಲಿಲ್ಲ.

ಸಾಮಾನ್ಯರಿಂದ ಸಾಧ್ಯವೂ ಇಲ್ಲ.

ಮೂರು ಸಾವಿರ ಮಹಿಳೆಯರನ್ನು ಸಂಘಟಿಸಿ, ಅವರಲ್ಲಿ ಮನೋಬಲ, ಧೈರ್ಯ ತುಂಬಿ, ಪುರುಷ ಸೈನಿಕರಂತೆ ಯುದ್ಧ ಮಾಡುವಂತೆ ರೂಪಿಸುವುದು, ಆ ಪ್ರಮಾಣದಲ್ಲಿ ತರಬೇತಿ ನೀಡುವುದು ಆ ಕಾಲಕ್ಕೆ ದೊಡ್ಡ ವಿಷಯವಾಗಿತ್ತು

ಅಸಾಧ್ಯ ಎಂಬುದನ್ನು ಸಾಧ್ಯವನ್ನಾಗಿ ಮಾಡಿ ತೋರಿಸಿದ, ವಿಶ್ವದ ಏಕೈಕ 'ಸ್ತ್ರೀ ಸೈನ್ಯ' ಸಂಘಟನಾ ಮಹಾರಾಣಿ ಎಂದರೆ ಮಲ್ಲಮ್ಮ... ಬೆಳವಡಿ ಮಲ್ಲಮ್ಮ ಮಾತ್ರ...!

** ** **

ಕುಡುಕರು, ಕಾಮುಕರು ಎಲ್ಲಾ ಕಾಲದಲ್ಲಿ ಎಲ್ಲಾ ದೇಶಗಳಲ್ಲಿ ಇದ್ದರು ಎಂಬುದು ಅಕ್ಷರಶಃ ಪ್ರಾಯೋಗಿಕ ಸತ್ಯ...!

ಪುರಾಣಗಳನ್ನು ಅವಲೋಕನ ಮಾಡಿದಾಗ ದೇವತೆಗಳು, ಗಂಧರ್ವರು, ಭೂಲೋಕದ ಸ್ತ್ರೀಯರ ವಿಶಿಷ್ಟವಾದ ಸಹಜ ಸೌಂದರ್ಯ ಕಂಡು ಬೆರಗಾಗಿರಲಿಲ್ಲವೆ?

ದೇವತೆಗಳ ರಾಜ ಇಂದ್ರ, ಗೌತಮ ಮಹರ್ಷಿಯ ಪತ್ನಿ ಅಹಲ್ಯೆಯ ಸೌಂದರ್ಯಕ್ಕೆ ಮರುಳಾಗಿ, ಮೋಸದಿಂದ, ಮಾಯಾಶಕ್ತಿಯಿಂದ ಗೌತಮರಂತೆ ಬದಲಾಗಿ ಆಕೆಯ ಶೀಲಹರಣ ಮಾಡಿರಲಿಲ್ಲವೆ?

ಇತಿಹಾಸದ ಅವಲೋಕನ...!

ವಿಜಯನಗರ ಸಾಮ್ರಾಜ್ಯದ ಅವನತಿ ಪ್ರಾರಂಭ ಆಗಿದ್ದು ಕ್ರಿ.ಶ. 1565ರ ನಂತರ. ರಕ್ಕಸತಂಗಡಿ ಯುದ್ಧದಲ್ಲಿ ಶ್ರೀಕೃಷ್ಣ ದೇವರಾಯನ ಅಳಿಯ ರಾಮರಾಯ ಹೀನಾಯ ರೀತಿಯಲ್ಲಿ ಸೋತು, ಯುದ್ಧಭೂಮಿಯಲ್ಲಿ ಮರಣಿಸಿದಾಗ, ಗೋಲ್ಕಂಡ ಮತ್ತು ಬಹಮನಿ, ಬಿಜಾಪುರ ಸುಲ್ತಾನರು ದಾಂಧಲೆ ನಡೆಸಿದ್ದರು. ವಿಜಯನಗರದ ಮಹಾ ವೈಭವವನ್ನು ಸಂಪೂರ್ಣವಾಗಿ ನಾಶ ಮಾಡಿದ್ದರು.

ವಿಜಯನಗರ ಏನಾಯಿತು?

ಹಾಳು ಹಂಪೆ ಆಯಿತು.

ಪುರುಷರನ್ನು ಎದುರಿಸುವಷ್ಟು ಧೈರ್ಯ ಮತ್ತು ದೈಹಿಕ ಶಕ್ತಿ ಆ ಕಾಲದಲ್ಲಿ ಯಾವ ಸ್ತ್ರೀಯರಿಗೂ ಇರಲಿಲ್ಲ.

ಇತಿಹಾಸದಲ್ಲಿ ದಾಖಲಾಗಿರುವ ಪ್ರಕಾರ, ಬಹುತೇಕ ರಾಜರುಗಳು ವಿಜಯಶಾಲಿಗಳಾದರೆ, ಸೋತಿರುವ ರಾಜನ ಸಾಮ್ರಾಜ್ಯವನ್ನು ಲೂಟಿ ಮಾಡುತ್ತಿದ್ದರು. ದೇವಾಲಯಗಳೂ ಮತ್ತು ಇತರ ಅಮೂಲ್ಯವಾದ ಆಸ್ತಿ ನಾಶ ಮಾಡುತ್ತಿದ್ದರು.

ಸಾಮಾನ್ಯ ಸ್ತ್ರೀಯರನ್ನು ಸೈನಿಕರು ಬಿಡುತ್ತಿರಲಿಲ್ಲ. ಅಟ್ಟಾಡಿಸಿ ಅತ್ಯಾಚಾರ ಮಾಡುತ್ತಿದ್ದರು.

ರಾಮಾಯಣದಲ್ಲಿ 'ವೇದವತಿ' ಎಂಬ ದೈವ ಭಕ್ತೆ, ತಪಸ್ವಿನಿಯನ್ನು ರಾವಣ ಬಲಾತ್ಕಾರ ಮಾಡಲು ಯತ್ನಿಸಿ ಶಾಪಕ್ಕೆ ಗುರಿಯಾಗಿರಲಿಲ್ಲವೆ?

ಅತ್ಯಾಚಾರ, ಹೆಣ್ಣಿನ ಮೇಲಿನ ಶೋಷಣೆಯ ಘಟನೆಗಳು ಪುಟಗಳನ್ನು ಅಲಂಕರಿಸಿ ದುರಂತ ಅಧ್ಯಾಯವಾಗಿ ರೂಪಗೊಂಡಿಲ್ಲವೆ?

ಈ ಕಾಲದಲ್ಲಿ... ಆಧುನಿಕ ಕಾಲದಲ್ಲಿ ಅತ್ಯಾಚಾರ ಎಂಬುದು ನಿತ್ಯ ದಿನಚರಿಯ ಒಂದು ಭಾಗವೇನೋ ಎಂಬಂತೆ ಆಗಿದೆ.

ಅತ್ಯಾಚಾರ ಮಾಡಿದ ನಂತರ ರಹಸ್ಯ ಕಾಪಾಡಲು ಆಕೆಯನ್ನು ಅಮಾನುಷ ರೀತಿಯಲ್ಲಿ ಕೊಲೆ ಮಾಡುತ್ತಿರಲಿಲ್ಲವೆ?

ಇದೇ ದುರಂತ!

** ** **

ಅವನೊಬ್ಬ ಕುಡುಕ...!

ಹೆಂಡ ಕುಡಿಯದಿದ್ದರೆ ಹುಚ್ಚನಾಗುತ್ತಿದ್ದನು. ಸಂಬಂಧಿಕರು, ಗೆಳೆಯರನ್ನು ಕಾಡಿಸಿ, ಪೀಡಿಸಿ ಅವರಿಂದ ಹೆಂಡಕ್ಕೆ ಹಣ ಬೇಡುತ್ತಿದ್ದನು.

ಅವನ ಪತ್ನಿ ರಂಗದೇವಿ!

ಇಪ್ಪತ್ತೈದರ ಪ್ರಾಯದ ಗೃಹಿಣಿ.

ಆಕೆ ಸಹಜ ಸೌಂದರ್ಯವತಿ.

ಇದನ್ನು ತಿಳಿದಿದ್ದ ಮೂವರು (ಕುಡುಕನ) ಗೆಳೆಯರು, ಕುಡುಕನ ಕುಡಿತದ ಚಟ ಉಪಯೋಗಿಸಿಕೊಂಡು ಆಟ ಆಡಿದರು.

ಅವನಿಗೆ ತಾವೇ ಹಣ ಕೊಟ್ಟು ಕಂಠಪೂರ್ತಿ ಹೆಂಡ ಕುಡಿಸಿದರು. ತೂರಾಡುತ್ತಿದ್ದ ಅವನನ್ನು ಮನೆಗೆ ಕರೆದುಕೊಂಡು ಬಂದರು.

ರಾತ್ರಿ ಸಮಯ. ರಂಗದೇವಿ ಒಬ್ಬಳೇ ಇದ್ದಳು. ಬಾಗಿಲು ಬಡಿತದ ಶಬ್ದ ಕೇಳಿ ಅವಳು ಬೇಸರದಿಂದಲೇ ಬಾಗಿಲು ತೆಗೆದಳು.

ಗಂಡ ಪ್ರತಿನಿತ್ಯ ಕುಡಿದು ಅಮಲೇರಿಸಿಕೊಂಡು ತಡವಾಗಿ ಮನೆಗೆ ಬರುತ್ತಿದ್ದುದು ಅವಳಿಗೆ ಹೊಸ ವಿಷಯವೇನೂ ಆಗಿರಲಿಲ್ಲ.

ಆದರೆ ಗಂಡ ಎಲ್ಲಿ?

ಮನೆಯ ಮುಂಭಾಗದ ಜಗುಲಿಯ ಮೇಲೆ ಮಲಗಿದ್ದಾನೆ. ಅವಳು ಹೊಸಿಲನ್ನು ದಾಟಿ ಗಂಡನನ್ನು ಎಚ್ಚರಗೊಳಿಸುವ ಪ್ರಯತ್ನದಲ್ಲಿ ಇರುವಾಗಲೇ, ಗೆಳೆಯರು ಅವಳ ಮೈಮೇಲೆ ಕೈ ಹಾಕಿದರು.

ರಂಗದೇವಿ ವಿರೋಧಿಸಿದಳು.

ತೀವ್ರವಾಗಿ ಪ್ರತಿಭಟಿಸಿದಳು.

ಆದರೆ ಆ ಕಾಮುಕರು ಅವಳನ್ನು ಹಿಡಿದೆತ್ತಿ ಮನೆಯೊಳಗೆ ಎಳೆದುಕೊಂಡು ಹೋಗುತ್ತಿರುವಾಗ ಅವಳು ತಪ್ಪಿಸಿಕೊಂಡು ಮನೆಯಿಂದ ಹೊರಗೆ ಬಂದಳು. ಶೀಲ ಕಾಪಾಡಿಕೊಳ್ಳಲು, ಅಂತಹ ರಾತ್ರಿ ವೇಳೆ ಬೀದಿಯಲ್ಲಿ ಓಡುತ್ತಿದ್ದಾಳೆ.

ಆ ಬೀದಿಯ ನಿವಾಸಿಗಳಲ್ಲಿ ಕೆಲವರು ಮುಂದೆ ಬಂದು ಆಕೆಯ ಶೀಲ ಕಾಪಾಡಲು ಪ್ರಯತ್ನಿಸಿದರು. ಆದರೆ ಆ ಕಾಮುಕರು, ಹರಿತವಾದ ಆಯುಧಗಳನ್ನು ತೆಗೆದು ಅಬ್ಬರಿಸಿ ಅವರನ್ನು ಹೆದರಿಸಿದರು.

ರಂಗದೇವಿ ಓಡುತ್ತಿದ್ದಾಳೆ.

ಕಾಮುಕರ ಕಾಮ ಕೆರಳಿದೆ.

ಅವರು ನೆಲದ ಮೇಲೆ ಬಿದ್ದಿರುವ ಮರದ ತುಂಡನ್ನು ಎತ್ತಿಕೊಂಡು ಬಲವಾಗಿ ಅವಳ ಕಡೆ ಬೀಸಿದರು.

ಗಾಳಿಯಲ್ಲಿ ರಿವ್ವನೆ ತೂರಿಕೊಂಡು ಬಂದ ಮರದ ತುಂಡು, ಅವಳ ಬೆನ್ನಿಗೆ ಬಲವಾಗಿ ಬಡಿಯಿತು.

ನೋವಿನಿಂದ ಕಿರುಚಿದಳು.

ದೇಹ ಸಮತೋಲನ ತಪ್ಪಿತು.

ಮುಂದಕ್ಕೆ ಮುಗ್ಗರಿಸಿ ಬಿದ್ದಳು.

ಕಾಮುಕರು ಸುತ್ತುವರಿದರು.

ರಣಹದ್ದುಗಳು ಮಾಂಸವನ್ನು ಕಂಡಾಗ ಮುಗಿಬೀಳುವಂತೆ, ಆ ಮೂವರು ಕಾಮುಕರು ಏಕಕಾಲದಲ್ಲಿ ಅವಳನ್ನು ಆವರಿಸಿಕೊಳ್ಳಲು ಪ್ರಯತ್ನಿಸುತ್ತಿರುವಾಗಲೇ ಅವಳು ಬಂದಳು!

ಬಂದಿದ್ದು ಯಾರು?

ಗಾಳಿಯಲ್ಲಿ ತೂರಿಕೊಂಡು ಬಂದ ಭಾರೀ ಗಾತ್ರದ ಮರದ ತುಂಡೊಂದು ಕಾಮುಕರ ಮೇಲೆ ಬಲವಾಗಿ ಅಪ್ಪಳಿಸಿತು.

ಅವರು ನೋವಿನಿಂದ ಕಿರುಚುತ್ತಾ ಹಿಂದಕ್ಕೆ ವಾಲುತ್ತಾ ತೂರಾಡಿದರು. ಆಗ ಅಲ್ಲೇ ಸಮೀಪದಲ್ಲಿ ಕೇಳಿ ಬಂತು ಕುದುರೆಯ 'ಖುರಪುಟದ' ಶಬ್ದ...!

ಕುದುರೆಯಲ್ಲಿ ಯಾರಿದ್ದಾರೆ?

ಯಾರೋ ಹೆಂಗಸು ಬಲಗೈಯಲ್ಲಿ ಖಡ್ಗ ಹಿಡಿದು, ಮತ್ತೊಂದು ಕೈಯಿಂದ ಕುದುರೆಯ ಜೀನು ಹಿಡಿದಿದ್ದಾಳೆ.

ಮುಖ ಕಾಣದ ರೀತಿ ಸುತ್ತಲೂ ಕಪ್ಪು ಬಟ್ಟೆ ಸುತ್ತಿದ್ದಾಳೆ.

ಅವಳ ಧ್ವನಿ ಕೇಳಿಬಂದಿತು.

"ಏ ರಂಗದೇವಿ... ಏಳು... ಮೇಲೆ ಏಳು... ಹೂಂ... ತಗೋ..." ಎಂದು ತನ್ನ ಕೈಯಲ್ಲಿರುವ ಖಡ್ಗವನ್ನು ಅವಳ ಹತ್ತಿರ ಬೀಳುವಂತೆ ಎಸೆದಳು.

"ತಗೋ... ಈ ಖಡ್ಗ ಹಿಡಿದು ಚಂಡಿ ಚಾಮುಂಡಿ ಆಗು... ರಕ್ತ ರಣಚಂಡಿ ಆಗು... ರುಂಡಮಾಲಿನಿ ಆಗು... ಈ ಅತ್ಯಾಚಾರಿಗಳಿಗೆ ತಕ್ಕ ಶಿಕ್ಷೆ ನೀಡು... ಹೂ... ಏಳು... ಏಳು ಮೇಲೆ..." ಎಂದು ಗಡುಸಾದ ಧ್ವನಿಯಲ್ಲಿ ಹೇಳಿದಳು.

ಆ ಕ್ಷಣ ರಂಗದೇವಿ ಮುಂದೆ ನುಗ್ಗಿ ಖಡ್ಗ ಎತ್ತಿಕೊಂಡಳು.

ನಾಲ್ಕು ದಡೂತಿ ಕಾಮುಕರು ಕೋಪದಿಂದ ಅಬ್ಬರಿಸುತ್ತಾ ಮುನ್ನುಗ್ಗಿದರು.

ಆ ಹೆಂಗಸಿಗೆ ಕೋಪ, ಆಕ್ರೋಶ ಇದೆ ನಿಜ. ಆದರೆ, ಆಕೆಗೆ ಅಡುಗೆ ಮಾಡುವ ಸೌಟು ಹಿಡಿದು ಅಭ್ಯಾಸವಿದೆಯೇ ವಿನಹ, ಖಡ್ಗ ಹಿಡಿದು ಅಭ್ಯಾಸವಿಲ್ಲ. ಖಡ್ಗವನ್ನು ಹತ್ತಿರದಿಂದ ನೋಡಿಯೂ ಇರಲಿಲ್ಲ. ಈಗವಳು ತನ್ನ ಕಡೆ ನುಗ್ಗಿ ಬರುತ್ತಿರುವ ಕಾಮುಕರ ಮೇಲೆ ಖಡ್ಗ ಬೀಸಲು ಪ್ರಯತ್ನಿಸಿದಳು.

ಕಾಮುಕರು ಗೂಳಿಗಳ ರೀತಿ ನುಗ್ಗಿದರು.

ಅವಳು ತತ್ತರಿಸಿದಳು.

ಖಡ್ಗ ನೆಲ ಕಂಡಿತು.

ಒಬ್ಬ ದಡೂತಿ ಕಾಮುಕ ಅವಳನ್ನು ಎತ್ತಿ ಭುಜದ ಮೇಲೆ ಹಾಕಿಕೊಂಡು ಓಡುತ್ತಿದ್ದಾನೆ. ಉಳಿದವರು ಹಿಂಬಾಲಿಸಿದರು.

ಅಷ್ಟರಲ್ಲಿ ಗಾಳಿಯಲ್ಲಿ ಬಲು ರಭಸದಿಂದ ನುಗ್ಗಿ ಬಂದ ಬಾಣಗಳು ಅವರ ದೇಹವನ್ನು ನಾಟಿಕೊಂಡಿದ್ದರಿಂದ, ವಿಕೃತ ಸ್ವರದಲ್ಲಿ ಅರಚುತ್ತಾ ಬಿದ್ದರು.

ಕುದುರೆಯ ಮೇಲೆ ಕುಳಿತಿದ್ದ ಆ ವೀರವನಿತೆ ಬಿಲ್ಲು ಹಿಡಿದು ಬಾಣಗಳ ಪ್ರಯೋಗ ಮಾಡುತ್ತಿದ್ದಾಳೆ. ಅತ್ಯಾಚಾರದಿಂದ ಬಿಡುಗಡೆಗೊಂಡು ಶೀಲ ಉಳಿಸಿಕೊಂಡಿದ್ದ ಆ ಹೆಂಗಸು ಬೆರಗಾಗಿದ್ದಾಳೆ.

ಕುದುರೆ ಮೇಲೆ ಕುಳಿತಿದ್ದ ಹೆಂಗಸು, ಮುಖದ ಸುತ್ತಲೂ ಸುತ್ತಿಕೊಂಡಿದ್ದ ಕಪ್ಪು ವಸ್ತ್ರ ತೆಗೆದಳು.

ಹೆಂಗಸಿನ ಬಾಯಿಂದ ಉದ್ಗಾರ ಬಂದಿತು.

"ಮಹಾರಾಣಿ ಮಲ್ಲಮ್ಮದೇವಿ..."

ಮಲ್ಲಮ್ಮ ಕುದುರೆಯಿಂದ ನೆಗೆದು ಆ ಹೆಂಗಸಿನ ಹತ್ತಿರ ಬಂದು, ತಲೆ, ಮೈ ತಡವಿ ಧೈರ್ಯ ತುಂಬಿದಳು.

ಸೈನಿಕರು ಬಂದರು!

ಆ ಕಾಮುಕರನ್ನು ಬಂಧಿಸಿ ಕಾರಾಗೃಹದ ಶಿಕ್ಷೆ ನೀಡಲು ಆದೇಶಿಸಿದಳು.

ಮಲ್ಲಮ್ಮ ಆ ಹೆಂಗಸಿನೊಂದಿಗೆ ಮಾತಾಡಿ ಅವಳ ಸಂಸಾರದ ಬಗ್ಗೆ ತಿಳಿದುಕೊಂಡಳು. ಸೈನಿಕರನ್ನು ಕಳಿಸಿ, ಮನೆಯಲ್ಲಿ ಕುಡಿದು ಬಿದ್ದಿದ್ದ ಆ ಕುಡುಕ ಗಂಡನನ್ನು ಸಹ ಬಂಧಿಸಲು ಹೇಳಿದಳು.

"ನಾಳೆ ಅರಮನೆಗೆ ಬಂದು ಭೇಟಿ ಮಾಡು."

"ಆಗಲಿ ಮಹಾರಾಣಿ ನಿಮ್ಮಿಂದ ಇವತ್ತು ನನ್ನ ಶೀಲ, ಪ್ರಾಣ ಉಳಿದಿದೆ."

ಮಲ್ಲಮ್ಮ ಗಂಭೀರವಾಗಿ "ಇನ್ನು ಮುಂದೆ ನೀನು ನಿನ್ನ ಶೀಲ, ಪ್ರಾಣವನ್ನು ಕಾಪಾಡಿಕೊಳ್ಳಬೇಕು. ನಾಳೆಯಿಂದ ನಿನಗೆ ಕತ್ತಿವರಸೆ, ಕುದುರೆ ಸವಾರಿ ವಿದ್ಯೆಗಳ ತರಬೇತಿ ಕೊಡಲು ವ್ಯವಸ್ಥೆ ಮಾಡುತ್ತೇನೆ."

ಆ ಹೆಂಗಸು ಗಾಬರಿಯಿಂದ "ಮಹಾರಾಣಿ... ನನ್ನ ಗಂಡನ ಅನುಮತಿ..." ಎಂದು ತಡವರಿಸಿದಳು.

"ನಿನ್ನ ಗಂಡನಿಗೆ ಯಾವ ರೀತಿಯಲ್ಲಿ ಬುದ್ಧಿ ಕಲಿಸಬೇಕು ಅಂತ ನನಗೆ ಗೊತ್ತಿದೆ. ಹೆಣ್ಣು ಎಂದೂ ಅಸಹಾಯಕಳು, ಅಶಕ್ತಳಾಗಬಾರದು. ಇದು ತುಂಬಾ ಮುಖ್ಯ. ನಾಳೆ ನನ್ನನ್ನು ಭೇಟಿ ಮಾಡು" ಎಂದು ಹೇಳಿ ಅವಳನ್ನು ಸುರಕ್ಷಿತವಾಗಿ ಮನೆಗೆ ತಲುಪಿಸಲು ಸೈನಿಕರಿಗೆ ಹೇಳಿದಳು.

** ** **

ಮಹಾರಾಜ ಈಶಪ್ರಭು ಅಂತಃಪುರಕ್ಕೆ ಬಂದಾಗ ರಾತ್ರಿ ತಡವಾಗಿತ್ತು. ತಾನು ಬರುವ ತನಕ ಪತ್ನಿ ಭೋಜನ ಮಾಡುವುದಿಲ್ಲವೆಂದು ತಿಳಿದು ಒಳಗೆ ಬಂದ ಕೂಡಲೇ ಕಂಡಿದ್ದೇನು?

ಪತ್ನಿ ಪಲ್ಲಂಗದ ದಿಂಬುಗಳನ್ನು ಜೋಡಿಸಿ ಒರಗಿಕೊಂಡು, ಕತ್ತನ್ನು ಮೇಲೆ ಮಾಡಿ ಗಾಢವಾಗಿ ಚಿಂತಿಸುತ್ತಿದ್ದಾಳೆ.

ಈಶಪ್ರಭು ಹತ್ತಿರ ಬಂದಿದ್ದರೂ ಸಹ ಅವಳಿಗೆ ಗೊತ್ತಾಗಿರಲಿಲ್ಲ.

ಪತ್ನಿಯ ಮುಖದ ಹತ್ತಿರ ಬಾಗಿ "ದೇವಿ..." ಎಂದು ತುಂಬಾ ಮೃದುವಾಗಿ ಕೂಗಿದನು.

ಆಗಲೂ ಪ್ರತಿಕ್ರಿಯೆ ಬರಲಿಲ್ಲ.

ಅವನೀಗ ಅವಳ ಭುಜದ ಮೇಲೆ ಕೈ ಹಾಕಿ "ದೇವಿ..." ಎಂದು ಕೂಗಿದಾಗ ಅವಳು ಬೆಚ್ಚಿಬಿದ್ದು ಹಿಂತಿರುಗಿದಳು.

ಅವಳು ಗಾಬರಿ, ನಾಚಿಕೆಯಿಂದ "ಕ್ಷಮಿಸಿ ಪ್ರಭು... ನೀವು ಬಂದದ್ದು ನನಗೆ ಅರಿವಾಗಲೇ ಇಲ್ಲ. ನಾನು... ನಾನು..." ಎಂದು ತಡವರಿಸಿದಳು.

ಈಶಪ್ರಭು ನಗುತ್ತಾ "ದೇವಿ... ನೀನು ಯಾವುದೋ ಮಹತ್ತರವಾದ ವಿಚಾರದ ಬಗ್ಗೆ ಗಹನವಾಗಿ ಚಿಂತೆ ಮಾಡುತ್ತಿದ್ದೆ ಅಲ್ಲವೆ?"

ಅವಳು ತಲೆಯಾಡಿಸಿದಳು.

"ಅದೇನೆಂದು ಕೇಳಬಹುದೆ?"

ಅವಳು "ನೀವು ರಾಜಪ್ರಭು ಮತ್ತು ನನ್ನ ಪತಿದೇವರು. ಕೇಳಬಹುದೇ? ಎನ್ನಬಾರದು. ಅದೇನು ಹೇಳು ಎಂದು ಆಜ್ಞೆ ಮಾಡಬೇಕು" ಎಂದಳು.

ಪತ್ನಿಯನ್ನು ಆಲಿಂಗಿಸಿಕೊಳ್ಳುತ್ತಾ "ನಿನ್ನನ್ನು ನೋಡುತ್ತಿದ್ದರೆ ನನ್ನನ್ನು ನಾನೇ ಮರೆತುಬಿಡುತ್ತೇನೆ. ಹೀಗಿರುವಾಗ ಆಜ್ಞೆ ಮಾಡಲು ನೆನಪಾಗುವುದೆ? ನೀನು ಈ ರಾಜ್ಯಕ್ಕೆ ಸಂಬಂಧಪಡುವ ಅಥವಾ ಪ್ರಜೆಗಳ ಯಾವುದೋ ಸಮಸ್ಯೆ ಬಗೆಹರಿಸುವ ಅಥವಾ ಯಾವುದೋ ಹೊಸ ಯೋಜನೆಯನ್ನು ಕಾರ್ಯರೂಪಕ್ಕೆ ತರುವಂತಹ ಮಹತ್ತರವಾದ ವಿಚಾರದ ಬಗ್ಗೆ ಚಿಂತಿಸುತ್ತಿರಬೇಕು. ನಿನ್ನ ವೈಯಕ್ತಿಕ ವಿಚಾರಗಳ ಬಗ್ಗೆ ನೀನು ಇಷ್ಟೊಂದು ಲೀನಳಾಗಿ ಚಿಂತೆ ಮಾಡುವುದಿಲ್ಲ ಎಂಬುದು ನಮಗೆ ತಿಳಿದಿದೆ" ಎಂದನು.

ಮಲ್ಲಮ್ಮ "ನನ್ನ ಬಗ್ಗೆ ನಿಮಗಿರುವ ನಂಬಿಕೆ, ವಿಶ್ವಾಸಕ್ಕೆ ನಾನು ಧನ್ಯಳಾಗಿದ್ದೇನೆ ಪ್ರಭು."

"ಆ ಗಹನವಾದ ವಿಚಾರವೇನು?"

"ಪ್ರಭು... ನಾನು ಹೇಳಲಿರುವ ಈ ಯೋಜನೆಯ ಬಗ್ಗೆ ಕೇಳಿ ಇದು ಉದ್ಧಟತನ, ಪ್ರಾಯೋಗಿಕವಾಗಿ ಅಸಾಧ್ಯವಾದ ಸಂಗತಿ ಎಂದು ತಿಳಿಯಬೇಡಿ."

ಈಶಪ್ರಭು ನಗುತ್ತಾ "ದೇವಿ... ವಿಷಯ ಏನು ಎಂಬುದನ್ನು ತಿಳಿಸದೆ ಎಲ್ಲವನ್ನೂ ಊಹೆ ಮಾಡಿ ಮಾತಾಡಬಾರದು ಅಲ್ಲವೆ?"

"ಕ್ಷಮಿಸಿ ಪ್ರಭು."

"ಆಗಲಿ ಈಗ ವಿಷಯ ಹೇಳು."

ಮಲ್ಲಮ್ಮ ಪತಿಯ ಆಲಿಂಗನದಿಂದ ದೂರ ಸರಿಯುತ್ತಾ, ಅಂತಃಪುರದಲ್ಲಿ ತೆರೆದಿರುವ ಗವಾಕ್ಷಿಯ ಹತ್ತಿರ ಬಂದು ನಿಂತುಕೊಂಡಳು.

ತಂಗಾಳಿ ಬೀಸುತ್ತಿದೆ.

ಬೆಳದಿಂಗಳ ಬೆಳಕು ಹರಡಿದೆ.

"ಪ್ರಭು... ನೀವು ಅನುಮತಿ ನೀಡಿ ಆಶೀರ್ವಾದ ಮಾಡಿದರೆ, ಈ ರಾಜಧಾನಿಯಲ್ಲಿರುವ ಯುವತಿಯರಿಗೆ, ಮಧ್ಯವಯಸ್ಸಿನ ಸ್ತ್ರೀಯರಿಗೆ ಕ್ಷತ್ರಿಯ ಶಿಕ್ಷಣ ಕೊಡಬೇಕು ಎಂಬ ಆಲೋಚನೆ ನನಗೆ ಬಂದಿದೆ."

ಈಶಪ್ರಭು ಬೆಚ್ಚಿಬಿದ್ದನು.

"ದೇವಿ... ಏನು... ಏನಂದೆ?"

"ಪ್ರಭು... ಹೆಣ್ಣು ಅಬಲೆಯಲ್ಲ, ಅವಳು ಅಶಕ್ತಳೂ ಅಲ್ಲ. ಆದರೆ ಈ ಕಾಲದಲ್ಲಿರುವ ಸಾಮಾಜಿಕ ಮತ್ತು ಕೌಟುಂಬಿಕ ಸ್ಥಿತಿ ಅವಳನ್ನು ಎಲ್ಲಾ ರೀತಿಯಿಂದ ದುರ್ಬಲಗೊಳಿಸಿದೆ. ಕಾಮುಕರು ತನ್ನ ಮೇಲೆ ಅತ್ಯಾಚಾರ ಮಾಡಲು ಪ್ರಯತ್ನ ಮಾಡಿದಾಗ ತನ್ನ ಶೀಲ, ಪ್ರಾಣ ಕಾಪಾಡಿಕೊಳ್ಳಲಾರದಷ್ಟು ಅಶಕ್ತಳಾಗಿದ್ದಾಳೆ" ಎಂದು ಹೇಳಿ ಅತ್ಯಾಚಾರದ ಕೆಲವು ಪ್ರಕರಣಗಳ ಬಗ್ಗೆ ಪತಿ ಈಶಪ್ರಭುವಿಗೆ ವಿವರವಾಗಿ ಹೇಳಿದಳು.

ಈಶಪ್ರಭು ಮಾತಾಡಲಿಲ್ಲ.

ಗಾಢವಾಗಿ ಚಿಂತಿಸುತ್ತಿದ್ದಾನೆ.

ಮಲ್ಲಮ್ಮ "ಪ್ರಭು... ಪುರುಷರಷ್ಟೇ ಧೈರ್ಯ, ಸಾಹಸ, ವೀರತ್ವ ಎಂಬುದು ಸ್ತ್ರೀಯರಲ್ಲಿ ಸುಪ್ತವಾಗಿ ಅಡಗಿದೆ. ಅವಳಲ್ಲಿರುವ ಆ ಮಹಾನ್ 'ಧೀ' ಶಕ್ತಿಯನ್ನು ನಾವು ಸರಿಯಾದ ರೀತಿಯ ಮಾರ್ಗದರ್ಶನ ಮತ್ತು ತರಬೇತಿ ನೀಡುವುದರ ಮೂಲಕ ಜಾಗೃತಗೊಳಿಸಬೇಕು. ಸ್ತ್ರೀಯರು ಮನಸ್ಸು ಮಾಡಿದರೆ, ಧೈರ್ಯದಿಂದ ಮುನ್ನುಗ್ಗಿದರೆ ಅಸಾಧ್ಯ ಎಂಬುದು ಖಂಡಿತಾ ಇಲ್ಲ ಪ್ರಭು" ಎಂದಳು.

"ದೇವಿ... ನಿನ್ನ ಕಾರ್ಯ ಯೋಜನೆ ಮತ್ತು ಅದರ ಉದ್ದೇಶ ಏನು?"

"ದೈಹಿಕವಾಗಿ, ಮಾನಸಿಕವಾಗಿ ಸದೃಢವಾಗಿರುವ ಎಲ್ಲಾ ಸ್ತ್ರೀಯರಿಗೆ ಯುದ್ಧಕ್ಕೆ ಅಗತ್ಯವಾದ ತರಬೇತಿ ನೀಡಬೇಕು..."

ಈಶಪ್ರಭು "ದೇವಿ... ನಿನ್ನ ಉದ್ದೇಶ ತುಂಬಾ ಉಪಯುಕ್ತವಾಗಿದೆ ಮತ್ತು ಈ ಹಿಂದೆ ಯಾರೂ ಮಾಡದಿರುವಂತಹ ವಿಶೇಷವಾದ ಮಹಾನ್ ಪ್ರಯತ್ನವಾಗಿದೆ. ಆದರೆ ಇದು ಪ್ರಾಯೋಗಿಕವಾಗಿ ಸಾಧ್ಯವೇ ಎಂಬ ಅನುಮಾನ ಕಾಡುತ್ತಿದೆ. ಈ ರಾಜಧಾನಿಯಲ್ಲಿ ತುಂಬಾ ಮಂದಿ ಸ್ತ್ರೀಯರು ಮನೆಯಿಂದ ಹೊರಗೇ ಬರುವುದಿಲ್ಲ. ಇನ್ನು ಅವರಿಗೆ ಯುದ್ಧ ತರಬೇತಿ ನೀಡಲು ಸಾಧ್ಯವೆ? ನನಗೇನೋ ಇದು ಅಸಾಧ್ಯ ಎಂದು ಅನಿಸುತ್ತಿದೆ. ಚೆನ್ನಾಗಿ ಆಲೋಚನೆ ಮಾಡು."

"ಪ್ರಭು... ಪ್ರಯತ್ನ ಮಾಡದೆ ಅಸಾಧ್ಯ ಎಂಬ ನಿರ್ಧಾರಕ್ಕೆ ಬರಬಾರದು ಅಲ್ಲವೆ?"

"ಆದರೆ ದೇವಿ..."

"ಪ್ರಭು... ಈ ಸಾಹಸದ ಪ್ರಯತ್ನಕ್ಕೆ ನೀವು ಅನುಮತಿ ನೀಡಿ ಆಶೀರ್ವಾದ ಮಾಡಿ. ನಾನು ಇದರ ಪೂರ್ಣ ಜವಾಬ್ದಾರಿ ತೆಗೆದುಕೊಂಡು ಕಾರ್ಯಗತ ಮಾಡುತ್ತೇನೆ" ಎನ್ನುತ್ತಾ ಪತಿಯ ಹತ್ತಿರ ಬಂದು "ಪ್ರಭು... ನನಗೆ ನನ್ನ ಕಾರ್ಯದ ಬಗ್ಗೆ ವಿಶ್ವಾಸ ಇದೆ. ನಾನು ಈ ಪ್ರಯತ್ನದಲ್ಲಿ ಖಂಡಿತಾ ಯಶಸ್ವಿ ಆಗುತ್ತೇನೆ. ನನ್ನ ಉದ್ದೇಶ, ಗುರಿ ಏನು ಗೊತ್ತೆ?" ಎಂದು ಕೇಳಿದಳು.

"ಹೇಳು ದೇವಿ."

"ನಿಮ್ಮ ಸೈನ್ಯ ಪಡೆಯಲ್ಲಿ ಪುರುಷರಷ್ಟೇ ಸಮರ್ಥ ರೀತಿಯಿಂದ ಯುದ್ಧ ಮಾಡುವಷ್ಟರಮಟ್ಟಿಗೆ ಮಹಿಳೆಯರಿಗೆ ತರಬೇತಿ ನೀಡುತ್ತೇನೆ. ಸ್ತ್ರೀಯರಲ್ಲಿ ಇನ್ನು ಮುಂದೆ ಯುದ್ಧ ತರಬೇತಿಯೊಂದಿಗೆ ಆತ್ಮವಿಶ್ವಾಸ ಮತ್ತು ಧೈರ್ಯ ತುಂಬುತ್ತೇನೆ. ಈ ಸೈನ್ಯದಲ್ಲಿ ಸ್ತ್ರೀ ಯೋಧರ ಸಂಖ್ಯೆ ಸಾವಿರಗಳ ಲೆಕ್ಕದಲ್ಲಿ ಅಧಿಕಗೊಳ್ಳುತ್ತದೆ ಎಂಬ ವಿಶ್ವಾಸ ನನಗಿದೆ."

ಎಲ್ಲವನ್ನೂ ಕೇಳಿದ ನಂತರ ಮಹಾರಾಜ "ದೇವಿ... ನೀನು ತುಂಬಾ ಎಚ್ಚರಿಕೆಯಿಂದ ಮತ್ತು ಸಾಧ್ಯತೆಗಳ ಆಧಾರದ ಮೇಲೆ ಪ್ರಯತ್ನ ಮಾಡಬೇಕು.

ಇತಿಹಾಸದಲ್ಲಿ ಎಂದೂ ಯಾರೂ ಕೇಳಿರದ, ಮಾಡಲು ಅಸಾಧ್ಯವಾಗಿರುವ ಮಹಾ ಸಾಹಸ ಆಗಿದೆ" ಎಂದನು.

"ನಿಮ್ಮ ಧೈರ್ಯ, ಸ್ಫೂರ್ತಿಯೇ ನನಗೆ ಶ್ರೀರಕ್ಷೆ ಆಗುತ್ತದೆ. ಈ ಪ್ರಯತ್ನದ ಯಶಸ್ಸಿಗೆ ಬೆಂಬಲವಾಗುತ್ತದೆ."

"ಆಗಲಿ ದೇವಿ. ಈ ಕಾರ್ಯ ಯೋಜನೆಗೆ ಸಂಬಂಧ ಪಡುವ ಎಲ್ಲಾ ಅನುಕೂಲಗಳನ್ನು ಮತ್ತು ಸಮರ್ಪಕ ರೀತಿಯ ವ್ಯವಸ್ಥೆ ಮಾಡಲು ಆದೇಶ ಹೊರಡಿಸುತ್ತೇನೆ."

ಮಲ್ಲಮ್ಮ ಸಂತೋಷ, ಉತ್ಸಾಹ ಮತ್ತು ತುಸು ಭಾವುಕಳಾಗಿ ಪತಿಯನ್ನು ಆಲಿಂಗಿಸಿಕೊಂಡಳು.

** ** **

ಅಂದುಕೊಂಡಷ್ಟು ಸುಲಭವಾಗಿರಲಿಲ್ಲ. ಇದನ್ನು ಕಾರ್ಯಗತ ಮಾಡಲು ಯುವತಿಯರಿಗೆ ಆಗಲಿ, ದೈಹಿಕವಾಗಿ, ಮಾನಸಿಕವಾಗಿ ಸಮಬಲವಾಗಿರುವ ಸ್ತ್ರೀಯರಿಗೆ ಆಗಲಿ ಅನುಮತಿ ದೊರೆಯಲಿಲ್ಲ.

ಹೆತ್ತವರು ಮತ್ತು ಪತಿ ದೇವರು ಮತ್ತು ಕುಟುಂಬದ ಹಿರಿಯರು ಇದಕ್ಕೆ ಆಕ್ಷೇಪ ವ್ಯಕ್ತಪಡಿಸಿದರು.

ರಾಜಧಾನಿಯಲ್ಲಿ ಇದೇ ದೊಡ್ಡ ಸುದ್ದಿ ಆಯಿತು.

ಟೀಕೆಗಳು ಕೇಳಿ ಬರಲಾರಂಭಿಸಿದವು. ಮಹಾರಾಣಿ ಮಲ್ಲಮ್ಮ ಯಾಕೆ ಇಂತಹ ವಿಪರೀತದ ಆಟ ಆಡುತ್ತಿದ್ದಾರೆ. ವಿವೇಕ ಇರುವ ಯಾರಾದರೂ ಇಂತಹ ಹುಚ್ಚು ಪ್ರಯತ್ನ ಮಾಡುತ್ತಾರಾ? ಮಹಾರಾಣಿ ಅವರಿಗೆ ಬುದ್ಧಿ ಹೇಳದೆ ಪ್ರಭುಗಳೂ ಸಹ ಆದೇಶ ಹೊರಡಿಸುವುದರ ಮೂಲಕ ಬಲವಂತದ ತರಬೇತಿಗೆ ಪ್ರಚೋದಿಸುತ್ತಿದ್ದಾರೆ ಎಂದು ಎಲ್ಲರೂ ಅಪಸ್ವರ ಎತ್ತಿದರು.

ರಾಜಾಜ್ಞೆ ಆಗಿದೆ...!

ಈ ರಾಜಧಾನಿಯಲ್ಲಿರುವ ಪ್ರತಿ ಕುಟುಂಬದ ಸ್ತ್ರೀಯರು ತರಬೇತಿ ಪಡೆಯಬೇಕು ಮತ್ತು ಸೈನ್ಯ ಸೇರಬೇಕು.

ಆದರೆ ಈ ರಾಜಾಜ್ಞೆಗಿಂತ ಮಲ್ಲಮ್ಮ ರಾಜಧಾನಿಯಲ್ಲಿರುವ ಎಲ್ಲಾ ಸ್ತ್ರೀಯರನ್ನು ಸಹ ಸಂಘಟನೆ ಮಾಡಿ, ಅವರಿಗೆ ಧೈರ್ಯ, ವಿಶ್ವಾಸ ಉಂಟಾಗುವ ರೀತಿಯಲ್ಲಿ ಮಾತಾಡಿದಳು.

ಪ್ರತ್ಯಕ್ಷವಾಗಿ ತೋರಿಸಿದಳು.

ಮಲ್ಲಮ್ಮ ತಾನು ಕಲಿತಿದ್ದ ಎಲ್ಲಾ ಯುದ್ಧ ವಿದ್ಯೆಗಳ ಪ್ರದರ್ಶನ ಮಾಡಿದಳು. ಏಕಾಂಗಿಯಾಗಿ, ಏಕಕಾಲದಲ್ಲಿ ಹತ್ತಾರು ಸೈನಿಕರೊಂದಿಗೆ ಯುದ್ಧ ಮಾಡಿದಳು ಮತ್ತು ಅವರೆಲ್ಲರೂ ಭೀತರಾಗಿ ಶರಣಾಗುವಂತೆ ಮಾಡಿದಳು.

ಮಲ್ಲಮ್ಮ ಹೇಳಿದ್ದೇನು?

"ಈ ರಾಜಧಾನಿಯಲ್ಲಿರುವ ಪ್ರತಿಯೊಬ್ಬ ಸ್ತ್ರೀಯರೂ ಸಹ ಈ ಮಲ್ಲಮ್ಮನಂತೆ ಆಗಬೇಕು."

"ಸ್ತ್ರೀಯರು ಸೇನಾನಿಯಾಗಬೇಕು."

"ಆತ್ಮರಕ್ಷಣೆ ಮಾಡಿಕೊಳ್ಳಬೇಕು."

"ಸೈನ್ಯ ಸೇರಿ, ರಾಜ್ಯಕ್ಕೆ ಶತ್ರುಗಳಿಂದ ಅಪಾಯ ಬಂದಾಗ, ಪುರುಷ ಸೈನಿಕರೊಂದಿಗೆ ಸೇರಿ ಸಮಬಲ ಪರಾಕ್ರಮದಿಂದ ಯುದ್ಧ ಮಾಡಬೇಕು."

"ಇದು ಅಸಾಧ್ಯವಲ್ಲ."

"ಹೆದರದೆ, ಎದೆಗುಂದದೆ, ಗಟ್ಟಿಯಾಗಿ ಸಂಕಲ್ಪ ಮಾಡಬೇಕು. ಇದೇ ಪರಮ ಗುರಿ ಆಗಬೇಕು."

"ಎಲ್ಲರೂ ನನ್ನೊಂದಿಗೆ ಕೈ ಜೋಡಿಸಿ ಸಹಕರಿಸಿ."

"ಹೊಸ ಯುಗ ಸೃಷ್ಟಿ ಮಾಡೋಣ."

"ಸ್ತ್ರೀಯರು ಕೇವಲ ಗೃಹಿಣಿಯರಲ್ಲ. ವೀರವನಿತೆಯರು. ಶತ್ರುಗಳ ರುಂಡ ಚೆಂಡಾಡುವ ರಣಚಂಡಿಯರು ಎಂಬುದನ್ನು ನಿಮ್ಮ ಮೂಲಕ ಸಾಧಿಸಿ ತೋರಿಸುತ್ತೇನೆ."

ಪ್ರಾರಂಭದಲ್ಲಿ ಕೆಲವೇ ಮಂದಿ ಯುವತಿಯರು ತರಬೇತಿ ಪಡೆಯಲು ಬಂದರು. ಸ್ವಯಂ ಮಲ್ಲಮ್ಮ ತಾನೇ ತರಬೇತಿ ನೀಡುತ್ತಾ ಮನೋಬಲ ತುಂಬಿದಳು.

ಯುವತಿಯರು ಕತ್ತಿವರಸೆ, ಕುದುರೆ ಸವಾರಿ ಮತ್ತು ಭಲ್ಲೆ, ಈಟಿ ಎಸೆತಗಳಲ್ಲಿ ಪ್ರಚಂಡರಾದರು. ಮಲ್ಲಮ್ಮನೇ ಬೆರಗಾಗುವ ರೀತಿಯಲ್ಲಿ ಕತ್ತಿ ಕಾಳಗ ಮಾಡಿದರು.

ಕೆಲವು ಯುವತಿಯರು, ಓಡುತ್ತಿರುವ ಕುದುರೆಯನ್ನು ವೇಗವಾಗಿ ಹಿಂಬಾಲಿಸಿ ಚಂಗನೆ ನೆಗೆದು, ಜೀನುಗಳನ್ನು ಹಿಡಿದು ನಿಯಂತ್ರಿಸಿ ಸವಾರಿ ಮಾಡಲು ಪ್ರಾರಂಭಿಸಿದರು. ಇದನ್ನೆಲ್ಲಾ ಅವರಿಗೆ ಮಲ್ಲಮ್ಮ ಕಲಿಸಿದ್ದಳು.

ಇದು ಪ್ರಮುಖ ಸುದ್ದಿಯಾಯಿತು.

ಸ್ತ್ರೀಯರಲ್ಲಿ ಉತ್ಸಾಹ ಉಂಟಾಯಿತು. ದಿನಗಳು ಕಳೆದಂತೆ ಸೈನ್ಯ ಸೇರಿ, ಯುದ್ಧ ತರಬೇತಿ ಪಡೆಯುವವರ ಸಂಖ್ಯೆ ಜಾಸ್ತಿಯಾಗಲಾರಂಭಿಸಿತು. ಮಲ್ಲಮ್ಮ ಹೊಸ ಯೋಜನೆ ಜಾರಿಗೆ ತಂದಳು.

ಆ ಹೊಸ ಯೋಜನೆ ಏನು?

ಕ್ಷತ್ರಿಯ ವಿದ್ಯೆಗಳಲ್ಲಿ ಅನುಭವ ಪಡೆದಿರುವ ಮತ್ತು ಯುದ್ಧಭೂಮಿಯಲ್ಲಿ, ಶತ್ರು ಸೈನಿಕರನ್ನು ಯಾವ ರೀತಿ ಎದುರಿಸಬೇಕು ಎಂಬುದನ್ನೆಲ್ಲಾ ಕರಗತ

ಮಾಡಿಕೊಂಡಿದ್ದ ಸೇನಾ ಪ್ರಮುಖರನ್ನು ಮಹಿಳೆಯರ ತರಬೇತಿ ಕೇಂದ್ರಗಳ ನಾಯಕಿಯರನ್ನಾಗಿ ನೇಮಿಸಲಾಯಿತು.

ನೂರು ಸಾವಿರ ಆಯಿತು.

ಸಾವಿರ ಮೂರು ಸಾವಿರ ಆಯಿತು.

ನಂಬಲು ಸಾಧ್ಯವೆ?

ಇದೇನು ಸಾಮಾನ್ಯ ಸಾಧನೆಯೇ?

ಮೂರು ಸಾವಿರ ಯುವತಿಯರು ಮತ್ತು ಗೃಹಿಣಿಯರಲ್ಲಿ ಕೆಲವರು ಸ್ವಇಚ್ಛೆಯಿಂದ ಸೈನ್ಯ ಸೇರಿದರು. ಅಷ್ಟೊಂದು ಮಂದಿಗೆ ತರಬೇತಿ ನೀಡುವುದು ಎಂದರೆ ಸುಲಭದ ಕೆಲಸವಲ್ಲ ಎಂಬುದು ಪ್ರಾಯೋಗಿಕ ಸಂಗತಿ.

ಈ ನೊಗೇ ತರಬೇತಿ ಪಡೆದು ಪರಿಣಿತರಾಗಿದ್ದ ಮತ್ತು ಪುರುಷ ಸೈನಿಕರೊಡನೆ ಸಮಬಲ ಪರಾಕ್ರಮದಿಂದ ಹೋರಾಡಿ, ಕೆಲವು ಸಲ ಸೈನಿಕರ ಖಡ್ಗ, ಗುರಾಣಿ ನೆಲ ಕಚ್ಚುವಂತೆ ಮಾಡಿದ್ದ ಮತ್ತು ಕುದುರೆ ಸವಾರಿಯಲ್ಲಿ ಅನುಭವ ಪಡೆದಿದ್ದವರನ್ನು, ಹೊಸದಾಗಿ ಸೇರಿದ್ದ ಸ್ತ್ರೀಯರಿಗೆ ತರಬೇತಿ ನೀಡುವ ಕೆಲಸಕ್ಕೆ ನಿಯೋಜಿಸಲಾಯಿತು.

ತರಬೇತಿ ತೀವ್ರಗೊಂಡಿತು.

ಮಹಾರಾಣಿ ಮಲ್ಲಮ್ಮನಿಗೆ ವಿಶ್ರಾಂತಿ ಮತ್ತು ಸಂಸಾರ ಜೀವನಕ್ಕೆ ಸಮಯವೇ ಸಿಗುತ್ತಿರಲಿಲ್ಲ.

ಹಗಲಿರುಳು ಅವಳು ಮಹಿಳೆಯರ ತರಬೇತಿಯ ಉಸ್ತುವಾರಿ ನೋಡಿಕೊಳ್ಳುತ್ತಿದ್ದಳು. ಎಲ್ಲವೂ ಶುಭವಾಯಿತು.

ಮೂರು ಸಾವಿರ ಸ್ತ್ರೀಯರಿಗೆ ಯುದ್ಧ ತರಬೇತಿ ನೀಡಿ ಅವರನ್ನು ಪೂರ್ಣ ಪ್ರಮಾಣದಲ್ಲಿ ಸಿದ್ಧಗೊಳಿಸಲು ಕಾಲವಕಾಶ ಬೇಕಾಯಿತು.

ಇದು ರಾಜ್ಯದಲ್ಲಿ ಮಾತ್ರವಲ್ಲ. ಸಮಸ್ತ ಭಾರತದ ರಾಜರುಗಳ ಗಮನ ಸೆಳೆಯಿತು.

ಇದು ನಿಜವೆ?

ಹೇಗೆ ಸಾಧ್ಯವಾಯಿತು?

ಸಾವಿರಗಳ ಲೆಕ್ಕದಲ್ಲಿ ಸ್ತ್ರೀಯರನ್ನು ಒಂದೇ ಸರಳರೇಖೆಯಲ್ಲಿ ಸೇರಿಸಿ ಯುದ್ಧದ ತರಬೇತಿ ನೀಡುವುದು ಎಂದರೆ ಸಾಮಾನ್ಯರಿಂದ ಸಾಧ್ಯವಿಲ್ಲ.

ಆದರೂ ಸಾಧನೆ ಮಾಡಿದ್ದಾರೆ.

ಇದಕ್ಕೆ ಕಾರಣ ಬೆಳವಡಿಯ ಮಹಾರಾಣಿ ಮಲ್ಲಮ್ಮನಂತೆ...!

ಮಲ್ಲಮ್ಮನ ಈ ಹೊಸ ಸಾಹಸದ ಮಹಾ ಪ್ರಯತ್ನ ಯಶಸ್ವಿಯಾಗಿದ್ದರಿಂದ, ಉತ್ತರ ಕರ್ನಾಟಕದ ಒಂದು ಭಾಗವಾಗಿ, ಸಣ್ಣ ಸಂಸ್ಥಾನವಾಗಿದ್ದ 'ಬೆಳವಡಿ' ಬೇರೆ ದೇಶಗಳ ಗಮನ ಸೆಳೆಯಿತು.

ವಿಶೇಷ ದಾಖಲೆಯಾಯಿತು.

ಇಡೀ ವಿಶ್ವದಲ್ಲೇ ಇಲ್ಲಿಯ ತನಕ ಯಾರೂ ಮಾಡದಿರುವ ಬಲು ಅಪರೂಪದ ಅಸಾಮಾನ್ಯ ಸಾಧನೆ ಎಂದು ಪರಿಗಣಿಸಲಾಯಿತು.

ಮಲ್ಲಮ್ಮ ವಿಶ್ವ ಪ್ರಸಿದ್ಧಳಾದಳು. ಇದರಿಂದ ಕರ್ನಾಟಕ ಮಾತ್ರವಲ್ಲ, ನಮ್ಮ ಭಾರತ ಮೆಚ್ಚುಗೆ ಮತ್ತು ಹೆಮ್ಮೆ ಪಡುವಂತಹ ಮಹಾನ್ ದೇಶವಾಯಿತು.

ಆಂತರ್ಯದ ಸಮಸ್ಯೆಗಳು ನಿರಂತರವಾಗಿ ಎದುರಾಗುತ್ತಿದ್ದದ್ದು ನಿಜ. ಯುವತಿಯರಿಗೆ ಮತ್ತು ಗೃಹಿಣಿಯರಿಗೆ, ಅವರ ಕುಟುಂಬದಿಂದ ತೀವ್ರ ರೀತಿಯ ವಿರೋಧ ಉಂಟಾಯಿತು. ತಮ್ಮ ಹೆಂಗಸರು ಖಡ್ಗ ಹಿಡಿದು ಯುದ್ಧ ಮಾಡುವುದನ್ನು ಕುಟುಂಬಸ್ಥರು ತೀವ್ರವಾಗಿ ವಿರೋಧಿಸಿದರು. ಆದರೆ ಮಲ್ಲಮ್ಮ, ಈ ಪ್ರಯತ್ನದ ಉದ್ದೇಶ ಮತ್ತು ಯಾವ ರೀತಿಯಲ್ಲಿ ಸ್ತ್ರೀಯರಿಗೆ ಮತ್ತು ರಾಜ್ಯಕ್ಕೆ ಉಪಯೋಗ, ಉಪಕಾರ ಆಗುತ್ತದೆ ಎಂಬುದನ್ನು ಮನವರಿಕೆ ಮಾಡಬೇಕಾಯಿತು.

ಮತ್ತೊಂದು ಪರಿಣಾಮ ಏನು?

ತರಬೇತಿಗಾಗಿ ಅಧಿಕ ಪ್ರಮಾಣದಲ್ಲಿ ಹೊಸ ಆಯುಧಗಳು, ಕುದುರೆಗಳು ಮತ್ತು ಇನ್ನಿತರ ಸ್ಫೋಟಕಗಳನ್ನು ತರಿಸಬೇಕಾಯಿತು. ಅಲ್ಲದೆ, ತರಬೇತಿ ಪಡೆಯುತ್ತಿರುವ ಮತ್ತು ಈಗಾಗಲೇ ತರಬೇತಿ ಪಡೆದಿದ್ದಂತಹ ಸ್ತ್ರೀ ಸೈನ್ಯ ಸಮೂಹದವರಿಗೆ, ಪ್ರತಿ ಮಾಸ ತರಬೇತಿ ಸಂಬಳ ಎಂದು ಕೊಡಬೇಕಾಯಿತು. ನಂತರದಲ್ಲಿ ಪರಿಪೂರ್ಣ ಪ್ರಮಾಣದ ತರಬೇತಿ ಪಡೆದು ಮಾನ್ಯತೆ ಪಡೆದ ಸ್ತ್ರೀಯರಿಗೆ ನಿಗದಿತ ಪಗಾರ ಕೊಡಬೇಕಾಯಿತು.

ಸೈನ್ಯಬಲ ಭದ್ರವಾಯಿತು ನಿಜ. ಆದರೆ ಅದೇ ರೀತಿಯಲ್ಲಿ ಅಧಿಕ ಪ್ರಮಾಣದಲ್ಲಿ ಬೊಕ್ಕಸಕ್ಕೆ ಹೊರೆ ಆಯಿತು. ಆದರೆ ಮಲ್ಲಮ್ಮ ಮಾಡಿರುವ ಈ ವಿಶೇಷ ಪ್ರಯತ್ನದಿಂದ ರಾಜ್ಯದ ರಕ್ಷಣೆಗೆ ಬಲ ಬಂದಿತ್ತು ಮತ್ತು ಬೆಳವಡಿ ಸಂಸ್ಥಾನದ ಶತ್ರು ರಾಜರುಗಳು ದಾಳಿ ಮಾಡಲು ಹಿಂಜರಿದರು.

ಸಾವಿರಾರು ಮಂದಿ ಪುರುಷರು ಮತ್ತು ಸ್ತ್ರೀಯರ ಸೈನ್ಯ ಸಮೂಹ, ಕುದುರೆಗಳು, ಗಜಪಡೆ ಮತ್ತು ರಥಗಳು ಎಲ್ಲವನ್ನೂ ಅಧಿಕ ಪ್ರಮಾಣದಲ್ಲಿ ಹೊಂದಿದ್ದರಿಂದ ರಾಜ್ಯದ ಬಗ್ಗೆ ನೆರೆ ರಾಜ್ಯದವರೂ ಸಹ ಮೆಚ್ಚುಗೆ ವ್ಯಕ್ತಪಡಿಸಿದರು.

ಮಲ್ಲಮ್ಮ ಪ್ರತಿನಿತ್ಯ ಕಲಿತಿರುವ ಕ್ಷತ್ರಿಯ ವಿದ್ಯೆಯನ್ನು ಅಭ್ಯಾಸ ಮಾಡುವಂತೆ ಕಟ್ಟುನಿಟ್ಟಾಗಿ ಆದೇಶ ನೀಡಿದ್ದಳು.

ಮಲ್ಲಮ್ಮ ಪ್ರಜೆಗಳ, ಮುಖ್ಯವಾಗಿ ಸ್ತ್ರೀಯರ ಪಾಲಿಗೆ ದೇವತೆಯಾಗಿದ್ದಳು..

ವೀರವನಿತೆ ಮಲ್ಲಮ್ಮ!

ಖಡ್ಗ ಹಿಡಿದು ವೀರವಿಹಾರ ಪ್ರಾರಂಭ ಮಾಡಿದರೆ, ಏಕಕಾಲದಲ್ಲಿ ಹತ್ತಾರು ಮಂದಿ ಸೈನಿಕರು ಆಯುಧಗಳೊಂದಿಗೆ ಮುತ್ತಿಗೆ ಹಾಕಿದರೂ ಹೆದರುತ್ತಿರಲಿಲ್ಲ. ನಿಂತಲ್ಲಿ ನಿಲ್ಲದೆ, ಮಿಂಚಿನಂತೆ ಸಂಚರಿಸುತ್ತಾ, ಎದುರಾಳಿಯ ಪ್ರಹಾರಗಳಿಂದ ತಪ್ಪಿಸಿಕೊಳ್ಳುತ್ತಾ, ತಿರುಗೇಟು ನೀಡುತ್ತಾ ರುಂಡ ಚೆಂಡಾಡುತ್ತಿದ್ದಳು.

ಬೈಲಹೊಂಗಲ (ಮಲ್ಲಮ್ಮನ ತವರೂರು) ಪ್ರಾಂತ್ಯವನ್ನು ಕಬಳಿಸಲು ಶತ್ರು ರಾಜರುಗಳು ಮುತ್ತಿಗೆ ಹಾಕಿದ್ದರು. ಕುದುರೆ ಸವಾರಿ ಮಾಡುತ್ತಾ ಖಡ್ಗ ಹಿಡಿದು ರಣಾಂಗಣದಲ್ಲಿ ವೀರವಿಹಾರ ಮಾಡಿ ಶತ್ರು ಸಮೂಹವನ್ನು ಬಲಿ ತೆಗೆದುಕೊಂಡು ಭದ್ರಕಾಳಿಯೇ ಆಗಿದ್ದಳು.

ಅಂತಹ ಅನುಭವದ ಶಕ್ತಿವರಸೆ ಎಂಬುದು ಪರಮಾಶ್ಚರ್ಯಕರವಾಗಿತ್ತು. ವಿವಾಹದ ಪೂರ್ವದಲ್ಲೇ ಅವಳು ಯುದ್ಧಭೂಮಿಯ ಅನುಭವ ಪಡೆದಿದ್ದಳು. ಅಷ್ಟೇ ಅಲ್ಲ, ದಟ್ಟ ಅರಣ್ಯದ ನಡುವೆ ಹುಲಿ ಬೇಟೆಯಾಡುತ್ತಾ ಕ್ರೂರಮೃಗಗಳು ಎದುರಾದರೂ ಎದೆಗುಂದದೆ, ತನ್ನ ಅದ್ಭುತ ಬಿಲ್ಲುಗಾರಿಕೆಯ ಕೌಶಲ್ಯದಿಂದ ಬೇಟೆಯಾಡಿದ್ದಳು.

ಮಲ್ಲಮ್ಮನಿಗೆ ಆಯಾಸ ಎಂಬುದು ಆಗುತ್ತಿರಲಿಲ್ಲವೆ? ಬೆಳಗಿನ ಸೂರ್ಯೋದಯಕ್ಕೆ ಅವಳ ಚಟುವಟಿಕೆ ಪ್ರಾರಂಭವಾದರೆ, ರಾತ್ರಿ ತಡವಾಗಿ ಅಂತಃಪುರವನ್ನು ಸೇರುತ್ತಿದ್ದಳು.

ಅರಮನೆಯ ನಿತ್ಯದ ವ್ಯವಹಾರಗಳು ಮತ್ತು ರಾಜ್ಯದ ಆಡಳಿತದಲ್ಲಿ ಪತಿಗೆ ಬೆನ್ನೆಲುಬಾಗಿರುತ್ತಿದ್ದಳು. ಇಷ್ಟು ಸಾಲದು ಎಂಬಂತೆ, ಯುದ್ಧ ತರಬೇತಿ ಪಡೆಯುತ್ತಿದ್ದ ಮತ್ತು ಈಗಾಗಲೇ ಪಡೆದಿರುವ ಸ್ತ್ರೀಯರ ಸಮಸ್ಯೆಗಳನ್ನು ತಿಳಿದುಕೊಂಡು ಪರಿಹಾರ ಕೊಡಿಸುತ್ತಿದ್ದಳು. ರಾಜಧಾನಿಯಲ್ಲಿ ಮಾತ್ರವಲ್ಲ. ಬೇರೆ-ಬೇರೆ ಪ್ರಾಂತ್ಯಗಳಲ್ಲಿ ಸಂಚರಿಸಿ ಯುವತಿಯರನ್ನು ಸಂಘಟಿಸುತ್ತಿದ್ದಳು.

ಬೇರೆ-ಬೇರೆ ಪ್ರಾಂತ್ಯಗಳ ಯುವತಿಯರಿಗೆ, ಆ ಪ್ರಾಂತ್ಯಗಳಿಗೆ ಹತ್ತಿರವಾಗುವಂತಹ ಸ್ಥಳದಲ್ಲಿ ಕೇಂದ್ರಗಳನ್ನು ಸ್ಥಾಪಿಸಿ, ಅಲ್ಲಿ ಯುದ್ಧ ತರಬೇತಿಯೊಂದಿಗೆ, ಭೋಜನ ಮತ್ತು ಇನ್ನಿತರ ಅನುಕೂಲಗಳನ್ನು ಮಾಡಿಕೊಡುತ್ತಿದ್ದಳು.

ದಿನಗಳು ಕಳೆದಂತೆ, ಸ್ತ್ರೀಯರು ಸ್ವಯಂ ಪ್ರೇರಿತರಾಗಿ ತರಬೇತಿ ಪಡೆಯಲು ಬರುತ್ತಿದ್ದರು.

** ** **

ಅಂತಃಪುರದಲ್ಲಿ ಈಶಪ್ರಭು ಪತ್ನಿಗಾಗಿ ಕಾಯುತ್ತಿದ್ದಾನೆ.

ಮಲ್ಲಮ್ಮ ತಡವಾಗಿ ಬಂದಳು.

"ಮಹಾರಾಣಿಯವರ ವಿಚಾರವಾಗಿ ನಾನು ರಾಜಾಜ್ಞೆ ಹೊರಡಿಸಬೇಕೆಂದು ತೀರ್ಮಾನ ಮಾಡಿದ್ದೇನೆ" ಎಂದು ಹುಸಿ ಕೋಪದಿಂದ ಹೇಳಿದನು.

ಮಲ್ಲಮ್ಮ ನಗುತ್ತಾ "ಪ್ರಭುಗಳಿಗೆ ಈ ದಾಸಿಯ ಮೇಲೆ ಕೋಪ ಬಂದಿರುವಂತಿದೆ" ಎಂದು ಹತ್ತಿರ ಬಂದಳು.

"ಕೋಪ ತುಂಬಾ ಬಂದಿದೆ."

ಮಲ್ಲಮ್ಮ ಮುಸಿ-ಮುಸಿ ನಗುತ್ತಾ "ಯಾವ ವಿಚಾರದಲ್ಲಿ ಮಹಾರಾಜರು ನನ್ನ ಮೇಲೆ ರಾಜಾಜ್ಞೆ ಹೊರಡಿಸಲಿದ್ದಾರೆ ಎಂದು ಕೇಳಬಹುದೆ?"

"ಪ್ರಜೆಗಳ ಕ್ಷೇಮ, ರಾಜ್ಯದ ಸೈನ್ಯ ಬಲವರ್ಧನೆ, ಆಡಳಿತವನ್ನೆಲ್ಲಾ ಸಮರ್ಪಕವಾಗಿ ಮಾಡುತ್ತಿರುವ ಮಲ್ಲಮ್ಮ ದೇವಿಯವರು ಪತಿಯ ವಿಚಾರದಲ್ಲಿ ಸರಿಯಾಗಿ ನಡೆದುಕೊಳ್ಳದೆ ಅವರಿಗೆ ನಿರಾಸೆ ಉಂಟು ಮಾಡುತ್ತಿದ್ದಾರೆ."

"ಹೌದು ಪ್ರಭು... ಪತ್ನಿಯಾಗಿ ನಾನು ಪತಿಯ ಆಸೆಗಳ ಬಗ್ಗೆ ಚಿಂತಿಸದೆ ತಪ್ಪು ಮಾಡಿದ್ದೇನೆ."

"ಆ ತಪ್ಪಿಗೆ ಶಿಕ್ಷೆಯಾಗಲೇಬೇಕು."

"ಶಿಕ್ಷೆ ಜಾಸ್ತಿಯಾಗಲಿ ಪ್ರಭು."

"ಇವತ್ತಿನಿಂದ ಇನ್ನು ನಾಲ್ಕು ದಿನಗಳ ಕಾಲ ಪತಿಯನ್ನು ಅಗಲಿ ಈ ಅಂತಃಪುರದಿಂದ ದೂರ ಹೋಗಬಾರದು. ಇದು ರಾಜಾಜ್ಞೆ, ಪತ್ನಿಯಾಗಿರುವ ಮಲ್ಲಮ್ಮ ರತಿ ಸತಿಯಾಗಿ ಸಹಕರಿಸಬೇಕು."

ಮಲ್ಲಮ್ಮನ ಮುಖ ಕೆಂಪಾಯಿತು. ಆದರೂ ಸಹ ಅವಳು ನಗುತ್ತಾ "ಆಗಲಿ ಪ್ರಭು... ನೀವು ಹೇಳಿದಂತೆ ನಡೆದುಕೊಂಡು ಸಹಕರಿಸುತ್ತೇನೆ" ಎನ್ನುತ್ತಿರುವಾಗಲೇ ಮಹಾರಾಜ ಪತ್ನಿಯನ್ನು ಆಲಿಂಗಿಸಿಕೊಂಡಿದ್ದನು.

ದೀರ್ಘಕಾಲ ವಿರಹ ತಾಪ ಇವರಿಬ್ಬರನ್ನು ಪ್ರಚೋದಿಸುತ್ತಿದೆ. ಪರಸ್ಪರ ಸುಖ ಕೊಡುತ್ತಾ, ಪಡೆಯುತ್ತಾ ಪ್ರಕೃತಿ ಸಹಜವಾದ ಬಯಕೆಗಳನ್ನು ತೀರಿಸಿಕೊಳ್ಳುತ್ತಿದ್ದಾರೆ.

ಬೆಳಗಿನ ಮುಂಜಾನೆ!

ಸುಖದ ಮಂಪರಿನಲ್ಲಿದ್ದ ಪತ್ನಿಯ ಭುಜ ಹಿಡಿದು ಆಲಿಂಗಿಸುತ್ತಾ "ದೇವಿ... ಯೋಗಾಸನ ಮತ್ತು ಯುದ್ಧಾಭ್ಯಾಸ ಮಾಡಲು ಹೋಗುವುದಿಲ್ಲವೆ" ಎಂದು ಅನುನಯದಿಂದ ಕೇಳಿದನು.

ಮಲ್ಲಮ್ಮ ನಗುತ್ತಾ "ಪ್ರಭುಗಳು ತಾವು ಮಾಡಿರುವ ರಾಜಾಜ್ಞೆಯನ್ನು ತಾವೇ ಮರೆತಿದ್ದೀರಿ" ಎಂದಳು.

"ಓ... ಹೌದಲ್ಲವೆ?"

"ಇನ್ನು ನಾಲ್ಕು ದಿನಗಳ ಕಾಲ ಈ ಅಂತಃಪುರದಿಂದ ನಿಮ್ಮನ್ನು ತೊರೆದು ಹೋಗಬಾರದು ಎಂದು ಆದೇಶಿಸಿದ್ದೀರಿ."

ಈಶಪ್ರಭು ನಗುತ್ತಾ "ಆದರೆ ನೀನು ಕೈಗೊಂಡಿರುವ ವಿಶ್ವದ ಬಲು ಅಪರೂಪದ ಸಾಧನೆಗೆ ಅಡ್ಡಿಯಾಗಬಾರದು. ನಿನ್ನಂತಹ ವೀರ ಸಾಧನೆಯ ಸ್ತ್ರೀರತ್ನ ನನ್ನ ಸಂಗಾತಿಯಾಗಿರುವುದು ನನ್ನ ಪರಮ ಭಾಗ್ಯ. ಈ ರಾಜ್ಯಕ್ಕೆ ನೀನು ಕಲ್ಯಾಣ ದೇವತೆಯಂತೆ ಬಂದಿರುವೆ" ಎಂದು ಪುನಃ ಆಲಿಂಗಿಸಿಕೊಂಡನು.

ಅವಳು ಪತಿಯ ಎದೆ ಸವರುತ್ತಾ "ಪ್ರಭು... ಪತ್ನಿಯಾಗಿ ನಾನು ಮರೆತಿದ್ದ ಕರ್ತವ್ಯ ಸಹ ಮುಖ್ಯ ಅಲ್ಲವೆ? ನಿಮಗೆ ಸಂಸಾರದ ವಿಚಾರದಲ್ಲಿ ನಿರಾಸೆಯಾಗಬಾರದು ಅಲ್ಲವೆ?"

"ನನಗದು ತಿಳಿದಿದೆ. ಈ ರೀತಿ ಅಪರೂಪಕ್ಕೆ ಸೇರುವಾಗ ಸಿಗುವಂತಹ ಸುಖದ ಪರಾಕಾಷ್ಠೆಯ ಮಹಾದಾನಂದ ನನಗೆ ತೃಪ್ತಿ ನೀಡಿದೆ. ನೀನು ನಿನ್ನ ಕಾರ್ಯಕಲಾಪಗಳ ನಡುವೆ ನನಗಾಗಿ, ಪತ್ನಿಗಾಗಿ ಹಂಬಲಿಸುವ ಈ ನಿನ್ನ ಪ್ರಿಯ ಪತಿಗಾಗಿ ಸ್ವಲ್ಪ ಸಮಯ ಮೀಸಲಾಗಿಟ್ಟರೆ ನನಗೆ ಅದೇ ಪರಮ ಭಾಗ್ಯ. ನಿನ್ನಂತಹ ಬಲು ಅಪರೂಪದ ಸಾಧನೆಯ ಸ್ತ್ರೀರತ್ನಳಿಗೆ ನನ್ನಿಂದ ಸದಾ ಸಹಕಾರವಿದೆ."

ಅವಳು ಭಾವುಕಳಾಗಿ "ನಾನು ಧನ್ಯಳಾದೆ... ಧನ್ಯಳಾದೆ ಪ್ರಭು" ಎಂದು ತುಂಬಾ ಬಿಗಿಯಾಗಿ ಆಲಿಂಗಿಸಿಕೊಂಡಳು.

ಅಧ್ಯಾಯ ಆರು

ಬೆಳವಡಿ ರಾಜಧಾನಿಯ ಹೊರಭಾಗದಲ್ಲಿರುವ 'ಚಲಕಪುರ' ಎಂಬ ಗ್ರಾಮ ವ್ಯಾಪಾರ ವ್ಯವಹಾರಗಳ ಕೇಂದ್ರವಾಗಿತ್ತು. ವ್ಯವಹಾರದ ವಿಚಾರವಾಗಿ ಅಲ್ಲಿ ಮಾತಿಗೆ ಮಾತು ಬೆಳೆದು, ಕೈ-ಕೈ ಮಿಲಾಯಿಸುವಂಥ ಘಟನೆಗಳೂ ನಡೆಯುತ್ತಿರುತ್ತವೆ. ಇದರಿಂದ ಉಳಿದ ವ್ಯಾಪಾರಸ್ಥರು ಮತ್ತು ಖರೀದಿಗೆ ಬರುವ ಪ್ರಜೆಗಳಿಗೆ ತೊಂದರೆ ಉಂಟಾಗುತ್ತಿತ್ತು.

ಈ ಸಂಗತಿ ಒಮ್ಮೆ ಮಹಾರಾಜನ ಗಮನಕ್ಕೆ ಬಂತು. ತಕ್ಷಣವೇ ಜಗಳ ಆಡಿದವರನ್ನು ಬಂಧಿಸಲಾಯಿತು ಮತ್ತು ಇನ್ನು ಮುಂದೆ ಆ ರೀತಿ ಆಗದಂತೆ ವ್ಯಾಪಾರ ಕೇಂದ್ರಗಳಲ್ಲಿ ಸೈನಿಕರ ದೊಡ್ಡ ಪಡೆಯನ್ನು ನಿಯೋಜಿಸಲಾಯಿತು. ಯಾರಾದರೂ ಜಗಳ ಆಡಿದರೆ ಸೈನಿಕರು ಜಗಳ ನಿಯಂತ್ರಿಸುತ್ತಿದ್ದರು ಮತ್ತು ತಪ್ಪಿತಸ್ಥರನ್ನು ಬಂಧಿಸಿ ನ್ಯಾಯಪೀಠದ ಮುಂದೆ ಹಾಜರುಪಡಿಸಿ, ಅವರ ಅಪರಾಧಕ್ಕೆ ತಕ್ಕಂತೆ ಶಿಕ್ಷೆ ಕೊಡಿಸುವುದರಲ್ಲಿ ಸಫಲರಾಗುತ್ತಿದ್ದರು. ಇದರಿಂದ 'ಚಲಕಪುರ' ಗ್ರಾಮದಲ್ಲಿ ವ್ಯಾಪಾರ-ವ್ಯವಹಾರ ಸುಗಮವಾಗಿ ನಡೆಯಲು ಸಾಧ್ಯವಾಯಿತು. ರಾಜ್ಯದ ಬೊಕ್ಕಸಕ್ಕೆ ತೆರಿಗೆ ರೂಪದಲ್ಲಿ ಆದಾಯ ಅಧಿಕ ಪ್ರಮಾಣದಲ್ಲಿ ಬರಲಾರಂಭಿಸಿತು.

ಸೈನಿಕರೊಂದಿಗೆ ಆಡಳಿತ ಪ್ರತಿನಿಧಿಗಳು ಮತ್ತು ಮಾಂಡಲೀಕರು ಹೋಗುತ್ತಿದ್ದರು. ತೆರಿಗೆ ವಸೂಲಿ ಮಾಡುವುದರೊಂದಿಗೆ (ಕಂದಾಯ) ಆ ಸ್ಥಳವನ್ನು ಪರಿಶೀಲನೆ ಮಾಡುತ್ತಿದ್ದರು. ಯಾವ ವ್ಯಾಪಾರಿಯೇ ಆಗಿರಲಿ, ರಾಜ್ಯ ಪ್ರತಿನಿಧಿಗಳ ಅನುಮತಿಯ ಕರಪತ್ರ ಇಲ್ಲದೆ ವ್ಯವಹಾರ ಮಾಡುವ ಹಾಗಿರಲಿಲ್ಲ.

ಏತನ್ಮಧ್ಯೆ, ಒಂದು ದಿನ ಚಲಕಪುರದ ಉತ್ತರ ಭಾಗದಲ್ಲಿ ಹಲವಾರು ಶಿಬಿರಗಳು ತಲೆ ಎತ್ತಿರುವುದು ಕಂಡುಬಂತು.

ಹಿಂದಿನ ದಿವಸ ಇರಲಿಲ್ಲ.

ಇದರ ಅರ್ಥ ಏನು?

ಅನಧಿಕೃತ ಶಿಬಿರಗಳು.

ಈ ರೀತಿ ಪ್ರತ್ಯೇಕ ಶಿಬಿರಗಳನ್ನು ಹಾಕಿಕೊಳ್ಳಬೇಕಾದರೆ, ಕೋರಿಕೆ ಪತ್ರ ಸಲ್ಲಿಸಬೇಕು. ಅದನ್ನು ಮಂತ್ರಿಗಳು ಪ್ರಧಾನ ಅಮಾತ್ಯರಿಗೆ ತಲುಪಿಸುತ್ತಾರೆ. ಅವರು ಆ ಶಿಬಿರಗಳನ್ನು ಪರಿಶೀಲನೆ ಮಾಡಿದ ನಂತರ ರಾಜನಿಗೆ ವರದಿ ಮಾಡುತ್ತಾರೆ. ನಿಗದಿಪಡಿಸಿರುವ ಶುಲ್ಕವನ್ನು ಪಾವತಿಸಿದ ನಂತರ, ಅವರಿಗೆ ರಾಜಮುದ್ರೆ ಇರುವ ಅನುಮತಿ ಪತ್ರ ದೊರೆಯುತ್ತದೆ. ಆದರೆ ಇತ್ತೀಚೆಗೆ ಯಾರೂ ಸಹ ಶಿಬಿರಗಳ ಬಗ್ಗೆ ಮನವಿ ಪತ್ರ ಸಲ್ಲಿಸಿರಲಿಲ್ಲ.

ಹೀಗಾಗಿ ರಾಜಪ್ರತಿನಿಧಿಗಳಲ್ಲಿ ಒಬ್ಬರಾಗಿರುವ 'ಶಂಕರಪ್ರಭು' ವಿಚಾರಣೆಗಾಗಿ ಸೈನಿಕರೊಂದಿಗೆ ಅಲ್ಲಿಗೆ ಬಂದರು. ಆದರೆ ಯಾರೊಬ್ಬರೂ ಸಹ ಗೌರವದಿಂದ ವರ್ತಿಸಲಿಲ್ಲ.

ಅಂತಿಮವಾಗಿ ರಾಜಪ್ರತಿನಿಧಿ ಎಚ್ಚರಿಕೆ ನೀಡಿದನು. "ಇನ್ನು ಒಂದು ತಾಸಿನ ಅವಧಿಯಲ್ಲಿ ನೀವು ಶಿಬಿರಗಳನ್ನು ತೆಗೆದು ಈ ಪ್ರಾಂತ್ಯ ಬಿಟ್ಟು ದೂರ ಹೋಗಬೇಕು. ಇಲ್ಲದಿದ್ದರೆ ನಮ್ಮ ಸೈನಿಕರು ಸೂಕ್ತ ಕ್ರಮ ತೆಗೆದುಕೊಳ್ಳುತ್ತಾರೆ. ಅನುಮತಿ ಇಲ್ಲದೆ ಶಿಬಿರಗಳನ್ನು ನಿರ್ಮಿಸಿ ವಾಸ ಮಾಡುವುದು ಅಪರಾಧ. ಹಾಗಾಗಿ ನೀವು ಬೇಗ ತೆರವು ಮಾಡದಿದ್ದರೆ ಶಿಕ್ಷೆಗೆ ಗುರಿಯಾಗುತ್ತೀರಿ."

ಶಿಬಿರಗಳಿಂದ ತುಂಬಾ ಮಂದಿ ಹೊರ ಬರುತ್ತಿದ್ದಾರೆ.

ಶಿಬಿರದ ಮೇಲೆ ಲಾಂಛನ ಕೂಡ ಇತ್ತು. ಮರಾಠರ ಮಹಾ ಲಾಂಛನ ಹಾರಾಡುತ್ತಿದೆ. ಸುಮಾರು ಮೂವತ್ತು ಮಂದಿ ಮರಾಠ ಸೈನಿಕರು ಬಂದಿದ್ದಾರೆ. ಎಲ್ಲರೂ ಸಹ ಆಯುಧಗಳನ್ನು ಹಿಡಿದಿದ್ದಾರೆ.

ಮರಾಠಿಗರ ಸೈನ್ಯದ ಮುಖಂಡ ಮುಂದೆ ಬಂದು "ನಿಮ್ಮ ಮಹಾರಾಜರಿಗೆ ಹೇಳಿ. ನಾವು ಮಹಾರಾಷ್ಟ್ರದ ಮಿನುಗುತಾರೆ ಛತ್ರಪತಿ ಶಿವಾಜಿ ಮಹಾರಾಜರ ಪ್ರತಿನಿಧಿಯಾಗಿ ಬಂದಿದ್ದೇವೆ. ನಿಮ್ಮ ಪ್ರಭುಗಳು ಶರಣಾಗಿ ನಮ್ಮ ಸಾಮಂತರಾಗಿ ಕಪ್ಪಕಾಣಿಕೆಗಳನ್ನು ನೀಡಬೇಕು" ಎಂದನು.

ರಾಜಪ್ರತಿನಿಧಿಗೆ ಕೋಪ ಬಂದಿತು. "ಇಲ್ಲದಿದ್ದರೆ... ಇಲ್ಲದಿದ್ದರೆ ಏನು ಮಾಡುತ್ತೀರಿ" ಎಂದು ಅಬ್ಬರಿಸಿದನು.

"ನಿಮ್ಮ ರಾಜ್ಯದ ಮೇಲೆ ಯುದ್ಧ ಮಾಡಿ ಸಿಂಹಾಸನ ವಶಪಡಿಸಿಕೊಳ್ಳುತ್ತೇವೆ."

ಬೆಳವಡಿ ಸೈನಿಕರು ತಕ್ಷಣವೇ ಒರೆಯಲ್ಲಿರುವ ಖಡ್ಗವನ್ನು ಎಳೆಯಲು ಕೈ ಹಾಕಿದರು. ಆದರೆ ರಾಜಪ್ರತಿನಿಧಿಯ ಆದೇಶ ಇಲ್ಲದೆ ಅವರು ಯುದ್ಧ ಮಾಡುವ ಹಾಗಿರಲಿಲ್ಲ.

ರಾಜಪ್ರತಿನಿಧಿ "ಅಂದರೆ ನೀವು ಯುದ್ಧಕ್ಕೆ ಸಿದ್ಧರಾಗಿ ಬಂದಿದ್ದೀರಿ?"

ಮರಾಠಿಗರ ಪ್ರತಿನಿಧಿ "ಈಗ ಯುದ್ಧ ಮಾಡಲು ಬಂದಿಲ್ಲ. ಆದರೆ ನಿಮ್ಮ ಪ್ರಭುಗಳಿಗೆ ಈ ಎಚ್ಚರಿಕೆಯ ಸಂದೇಶ ನೀಡಲು ಬಂದಿದ್ದೇವೆ. ಇದನ್ನು ಉಲ್ಲಂಘಿಸುವಂತಹ ಮಹಾರಾಜರು ತೊಂದರೆ ಅನುಭವಿಸಬೇಕಾಗುತ್ತದೆ" ಎಂದನು.

ಅವರಿಗೆ ತಿಳಿದಿದೆ...!

ಅಲ್ಪ ಸಂಖ್ಯೆಯಲ್ಲಿ ಬಂದಿರುವ ನಾವು ಈಗ ಯುದ್ಧ ಮಾಡಿದರೆ ಬೆಳವಡಿ ಪ್ರಾಂತ್ಯದ ಖಡ್ಗ ಪ್ರಹಾರಕ್ಕೆ ಬಲಿಯಾಗಬೇಕಾಗುತ್ತದೆ ಎಂದು ಗೊತ್ತಿದ್ದರಿಂದ, ಈ ರೀತಿಯಾಗಿ ಎಚ್ಚರಿಕೆಯ ಸಂದೇಶವನ್ನು ನೀಡಿದ್ದರು.

ಬೆಳವಡಿಯ ರಾಜಪ್ರತಿನಿಧಿ 'ಶಂಕರಪ್ರಭು' ಸಹ ರಾಜನ ಅನುಮತಿ ಇಲ್ಲದೆ ಮರಾಠ ಸೈನಿಕರ ಮೇಲೆ ಹಲ್ಲೆ ಮಾಡುವ ಹಾಗಿರಲಿಲ್ಲ.

ಅವರ ಕರ್ತವ್ಯ ಏನು?

ಮರಾಠರ ಸಂದೇಶವನ್ನು ಪ್ರಭುಗಳಿಗೆ ತಿಳಿಸಿ ಅವರ ಆದೇಶ ಪಾಲಿಸುವುದು.

** ** **

ಮಂತ್ರಿ ಮಂಡಲದ ಸಭೆಯಲ್ಲಿ ಮರಾಠರ ಎಚ್ಚರಿಕೆಯ ಸಂದೇಶವನ್ನು ಓದುತ್ತಿರುವಾಗಲೇ ಈಶಪ್ರಭುವಿಗೆ ಕೋಪ ಕೆರಳಿತ್ತು.

ಆದರೂ ಕೋಪ ನಿಯಂತ್ರಿಸಿಕೊಂಡು ಸಮಾಧಾನದಿಂದಲೇ ಉತ್ತರಿಸಿದನು.

ಶಿವಾಜಿ ಮಹಾರಾಜ್...!

ಮಹಾನ್ ದೈವಭಕ್ತರು.

ಪ್ರಜೆಗಳಿಗೆ ತಂದೆಯಂತೆ.

ಇಂತಹ ಮಹಾನ್ ವ್ಯಕ್ತಿಯ ಬಗ್ಗೆ ನಮಗೆ ಗೌರವ ಇದೆ. ಅವರು ನಮ್ಮ ರಾಜಧಾನಿಗೆ ಬಂದರೆ, ಗೌರವ ನೀಡಿ ಸ್ವಾಗತಿಸಿ ರಾಜ ಪದ್ಧತಿಯಂತೆ ಸತ್ಕಾರ ಮಾಡುತ್ತೇವೆ. ಇದು ನಾವು ಅವರಿಗೆ ಕೊಡುವ ಗೌರವ.

ಒಬ್ಬ ಒಳ್ಳೆಯ ರಾಜನಿಗೆ ಗೌರವ ನೀಡಿದ ಮಾತ್ರಕ್ಕೆ ನಾವು ಸ್ವಾಭಿಮಾನವನ್ನು ಮರೆಯುವುದಿಲ್ಲ.

ಶರಣಾಗತಿ... ಅಸಾಧ್ಯ... ಅಸಂಭವ... ಯುದ್ಧ ಮಾಡುವ ಮೊದಲೇ ಶಸ್ತ್ರಗಳನ್ನು ಕೆಳಗಿಟ್ಟು ಶರಣಾಗುವುದು ಕ್ಷತ್ರಿಯ ಧರ್ಮಕ್ಕೆ, ನಮ್ಮ ರಾಜವಂಶಕ್ಕೆ ಅವಮಾನವಾದಂತೆ.

ಇದು ಪರಮ ಸತ್ಯ.

ನಾವು ಶರಣಾಗುವುದಿಲ್ಲ.

ಆತ್ಮಾಭಿಮಾನ ಕಳೆದುಕೊಳ್ಳುವುದಿಲ್ಲ.

ಅನಿವಾರ್ಯವಾದರೆ ಯುದ್ಧ ಮಾಡುತ್ತೇನೆ. ಗೆದ್ದರೆ ವಿಜಯ ಪ್ರಾಪ್ತಿ. ಯುದ್ಧದಲ್ಲಿ ಸಾವು ಬಂದರೆ ವೀರ ಸ್ವರ್ಗ ಪ್ರಾಪ್ತಿಯಾಗುತ್ತದೆ. ಇದೇ ನಮ್ಮ ಅಂತಿಮ ಸಂದೇಶ. ಮಂತ್ರಿಗಳೇ ಈ ಸಂದೇಶದ ಸುತ್ತೋಲೆ ಸಿದ್ಧಪಡಿಸಿ.

ರಾಜ ಲಾಂಛನದ ಅಂಕಿತ ಮುದ್ರೆ ಹಾಕಿದ ನಂತರ ಮರಾಠಿಗರ ಪ್ರತಿನಿಧಿಗೆ ತಲುಪಿಸಿ.

ಎಚ್ಚರಿಕೆ ನೀಡಲೇಬೇಕು!

ಶಿವಾಜಿ ಮಹಾರಾಜರ ಹೆಸರಿನಲ್ಲಿ ಅನುಮತಿ ಪಡೆಯದೆ ಶಿಬಿರಗಳನ್ನು ನಿರ್ಮಿಸಿರೋದು ಅಪರಾಧ. ನಾವು ನಿಗದಿ ಮಾಡಿರುವ ಅವಧಿಯೊಳಗೆ ಶಿಬಿರಗಳನ್ನು ತೆಗೆಯಬೇಕು.

ದಂಡ ಶುಲ್ಕ ಪಾವತಿಸಬೇಕು.

ಇಲ್ಲದಿದ್ದರೆ ನಾವು ಈ ರಾಜ್ಯದ ನಿಯಮದಂತೆ ಶಿಬಿರಗಳನ್ನು ಕಿತ್ತೆಸೆದು, ನಿಮ್ಮ ಕಡೆಯ ಸೈನಿಕರನ್ನು ಬಂಧಿಸುತ್ತೇವೆ.

** ** **

ರಾಜಾದೇಶದ ಸುತ್ತೋಲೆ ಮರಾಠಿಗರ ಪ್ರತಿನಿಧಿಗೆ ತಲುಪಿತು.

ಅವರ ಪ್ರತಿಕ್ರಿಯೆ ಏನು?

"ನಿಮ್ಮ ಮಹಾರಾಜರ ವರ್ತನೆಯಲ್ಲಿ ಅಹಂ ಅಡಗಿದೆ. ನೂರಾರು ಕೋಟೆಗಳನ್ನು ವಶ ಮಾಡಿಕೊಂಡು, ಔರಂಗಜೇಬನಂಥ ಪ್ರಚಂಡ ಪ್ರಬಲ ರಾಜನನ್ನು ಪರಾಭವಗೊಳಿಸಿರುವ ನಮ್ಮ ಶಿವಾಜಿ ಪ್ರಭುವಿನ ಆಗ್ರಹಕ್ಕೆ ಬಲಿಯಾಗಲಿದ್ದೀರಿ. ಆಗಲಿ; ನಾವು ದಂಡ ಶುಲ್ಕ ಕಟ್ಟಿ ಶಿಬಿರಗಳನ್ನು ಖಾಲಿ ಮಾಡುತ್ತೇವೆ" ಎಂದು ಹೇಳಿ ಅದರಂತೆ ನಡೆದುಕೊಂಡರು.

ಶಿಬಿರಗಳನ್ನು ತೆರವು ಮಾಡಿದ್ದರಿಂದ ಬೆಳವಡಿ ರಾಜನಿಗೆ ಆತಂಕ ಕಡಿಮೆ ಆಗಿರಲಿಲ್ಲ. ಪ್ರಧಾನ ಅಮಾತ್ಯರು ರಾಜನ ಆದೇಶದಂತೆ ತುರ್ತು ಸಭೆ ಕರೆದರು.

ಸೇನಾಧಿಪತಿ (ಮುಖ್ಯ ತಂಡ)

ಸೇನಾ ದಂಡನಾಯಕರು (ವಿಭಾಗೀಯ)

ಪ್ರಾಂತೀಯ ಮುಖಂಡರುಗಳು

ಮಂತ್ರಿ ಮಂಡಲದವರು

ಪ್ರಧಾನ ಅಮಾತ್ಯರು.

ಮಹಾರಾಜ ಈಶಪ್ರಭು ವಿವರಿಸುತ್ತಿದ್ದಾನೆ. ಈ ತುರ್ತು ಸಭೆಯ ಉದ್ದೇಶ ಏನು?

ಮರಾಠರ ಪ್ರವೇಶ ಆಗಿರುವುದು!

ಛತ್ರಪತಿ ಶಿವಾಜಿ ಮಹಾರಾಜರ ಬಗ್ಗೆ ಗೌರವ ಇದೆ. ಆದರೆ ಮರಾಠ ಸೈನ್ಯ ಕರ್ನಾಟಕದ ಪ್ರಾಂತ್ಯಗಳನ್ನು ವಶಪಡಿಸಿಕೊಳ್ಳುವ ರಾಜ್ಯದಾಹ ಹೊಂದಿದೆ.

ಅವರು... ಅವರು ಬೆಳವಡಿ ಪ್ರಾಂತ್ಯವನ್ನು ತೊರೆದಿಲ್ಲ. ಅವರಿಗೆ ಕಲ್ಲಿನ ಮಂಟಪ, ಗುಹೆ ಮತ್ತು ನಿರ್ಜನ ಪ್ರದೇಶಗಳಲ್ಲಿ ವಾಸ ಮಾಡುವಂತಹ ಕಲೆ ಕರಗತವಾಗಿದೆ.

ಮರಾಠ ಸೈನಿಕರು ಯಾವಾಗ ಬೇಕಾದರೂ ಆಕ್ರಮಣ ಮಾಡಬಹುದು. ಆದ್ದರಿಂದ ನಾವು ತುಂಬಾ ಎಚ್ಚರಿಕೆಯಿಂದ ಇರಬೇಕು. ಸೈನ್ಯ ಸಿದ್ಧವಾಗಿರಲಿ, ರಾಜಧಾನಿಯ ಹೊರಭಾಗದ ನಾಲ್ಕು ಕಡೆಗಳಲ್ಲಿ ಸೈನ್ಯ ತಂಡಗಳು ಸಿದ್ಧವಾಗಿರಬೇಕು.

ರಾಜಧಾನಿಯ ಎಲ್ಲಾ ಕಡೆ ಜಾಗೃತರಾಗಿರಬೇಕು. ಅನುಮತಿ ಪತ್ರ ಇಲ್ಲದೆ ಯಾರೇ ಬಂದರೂ ಸಹ ಬಂಧಿಸಿ ವಿಚಾರಣೆ ನಡೆಸಬೇಕು.

ರಾಜಧಾನಿಯ ಹೊರಭಾಗದಲ್ಲಿ, ಅನುಮಾನ ಬಂದ ಕಡೆಗಳಲ್ಲಿ ತಪಾಸಣೆ ನಡೆಸಬೇಕು. ಮರಾಠಿಗರು ತಲೆಮರೆಸಿಕೊಂಡಿದ್ದರೆ ಅವರನ್ನು ಬಂಧಿಸಬೇಕು.

ಈ ಎಲ್ಲಾ ಕಾರ್ಯಗಳು ತುರ್ತಾಗಿ ಮುಗಿಯಬೇಕು.

ಕಟ್ಟೆಚ್ಚರ ಅತ್ಯಗತ್ಯ!

ಸಭೆಯಲ್ಲಿ ಮುಂದಿನ ಯುದ್ಧ ಸಿದ್ಧತೆಗಳ ಬಗ್ಗೆ ಸಮಾಲೋಚನೆ ನಡೆಯಿತು. ಸೇನಾಧಿಪತಿಯ ಮಾರ್ಗದರ್ಶನದಲ್ಲಿ ಉಳಿದ ದಂಡನಾಯಕರು, ಪ್ರಾಂತೀಯ ಮುಖಂಡರು ತೀವ್ರ ರೀತಿಯ ಕ್ರಮ ತೆಗೆದುಕೊಂಡಿದ್ದಾರೆ.

ಶೋಧನೆ ಪ್ರಾರಂಭವಾಗಿದೆ.

ಮೊದಲ ಆಕ್ರಮಣದಲ್ಲಿ, ಗುಹೆಯಲ್ಲಿ ತಲೆಮರೆಸಿಕೊಂಡಿದ್ದ ಕೆಲವು ಮರಾಠ ಸೈನಿಕರನ್ನು ಬಂಧಿಸಲಾಯಿತು.

ಶಿವಾಜಿ ಮಹಾರಾಜ್ ಅವರಿಗೆ ಈ ವಿಚಾರವಾಗಿ ಸಂದೇಶ ಹೋಯಿತು.

ಆ ಸಂದೇಶ ಏನು?

ಬೆಳವಡಿ ಪ್ರಾಂತ್ಯ ಬಲಯುತವಾಗಿದೆ. ಅಲ್ಲಿನ ವಿಶೇಷತೆ ಎಂದರೆ, ಪುರುಷ ಸೈನಿಕರು ಮಾತ್ರವಲ್ಲ; ಮಹಿಳಾ ಸೈನಿಕರು, ಎಲ್ಲಾ ರೀತಿಯ ಕ್ಷತ್ರಿಯ ವಿದ್ಯೆ ಮತ್ತು ಯುದ್ಧಭೂಮಿಯಲ್ಲಿ ಶತ್ರುಗಳನ್ನು ಯಾವ ರೀತಿಯಲ್ಲಿ ಎದುರಿಸಬೇಕು ಎಂಬುದನ್ನು ನಿರಂತರ ಅಭ್ಯಾಸದಿಂದ ಕಲಿತಿದ್ದಾರೆ.

ಮಹಾರಾಜ ಈಶಪ್ರಭು ಕ್ಷತ್ರಿಯ ವೀರರಾಗಿದ್ದಾರೆ. ಮುಖ್ಯವಾಗಿ ಅವರ ಪತ್ನಿಯಾಗಿರುವ ಮಹಾರಾಣಿ ಮಲ್ಲಮ್ಮನವರು ಬಾಲ್ಯದಿಂದಲೇ ಕ್ಷತ್ರಿಯ ವಿದ್ಯೆ ಕಲಿತು, ವಿವಾಹಕ್ಕೆ ಮೊದಲೇ ತವರು ರಾಜ್ಯ ಬೈಲಹೊಂಗಲ ರಕ್ಷಿಸಲು ಯುದ್ಧ ಮಾಡಿದ್ದಾರೆ.

ಮಲ್ಲಮ್ಮ ಬಿಚ್ಚುಗತ್ತಿಯ ವೀರವನಿತೆ! ಖಡ್ಗ ಹಿಡಿದು ವಿಜೃಂಭಿಸಿದರೆ ಆಕೆ ರಣಾಂಗಣದಲ್ಲಿ ರಣಚಂಡಿ, ರಕ್ತಗ್ರಾಹಿಯಾಗಿ, ಶತ್ರು ಸೈನಿಕರ ರುಂಡಗಳನ್ನು ಚೆಂಡಾಡುತ್ತಾರೆ. ಈ ಪ್ರಾಂತ್ಯವನ್ನು ಎದುರಿಸಲು, ಮತ್ತಷ್ಟು ಸೈನಿಕರು ಸುಸಜ್ಜಿತ ವ್ಯವಸ್ಥೆಯೊಂದಿಗೆ ಬರಬೇಕಾಗಿದೆ.

ಮಹಾಪ್ರಭುಗಳ ಸನ್ನಿಧಾನದಲ್ಲಿ ಮರಾಠ ಸೈನಿಕರ ಪ್ರತಿನಿಧಿಯಾಗಿರುವ ನನ್ನ ವಿನಮ್ರತೆ ಮನವಿ.

ತಮ್ಮ ಆಗಮನದ ಅಗತ್ಯ ಇದೆ.

ಇದು ಸುತ್ತೋಲೆಯ ಸಾರಾಂಶ!

ಮಹಾರಾಷ್ಟ್ರದಲ್ಲಿರುವ ಶಿವಾಜಿ ಮಹಾರಾಜರು ಆಗಲೇ ಕರ್ನಾಟಕದ ಕಡೆ ಸಕಲ ಸೈನ್ಯದೊಂದಿಗೆ ಪ್ರಯಾಣ ಮಾಡುತ್ತಾ, ಅಲ್ಲಿನ ಕೆಲವು ಪ್ರಾಂತ್ಯಗಳನ್ನು ವಶಪಡಿಸಿಕೊಳ್ಳುತ್ತಾ ಮುಂದೆ ಸಾಗುತ್ತಿದ್ದಾರೆ. ಇನ್ನು ಕೆಲವೇ ದಿನಗಳಲ್ಲಿ ಕರ್ನಾಟಕದ ಗಡಿ ಪ್ರಾಂತ್ಯ ತಲುಪಲಿದ್ದಾರೆ.

ಮರಾಠಿಗರ ಸೈನ್ಯ ಪ್ರತಿನಿಧಿಗೆ ಮರು ಸುತ್ತೋಲೆಯ ಸಂದೇಶ ಬಂದಿತು.

ಅದು ಗೌಪ್ಯ ಸಂದೇಶ!

ಏನು ಮಾಡಬೇಕು?

ಯಾವ ರೀತಿಯ ತಂತ್ರ ಮಾಡಬೇಕು?

ಈ ಎಲ್ಲಾ ವಿವರಗಳು ಆ ಸುತ್ತೋಲೆಯಲ್ಲಿವೆ.

ಅಂತಿಮವಾಗಿ ರಹಸ್ಯ ತಾಣಗಳಲ್ಲಿ ಸೇರಿದ್ದ ಸೈನಿಕರು ನಡುರಾತ್ರಿಯಲ್ಲಿ ಸಭೆ ಸೇರಿದರು. ರಾಜಪ್ರತಿನಿಧಿಯಿಂದ ಮುಂದಿನ ಆಕ್ರಮಣದ ಬಗ್ಗೆ ತಿಳಿಯಿತು.

ಬೆಳವಡಿ ಸೈನಿಕರ ದೃಷ್ಟಿಗೆ ಬೀಳದ ರೀತಿ ಏನು ಮಾಡಬೇಕು ಎಂಬುದನ್ನು ಚರ್ಚೆ ಮಾಡಿ, ತಂತ್ರಗಳನ್ನು ಯೋಜಿಸುವ ಮೂಲಕ ಸಿದ್ಧರಾದರು.

** ** **

ಬೆಳವಡಿ ಸಂಸ್ಥಾನಕ್ಕೆ ಸೇರಿದ್ದ 'ಸೋನಾಪುರ' ಎಂಬ ಪ್ರಾಂತ್ಯದ ಮುಖಂಡ 'ಕಸ್ತೂರಿ ರಂಗಪ್ಪ' ತನ್ನ ಪತ್ನಿ ಮತ್ತು ಇಬ್ಬರು ಪುತ್ರಿಯರೊಂದಿಗೆ, ಕುಲದೇವರ ಪೂಜೆಗಾಗಿ 'ಬೆಳಗಾವಿ' ಕಡೆ ಪ್ರಯಾಣ ಮಾಡುತ್ತಿದ್ದಾನೆ.

ರಕ್ಷಣೆಗಾಗಿ ನಾಲ್ಕು ಮಂದಿ ಸೈನಿಕರು ಕುದುರೆಗಳಲ್ಲಿ ಸವಾರಿ ಮಾಡುತ್ತಾ ಆತನನ್ನು ಹಿಂಬಾಲಿಸುತ್ತಿದ್ದಾರೆ.

ಪತ್ನಿ ಮತ್ತು ಪುತ್ರಿಯರು ವಿಶೇಷವಾದ ಆಭರಣಗಳನ್ನು ಧರಿಸಿದ್ದಾರೆ. 'ಕಸ್ತೂರಿ ರಂಗಪ್ಪ' ಸಹ ಬೆಲೆಬಾಳುವ ಆಭರಣಗಳನ್ನು ಧರಿಸಿದ್ದಾನೆ. ಅಲ್ಲದೆ, ಕುಲದೇವರ ಹರಕೆ ತೀರಿಸಲು ಆಭರಣಗಳು, ಚಿನ್ನದ ನಾಣ್ಯಗಳು ಮತ್ತು ಅಮೂಲ್ಯವಾದ ವಸ್ತ್ರಗಳನ್ನು ಸಂಗ್ರಹಿಸಿ ತಂದಿದ್ದಾನೆ.

ರಥ ನಿರ್ಜನ ಮಾರ್ಗದಲ್ಲಿ ನಿಧಾನವಾಗಿ ಸಾಗುತ್ತಿದೆ.

ಇದ್ದಕಿದ್ದಂತೆ ಅಲ್ಲಿನ ಸನ್ನಿವೇಶ ಬದಲಾಯಿತು.

ಗುಡ್ಡ, ಮರಗಳ ಮೇಲೆ ಅಡಗಿದ್ದಂತಹ ಮರಾಠ ಸೈನಿಕರು ಏಕಕಾಲದಲ್ಲಿ ಅವರ ಮೇಲೆ ಆಕ್ರಮಣ ಮಾಡಿದರು. ರಕ್ಷಣೆಗಾಗಿ ಬಂದಿದ್ದ ಸೈನಿಕರ ಮೇಲೆ ಅದಕ್ಕೂ ಮೊದಲೇ ಸುಳಿವೇ ಕೊಡದಂತೆ ಆಕ್ರಮಣ ಮಾಡಿ ಪ್ರಜ್ಞೆ ತಪ್ಪಿಸಿದ್ದರು.

ಇದೇನು ಸಾಮಾನ್ಯವಾಗಿರಲಿಲ್ಲ. ಪ್ರಾಣ ತೆಗೆಯುವ ಬೆದರಿಕೆ ಹಾಕಿ ಸಮಸ್ತ ಆಭರಣಗಳನ್ನು, ಹರಕೆ ನಾಣ್ಯಗಳನ್ನು ಬಲವಂತವಾಗಿ ಕಿತ್ತುಕೊಂಡರು.

ಕಸ್ತೂರಿ ರಂಗಪ್ಪನ ಪುತ್ರಿಯರು ಮತ್ತು ಪತ್ನಿ ಆಕರ್ಷಕ ರೂಪವತಿಯರಾಗಿದ್ದರು.

ಮರಾಠ ಸೈನಿಕರು ಕಾಮುಕ ದೃಷ್ಟಿ ಬೀರಿದ್ದಾರೆ!

ಕಸ್ತೂರಿ ರಂಗಪ್ಪ ಕೈಗಳನ್ನು ಜೋಡಿಸಿ "ನಾವು ತಂದಿರೋದನ್ನೆಲ್ಲಾ ನಿಮಗೆ ಕೊಟ್ಟಿದ್ದೇನೆ. ನನ್ನ ಪತ್ನಿ, ಪುತ್ರಿಯರಿಗೆ ತೊಂದರೆ ಕೊಡಬೇಡಿ" ಎಂದು ಆರ್ತನಾಗಿ ಬೇಡಿಕೊಂಡನು.

ಆ ಕ್ಷಣ ಮರಾಠ ಸೈನಿಕರು ಬೆಚ್ಚಿಬಿದ್ದರು!

ಆಗ ನೆನಪಿಗೆ ಬಂದಿತು.

ಶಿವಾಜಿ ಮಹಾರಾಜರ ಆಜ್ಞೆ!

ಸ್ತ್ರೀಯರು ಮಾತೃ ಸಮಾನರು. ಅವರ ಶೀಲದ ತಂಟೆಗೆ ಹೋದರೆ ನೀವುಗಳು ತಲೆದಂಡ ನೀಡಬೇಕಾಗುತ್ತದೆ.

ಬಡವರನ್ನು ಕಾಡಿಸಬೇಡಿ.

ಅವರನ್ನು ಲೂಟಿ ಮಾಡಬೇಡಿ.

ಇದಕ್ಕೆ ತಪ್ಪಿ ನಡೆದರೆ ನೀವ್ಯಾರೂ ಸಹ ಜೀವಂತವಾಗಿ ಉಳಿಯುವುದಿಲ್ಲ.

ಸೈನಿಕರು ಹೆದರಿ ಹಿಂದೆ ಸರಿದರು. ಕಸ್ತೂರಿ ರಂಗಪ್ಪ ಬಡವರು, ಅಸಹಾಯಕರನ್ನು ದೋಚಿ, ಭ್ರಷ್ಟಾಚಾರ, ಅನ್ಯಾಯ ಮಾಡಿ ಶ್ರೀಮಂತನಾಗಿದ್ದಾನೆ. ಇಂತಹವರನ್ನು ಲೂಟಿ ಮಾಡಬೇಕು ನಿಜ.

ಆದರೆ ನಿಬಂಧನೆ ಏನು?

ಲೂಟಿ ಮಾಡಿದ್ದನ್ನು ಸಂಬಂಧ ಪಡುವ ಗ್ರಾಮದ ಬಡವರಿಗೆ ವಿತರಣೆ ಮಾಡಬೇಕು.

ಮರಾಠ ಸೈನಿಕರಿಗೆ ಇದು ತಿಳಿದಿದ್ದರೂ ಸಹ, ಕೆಲವರು, ಚಿನ್ನದ ಮೇಲಿನ ಮೋಹ ಮತ್ತು ಅಗತ್ಯಗಳ ಕಾರಣದಿಂದ ಬಡವರಿಗೆ ವಿತರಣೆ ಮಾಡಬಾರದು ಎಂಬ ತೀರ್ಮಾನಕ್ಕೆ ಬಂದರು.

ಮರಾಠ ಸೈನಿಕರು ಅಲ್ಲಿಂದ ಹೊರಡಲು ಸಿದ್ಧರಾಗುತ್ತಿರುವಾಗ, ಎಲ್ಲಿಂದಲೋ ಗಾಳಿಯಲ್ಲಿ ಬಲು ರಭಸದಿಂದ ತೂರಿಕೊಂಡು ಬಂದ ಬಾಣಗಳು ಅವರ ದೇಹವನ್ನು ಹೊಕ್ಕು ರಕ್ತ ಚೆಲ್ಲಾಡುವಂತೆ ಮಾಡುತ್ತಿವೆ.

ಯಾರು ಬಾಣ ಬಿಡುತ್ತಿದ್ದಾರೆ?

ಅವರು ಎಲ್ಲಿದ್ದಾರೆ?

ಸೈನಿಕರಲ್ಲಿ ಬಹುತೇಕ ಮಂದಿಗೆ ಬಾಣಗಳು ನಾಟಿದ್ದರೂ ಸಹ ಪ್ರಾಣ ಹೋಗಿರಲಿಲ್ಲ. ತೋಳು, ತೊಡೆ ಮತ್ತು ಹಿಂಭಾಗದ ಪೃಷ್ಠಗಳಿಗೆ ನಾಟಿಕೊಳ್ಳುವಂತೆ ಬಾಣ ಪ್ರಯೋಗ ಮಾಡಲಾಗಿತ್ತು.

ಆಗ ಕೇಳಿಸಿತು ಶಬ್ದ!

ಕುದುರೆಯ ಖುರಪುಟದ ಶಬ್ದ.

ಕುದುರೆಯ ಮೇಲೆ ಕುಳಿತಿರುವ ಮಹಿಳೆ ಮುಖದ ಸುತ್ತಲೂ ಕಪ್ಪು ವಸ್ತ್ರವನ್ನು ಸುತ್ತಿಕೊಂಡಿದ್ದಾಳೆ.

ಒರೆಯಲ್ಲಿ ಖಡ್ಗವಿದೆ.

ಬತ್ತಳಿಕೆಯಲ್ಲಿ ಬಾಣಗಳಿವೆ.

ಕೈಯಲ್ಲಿ ಬಿಲ್ಲು ಹಿಡಿದಿದ್ದಾಳೆ.

ಉಳಿದ ಸೈನಿಕರು ಅಲ್ಲಿಂದ ಪರಾರಿಯಾಗಲು ಪ್ರಯತ್ನಿಸಿದರು. ಆದರೆ ಬಾಣಗಳಿಗೆ ಗುರಿಯಾಗಿ ನೆಲದ ಮೇಲೆ ಉರುಳಿದರು.

ಗುಡ್ಡದ ಮರೆಯಲ್ಲಿ ಅಡಗಿದ್ದ ಹತ್ತಾರು ಮಂದಿ ತಮ್ಮವರು ನೆಲಕ್ಕೆ ಉರುಳುತ್ತಿರುವುದನ್ನು ಕಂಡು, ಮೇಲಿಂದ ಒಂದೇ ನೆಗೆತಕ್ಕೆ ಧುಮುಕುತ್ತಾ ಕುದುರೆಯ ಮೇಲಿದ್ದ ಮಲ್ಲಮ್ಮನ ಕಡೆ, ಭಲ್ಲೆ ಮತ್ತು ಈಟಿಗಳನ್ನು ಎಸೆಯಲಾರಂಭಿಸಿದರು.

ಒರೆಯಿಂದ ಜರ್ರನೆ ಹೊರ ಬಂದಿತು ಖಡ್ಗ...! ತನ್ನ ದೇಹಕ್ಕೆ ಚುಚ್ಚಿಕೊಳ್ಳಲು ನುಗ್ಗಿ ಬರುತ್ತಿದ್ದ ಈಟಿ ಮತ್ತು ಭಲ್ಲೆಗಳನ್ನು ಖಡ್ಗದಿಂದ ತಡೆಯುತ್ತಾ ಕುದುರೆಯನ್ನು ಅವರ ಕಡೆ ವೇಗವಾಗಿ ಓಡಿಸಲಾರಂಭಿಸಿದಳು.

ಖಡ್ಗ ಗಾಳಿಯಲ್ಲಿ ಆಡಿತು. ಕುದುರೆ ಓಡಿಸುತ್ತಲೇ ಎದುರಿಗೆ ಬಂದವರ ರುಂಡಗಳನ್ನು ತರಿದು ಬೀಳಿಸಲಾರಂಭಿಸಿದಳು. ಅಬ್ಬ... ಅದೆಂತಹ ಪ್ರಹಾರ...! ಶತ್ರುಗಳನ್ನು ಸಾಯಿಸಬಾರದು ಎಂದು, ಬಾಣಗಳನ್ನು ಅವರ ತೊಡೆ, ತೋಳು, ಪೃಷ್ಠಗಳಿಗೆ ನಾಟಿಕೊಳ್ಳುವಂತೆ ಪ್ರಯೋಗ ಮಾಡಿದ್ದಳು.

ಆದರೆ ಈಗ ಬಂದಿದ್ದವರು ಈಟಿ, ಭಲ್ಲೆಗಳನ್ನು ಪ್ರಯೋಗ ಮಾಡಿದ್ದರು. ನಂತರದಲ್ಲಿ, ಅವಳ ಮೇಲೆ, ಖಡ್ಗಗಳ ವರಸೆ ಪ್ರಾರಂಭ ಮಾಡಿದ್ದರು.

ರುಂಡ ಉರುಳಿಸುವುದು ಅನಿವಾರ್ಯ ಆಯಿತು.

ಎಲ್ಲರೂ ಗತ ಪ್ರಾಣರಾದರು!

ಅಂತಿಮವಾಗಿ ಬಂದಿದ್ದ ಮರಾಠರ ರಾಜಪ್ರತಿನಿಧಿ ನೆಲದ ಮೇಲೆ ಮಂಡಿಗಳನ್ನು ಊರಿ ಕುಳಿತು ಶರಣಾದನು. ಕುದುರೆ ಏರಿ ಖಡ್ಗ ಬೀಸುತ್ತಾ ಕುದುರೆ ಸವಾರಿಯೊಂದಿಗೆ ಬಂದ ಅವಳು ಶರಣಾಗತನ ಪ್ರಾಣ ತೆಗೆಯಲಿಲ್ಲ. ಆದರೆ ತನ್ನ ಮುಖಕ್ಕೆ ಸುತ್ತಿಕೊಂಡಿದ್ದ ಕಪ್ಪು ವಸ್ತ್ರ ತೆಗೆದಳು.

ಮಲ್ಲಮ್ಮ ಮಾತಾಡುತ್ತಿದ್ದಾಳೆ.

ಶಿವಾಜಿ ಮಹಾರಾಜ್ ಅವರ ಬಗ್ಗೆ ನಮಗೆ ಅಪಾರ ಗೌರವ ಇದೆ. ಅವರು ಲೂಟಿ ಮಾಡುವುದನ್ನು, ದಾಂಧಲೆ ನಡೆಸಿ ದರೋಡೆ ಮಾಡುವುದನ್ನು ಹಾಗೂ ಸ್ತ್ರೀಯರ ಮೇಲೆ ಅತ್ಯಾಚಾರ ಮಾಡುವುದನ್ನು ನಿಷೇಧಿಸಿದ್ದರು. ಆದರೆ ನೀವುಗಳು ಮಾಡಿದ್ದೇನು?

ಇದು ಅಂತಿಮ ಎಚ್ಚರಿಕೆ!

ಶಿವಾಜಿ ಮಹಾರಾಜರಿಗೆ ಬೆಳವಡಿ ಮಲ್ಲಮ್ಮನ ಗೌರವ ಪೂರ್ವಕ ನಮಸ್ಕಾರಗಳನ್ನು ತಿಳಿಸಿ.

ಇದು ವೀರ ಬೆಳವಡಿ ಕ್ಷೇತ್ರ.

ನಮ್ಮ ಸೈನ್ಯದಲ್ಲಿರುವ ಪ್ರತಿಯೊಬ್ಬ ಮಹಿಳೆ ಸಹ ಮಲ್ಲಮ್ಮನಂತೆ ಕೆಚ್ಚೆದೆಯಿಂದ ಯುದ್ಧ ಮಾಡುತ್ತಾಳೆ.

ನಾವು ಪ್ರಾಣ ಬಿಡುತ್ತೇವೆ.

ಆದರೆ ಸ್ವಾಭಿಮಾನ ಬಿಡುವುದಿಲ್ಲ.

ನಮಗೆ ಆತ್ಮಗೌರವ ಮುಖ್ಯ.

ಇನ್ನು ಮುಂದೆ ಈ ರೀತಿ ತೊಂದರೆ ಕೊಟ್ಟರೆ ನಾವು ರಣಕಹಳೆ ಊದಬೇಕಾಗುತ್ತದೆ. ಶಿವಾಜಿ ಮಹಾರಾಜರಂಥ ಹಿಂದೂಧರ್ಮ ಹಾಗೂ ಹಿಂದೂಗಳ ರಕ್ಷಕರೊಂದಿಗೆ ಯುದ್ಧ ಮಾಡಬಾರದು.

ಆದರೆ ಅನಿವಾರ್ಯತೆ ಬಂದರೆ ತಲೆ ತಗ್ಗಿಸಿ ಶರಣಾಗುವುದಿಲ್ಲ.

ಪ್ರವಾಹದ ಎದುರು ಈಜುತ್ತೇವೆ.

ಬಿರುಗಾಳಿಗೆ ಎದೆ ಕೊಟ್ಟು ನಿಂತು ಹೋರಾಡುತ್ತೇವೆ.

ಇದೇ ನಮ್ಮ ವಿನಯಪೂರ್ವಕ ಮನವಿ ಎಂಬುದನ್ನು ನಿಮ್ಮ ಪ್ರಭುಗಳಿಗೆ ತಿಳಿಸಿ ಮನವರಿಕೆ ಮಾಡಿಕೊಡಿ.

ಇನ್ನು ನೀವು ಹೊರಡಬಹುದು.

ಮರಾಠಿಗರ ರಾಜಪ್ರತಿನಿಧಿ ಗೌರವ ನೀಡಿ ಅಲ್ಲಿಂದ ಹಿಂದೆ ಸರಿಯುತ್ತಾ ಮರೆಯಾದನು. ನಂತರ ಶ್ರೀಮಂತ ಮುಖಂಡ ಕಸ್ತೂರಿ ರಂಗಪ್ಪ ಕುಟುಂಬದವರ ಸಮೇತ ರಥದಿಂದ ಇಳಿದು ಬಂದು ಮಹಾರಾಣಿಗೆ ಗೌರವ

ನೀಡುತ್ತಾ "ಇಂದು ನಿಮ್ಮಿಂದ ನಮಗೆ ಪುನರ್‌ಜನ್ಮ ಬಂದಿದೆ. ಇದನ್ನು ನಾವು ಎಂದೂ ಸಹ ಮರೆಯಲಾರೆವು. ಮಹಾರಾಣಿ ಮಲ್ಲಮ್ಮನವರು ನೂರು ಕಾಲ ಬಾಳಲಿ ಎಂದು ಆ ದೇವರಲ್ಲಿ ಪ್ರಾರ್ಥನೆ ಮಾಡುತ್ತೇನೆ" ಎಂದನು.

ಪತ್ನಿ, ಪುತ್ರಿಯರು ನಮಸ್ಕರಿಸಿದರು. "ನೀವು ಸೋನಾಪುರದ ಮುಖಂಡ ಕಸ್ತೂರಿ ರಂಗಪ್ಪ ಅಲ್ಲವೆ?"

"ಹೌದು ಮಹಾರಾಣಿಯವರೆ."

"ನೀವು ನನಗಾಗಿ ದೇವರಲ್ಲಿ ಬೇಡಿಕೊಳ್ಳುವ ಅಗತ್ಯ ಇಲ್ಲ. ನೀವು ಬಡ ಪ್ರಜೆಗಳನ್ನು, ವ್ಯಾಪಾರಸ್ಥರನ್ನು ಮತ್ತು ಕೃಷಿಕರನ್ನು ಶೋಷಣೆ ಮಾಡಿ, ಅಧಿಕಾರ ಮತ್ತು ಸೈನ್ಯಬಲದಿಂದ ಅವರ ಸಂಪತ್ತನ್ನೆಲ್ಲಾ ದೋಚುತ್ತಾ ಶ್ರೀಮಂತರಾಗಿದ್ದೀರಿ. ಬಡವರ ರಕ್ತ ಹೀರಿ ಸಂಪಾದನೆ ಮಾಡಿರುವ ಹಣದಿಂದ ಕುಲದೇವರ ಹರಕೆ ತೀರಿಸಲು ಹೊರಟಿದ್ದೀರಿ ಅಲ್ಲವೆ?"

ಕಸ್ತೂರಿ ರಂಗಪ್ಪ ತಲೆ ತಗ್ಗಿಸಿದನು.

"ನೀವೇ ಹೇಳಿ... ನಿಮ್ಮ ಆತ್ಮಸಾಕ್ಷಿಯಾಗಿ ಹೇಳಿ. ಇದು ಸರಿಯೇ... ತರವೆ? ಯಾವ ದೇವರೇ ಆಗಲಿ ನೀವು ಅರ್ಪಿಸಲಿರುವ ಬಡವರ ಶೋಷಣೆಯ ಹಣದಿಂದ ಮಾಡಿಸಿರುವ ಆಭರಣಗಳನ್ನು ಸ್ವೀಕರಿಸುತ್ತಾನಾ? ರೈತರು ಬೆಳೆ ಇಲ್ಲದೆ ಹೈರಾಣಾಗಿದ್ದಾರೆ. ಬಡವರು ನಿಮ್ಮಿಂದಾಗಿ ಮತ್ತಷ್ಟು ಬಡವರಾಗಿ ಕಣ್ಣೀರಿಡುತ್ತಿರುವಾಗ ನೀವು ಹರಕೆ ತೀರಿಸಲು ಹೊರಟ್ಟಿದ್ದೀರಿ. ಮೊದಲು ಶೋಷಣೆ ಮಾಡುವುದನ್ನು ನಿಲ್ಲಿಸಿ. ಮೋಸ, ವಂಚನೆ, ಬಡ್ಡಿಯ ಹಣದಿಂದ ಶ್ರೀಮಂತರಾಗಬೇಡಿ. ನೀವು ಬದಲಾಗಬೇಕು. ಆಗ ಆ ಪರಮಾತ್ಮ ಪ್ರಸನ್ನನಾಗುತ್ತಾನೆ. ಪೂಜೆ ಮತ್ತು ಹರಕೆ ಮುಖ್ಯ ಅಲ್ಲ. ಧರ್ಮ, ಸತ್ಯ ಮತ್ತು ಪ್ರಾಮಾಣಿಕತೆಯಿಂದ, ಪರೋಪಕಾರದ ಕಾರ್ಯಗಳಿಂದ ಯಾವ ರೀತಿ ಬದುಕುತ್ತೀರಿ ಎಂಬುದನ್ನು ಭಗವಂತ ನೋಡುತ್ತಿರುತ್ತಾನೆ. ನೀವು ಅನ್ಯಾಯ, ಅಧರ್ಮದಿಂದ ಸಂಪಾದನೆ ಮಾಡಿರುವುದನ್ನು ನಿರ್ಗತಿಕರಿಗೆ ನೀಡಿ. ನಿಮ್ಮಿಂದ ವಂಚನೆಗೆ, ಶೋಷಣೆಗೆ ಒಳಗಾದವರಿಗೆ ವಿತರಣೆ ಮಾಡಿ."

"ಇದು ರಾಜಾಜ್ಞೆ ಅಲ್ಲ."

"ನಮ್ಮ ಪ್ರಭುಗಳಿಗೆ ತಿಳಿಸಿದರೆ ಅವರು ರಾಜಾಜ್ಞೆ ಮೂಲಕ ನಿಮ್ಮ ಶ್ರೀಮಂತಿಕೆಯನ್ನು ರಾಜ ಬೊಕ್ಕಸಕ್ಕೆ ತುಂಬಿಸಿಕೊಂಡು, ಬಡವರಿಗೆ ಅಗತ್ಯವಾಗಿ ಬೇಕಾಗಿರುವ ಅನುಕೂಲಗಳನ್ನು ಮಾಡಿಕೊಡುತ್ತಾರೆ. ಆ ರೀತಿ ಮಾಡುವ ಬದಲು ನೀವೇ ನಿಮ್ಮ ತಪ್ಪನ್ನು ತಿದ್ದಿಕೊಂಡು, ನಿಮ್ಮಲ್ಲಿರುವ ಶ್ರೀಮಂತಿಕೆಯನ್ನು ಹಂಚಿದರೆ ಪ್ರಜೆಗಳ ದೃಷ್ಟಿಯಲ್ಲಿ ದೇವರಾಗುತ್ತೀರಿ."

ಮಲ್ಲಮ್ಮಳ ನುಡಿಗಳು ಕಸ್ತೂರಿ ರಂಗಪ್ಪ ಮತ್ತು ಅವರ ಕುಟುಂಬದ ಮೇಲೆ ಪರಿಣಾಮ ಬೀರಿದವು. ಅವರು ಮಹಾರಾಣಿಗೆ ಗೌರವ ಪೂರ್ವಕವಾಗಿ, ಕೃತಜ್ಞತಾ ಭಾವದಿಂದ ಧನ್ಯವಾದಗಳನ್ನು ತಿಳಿಸಿ ಪ್ರಯಾಣ ಬೆಳೆಸಿದರು.

ಆದರೆ ಹರಕೆ ತೀರಿಸಲು ಅಲ್ಲ.

ಸ್ವಗ್ರಾಮದ ಕಡೆಗೆ.

ಮೋಸ, ವಂಚನೆ, ದಗಲಬಾಜಿತನದಿಂದ ದೋಚಿದ್ದನ್ನೆಲ್ಲಾ ಅವರು ಬಡವರಿಗೆ, ತಾವು ಯಾರಿಗೆ ಮೋಸ ಮಾಡಿ ಸಂಪಾದಿಸಿದ್ದರೋ ಅಂತಹವರಿಗೆ ಮತ್ತು ಗ್ರಾಮದ ಪ್ರಜೆಗಳಿಗೆ ಶಾಶ್ವತವಾಗಿ ಉಪಕಾರ ಆಗುವಂತಹ ಯೋಜನೆಗಳನ್ನು ಕಾರ್ಯಗತ ಮಾಡಿದರು.

ಇದು ತುಂಬಾ ಮುಖ್ಯವಾಗಿತ್ತು.

ಬದಲಾವಣೆಗೆ ಕಾರಣಳಾಗಿರುವ ಮಹಾರಾಣಿ ಮಲ್ಲಮ್ಮನನ್ನು ತಮ್ಮ ಪಾಲಿನ ದೇವತೆ ಎಂದು ಅವರು ತಿಳಿದುಕೊಂಡಿದ್ದಾರೆ.

** ** **

ಮಹಾರಾಜ ಈಶಪ್ರಭು.

ಪ್ರಧಾನ ಅಮಾತ್ಯರು.

ಮಂತ್ರಿ ಮಂಡಲದವರು.

ಇವರುಗಳು ಮಾತ್ರ ಮಂತ್ರಾಲೋಚನೆಯ ಗೃಹದಲ್ಲಿ ಸೇರಿದ್ದಾರೆ.

ರಾಜಧಾನಿ ಮತ್ತು ಸುತ್ತಮುತ್ತಲಿನ ಪ್ರಾಂತ್ಯಗಳಲ್ಲಿ ಇದು ಅಬ್ಬರದ ಪ್ರಚಾರ ಪಡೆದುಕೊಂಡಿದೆ.

ಶಿವಾಜಿ ಮಹಾರಾಜರ ಸೈನ್ಯ ಪಡೆಯನ್ನು ಮಹಾರಾಣಿ ಮಲ್ಲಮ್ಮ ಏಕಾಂಗಿಯಾಗಿ ಎದುರಿಸಿ ಹೋರಾಡಿ, ಶ್ರೀಮಂತ ಕಸ್ತೂರಿ ರಂಗಪ್ಪ ಅವರನ್ನು ಕಾಪಾಡಿದ್ದಾರಂತೆ.

ನೆಲ ನೆತ್ತರಾಗಿದೆಯಂತೆ.

ರುಂಡಗಳು ನೆಲ ಕಂಡಿವೆಯಂತೆ.

ಈ ರೀತಿಯಲ್ಲಿ ತಾವು ಕೇಳಿದ್ದನ್ನು ರಂಗು, ರಂಗಾದ ಕಲ್ಪನೆಯೊಂದಿಗೆ ಬೆರೆಸಿ, ಒಂದು ರೀತಿಯಲ್ಲಿ ಅತಿಶಯೋಕ್ತಿಯ ವರ್ಣನೆ ಮಾಡುತ್ತಿದ್ದಾರೆ.

ಪ್ರಧಾನ ಅಮಾತ್ಯರು "ಪ್ರಭು, ಮಹಾರಾಣಿಯವರು ಮಾಡಿರುವುದು ಸರಿಯಾಗಿದೆ ಮತ್ತು ರಾಜನೀತಿಗೆ ಪೂರಕವಾಗಿದೆ. ನಮ್ಮ ಪ್ರಾಂತ್ಯದೊಳಗೆ ನುಗ್ಗಿ ದಾಂಧಲೆ ಮಾಡಿ ದರೋಡೆ ಮಾಡುತ್ತಿದ್ದ ಮರಾಠ ಸೈನಿಕರಿಗೆ ಸರಿಯಾದ ಪಾಠ ಕಲಿಸಿದ್ದಾರೆ. ಅಂತಹ ರಾತ್ರಿ ವೇಳೆಯಲ್ಲಿ ಮಹಾರಾಣಿಯವರು ಏಕಾಂಗಿಯಾಗಿ ಹೋರಾಡಿ ಗೆಲ್ಲುವುದು ಅಂದರೆ ಸಾಮಾನ್ಯವಲ್ಲ" ಎಂದರು.

ಮಂತ್ರಿಗಳು ಸಮರ್ಥಿಸಿದರು.

ಈಶಪ್ರಭು "ಮಹಾರಾಣಿಯವರು ಮಾಡಿದ್ದು ಸರಿಯಾಗಿದೆ. ಆದರೆ ನಂತರದ ಪರಿಣಾಮದ ಬಗ್ಗೆ ನಾವು ಆಲೋಚನೆ ಮಾಡುವುದು ಅತ್ಯಗತ್ಯವಾಗಿದೆ" ಎಂದನು.

ಮಂತ್ರಿಗಳು ಗಾಬರಿಯಾದರು.

ಪ್ರಧಾನ ಅಮಾತ್ಯರು ಚಿಂತಿಸುತ್ತಿದ್ದಾರೆ.

ಮಹಾರಾಜ "ಶಿವಾಜಿ ಮಹಾರಾಜರು ಸಾಮಾನ್ಯರಲ್ಲ. ಶೂನ್ಯ ಸ್ಥಿತಿಯಲ್ಲಿದ್ದವರು ಸೈನ್ಯವನ್ನು ಕಟ್ಟಿ, ಔರಂಗಜೇಬನಂತ ಪ್ರಚಂಡನನ್ನು ಎದುರಿಸಿ, ಸ್ವತಂತ್ರ ಸಾಮ್ರಾಜ್ಯ ಕಟ್ಟಿ ವೀರವಿಹಾರ ಮಾಡಿದ್ದಾರೆ. ಅವರು ವಶಪಡಿಸಿಕೊಂಡಿರುವ ಕೋಟೆಗಳ ಸಂಖ್ಯೆ ಅಪರಿಮಿತವಾಗಿವೆ. ಅಂತಹ ಮಹಾವೀರರನ್ನು, ಬಲಾಢ್ಯ ಸಾಮ್ರಾಜ್ಯದ ಏಕೈಕ ರಾಜನನ್ನು ನಾವು ಕೆಣಕಿದ್ದೇವೆ. ಶಿವಾಜಿ ಮಹಾರಾಜರು ಗುಣಶೀಲರು, ಹಿಂದೂ ಸಾಮ್ರಾಜ್ಯವನ್ನು ಕಟ್ಟಿ ಹಿಂದೂಗಳ ರಕ್ಷಕರಾಗಿರುವ ಅವರು ಪ್ರಜಾರಾಧಕರಾಗಿದ್ದಾರೆ.

ತಮ್ಮ ಸೈನಿಕರ ಮೇಲೆ ನಡೆದ ಹಲ್ಲೆ ಮತ್ತು ಕೆಲವರ ಪ್ರಾಣ ಹರಣ ಪ್ರಕರಣವನ್ನು ಅವರು ಗೌರವ-ಪ್ರತಿಷ್ಠೆಯ ಪ್ರಶ್ನೆಯಾಗಿ ಪರಿಗಣಿಬಹುದು. ಹೀಗಾಗಿ ಸೇಡನ್ನು ತೀರಿಸಿಕೊಳ್ಳದೆ ಸುಮ್ಮನಿರಲಾರರು. ನಾವು ಶಿವಾಜಿ ಮಹಾರಾಜರ ಸೈನ್ಯವನ್ನು ಎದುರಿಸಿ ಗೆಲ್ಲಲು ಸಾಧ್ಯವೇ ಇಲ್ಲ. ನಾವು ಮಲಗಿದ್ದ ಘಟಸರ್ಪದ ಹೆಡೆಯನ್ನು ಮೆಟ್ಟಿಬಿಟ್ಟಿದ್ದೇವೆ. ಇದರ ಪರಿಣಾಮವನ್ನು ಎದುರಿಸಲು ಸಿದ್ಧರಾಗಿರಬೇಕು" ಎಂದು ಹೇಳಿದನು.

ಧ್ವನಿಯಲ್ಲಿ ಆತಂಕದ ಛಾಯೆ ಇದೆ.

ಮುಖದಲ್ಲಿ ದುಗುಡತೆ ಇದೆ.

ಪ್ರಧಾನ ಅಮಾತ್ಯರು "ಪ್ರಭು... ಈಗಾಗಲೇ ಯುದ್ಧಕ್ಕೆ ಅಗತ್ಯವಾಗಿರುವ ಸಿದ್ಧತೆಗಳನ್ನು ಬಹುತೇಕ ಮಾಡಲಾಗಿದೆ. ಇನ್ನು ಸೈನ್ಯಬಲ ಹೆಚ್ಚಾಗಿದೆ. ಮಹಾರಾಣಿಯವರು ತರಬೇತಿ ನೀಡಿರುವ ಸ್ತ್ರೀಯರು, ಪುರುಷ ಸೈನಿಕರಿಗೆ ಸಮಬಲದ ಪ್ರತಿರೋಧ ನೀಡಿ ಹೋರಾಡಬಲ್ಲರು. ನೀವು ಆತಂಕ ಪಡುವ ಅಗತ್ಯವಿಲ್ಲ ಪ್ರಭು" ಎಂದರು.

ಈಶಪ್ರಭು "ಮೊದಲಿಗಿಂತ ನಮ್ಮ ಸೈನ್ಯಬಲ ಅಧಿಕವಾಗಿದೆ ನಿಜ. ಆದರೆ ಶಿವಾಜಿ ಮಹಾರಾಜರ ವಿಚಾರದಲ್ಲಿ ನಾವು ದುಡುಕುವ ಹಾಗಿಲ್ಲ" ಎಂದನು.

"ಹಾಗಾದರೆ ಬೇರೆ ಏನು ಮಾಡಬೇಕು ಪ್ರಭು?"

ಈಶಪ್ರಭು "ತಕ್ಷಣದಲ್ಲಿ ನಾನು ಯಾವ ನಿರ್ಧಾರವನ್ನು ತೆಗೆದುಕೊಳ್ಳಲಾರೆ. ನೀವು ಯುದ್ಧ ಸಿದ್ಧತೆಗಳ ಬಗ್ಗೆ ಗಮನ ನೀಡಿ. ಎಲ್ಲಾ ಸೈನಿಕರ ತರಬೇತಿ ನಿರಂತರವಾಗಿರಲಿ."

"ಆಗಲಿ ಪ್ರಭು."

"ಸನ್ನಿವೇಶ ಯಾವ ರೀತಿಯಲ್ಲಿ ಹೇಗೆ ಎದುರಾಗುವುದೋ ಎಂಬುದರ ಆಧಾರದ ಮೇಲೆ ನಾವು ತೀರ್ಮಾನ ತೆಗೆದುಕೊಳ್ಳೋಣ."

ತುರ್ತುಸಭೆ ಮುಕ್ತಾಯವಾಯಿತು.

** ** **

ಅಂತಃಪುರದಲ್ಲಿ ಮಹಾರಾಜ ಈಶಪ್ರಭು ಚಿಂತಾಮಗ್ನನಾಗಿ ಕುಳಿತಿದ್ದಾನೆ. ಮಹಾರಾಣಿ ಮಲ್ಲಮ್ಮನ ಆಗಮನವೂ ಆಯಿತು. ಆಕೆ ಧರಿಸಿದ್ದ ಬಳೆಗಳ ಸದ್ದು ಮತ್ತು ಗೆಜ್ಜೆನಾದ ಆಕೆಯ ಆಗಮನವನ್ನು ಸಾರಿ ಹೇಳಿದವು. ಆದರೂ ಸಹ ಮಹಾರಾಜ ಚಿಂತೆಯ ಗಾಢತೆಯಿಂದ ಹೊರಬರಲಿಲ್ಲ.

ಮಲ್ಲಮ್ಮ ಹತ್ತಿರ ಬಂದು "ಪ್ರಭು... ಪ್ರಭು..." ಎಂದು ಮೆಲ್ಲಗೆ ಕೂಗಿದಳು.

ಪತಿಯಿಂದ ಪ್ರತಿಕ್ರಿಯೆ ಬರಲಿಲ್ಲ.

ಭುಜವನ್ನು ಮೃದುವಾಗಿ ಒತ್ತಿದಳು.

ಮಹಾರಾಜ ಬೆಚ್ಚಿಬಿದ್ದ. ಚಿಂತನಾ ಲೋಕದಿಂದ ಜಾಗೃತನಾಗಿ, ತನ್ನ ಎದುರಿಗೆ ನಿಂತಿರುವ ಪ್ರಿಯ ಪತ್ನಿಯ ಕಡೆ ನೋಡಿ ನಿಟ್ಟುಸಿರು ಚೆಲ್ಲಿದನು.

ಮಲ್ಲಮ್ಮ ಪತಿಯ ಕೈಗಳನ್ನು ಹಿಡಿದು ಸಮೀಪದಲ್ಲಿ ಕೂರುತ್ತಾ "ಪ್ರಭು... ನಿಟ್ಟುಸಿರು ಬಿಡುವಂತಹ ಯಾವ ಚಿಂತೆ ಕಾಡುತ್ತಿದೆ. ಬಾಡಿರುವ ನಿಮ್ಮ ಮುಖ ಕಂಡರೆ ನನಗೆ ಗಾಬರಿಯಾಗುತ್ತಿದೆ ಮತ್ತು ಸಂಕಟವಾಗುತ್ತಿದೆ. ಅದೇನು ಅಂತ ನನ್ನ ಹತ್ತಿರ ಹೇಳಿ ಮಹಾಪ್ರಭು" ಎಂದು ಎದೆಗೆ ಒರಗಿಕೊಂಡು ಹೇಳಿದಳು.

ಈಶಪ್ರಭು "ನನ್ನ ಚಿಂತೆಗೆ ಕಾರಣ ಆ ಶಿವಾಜಿ ಮಹಾಪ್ರಭುಗಳು" ಎಂದು ಎಲ್ಲಾ ವಿವರಿಸಿದನು.

"ಪ್ರಭು... ಶಿವಾಜಿ ಮಹಾರಾಜರಂಥ ಪ್ರಬಲ ಮತ್ತು ಬಲಾಢ್ಯರು ನಮ್ಮ ರಾಜ್ಯದ ಮೇಲೆ ಆಕ್ರಮಣ ಮಾಡುತ್ತಾರೆ ಎಂಬುದೇ ಚಿಂತನೆಗೆ ಕಾರಣವಾಗಿದೆ ಅಲ್ಲವೆ?"

ಈಶಪ್ರಭು ಹೌದೆಂದು ತಲೆಯಾಡಿಸಿದನು.

"ನನಗೆ ತಿಳಿದಿರುವಂತೆ ಯುದ್ಧದ ಬಗ್ಗೆ ಭಯ ಇಲ್ಲ."

ಈಶಪ್ರಭು ಉಸಿರುಬಿಡುತ್ತಾ "ನಿಜಾ ದೇವಿ... ನಿಜ. ಕ್ಷತ್ರಿಯ ವಂಶದಲ್ಲಿ ಜನಿಸಿರುವ ನಾನು ಯುದ್ಧ ಮಾಡಲು ಅಥವಾ ಸಾವಿಗೆ ಖಂಡಿತಾ ಹೆದರುವುದಿಲ್ಲ. ಆದರೆ ಶಿವಾಜಿ ಮಹಾರಾಜ್ ಅವರಂತಹ ಬಲಾಢ್ಯರು ಸಾಗರದಂಥ ಸೈನ್ಯ ಮತ್ತು ವಿಶೇಷ ಸ್ಫೋಟಕಗಳು ಮತ್ತು ಆಯುಧಗಳೊಂದಿಗೆ ಎದುರಾದಾಗ ನಮ್ಮ ಸೈನಿಕರನ್ನು ಬಲಿ ಕೊಡಬೇಕಾಗುತ್ತದೆ ಎಂಬುದೇ ನನ್ನ ಆತಂಕಕ್ಕೆ ಕಾರಣ ಆಗಿದೆ ದೇವಿ" ಎಂದನು.

"ರಾಜನಾದವನ ಆಡಳಿತದ ಅವಧಿಯಲ್ಲಿ ಯುದ್ಧ ಎಂಬುದು ಸರ್ವೇಸಾಮಾನ್ಯ ಆಗಿರುತ್ತದೆ ಎಂಬುದು ಇತಿಹಾಸದಲ್ಲಿ ದಾಖಲಾಗಿರುವ ಸತ್ಯ ಸಂಗತಿಯಾಗಿದೆ."

"ಆದರೆ ಈಗ ನಾವು ಕೆಣಕಿರೋದು ಸಾಮಾನ್ಯ ರಾಜನನ್ನಲ್ಲ. ಸಿಂಹ ಬಲ ಪರಾಕ್ರಮ ಮತ್ತು ರಣತಂತ್ರಗಳನ್ನು ಬಲ್ಲ ಚಾಣಾಕ್ಷ ವೀರನನ್ನು. ಮರಾಠರ ಸೈನ್ಯ ಆಕ್ರಮಣ ಮಾಡಿದರೆ ರಾಜಧಾನಿಯನ್ನು ಹೇಗೆ ರಕ್ಷಣೆ ಮಾಡಿಕೊಳ್ಳಲಿ ಎಂಬ ಚಿಂತೆ ಕಾಡುತ್ತಿದೆ. ನಾವು ಮರಾಠ ಸೈನಿಕರ ಪ್ರಾಣಹರಣ ಮಾಡಬಾರದಿತ್ತು."

ಮಲ್ಲಮ್ಮ ಬೇಸರದಿಂದ "ಪ್ರಭು... ಶಿವಾಜಿ ಪ್ರಭು ಅವರ ಸೈನಿಕರಲ್ಲಿ ನೀತಿ-ನಿಯಮಬದ್ಧತೆ ಇದೆ ಎಂಬುದನ್ನು ಕೇಳಿದ್ದೆ. ದರೋಡೆ, ದಾಂಧಲೆ ಮಾಡಬಾರದು. ಸ್ತ್ರೀಯರ ಮೇಲೆ ಅತ್ಯಾಚಾರವನ್ನು ಮಾಡಲೇಬಾರದು. ದೇವಾಲಯಗಳಿಗೆ ಅಥವಾ ಆಸ್ತಿಗೆ ಹಾನಿ ಮಾಡಬಾರದು. ಅನಗತ್ಯವಾಗಿ ಪ್ರಾಣಹರಣ ಮಾಡಬಾರದು ಎಂಬುದನ್ನು ಪಾಲಿಸಿಕೊಂಡು ಬಂದಿದ್ದಾರೆ. ಆದರೆ ಕರ್ನಾಟಕಕ್ಕೆ ಬಂದಿದ್ದ ಸೈನಿಕರಲ್ಲಿ ಕೆಲವರು ಲೋಭ, ಮೋಹ, ದುರಾಸೆಗೆ ಬಲಿಯಾಗಿ, ನಮ್ಮವರೇ ಆಗಿರುವ ಕಸ್ತೂರಿ ರಂಗಪ್ಪ ಅವರ ಮೇಲೆ ಹಲ್ಲೆ ಮಾಡಿ ಎಲ್ಲವನ್ನೂ ಲೂಟಿ ಮಾಡಲು ಪ್ರಯತ್ನಿಸುತ್ತಿದ್ದರೆ ನೋಡಿಕೊಂಡು ಸುಮ್ಮನಿರಬೇಕಿತ್ತೆ? ಶತ್ರುಗಳು ಯಾರು ಎಂಬುದನ್ನಾಗಲಿ, ಅದರ ಬಲವನ್ನು ಪರಾಮರ್ಶೆ ಮಾಡುವ ವ್ಯವಧಾನವಾಗಲಿ ಆಗ ಇರಲಿಲ್ಲ. ಕಸ್ತೂರಿ ರಂಗಪ್ಪ ಅವರ ಕುಟುಂಬವನ್ನು ರಕ್ಷಣೆ ಮಾಡಬೇಕು ಎಂಬುದೊಂದೇ ನನ್ನ ಆಗಿನ ಗುರಿ ಆಗಿತ್ತು. ಆದ್ದರಿಂದ ಅವರ ಮೇಲೆ ಆಕ್ರಮಣ ಮಾಡಿದೆ" ಎಂದು ಹೇಳುತ್ತಿರುವಾಗಲೇ ಈಶಪ್ರಭು "ದೇವಿ... ನೀನು ಮಾಡಿದ್ದು ಸರಿ. ಆದರೆ ಅಷ್ಟೊಂದು ಸೈನಿಕರ ಪ್ರಾಣಹರಣ ಮಾಡಬಾರದಿತ್ತು. ಇದು ಆ ಶಿವಾಜಿ ಮಹಾರಾಜರ ಕೋಪಕ್ಕೆ ಕಾರಣ ಆಗುತ್ತದೆ. ಅವರು ಸೈನಿಕರನ್ನು ತಮ್ಮ ಮಕ್ಕಳಂತೆ ನೋಡಿಕೊಳ್ಳುತ್ತಾರೆ. ಅವರ ಸಾವನ್ನು ಸಹಿಸುವುದಿಲ್ಲ. ಇದೇ ನನ್ನ ಚಿಂತೆಗೆ ಕಾರಣ ಆಗಿದೆ" ಎಂದನು.

ಮಲ್ಲಮ್ಮ "ಪ್ರಭು... ನಾನು ಪ್ರಾರಂಭದಲ್ಲಿ ದಾಳಿಕೋರ ಸೈನಿಕರ ಮೇಲೆ ಬಾಣಗಳ ಪ್ರಯೋಗ ಮಾಡಿ ಪ್ರಜ್ಞೆ ತಪ್ಪುವಂತೆ ಮಾಡಿದ್ದೆ. ಆದರೆ ಗುಡ್ಡದಲ್ಲಿ ಅಡಗಿಕೊಂಡಿದ್ದ ತುಂಬಾ ಮಂದಿ ಸೈನಿಕರು ಖಡ್ಗ ಹಿಡಿದು ನನ್ನ ಮೇಲೆ ಆಕ್ರಮಣ ಮಾಡಿದರು. ಆಗ ಅನ್ಯಮಾರ್ಗ ಇಲ್ಲದೆ ಅವರ ಪ್ರಾಣಹರಣ ಮಾಡಬೇಕಾಯಿತು. ಆಗ ಶಿವಾಜಿ ಮಹಾರಾಜರಿಗೆ ಹೆದರಿ ಸೈನಿಕರ ರುಂಡಗಳನ್ನು ಚೆಂಡಾಡದೆ ಇದ್ದಿದ್ದರೆ ಈ ನಿಮ್ಮ ಪತ್ನಿ ಜೀವಂತವಾಗಿ ಉಳಿಯುತ್ತಿರಲಿಲ್ಲ" ಎಂದು ಪತಿಯ ಭುಜಗಳನ್ನು ಅದುಮುತ್ತಾ "ಈಗ ಹೇಳಿ ಪ್ರಭು ನಾನು ಮಾಡಿದ್ದು ತಪ್ಪೇ...?"

ಈಶಪ್ರಭು "ನೀನ್ಯಾವತ್ತೂ ತಪ್ಪು ಮಾಡುವುದಿಲ್ಲ ಮತ್ತು ದುಡುಕುವುದಿಲ್ಲ ಎಂಬ ವಿಶ್ವಾಸ ನನಗಿದೆ" ಎಂದು ಪತ್ನಿಯ ಕೈ ಅದುಮುತ್ತಾ "ಮಿಂಚಿ ಹೋಗಿರುವ ಕಾರ್ಯಕ್ಕೆ ಈಗ ಚಿಂತಿಸಿ ಫಲವಿಲ್ಲ. ಏನು ಬರುತ್ತದೋ, ಯಾವ ರೀತಿ ಬರುತ್ತದೋ ಆ ರೀತಿಯಲ್ಲಿ ನಾವು ಎಲ್ಲಾ ಎದುರಿಸೋಣ" ಎಂದನು.

ಮಲ್ಲಮ್ಮ ಗಂಭೀರವಾಗಿ "ಪ್ರಭು... ನಾವು ಸ್ವಾಭಿಮಾನಿ, ಆತ್ಮಗೌರವ ಇರುವ ಕ್ಷತ್ರಿಯರು. ನಾವು ತಪ್ಪು ಮಾಡಿಲ್ಲ. ಅನಗತ್ಯವಾಗಿ ಮರಾಠ ಸೈನಿಕರೊಂದಿಗೆ ಯುದ್ಧ ಮಾಡಿಲ್ಲ. ಅಂದ ಮೇಲೆ ಹೆದರುವ ಅಗತ್ಯ ಇಲ್ಲ. ಶಿವಾಜಿ ಮಹಾರಾಜರು ಎದುರಾದರೆ ನಾವು ಕೆಚ್ಚೆದೆಯಿಂದ ಹೋರಾಡಿ ಎದುರಿಸೋಣ" ಎಂದಳು.

ಈಶಪ್ರಭು ಪ್ರತಿಕ್ರಿಯೆ ನೀಡಲಿಲ್ಲ. ಆಗ ಮಲ್ಲಮ್ಮ "ಪ್ರಭು... ನಮ್ಮ ಸೈನ್ಯಬಲ ಈಗ ದುಪ್ಪಟ್ಟಾಗಿದೆ. ಮಹಿಳಾ ಸೇನೆಯ ವೀರತ್ವವೇನು ಕಡಿಮೆ ಅಲ್ಲ. ನೀವು ವಿಶ್ವಾಸ ಇಡಿ ಪ್ರಭು. ಎಲ್ಲರೂ ಒಗ್ಗಟ್ಟಿನಿಂದ ಹೋರಾಡಿ ಶಿವಾಜಿ ಮಹಾರಾಜರ ಸೈನ್ಯ ಎದುರಿಸೋಣ. ಜಯ ಅಥವಾ ಅಪಜಯ ಆ ಭಗವಂತನ ಸಂಕಲ್ಪದಂತೆ ಆಗುತ್ತದೆ" ಎಂದಳು.

ಈಶಪ್ರಭು ಪತ್ನಿಯನ್ನು ಆಲಿಂಗಿಸಿಕೊಂಡು "ದೇವಿ... ನೀನು ಧೈರ್ಯ ಲಕ್ಷ್ಮಿ, ಸಾಹಸದಲ್ಲಿ ವೀರವನಿತೆ. ನೀನು ಸಾಮ್ರಾಜ್ಯದ ರಕ್ಷಾಕವಚ. ನೀನು ನನ್ನೊಂದಿಗೆ ಇರುವುದೇ ಸಾವಿರ ಆನೆ ಬಲ ಬಂದಂತೆ ಆಗಿದೆ. ಆಗಲಿ ದೇವಿ... ಬಂದಿದ್ದನ್ನು ನಾವು ಧೈರ್ಯದಿಂದ ಎದುರಿಸೋಣ" ಎಂದನು.

** ** **

ಎಲ್ಲವೂ ಸಹ ನಿತ್ಯದ ದಿನಚರಿಯಂತೆ ಸಾಗುತ್ತಿದೆ. ಯಾವ ರೀತಿಯ ವಿಶೇಷತೆ ಇಲ್ಲದೆ ವ್ಯಾಪಾರ-ವ್ಯವಹಾರ, ಪ್ರಜೆಗಳ ಜೀವನ ಸಾಗುತ್ತಿದೆ.

ಮಹಾರಾಜ, ಮಲ್ಲಮ್ಮ ಮತ್ತು ಮಂತ್ರಿ ಮಂಡಲದವರಲ್ಲಿ ಒಂದು ರೀತಿಯ ಆತಂಕದೊಂದಿಗೆ ಅನುಮಾನ ಕಾಡುತ್ತಿದೆ. ಶಿವಾಜಿ ಮಹಾರಾಜರ ಸೈನ್ಯ ಬಂದಿರುವ ಯಾವ ಸೂಚನೆ ಇರಲಿಲ್ಲ. ಅವರು ಈ ಪ್ರಕರಣಕ್ಕೆ ಪ್ರಾಮುಖ್ಯತೆ ನೀಡಲಿಲ್ಲವೆ? ಹಾಗಂತ ಸಮಾಧಾನ ಮಾಡಿಕೊಳ್ಳಲು ಸಾಧ್ಯ ಇರಲಿಲ್ಲ.

ಈ ರೀತಿ ಆತಂಕದಿಂದ ಇರುವಾಗಲೇ ಗುಪ್ತಚಾರ ವಿಭಾಗದ ದೂತನಿಂದ, ಆಘಾತ ಉಂಟು ಮಾಡುವ ಸುದ್ದಿ ಬಂದಿತು.

ಬೆಳವಡಿ ಆಡಳಿತಕ್ಕೆ ಒಳಪಡದ, 'ಮಲ್ಲಿನಾಥಪುರ' ಎಂಬ ಪ್ರಾಂತ್ಯದಲ್ಲಿ ಆ ರಾಜನ ಆಶ್ರಯ ಪಡೆದು ಮರಾಠ ಸೈನಿಕರು ಅಪಾರ ಸಂಖ್ಯೆಯಲ್ಲಿ, ಸಕಲ ಯುದ್ಧ ಸಿದ್ಧತೆಗಳೊಂದಿಗೆ ಬಂದಿದ್ದಾರೆ.

ಮಲ್ಲಮನಾಥಪುರದ ರಾಜ 'ಗೋಪಸಿಂಹ' ಶಿವಾಜಿ ಮಹಾರಾಜರ ಆದೇಶಕ್ಕೆ ಮಾನ್ಯತೆ ನೀಡಿ ಆಶ್ರಯ ನೀಡುವುದರೊಂದಿಗೆ ಎಲ್ಲ ರೀತಿಯ ಸಹಕಾರ ನೀಡಿದ್ದಾನೆ. ಆ ರಾಜನಿಗೆ (ಗೋಪಸಿಂಹ) 'ಬೆಳವಡಿ' ಪ್ರಾಂತ್ಯದ ಸಂಪತ್ತಿನ ಮೇಲೆ ಮೊದಲೇ ದೃಷ್ಟಿ ಬಿದ್ದಿತ್ತು. ಆದರೆ ಬಲಾಢ್ಯ ಬೆಳವಡಿ ಪ್ರಾಂತ್ಯದ ಮೇಲೆ ಆಕ್ರಮಣ ಮಾಡುವ ಧೈರ್ಯ ಇರಲಿಲ್ಲ. ಈಗ ಆ ಅವಕಾಶ ತಾನಾಗಿಯೇ ಬಂದಿದೆ.

ಈಶಪ್ರಭು "ನಾವು ಅಂದುಕೊಂಡಿದ್ದು ನಿಜವಾಗಿದೆ. ಇನ್ನು ಉಳಿದಿರೋದು ಒಂದೇ ಮಾರ್ಗ. ಯುದ್ಧ ಸನ್ನದ್ಧರಾಗಿ ಎದುರಿಸುವುದು" ಎಂದನು.

ದೂತನ ಸಂದೇಶ ಬಂದಿತು.

"ಪ್ರಭು... ಇವತ್ತು ಸೂರ್ಯಾಸ್ತಮಾನಕ್ಕೆ ಮೊದಲು ಮರಾಠ ಸೈನ್ಯದ ಪ್ರತಿನಿಧಿ 'ಚಂದನ್ ನೂಪುರ' ಅವರು ಸಂದೇಶದೊಂದಿಗೆ ಬರುತ್ತಾರೆ."

ಕುತೂಹಲದೊಂದಿಗೆ ಒಂದು ರೀತಿಯಲ್ಲಿ ಉದ್ವಿಗ್ನತೆ ಉಂಟಾಗಿದೆ. ಎಲ್ಲರೂ ಮರಾಠರ ಪ್ರತಿನಿಧಿಯ ಆಗಮನವನ್ನು ನಿರೀಕ್ಷೆ ಮಾಡುತ್ತಿದ್ದಾರೆ.

ಸಂಧ್ಯಾಕಾಲದ ಸಮಯ!

ಸೂರ್ಯಾಸ್ತಮಾನ ಆಗುತ್ತಿದೆ.

ಆಗಸದಲ್ಲಿ ಅಲ್ಲಲ್ಲಿ ನಸುಕೆಂಪಿನ ಛಾಯೆ ಕಾಣಿಸುತ್ತಿದೆ. ದೃಶ್ಯ ರಮಣೀಯವಾಗಿದೆ.

ಅರಮನೆಯ ದರ್ಬಾರ್ ಹಾಲ್‌ನಲ್ಲಿ ಮಹಾರಾಜ, ಮಂತ್ರಿಗಳು, ಮಾಂಡಲೀಕರು ಮತ್ತು ಕೆಲವು ಸಾಮಂತ ರಾಜರು ಆಸೀನರಾಗಿದ್ದಾರೆ. ಆಗ ದೂತನೊಬ್ಬ ಬಂದು ಗೌರವ ನೀಡಿದ ನಂತರ "ಪ್ರಭು... ಮರಾಠ ಪ್ರತಿನಿಧಿಗಳು ತಮ್ಮ ಭೇಟಿಗಾಗಿ ಕಾಯುತ್ತಿದ್ದಾರೆ."

"ಗೌರವ ಪೂರ್ವಕವಾಗಿ ಕರೆತನ್ನಿ."

ಮರಾಠ ಸೈನಿಕರ ಪ್ರತಿನಿಧಿ 'ಚಂದನ್ ನೂಪುರ' ದರ್ಬಾರ್ ಹಾಲ್ ಪ್ರವೇಶಿಸಿ ರಾಜ ಪದ್ಧತಿಯಂತೆ ಗೌರವ ನೀಡಿದನು. ಈಶಪ್ರಭು ಗೌರವವನ್ನು ಸ್ವೀಕರಿಸಿದ ನಂತರ ಪ್ರತಿನಿಧಿಯಾಗಿ ಬಂದಿರುವ ವ್ಯಕ್ತಿಗೆ ಆಸನದ ಸೂಚನೆ ನೀಡಿದ ಕೂಡಲೇ ಮಂತ್ರಿಗಳಲ್ಲಿ ಒಬ್ಬರು ಆಸನ ತೋರಿಸಿದರು.

"ಈಗ ಹೇಳಿ ಚಂದನ್ ನೂಪುರ. ನೀವು ತಂದಿರುವ ಸಂದೇಶವೇನು?"

"ಇದು ಶಿವಾಜಿ ಮಹಾರಾಜರ ಸಂದೇಶ. ಅದನ್ನು ಈ ಸಭೆಯಲ್ಲಿ ಸ್ಪಷ್ಟಪಡಿಸುತ್ತೇನೆ."

ಈಶಪ್ರಭು "ಶಿವಾಜಿ ಮಹಾರಾಜರ ಬಗ್ಗೆ ನಮಗೆ ಅಪಾರ ಗೌರವ ಇದೆ. ನಮ್ಮ ಗೌರವಯುತ ಪ್ರಣಾಮಗಳನ್ನು ತಿಳಿಸಿಬಿಡಿ" ಎಂದನು.

"ನಮ್ಮ ಪ್ರಭುಗಳ ಬಗ್ಗೆ ನಿಮಗಿರುವ ಗೌರವ ಮತ್ತು ಅಭಿಮಾನಕ್ಕೆ ಧನ್ಯವಾದಗಳು."

ಪ್ರಧಾನ ಅಮಾತ್ಯರು ಆದೇಶಿಸಿದರು.

"ದೂತ ಸಂದೇಶವನ್ನು ಓದಿ ಹೇಳಿ."

ಚಂದನ್ ನೂಪುರ "ಈಶಪ್ರಭುಗಳೇ ಶಿವಾಜಿ ಮಹಾರಾಜರಿಗೆ ಕರ್ನಾಟಕದ ಪ್ರಾಂತ್ಯಗಳನ್ನು ತಮ್ಮ ಆಡಳಿತದ ನಿಯಂತ್ರಣದಲ್ಲಿ ತಂದುಕೊಂಡು, ಅಖಂಡ ಹಿಂದೂ ಮಹಾ ಸಾಮ್ರಾಜ್ಯ ಸ್ಥಾಪಿಸಬೇಕೆಂಬ ಬಯಕೆಯಾಗಿದೆ. ಆದ್ದರಿಂದ ನೀವು ನಮ್ಮ ಪ್ರಭುಗಳಿಗೆ ಶರಣಾಗಿ ಅವರ ಪ್ರಭುತ್ವವನ್ನು ಒಪ್ಪಿಕೊಂಡು ಸಾಮಂತರಾಗಬೇಕು ಎಂಬುದು ಅವರ ಅಭಿಲಾಷೆ" ಎಂದು ಹೇಳಿ ಈಶಪ್ರಭು ಹಾಗೂ ಸಭೆಯಲ್ಲಿದ್ದ ಪ್ರಧಾನ ಅಮಾತ್ಯರು ಮತ್ತು ಮಂತ್ರಿಗಳ ಕಡೆ ಪರೀಕ್ಷೆ ಮಾಡುವಂತೆ ನೋಡಿದನು.

ಈಶಪ್ರಭು "ನಾವು ಅವರ ಸಾಮಂತರಾಗದಿದ್ದರೆ ಮುಂದೇನಾಗುತ್ತದೆ ಎಂಬುದನ್ನು ತಿಳಿಸಿಬಿಡಿ ಪ್ರತಿನಿಧಿಗಳೇ" ಎಂದನು.

ಚಂದನ್ ನೂಪುರ "ನಮ್ಮ ಪ್ರಭುಗಳ ಪರಾಕ್ರಮ, ಸಾಮರ್ಥ್ಯದ ಬಗ್ಗೆ ವಿವರಿಸುವ ಅಗತ್ಯ ಇಲ್ಲ. ಅವರು ಕೋಪಗೊಂಡು ಖಡ್ಗ ಹಿಡಿದು ವಿಜೃಂಭಿಸಿದರೆ, ಗಾಳಿಪಟದಂತಿರುವ ನಿಮ್ಮ ಪುಟ್ಟ ಸಂಸ್ಥಾನ ಧೂಳಿಪಟವಾಗಿ ಸರ್ವನಾಶದ ಕಮರಿಗೆ ಬೀಳುತ್ತದೆ. ಇದು ಅಂತಿಮ ಎಚ್ಚರಿಕೆ."

ಸಭೆಯಲ್ಲಿ ಮೌನ ನೆಲೆಸಿದೆ!

ಉಸಿರುಕಟ್ಟುವ ವಾತಾವರಣ.

ಈಶಪ್ರಭು "ಶರಣಾಗತಿ ಅಥವಾ ಯುದ್ಧ ಎದುರಿಸುವ ವಿಚಾರದಲ್ಲಿ ನಾವು ಇನ್ನೂ ಯಾವ ನಿರ್ಧಾರಕ್ಕೂ ಬಂದಿಲ್ಲ. ಮಂತ್ರಿ ಮಂಡಲದ ಸಮಾಲೋಚನೆಯ ನಂತರ ನಾವೇ ನಮ್ಮ ದೂತನ ಮೂಲಕ ನಮ್ಮ ಅಂತಿಮ ಅಭಿಪ್ರಾಯವನ್ನು ತಿಳಿಸುತ್ತೇವೆ."

"ಬೇಗ ತಿಳಿಸಿದರೆ ಕ್ಷೇಮ."

"ಆಗಲಿ, ಪ್ರಯತ್ನಿಸುತ್ತೇವೆ."

"ಶಿವಾಜಿ ಮಹಾರಾಜರ ಸಂದೇಶಕ್ಕೆ ಈ ರೀತಿ ಉದಾಸೀನದ ಪ್ರತಿಕ್ರಿಯೆ ನೀಡಬಾರದು."

ಈಶಪ್ರಭುವಿಗೆ ಕೋಪ ಬಂದಿತು.

"ನೀವೇನು ಹೇಳುತ್ತಿದ್ದೀರಿ ಚಂದನ್ ನೂಪುರ... ಮಂತ್ರಿಗಳೊಡನೆ ಸಮಾಲೋಚನೆ ನಡೆಸದೆ ತೀರ್ಮಾನ ತೆಗೆದುಕೊಳ್ಳಲು ಹೇಗೆ ಸಾಧ್ಯ? ಅದಕ್ಕೆ ಸ್ವಲ್ಪ ಕಾಲವಕಾಶ ಬೇಡವೆ? ನೀವು ಸಂದೇಶ ತಂದಿರುವ ದೂತರು ಮಾತ್ರ. ಸಂದೇಶಗಳನ್ನು ಪರಸ್ಪರ ರವಾನೆ ಮಾಡುವುದಷ್ಟೇ ನಿಮ್ಮ ಕರ್ತವ್ಯ. ಒಂದು

ಸಂಸ್ಥಾನದ ರಾಜನಿಗೆ ಎಚ್ಚರಿಕೆ ಕೊಡುವ ಅಥವಾ ಉಪದೇಶ ಮಾಡುವ ಪ್ರಯತ್ನ ಮಾಡಬೇಡಿ" ಎಂದು ಮಂತ್ರಿಗಳ ಕಡೆ ತಿರುಗಿ "ಪ್ರತಿನಿಧಿಯಾಗಿ ಬಂದಿರುವ ಇವರಿಗೆ ಉಳಿದುಕೊಳ್ಳಲು ಮತ್ತು ಭೋಜನದ ವ್ಯವಸ್ಥೆ ಮಾಡಿ" ಎಂದರು. ಬಳಿಕ ಚಂದನ್ ನೂಪುರನ ಕಡೆ ತಿರುಗಿ "ನೀವು ವಿಶ್ರಾಂತಿಯ ನಂತರ ಪ್ರಯಾಣ ಮಾಡಬಹುದು" ಎಂದನು.

ರಾಜಪ್ರತಿನಿಧಿ ಪದ್ಧತಿಯಂತೆ ಗೌರವ ನೀಡಿ ತೆರಳಿದನು. ಈಶಪ್ರಭು "ಅಮಾತ್ಯರೆ... ನಾಳೆಯ ದಿವಸ ತುರ್ತುಸಭೆಗೆ ವ್ಯವಸ್ಥೆ ಮಾಡಿ. ನಮ್ಮ ಆಡಳಿತದ ನಿಯಂತ್ರಣದಲ್ಲಿರುವ ಪ್ರಾಂತೀಯ ಮುಖಂಡರು, ಸಾಮಂತರುಗಳು ಮತ್ತು ರಾಜಧಾನಿಯ ಪುರ ಪ್ರಮುಖರು ಕಡ್ಡಾಯವಾಗಿ ಸಭೆಗೆ ಹಾಜರಾಗಬೇಕೆಂದು ಸಂದೇಶ ತಲುಪಿಸಿ" ಎಂದನು.

"ಆಗಲಿ ಪ್ರಭು."

** ** **

ಮಲ್ಲಮ್ಮನಿಗೆ ಈ ಸಂಗತಿ ತಿಳಿದಿದೆ. ಆದರೆ ಮಹಾರಾಜನ ಆಜ್ಞೆ ಇಲ್ಲದೆ ಅವಳು ಸ್ವತಂತ್ರಳಾಗಿ ಯಾವ ನಿರ್ಧಾರವನ್ನೂ ತೆಗೆದುಕೊಳ್ಳಲಾರಳು ಎಂಬುದು ಪ್ರಾಯೋಗಿಕ ಸಂಗತಿ.

ಮರಾಠ ಸೈನಿಕರು ಶತ್ರು ರಾಜನ ಆಶ್ರಯ ಪಡೆದು ಸೈನ್ಯ ಸಂಘಟನೆ ಮಾಡುತ್ತಿದ್ದಾರೆ. ಯುದ್ಧ ಅನಿವಾರ್ಯ ಯಾವಾಗ?

ಶರಣಾಗತಿಗೆ ಒಪ್ಪದಿದ್ದಾಗ ಮಾತ್ರ.

ಈ ವಿಚಾರವಾಗಿ ಮಹಾರಾಜರನ್ನು ನಾನು ಯಾವ ರೀತಿಯಿಂದಲೂ ಪ್ರಚೋದಿಸಲಾರೆ. ಅವರು ಯಾವ ನಿರ್ಣಯ ಕೈಗೊಂಡರೂ ಬದ್ಧಳಾಗಿರುತ್ತೇನೆ ಎಂಬ ತೀರ್ಮಾನಕ್ಕೆ ಬಂದಿದ್ದಾಳೆ.

ಈಶಪ್ರಭು ರಾತ್ರಿ ತಡವಾಗಿ ಅಂತಃಪುರಕ್ಕೆ ಬಂದರೂ ಸಹ, ಪತ್ನಿಯೊಡನೆ ಈ ಪ್ರಕರಣದ ಬಗ್ಗೆ ಚರ್ಚೆ ಮಾಡಲಿಲ್ಲ. ಈ ಸೂಕ್ಷ್ಮ ತಿಳಿದಿದ್ದ ಮಲ್ಲಮ್ಮ ಪತಿಯನ್ನು ಪ್ರಶ್ನೆ ಮಾಡಲಿಲ್ಲ. ಅವಳಿಗೆ ತಿಳಿದಿದೆ. ಪತಿ ಯಾವ ನಿರ್ಧಾರಕ್ಕೂ ಬಂದಿಲ್ಲ.

ಅಂಗಾತ ಮಲಗಿರುವ ಪತಿಯ ನಿದ್ರೆಗೆ ಭಂಗ ಬರಬಾರದು ಎಂದು ದೂರ ಸರಿದು ಮಲಗಿದಳು.

ಅವಳಿಗೂ ಆ ರಾತ್ರಿ ನಿದ್ರೆ ಬರಲಿಲ್ಲ.

ಭಯ-ಆತಂಕ ಅಲ್ಲ.

ಮುಂದೇನು ಎಂಬ ಚಿಂತೆಯಿಂದ ನಿದ್ದೆ ದೂರಾಗಿದೆ.

** ** **

ಆಘಾತಕರ ಸುದ್ದಿ ಬಂದಿತು!

ಮರಾಠ ಸೈನಿಕರು ಬೆಳವಡಿಯ ಪ್ರಾಂತ್ಯದಲ್ಲಿ ತಿರುಗುತ್ತಿದ್ದಾರೆ. ಪ್ರಜೆಗಳಲ್ಲಿ ಭಯ, ಆತಂಕ ಉಂಟು ಮಾಡುತ್ತಿದ್ದಾರೆ. ಬೆಳವಡಿ ಸೈನಿಕರು ಅವರನ್ನೆಲ್ಲಾ ತಡೆದು ಎಚ್ಚರಿಸುತ್ತಿದ್ದಾರೆ.

ರಾಜ್ಯದ ನಿಬಂಧನೆ ಏನು?

ಬೇರೆ ಪ್ರಾಂತ್ಯಗಳಿಂದ ಬಂದಿರುವ ಯಾರೇ ಆಗಿರಲಿ, ರಾಜ್ಯಾಡಳಿತದ ಅಧಿಕಾರಿಗಳ ಅನುಮತಿ ಪತ್ರ ಪಡೆಯದೆ ರಾಜಧಾನಿಯ ಪ್ರವೇಶ ಮಾಡಬಾರದು.

ಈ ನಿಬಂಧನೆಗೆ ಮರಾಠ ಸೈನಿಕರು ತಾತ್ಸಾರ ಭಾವದಿಂದ ನಗಾಡುತ್ತಾ, ಅಡ್ಡ ಬಂದ ಸೈನಿಕರನ್ನು ಬಲವಾಗಿ ತಳ್ಳಿ ಮುಂದೆ ಸಾಗುತ್ತಿದ್ದಾರೆ.

ವಿಷಯ ಈಶಪ್ರಭುವಿಗೆ ತಿಳಿಯಿತು. ಅವರನ್ನು ಬಂಧಿಸಿ ಕರೆತರಲು ಸೇನಾ ನಾಯಕರುಗಳಿಗೆ ಆದೇಶ ನೀಡಿದರು.

ಆದರೆ ಆಗಿದ್ದೇನು?

ರಾಜಧಾನಿಯ ನಾಲ್ಕಾರು ಕಡೆ ದಾಂಧಲೆ ಮಾಡಿ, ಸೈನಿಕರು ಬರುಷ್ಟರಲ್ಲಿ ಅಲ್ಲಿಂದ ಪಲಾಯನ ಮಾಡಿದ್ದರು.

ಇತ್ತೀಚಿನ ವರ್ಷಗಳಲ್ಲಿ ಇಂತಹ ಅನುಭವ ಯಾವತ್ತೂ ಆಗಿರಲಿಲ್ಲ. ಮರಾಠ ಸೈನಿಕರು ವ್ಯಾಪಾರ ಕೇಂದ್ರಗಳನ್ನು ಲೂಟಿ ಮಾಡಿದ್ದಾರೆ.

ಆದರೆ ವಿಶೇಷತೆ ಏನು?

ಆ ರೀತಿ ಲೂಟಿ ಮಾಡಿದ್ದ ಆಹಾರ ಧಾನ್ಯಗಳು, ಹೊಸ ಬಟ್ಟೆಗಳು, ಇನ್ನಿತರ ಎಲ್ಲಾ ಅಗತ್ಯ ವಸ್ತುಗಳನ್ನು ಬೆಳವಡಿ ಪ್ರಾಂತ್ಯದಲ್ಲಿರುವ ಬಡ ಜನರಿಗೆ ಹಂಚಿದ್ದಾರೆ.

ಈ ರೀತಿ ಮಾಡುವುದರ ಹಿಂದೆ ರಾಜಾಜ್ಞೆ ಇರಬೇಕು. ಇದು ಸಾಮಾನ್ಯ ಪ್ರಜೆಗಳಿಗೆ ಆತಂಕದ ಜೊತೆಗೆ ಒಂದು ರೀತಿ ವಿಸ್ಮಯ ಉಂಟು ಮಾಡಿದೆ. ಆದರೆ ರಾಜ್ಯದ ಆಡಳಿತದ ಭದ್ರತೆಯ ದೃಷ್ಟಿಯಿಂದ ಇದು ಅಪಾಯಕಾರಿ. ಇದು ವ್ಯಾಪಾರ-ವ್ಯವಹಾರಗಳ ಮೇಲೆ ಮತ್ತು ವಹಿವಾಟು ನಡೆಸುವವರ ಮೇಲೆ ಅಗಾಧ ರೀತಿಯ ಪರಿಣಾಮ ಬೀರುತ್ತದೆ. ಸುರಕ್ಷತೆಯ ಬಗ್ಗೆ ಅನುಮಾನ ಉಂಟಾಗುತ್ತದೆ.

ಈಶಪ್ರಭು ಆದೇಶಿಸಿದನು.

ರಾಜಧಾನಿಯ ಎಲ್ಲಾ ಕಡೆಗಳಲ್ಲಿ, ಮುಖ್ಯವಾಗಿ ಪುರ ಪ್ರದೇಶದ ನಾಲ್ಕು ಕಡೆಗಳಲ್ಲಿ ಸೈನ್ಯ ಪಡೆ ಸಿದ್ಧವಾಗಿರಲಿ. ಮರಾಠ ಸೈನಿಕರು ಚಾಣಾಕ್ಷರು. ಹೊಸ ತಂತ್ರಗಳ ಪ್ರಯೋಗ ಮಾಡಿ ದಾಂಧಲೆ ಮಾಡುತ್ತಾರೆ. ಆದ್ದರಿಂದ ಪ್ರತಿ ವಿಭಾಗದಲ್ಲಿ ದಂಡನಾಯಕರುಗಳು ಇರಬೇಕು.

ಅವರು ಸದಾ ಜಾಗೃತರಾಗಿದ್ದುಕೊಂಡು ಮರಾಠ ಸೈನಿಕರ ದಾಂಧಲೆಯನ್ನು ನಿಯಂತ್ರಿಸಬೇಕು. ಕಟ್ಟೆಚ್ಚರದಿಂದ ಇರುವಂತೆ ಆದೇಶಿಸಲಾಯಿತು.

ಮಹಾರಾಣಿ ಮಲ್ಲಮ್ಮ ಗೌಪ್ಯವಾಗಿ ಸಂಚರಿಸುತ್ತಾ, ಕಾವಲು ಪಡೆಯ ಸೈನಿಕರ ಕಾರ್ಯ ಚಟುವಟಿಕೆಗಳನ್ನು ಗಮನಿಸಿ ಎಚ್ಚರಿಕೆ ನೀಡುತ್ತಿದ್ದಳು.

ಮೂರು ದಿನಗಳಾದರೂ ಮರಾಠರಿಂದ ದಾಂಧಲೆ ನಡೆಯಲಿಲ್ಲ. ಹಾಗಂತ ಮೈಮರೆಯುವ ಹಾಗಿರಲಿಲ್ಲ. ಯಾಕೆಂದರೆ ತಂತ್ರಗಳಲ್ಲಿ ನಿಪುಣರಾಗಿರುವ ಅವರು ಬೇರೆ ಏನೋ ಕುಟಿಲ ತಂತ್ರ ರೂಪಿಸಿ, ಅದನ್ನು ಕಾರ್ಯಗತ ಮಾಡಲು ಕಾಯುತ್ತಿದ್ದಾರೆ.

ಬೆಳವಡಿಯವರು ಜಾಗ್ರತರಾದರು.

ಮತ್ತೊಂದು ದಿನ ಬೇರೊಂದು ಆಘಾತಕರ ಸುದ್ದಿ ಬಂದಿತು.

ಆ ಸುದ್ದಿ ತಲ್ಲಣ ಉಂಟುಮಾಡಿತು. ಇದನ್ನು ಮರಾಠರಿಂದ ನಿರೀಕ್ಷೆ ಮಾಡಿರಲಿಲ್ಲ.

ಆ ಸುದ್ದಿ ಏನು?

ಮರಾಠರು ಶಿವಾಜಿ ಮಹಾರಾಜ್ ಅವರ ಪ್ರಭಾವದಿಂದ, ಬೆಳವಡಿ ಪ್ರಾಂತ್ಯದ ಕೆಲವೇ ಮೈಲಿಗಳ ದೂರದಲ್ಲಿರುವ, ಸ್ವತಂತ್ರ 'ಸೋನಾಪುರ' ಪ್ರಾಂತ್ಯದಲ್ಲಿ ಆಶ್ರಯ ಪಡೆದಿದ್ದರು. ಆದರೆ ಸದಾಕಾಲ ಅಲ್ಲಿರಲು ಸಾಧ್ಯವೆ? ಸೈನಿಕರು ಈಗ ಬೆಳವಡಿ ಪ್ರಾಂತ್ಯದ ಕಡೆಗೆ ಬೇರೆ–ಬೇರೆ ಮಾರ್ಗಗಳಿಂದ ಪ್ರಯಾಣ ಮಾಡಿದ್ದರು. ಅವರು ವೇಷ ಮರೆಸಿಕೊಂಡು ಸಾಮಾನ್ಯ ಪ್ರಜೆಗಳ ರೀತಿಯಲ್ಲಿ ತಿರುಗಾಡ ತೊಡಗಿದರು. ಬೆಳವಡಿಯ ಹೊರಭಾಗದ ಗ್ರಾಮಸ್ಥರಲ್ಲಿ 'ಹಾಲು' ಕೇಳಿದರು. ಆ ಗ್ರಾಮಸ್ಥರಿಗೆ ಇವರು ನಮ್ಮವರಲ್ಲ ಎಂಬುದು ಅವರ ಭಾಷೆ ಮತ್ತು ವರ್ತನೆಯಿಂದ ತಿಳಿಯಿತು.

ಹಾಲು ಕೇಳಲು ಬಂದಿದ್ದ ಮರಾಠ ಸೈನಿಕರ ಮೇಲೆ ಆಕ್ರಮಣ ಮಾಡಿ ಬಂಧಿಸಿದರು. ಅವರು ಯಾರು, ಯಾಕೆ ಬಂದಿದ್ದಾರೆ ಎಂಬುದನ್ನು ಅವರಿಂದಲೇ ಬಾಯಿ ಬಿಡಿಸಿದ್ದರು. ನಂತರ ಈ ಸಂಗತಿಯನ್ನು ಪ್ರಾಂತೀಯ ಮುಖಂಡರ ಮೂಲಕ ರಾಜಧಾನಿಗೆ ತಲುಪುವಂತೆ ಮಾಡಿದರು.

ಈಶಪ್ರಭು ಆದೇಶಿಸಿದರು.

ಆ ಸೈನಿಕರನ್ನು ಬಂಧಿಸಬೇಡಿ. ಇನ್ನು ಈ ಪ್ರಾಂತ್ಯದ ಕಡೆ ಬರದಂತೆ ಎಚ್ಚರಿಕೆ ನೀಡಿ ಕಳಿಸಬೇಕು ಎಂಬ ಆದೇಶವದು.

ರಾಜಾಜ್ಞೆ ಪಾಲಿಸಲಾಯಿತು.

ಇದಾದ ನಂತರ ಮತ್ತೊಂದು ದಿನ ಆ ವಾರ್ತೆ ಬಂದಿತು.

ಬೆಳವಡಿ ಪ್ರಾಂತ್ಯಗಳಲ್ಲಿ ಸಾವಿರಾರು ಹಸುಗಳನ್ನು ಸಾಕಿದ್ದರು. ಹಾಲು ಉತ್ಪಾದನೆ, ಮೊಸರು, ಬೆಣ್ಣೆಯಿಂದ ಅಧಿಕ ಪ್ರಮಾಣದಲ್ಲಿ ಆದಾಯ

ಬರುತ್ತಿತ್ತು. ಹಲವು ಗ್ರಾಮಸ್ಥರಿಗೆ ಇದು ಜೀವನದ ಆಧಾರವಾಗಿತ್ತು. ಹಸುಗಳು ಮೇಯಲು ಬಲು ವಿಶಾಲವಾದ ಅರಣ್ಯದಲ್ಲಿ ವ್ಯವಸ್ಥೆ ಮಾಡಲಾಗಿತ್ತು. ಅಲ್ಲಿ ಬಲು ಸೊಂಪಾಗಿ ಹಸಿರು ಹುಲ್ಲು ಬೆಳೆದಿತ್ತು.

ಆಘಾತಕರ ಸುದ್ದಿ ಬಂದಿತು!

ಮೇಯುತ್ತಿರುವ ಸಾವಿರಾರು ಹಸುಗಳನ್ನು ಮರಾಠ ಸೈನಿಕರು ಅಪಹರಿಸಿಕೊಂಡು ಹೋಗಿದ್ದಾರೆ. ತಡೆಯಲು ಪ್ರಯತ್ನಿಸಿದ್ದ ಗೋಪಾಲಕರ ಮೇಲೆ ಮಾರಣಾಂತಿಕ ಹಲ್ಲೆ ಮಾಡಿದ್ದಾರೆ.

ಕೆರಳಿಬಿಟ್ಟನು ಈಶಪ್ರಭು.

ಇದೆಂತಹ ಉದ್ಧಟತನ.

ಇದನ್ನು ಸಹಿಸಲು ಸಾಧ್ಯವೆ?

ಇವತ್ತು ಹಸುಗಳನ್ನು ಅಪಹರಿಸಿಕೊಂಡು ಹೋಗಿರುವ ಮರಾಠಿಗರು, ಮತ್ತೊಂದು ದಿನ ಈ ರಾಜ್ಯದ ಮೇಲೆ ಏಕಾಏಕಿ ಆಕ್ರಮಣ ಮಾಡಬಹುದು. ಅವರು ಅದಕ್ಕಾಗಿಯೇ 'ಸೋನಾಪುರ' ಎಂಬ ಪ್ರಾಂತ್ಯದಲ್ಲಿ ಆಶ್ರಯ ಪಡೆದಿದ್ದಾರೆ. ಆ ಸ್ಥಳವನ್ನು ಕೇಂದ್ರವನ್ನಾಗಿ ಮಾಡಿಕೊಂಡು ಈ ರೀತಿ ದಾಳಿ ಮಾಡುತ್ತಿದ್ದಾರೆ.

ಏನು ಮಾಡುವುದು?

ಯುದ್ಧಕ್ಕೆ ಕರೆ ನೀಡುವುದೆ?

ಈ ರೀತಿ ಗೊಂದಲದಲ್ಲಿರುವಾಗ ಮಹಾರಾಣಿ ಮಲ್ಲಮ್ಮ ಆಗಮಿಸಿದಳು. ಪತಿಯ ಗೊಂದಲ ಮತ್ತು ಚಡಪಡಿಕೆ ಕಂಡು ಗಂಭೀರವಾಗಿ "ಪ್ರಭು... ಶಿವಾಜಿ ಮಹಾರಾಜರಿಗೆ ಹೆದರಿ, ಎಷ್ಟು ಕಾಲ ಅವರ ದಾಂಧಲೆ ಸಹಿಸಲು ಸಾಧ್ಯ? ಹಸುಗಳೇ ಈ ರಾಜ್ಯದ ವ್ಯವಹಾರದ ಮುಖ್ಯಭಾಗ. ಅವರ ಈ ಮಹಾ ಉದ್ಧಟತನಕ್ಕೆ ನಾವು ತಿರುಗೇಟು ನೀಡಲೇಬೇಕು. ನೀವು ಅನುಮತಿ ನೀಡಿದರೆ ನಾನು ಸೈನ್ಯದೊಂದಿಗೆ ಸೋನಾಪುರದ ಮೇಲೆ ಆಕ್ರಮಣ ಮಾಡಿ, ಮರಾಠ ಸೈನಿಕರಿಗೆ ಬುದ್ಧಿ ಕಲಿಸಿ, ಹಸುಗಳನ್ನು ಬಿಡಿಸಿಕೊಂಡು ಬರುತ್ತೇನೆ" ಎಂದು ಹೇಳಿದಳು.

ಮಹಾರಾಜ ಬೆಚ್ಚಿಬಿದ್ದನು.

"ದೇವಿ... ನೀನು ಏನು ಹೇಳುತ್ತಿರುವೆ?"

"ಹೌದು ಪ್ರಭು."

"ಮಹಾರಾಜನಾಗಿ ನಾನು ಇರುವಾಗ ನಿನ್ನನ್ನು ಯುದ್ಧಕ್ಕೆ ಕಳಿಸುವುದು ಸರಿಯಲ್ಲ."

"ಹಾಗಲ್ಲ ಪ್ರಭು..."

"ದೇವಿ... ಯುದ್ಧ ಸಿದ್ಧತೆಗಳಾಗಿವೆ. ನಮ್ಮ ಸೇನಾ ದಂಡನಾಯಕರು ಸಿದ್ಧರಾಗಿದ್ದಾರೆ. ನಾವು ಸೂರ್ಯಾಸ್ತಮಾನ ಆಗುವುದರಲ್ಲಿ 'ಸೋನಾಪುರ' ತಲುಪುತ್ತೇವೆ. ನಮಗೆ ನಮ್ಮ ಸೈನ್ಯಬಲದ ಬಗ್ಗೆ ವಿಶ್ವಾಸ ಇದೆ. ನೀವು ವಿಜಯಾರತಿಗೆ ಸಿದ್ಧತೆ ಮಾಡಿಕೊಳ್ಳಿ."

"ಆಗಲಿ ಪ್ರಭು ಆಗಲಿ. ನಿಮ್ಮ ಆಜ್ಞೆಯನ್ನು ನಾವು ಪಾಲಿಸುತ್ತೇವೆ. ನೆನಪಿರಲಿ ಪ್ರಭು... ಅಂತಹ ಕಷ್ಟಕರ ಸನ್ನಿವೇಶ ಎದುರಾದರೆ ನಮಗೆ ದೂತನ ಮೂಲಕ ಸಂದೇಶ ತಲುಪಿಸಿ. ನಾನು ಕೂಡಲೇ ಹೊರಟು ಬರುತ್ತೇನೆ. ನಮ್ಮ ಮಹಿಳಾ ಸೈನ್ಯ ಯಾವಾಗಲೂ ಯುದ್ಧ ಸಿದ್ಧತೆಯಲ್ಲಿರುತ್ತಾರೆ. ನನ್ನ ಅಂತಿಮ ಪ್ರಾರ್ಥನೆ ಇಷ್ಟೇ ಪ್ರಭು..."

"ಶಿವಾಜಿ ಮಹಾರಾಜರು ನಮ್ಮ ಅಸಂಖ್ಯಾತ ಹಸುಗಳನ್ನು ಅಪಹರಿಸಿರುವಾಗ ಈ ಮಹಾ ಸಾಮ್ರಾಜ್ಯದ ಅಸ್ತಿತ್ವವನ್ನೇ ಅಲ್ಲಾಡಿಸಲು ಪ್ರಯತ್ನಿಸುತ್ತಿರುವಾಗ ನಾವು ಎದೆಗೊಟ್ಟು ಎದುರಿಸಿ ಹೋರಾಡಲೇಬೇಕಾಗುತ್ತದೆ. ಪ್ರಜೆಗಳ ಕ್ಷೇಮ ಮತ್ತು ರಾಜಧಾನಿಯ ರಕ್ಷಣೆಗೆ ನಾನು ವ್ಯೂಹ ರಚನೆ ಮಾಡಿ ಸಿದ್ಧಳಾಗಿರುತ್ತೇನೆ. ನೀವು ಸೇನಾಧಿಪತಿಗಳ ಸಮೂಹದೊಂದಿಗೆ ರಕ್ಷಾ ಕವಚವನ್ನು ಧರಿಸಿ ಸಿದ್ಧರಾಗಿರಿ. ನಾನು ವಿಜಯ ಸಂಕೇತದ ಆರತಿ ಸಿದ್ಧಪಡಿಸಿರುತ್ತೇನೆ" ಎಂದಳು.

ಈಶಪ್ರಭು ಪತ್ನಿಯ ಕಡೆ ಮೆಚ್ಚುಗೆಯಿಂದ ನೋಡಿದ ನಂತರ ಅಲ್ಲಿಂದ ಹೊರಟನು.

ಕಾರಣ ಗೊತ್ತಾಗುತ್ತಿಲ್ಲ.

ಅವ್ಯಕ್ತ ಆತಂಕ ಕಾಡುತ್ತಿದೆ.

ಮಲ್ಲಮ್ಮ ನಿಂತಲ್ಲೇ ಚಡಪಡಿಸುತ್ತಿದ್ದಾಳೆ.

** ** **

ರಾಜಧಾನಿಯ ತುಂಬಾ ಈ ಸುದ್ದಿ ಹರಡಿ ಪ್ರಜೆಗಳು ಭಯ, ಆತಂಕದಿಂದ ಕಂಗಾಲಾಗುವಂತೆ ಮಾಡಿದೆ.

ಮಹಾರಾಷ್ಟ್ರದ ವೀರಚಕ್ರವರ್ತಿ ಶಿವಾಜಿ ಮಹಾರಾಜ್ ಆಗಮಿಸಿದ್ದಾರೆ.

ಯುದ್ಧ ನಿಶ್ಚಿತವಾಗಿದೆ.

ನಮ್ಮ ಅಸಂಖ್ಯಾತ ಗೋವುಗಳನ್ನು ಅಪಹರಿಸಿದ್ದಾರೆ ಮರಾಠ ಸೈನಿಕರು. ಅಂದ ಮೇಲೆ ಯುದ್ಧ ಅನಿವಾರ್ಯವಾಗಿದೆ.

ಎಂತೆಂತಹ ಪ್ರಚಂಡ ಪರಾಕ್ರಮಿ ರಾಜರುಗಳಿಗೆ ಏಳು ಕೆರೆ ನೀರು ಕುಡಿಸಿರುವ, ಅಪಾರ ಸೈನ್ಯ ಬಲ ಹೊಂದಿರುವ ಶಿವಾಜಿ ಮಹಾರಾಜರ ಎದುರು ಬೆಳವಡಿ ಸೈನಿಕರು ಹೋರಾಡಿ ಗೆಲ್ಲಬಲ್ಲರೆ?

ಮುಂದೇನು ಗತಿ?

ರಾಜಧಾನಿಯ ಪರಿಸ್ಥಿತಿ ಹೇಗಿದೆ?

ದಿನನಿತ್ಯದ ವ್ಯಾಪಾರ-ವ್ಯವಹಾರಗಳ ಕಡೆ ಯಾರಿಗೂ ಗಮನ ಇಲ್ಲ. ಭಯ ಮತ್ತು ಆತಂಕದ ವಾತಾವರಣ ಸೃಷ್ಟಿ ಆಗಿರುವಾಗ ನಿತ್ಯ ವ್ಯವಹಾರಗಳು ಹೇಗೆ ತಾನೇ ನಿರಾತಂಕವಾಗಿ ನಡೆಯಲು ಸಾಧ್ಯ?

ಕೆಲವರಂತೂ ಮನೆಗಳಿಂದ ಹೊರಗೇ ಬಂದಿಲ್ಲ. ಏತನ್ಮಧ್ಯೆ, ಮಹಾರಾಣಿ ಮಲ್ಲಮ್ಮನಿಂದ ಯುದ್ಧ ತರಬೇತಿ ಪಡೆದಿದ್ದ ಮಹಿಳಾ ಸೈನಿಕರು ರಾಜಧಾನಿಯ ಎಲ್ಲಾ ಕಡೆ ಆಯುಧಗಳೊಂದಿಗೆ ಸಿದ್ಧರಾಗಿ ಸಂಚರಿಸುತ್ತಿದ್ದಾರೆ ಮತ್ತು ಪ್ರಜೆಗಳಲ್ಲಿ ಧೈರ್ಯ ತುಂಬಲು ಪ್ರಯತ್ನಿಸುತ್ತಿದ್ದಾರೆ. ರಾಜಧಾನಿಯ ಎಲ್ಲಾ ಕಡೆ ರಾಜ್ಯಾಡಳಿತ ನಿಗದಿಪಡಿಸಿರುವ ಯುದ್ಧದ ಸಮವಸ್ತ್ರ ಧರಿಸಿ ಪಹರೆ ತಿರುಗುತ್ತಿದ್ದಾರೆ.

** ** **

ರಾಜಭವನದ ದೇವರ ಕೋಣೆಯಲ್ಲಿ ತುಪ್ಪದ ದೀಪಗಳು ಬೆಳಗುತ್ತಿವೆ. ಮಹಾರಾಣಿ ಮಲ್ಲಮ್ಮ ಮುತ್ತೈದೆಯರೊಂದಿಗೆ ಕುಲದೇವರ ಪೂಜೆಯನ್ನು ಮಾಡುತ್ತಿದ್ದಾಳೆ.

ಖಡ್ಗ ಹಿಡಿದರೆ ವೀರವನಿತೆ.

ಸಂಸಾರದ ವಿಚಾರಕ್ಕೆ ಬಂದರೆ ಈ ಮಲ್ಲಮ್ಮ, ಪತಿಗೆ ಆದರ್ಶ ಪತ್ನಿ ಮತ್ತು ಸದ್ಗೃಹಿಣಿಯಾಗಿರುತ್ತಾಳೆ.

ಪ್ರಜೆಗಳ ಕ್ಷೇಮ.

ರಾಜಧಾನಿಯ ರಕ್ಷಣೆ.

ಪತಿಗೆ ದೈವ ಶ್ರೀರಕ್ಷೆ.

ಯುದ್ಧದ ವಿಜಯಕ್ಕಾಗಿ ಸಂಕಲ್ಪ ಮತ್ತು ಮನೋರಥದ ಪ್ರಾರ್ಥನೆ.

ಪೂಜಾ ಕಾರ್ಯಕ್ರಮಗಳು, ರಾಜಕುಲ ಪದ್ಧತಿಯಂತೆ ಶ್ರದ್ಧೆ ಮತ್ತು ಭಕ್ತಿಯಿಂದ ನೆರವೇರಿತು.

ಇದು ಆಕಸ್ಮಿಕವೆ ಅಥವಾ ಯಾವುದೋ ಅಶುಭ, ಅಮಂಗಳದ ಘಟನೆಗೆ ಪೂರಕವಾದ ಭವಿಷ್ಯದ ಸೂಚನೆಯೆ?

ಆಗ ನಡೆದದ್ದಾದರೂ ಏನು?

ಮಲ್ಲಮ್ಮ ಮುತ್ತೈದೆಯರೊಂದಿಗೆ ಕುಲದೇವರಿಗೆ ಆರತಿ ಮಾಡಲು ಬೆಳ್ಳಿ ದೀಪಗಳನ್ನು ಹಚ್ಚಿದಳು. ಬೆಳ್ಳಿಯ ತಟ್ಟೆಯಲ್ಲಿ ಕುಂಕುಮ ಮತ್ತು ಅರಿಶಿನ ಬೆರೆಸಿರುವ ನೀರನ್ನು ಹಾಕಲಾಗಿದೆ.

ಆರತಿ ಮಾಡಲು ಪ್ರಾರಂಭಿಸಿದ ಆ ಕ್ಷಣ ತಟ್ಟೆಯಲ್ಲಿ ಬೆಳಗುತ್ತಿದ್ದ ದೀಪ ಆರಿತು. ಅಷ್ಟೇ ಅಲ್ಲ; ದೇವರ ಮಂಟಪದಲ್ಲಿ ಬೆಳಗುತ್ತಿದ್ದ ದೀಪಗಳಲ್ಲಿ ಒಂದು ಆರಿತು.

ಮಲ್ಲಮ್ಮ ಬೆಚ್ಚಿಬಿದ್ದಳು.

ಅಲ್ಲಿದ್ದ ಮುತ್ತೈದೆಯರು ಗಾಬರಿಯಾದರು.

ಇದನ್ನು ಗಮನಿಸಿದ ಮುತ್ತೈದೆಯರು ಮಹಾರಾಣಿಗೆ ಧೈರ್ಯ ತುಂಬುವ ಮಾತಾಡಿದರು. ಅಲ್ಲಿಯ ತನಕ ಪೂಜೆ ಮಾಡಿಸುತ್ತಿದ್ದ ಅರಮನೆ ಪುರೋಹಿತರು "ಮಹಾರಾಣಿಯವರೆ, ನೀವು ಆತಂಕ ಪಡಬೇಡಿ. ಇದು ಆಕಸ್ಮಿಕ ಸನ್ನಿವೇಶ. ನಿಮ್ಮ ಮನದಲ್ಲಿ ಆತಂಕ ಇದ್ದರೆ ನೀವು ಕುಲದೇವರಿಗೆ ತಪ್ಪು ಕಾಣಿಕೆ ನೀಡಿ ಮತ್ತು ಸಪ್ತಾಹ ಪರ್ಯಂತ ಕರುಣಾಮೂರ್ತಿ ಪರಶಿವನಿಗೆ, ರುದ್ರಾಭಿಷೇಕ ಮಾಡಿಸುವುದಾಗಿ ಹರಕೆ ಮಾಡಿಕೊಳ್ಳಿ" ಎಂದರು.

ಮಲ್ಲಮ್ಮ ಈಗ ಧೈರ್ಯ ತಂದುಕೊಂಡಳು. ಆ ದೇವರಲ್ಲಿ ಬೇಡಿಕೊಂಡಳು.

ಇದು ಅಂತರಾಳದ ಪ್ರಾರ್ಥನೆ.

ಪರಮಾತ್ಮ... ಇದು ನನ್ನ ಸಂಸಾರದ ಬೇಡಿಕೆ ಮಾತ್ರವಲ್ಲ. ರಾಜ್ಯದ ಮತ್ತು ಸಮಸ್ತ ಪ್ರಜೆಗಳ ಕ್ಷೇಮದ ಸಂಗತಿ. ಈ ದೃಷ್ಟಿಯಿಂದ ಪ್ರಭುಗಳು ಯುದ್ಧದಲ್ಲಿ ವಿಜಯಶಾಲಿಗಳಾಗಿ, ಕ್ಷೇಮವಾಗಿ ಹಿಂತಿರುಗಿ ಬರಬೇಕು ಎಂಬುದೇ ನನ್ನ ಪ್ರಾರ್ಥನೆ. ಎಲ್ಲರಂತೆ ನಾನು ಹರಕೆ ಮಾಡಿಕೊಳ್ಳುವುದಿಲ್ಲ. ಎಲ್ಲವನ್ನೂ ಬಲ್ಲ ನಿನಗೆ ಹರಕೆಯ ಆಮಿಷದಿಂದ ಬೇಡಿಕೊಳ್ಳಲಾರೆ. ನಾನು ನಿನ್ನನ್ನು ನಂಬಿದ್ದೇನೆ. ಎಲ್ಲವೂ ನಿನ್ನ ಸಂಕಲ್ಪದಂತೆ ಆಗಲಿ.

ಪುನಃ ದೀಪ ಬೆಳಗಿಸಲಾಯಿತು.

ದೇವರಿಗೆ ಆರತಿ ಮಾಡಲಾಯಿತು.

ಸೈನಿಕನೊಬ್ಬ ಬಂದು, ದೇವರ ಕೋಣೆಯ ಹೊರಭಾಗದಲ್ಲಿ ನಿಂತು "ಪ್ರಭುಗಳು ಆಗಮಿಸುತ್ತಿದ್ದಾರೆ" ಎಂಬ ಸುದ್ದಿ ತಿಳಿಸಿ ಬೆನ್ನು ತೋರಿಸದೆ ಹೊರಟನು.

ಮಲ್ಲಮ್ಮ ದೇವರ ಮುಂದೆ ಇಟ್ಟಿದ್ದ ಆರತಿ ತಟ್ಟೆಯನ್ನು ಮತ್ತು ದೀಪದ ಕಂಬಗಳನ್ನು ತೆಗೆದಳು. ಬೇರೊಂದು ಬೆಳ್ಳಿ ತಟ್ಟೆಯಲ್ಲಿ ಕೆಂಪು ನೀರಿನ ಮಿಶ್ರಣ ಮಾಡಿ ಹೊರಗೆ ಬಂದಳು.

ರಾಜ ಪುರೋಹಿತರು ಹಿಂಬಾಲಿಸಿದರು.

ಮಹಾರಾಜ ಎದೆ ಕವಚ, ತಲೆಗೆ ರಕ್ಷಣೆ ನೀಡುವ ಶಿರಸ್ತ್ರಾಣ (ಚಿನ್ನದ) ಮತ್ತು ತೋಳು, ಕೈಗಳಲ್ಲಿ ತಾಮ್ರ ಮಿಶ್ರಣದ ಕವಚಗಳನ್ನು ಕಟ್ಟಿಕೊಂಡಿದ್ದಾನೆ.

ಮುಖದಲ್ಲಿ ಗಾಂಭೀರ್ಯತೆ ಇದೆ.

ಮಲ್ಲಮ್ಮ ಆರತಿ ಮಾಡಿದಳು. ಆಗ ಪುರೋಹಿತರು ವೇದ ಮಂತ್ರ ಹೇಳಿದರು. ಮಲ್ಲಮ್ಮ ರಾಜನಿಗೆ ಆರತಿ ಎತ್ತಿ ವಿಜಯ ಸಂಕೇತದ ತಿಲಕ ಇಟ್ಟಳು. ಪುರೋಹಿತರು ದೇವ ಪೀಠದ ಮಂಭಾಗದಲ್ಲಿ ಇಡಲಾಗಿದ್ದ, ಭೈರವಿಯ ಸ್ತೋತ್ರ ಹೇಳುತ್ತಾ ಪೂಜೆ ಮಾಡಿದ ಚಿನ್ನದ ಹಿಡಿಯ ಬಲು ಹರಿತವಾದ ಖಡ್ಗವನ್ನು ಅಲ್ಲಿಂದ ತಂದರು.

ಅದನ್ನು ರಾಜನಿಗೆ ಕೊಡುವಾಗ 'ಪುರುಷ ಸೂಕ್ತ' ಹೇಳಿದರು. ಅದನ್ನು ಪಡೆದ ಮಹಾರಾಜ ಭಕ್ತಿಯಿಂದ ಕಣ್ಣುಗಳಿಗೆ ಒತ್ತಿಕೊಂಡನು.

ಪುರೋಹಿತರು ಹರಸಿದರು.

'ಜಯ... ವಿಜಯೀಭವ'

ಮಹಾರಾಜ ಪತ್ನಿಯ ಕಡೆ ನೋಡಿದನು. ಮಲ್ಲಮ್ಮನ ದೃಷ್ಟಿ ಸೇರಿತು.

ಅವರಿಬ್ಬರ ನೋಟ ಎಂದಿನಂತೆ ಇರಲಿಲ್ಲ...!

ಆದರೆ ಯುದ್ಧ ಸನ್ನದ್ಧರಾಗಿ ಪ್ರಯಾಣಕ್ಕೆ ಹೊರಟಿರುವಾಗ ಇಂತಹ ಭಾವನೆಗಳಿಗೆ ಪ್ರಾಮುಖ್ಯತೆ ಕೊಡಲು ಸಾಧ್ಯವೆ? ರಾಜನ ಎದೆ ತುಂಬಿಬಂದಂತಾಗಿ, ಪತ್ನಿಯ ಕಡೆ ದೀರ್ಘವಾಗಿ ನೋಡುತ್ತಾ ಹಿಂತಿರುಗಿ ಹೆಜ್ಜೆ ಹಾಕಲಾರಂಭಿಸಿದನು.

ಮಲ್ಲಮ್ಮ ಭಾವುಕಳಾಗಿದ್ದಾಳೆ.

ತಲ್ಲಣ ಉಂಟಾಗುತ್ತಿದೆ.

ಆದರೆ ಅವಳೀಗ ಮಾಡಲೇಬೇಕಾದ ಮಹಾ ಕರ್ತವ್ಯವೊಂದಿದೆ. ಪತಿ ಯುದ್ಧಕ್ಕೆ ಹೊರಟಿರುವಾಗ ಅರಮನೆ ಮತ್ತು ರಾಜಧಾನಿಯ ರಕ್ಷಣೆಯ ಕಡೆ ಗಮನ ನೀಡಿ ಎಲ್ಲವನ್ನೂ ಸರಿಪಡಿಸಬೇಕಿದೆ.

ಮಲ್ಲಮ್ಮ ಅಸಹಾಯಕಳಾಗಿ ಕಂಬನಿ ಮಿಡಿಯಲಿಲ್ಲ. ಕ್ಷಣಗಳಲ್ಲಿ ಬದಲಾಗಿ, ಅರಮನೆಯ ರಕ್ಷಣೆಗೆ ನಿಂತಿದ್ದ ಸೇನಾ ಮುಖ್ಯಸ್ಥರನ್ನು ಕರೆಸಿದಳು.

ಮುಖ್ಯವಾಗಿ ಮಾಡಬೇಕಾದದ್ದೇನು?

ಕೋಟೆಯ ಭದ್ರತೆ!

ಈಶಪ್ರಭುವಿನ ಪೂರ್ವಿಕರು ಬಲು ಭದ್ರವಾದ ಕೋಟೆ ನಿರ್ಮಿಸಿದ್ದರು. ಅದನ್ನು 'ಏಳು ಸುತ್ತಿನ ಕೋಟೆ' ಎಂದು ಹೊಗಳುತ್ತಿದ್ದರು. ಅಷ್ಟೊಂದು ಬಲಯುತವಾಗಿತ್ತು.

ಬಲು ವಿಶಾಲವಾದ ಮತ್ತು ಹಲವಾರು ದಿನಗಳ ಕಾಲ ರಕ್ಷಣೆ ಪಡೆಯಲು ಸೂಕ್ತ ಆಗುವ ರೀತಿಯಲ್ಲಿ ಎಲ್ಲವನ್ನೂ ನಿರ್ಮಾಣ ಮಾಡಲಾಗಿತ್ತು.

ಅಸಂಖ್ಯಾತ ಮಂದಿ ವಾಸಿಸಲು ಕೊಠಡಿಗಳು, ಆಹಾರ ಸಾಮಗ್ರಿಗಳನ್ನು ತುಂಬಿಡಲು ಉಗ್ರಾಣಗಳು, ವಿಭಾಗೀಯ ಕೊಠಡಿಗಳು, ಮತ್ತಿತರ ಮೂಲಭೂತ ಅನುಕೂಲಗಳನ್ನು ಹೊಂದಿತ್ತು.

ವಿಶೇಷತೆ ಏನು?

ಯಾವುದೇ ಕಡೆಯಿಂದ ಕೋಟೆ ಪ್ರವೇಶಿಸಲು ಶತ್ರುಗಳಿಗೆ ಸಾಧ್ಯವಾಗುವುದಿಲ್ಲ. ಸುತ್ತಲೂ ಕಬ್ಬಿಣದ ಸರಳುಗಳು, ಕವಚದ ಮಾದರಿಯ ಮೇಲಾಕೃತಿ, ಸುಣ್ಣದ ಕಲ್ಲು, ನವಣೆ ಮತ್ತು 'ಕದಂಬ' ಮಾದರಿಯ ಜವೆ ಮಣ್ಣಿನಿಂದ ಕೋಟೆಯನ್ನು ನಿರ್ಮಿಸಲಾಗಿದೆ.

ಮುಖ್ಯವಾಗಿ ದಿಡ್ಡಿ ಬಾಗಿಲು!

ಸುಮಾರು ಇಪ್ಪತ್ತು ಅಡಿ ಎತ್ತರ ಇರುವ, ಭಾರಿ ಗಾತ್ರದ ದಿಡ್ಡಿ ಬಾಗಿಲನ್ನು ಸಾಮಾನ್ಯ ಸ್ಥಿತಿಯಲ್ಲಿರುವಾಗ ತಳ್ಳಲು ಅಸಾಧ್ಯ.

ಕಡಿಮೆ ಅಂದರೂ ಅರವತ್ತು ಮಂದಿ ಪ್ರಯತ್ನ ಮಾಡಿದರೆ ಆ ದಿಡ್ಡಿ ಬಾಗಿಲನ್ನು ತೆರೆಯಲು ಮತ್ತು ನಂತರ ಭದ್ರಪಡಿಸಲು ಸಾಧ್ಯ ಆಗುತ್ತಿತ್ತು. ಸುತ್ತಲೂ ಎತ್ತರವಾದ ಗೋಡೆಗಳ ಮೇಲೆ ವಿಷ ಲೇಪನ ಮಾಡಿರುವ ಗಾಜಿನ ಚೂರುಗಳನ್ನು ಅಂಟಿಸಲಾಗಿದೆ. ಶತ್ರುಗಳು ಕೋಟೆ ಪ್ರವೇಶಿಸಬೇಕಾದರೆ ಈ ಗೋಡೆ ಹತ್ತಿ ಬರಬೇಕು.

ಆಗ ಸಾವು ಶತಸಿದ್ಧವಾಗುತ್ತಿತ್ತು. ಗಾಜು ಚುಚ್ಚಿಕೊಂಡರೆ, ಲೇಪನವಾಗಿರುವ ಅಪಾಯಕಾರಿ ವಿಷ ರಕ್ತದಲ್ಲಿ ಬೆರೆತು ತುಂಬಾ ಬೇಗ ಸಾವು ಉಂಟುಮಾಡುತ್ತಿತ್ತು.

ಮಲ್ಲಮ್ಮ ಸೈನಿಕರೊಡನೆ ಬಂದು ಕೋಟೆಯ ಎಲ್ಲಾ ಆಯಾಮಗಳನ್ನು ಪರೀಕ್ಷೆ ಮಾಡಿದಳು.

ಕೋಟೆಯ ಸುತ್ತಲೂ ಕಾವಲುಗಾರರು ಸಿದ್ಧರಾಗಿದ್ದಾರೆ. ಸೋನಾಪುರದಲ್ಲಿ ನಡೆಯಲಿರುವ ಯುದ್ಧಕ್ಕೆ ಮಹಾರಾಜರ ಸೈನ್ಯ ಪಡೆಯೊಂದಿಗೆ, ಅಲ್ಲಿನ ವಿದ್ಯಮಾನಗಳನ್ನು ತಿಳಿದು ಅದನ್ನು ತುಂಬಾ ಬೇಗ ರಾಜಧಾನಿಗೆ ತಲುಪಿಸಲು ದೂತರು ಹೋಗಿದ್ದಾರೆ.

ರಾಜಧಾನಿಯ ಹೊರಭಾಗದ ನಾಲ್ಕು ದಿಕ್ಕುಗಳಲ್ಲಿ ಸೈನ್ಯ ಪಡೆ ಇದೆ. ಹೊರಭಾಗದ ಎತ್ತರವಾದ ಗುಡ್ಡಗಳ ಮೇಲೆ ಕೆಲವರು ಇದ್ದಾರೆ. ಒಂದು ವೇಳೆ ಶತ್ರು ಸೈನಿಕರು ಬಂದರೆ ಅದು ಅವರಿಗೆ ಗೊತ್ತಾಗುತ್ತದೆ ಮತ್ತು ಕೂಡಲೇ ಅವರು ರಾಜಧಾನಿಗೆ ಮಾಹಿತಿ ನೀಡುತ್ತಾರೆ.

ಶತ್ರು ಪ್ರಬಲವಾಗಿದ್ದರೆ ರಕ್ಷಣೆಗಾಗಿ ರಾಜಧಾನಿಯ ಪ್ರಜೆಗಳು ಮತ್ತು ಅರಮನೆಯವರು ಕೋಟೆಯೊಳಗೆ ಸೇರಿಕೊಳ್ಳುತ್ತಾರೆ. ನಂತರ ದಿಡ್ಡಿ ಬಾಗಿಲನ್ನು ಹಾಕಲಾಗುತ್ತದೆ. ಶತ್ರುಗಳ ದಾಳಿ ಎದುರಿಸಲು ಸೈನಿಕರು ಸಿದ್ಧರಾಗಿರುತ್ತಾರೆ.

ಸಾಮಾನ್ಯವಾಗಿ ಅಂತಃಪುರದ ರಾಣಿಯರು ಶೀಲ ಮತ್ತು ಪ್ರಾಣಭಯದಿಂದ ಹೆದರಿ ಕೋಟೆಯೊಳಗೆ ಸೇರಿಕೊಳ್ಳುತ್ತಾರೆ.

ಮಲ್ಲಮ್ಮ ಆ ರೀತಿ ಅಲ್ಲ!

ಅವಳು ಯುದ್ಧ ಮಾಡಲು ಸಿದ್ಧಳಾಗಿ ಕುದುರೆ ಸವಾರಿ ಮಾಡುತ್ತಾ ರಾಜಧಾನಿಯ ಎಲ್ಲಾ ಕಡೆ ತಿರುಗುತ್ತಿದ್ದಾಳೆ.

ಎಷ್ಟೇ ಧೈರ್ಯವಂತೆಯಾಗಿದ್ದರೂ ಸಹ ಮನದ ಮೂಲೆಯಲ್ಲಿ ಎಲ್ಲೋ ಒಂದು ಕಡೆ ಆತಂಕ, ಅವ್ಯಕ್ತ ಭಯ ಎಂಬುದು ಕಾಡುತ್ತಿರುತ್ತದೆ.

ಶಿವಾಜಿ ಮಹಾರಾಜರ ಯುದ್ಧತಂತ್ರಗಳ ಬಗ್ಗೆ ಮಲ್ಲಮ್ಮನಿಗೆ ತಿಳಿದಿತ್ತು. ಯುದ್ಧದಲ್ಲಿ ಸೈನ್ಯವನ್ನು ಮುನ್ನಡೆಸುತ್ತಾ, ಎದುರಾಳಿಗಳು ನಿರೀಕ್ಷೆ ಮಾಡಿರದ ರೀತಿಯಲ್ಲಿ ತಂತ್ರಗಳನ್ನು ಬದಲಿಸುತ್ತಾ ಯುದ್ಧದ ಸ್ವರೂಪವೇ ಬದಲಾಗುವಂತೆ ಮಾಡುತ್ತಿದ್ದರು ಶಿವಾಜಿ ಮಹಾರಾಜರು.

ಸಾಗರದಷ್ಟಿರುವ ಸೈನ್ಯಪಡೆ.

ಆಧುನಿಕ ಆಯುಧಗಳು.

ವಿಶೇಷ ಸ್ಫೋಟಕಗಳು.

ಅನುಭವಸ್ಥ ಸೇನಾನಿಗಳು.

ಎಲ್ಲವೂ ನೆನಪಿಗೆ ಬಂದಾಗ ಮಹಾರಾಜರ ಬಗ್ಗೆ ಆತಂಕ ಉಂಟಾಗುತ್ತದೆ.

ಅವಳಿಗೆ ಬೇಸರವಾಗುತ್ತಿದೆ. ಅಸಹನೆ ಜಾಸ್ತಿ ಆಗುತ್ತಿದೆ.

ಮಹಾರಾಜರು ಒಬ್ಬರೇ ಹೋಗಬಾರದಿತ್ತು. ನಾನು ಅವರೊಂದಿಗೆ ಇದ್ದಿದ್ದರೆ, ಯಾರಿಂದಲೂ, ಯಾವ ರೀತಿಯಿಂದಲೂ ಪ್ರಾಣಾಪಾಯ ಆಗದ ರೀತಿ ನೋಡಿಕೊಳ್ಳುತ್ತಿದ್ದೆ.

ಮಹಾರಾಜರು ಬಲಹೀನರಲ್ಲ.

ಸಕಲ ಕ್ಷತ್ರಿಯ ವಿದ್ಯಾ ಪಾರಂಗತರು.

ಯುದ್ಧದ ಅನುಭವ ಇದೆ.

ಎಲ್ಲಾ ಸರಿ... ಎಲ್ಲಾ ಸರಿ... ಆದರೆ ಶಿವಾಜಿ ಮಹಾರಾಜರು ನೆನಪಾದಾಗ ಅನುಮಾನದೊಂದಿಗೆ ಆತಂಕ ಕಾಡುತ್ತಿದೆ.

ಈಗಲೇ ಸೋನಾಪುರದ ಯುದ್ಧಭೂಮಿಗೆ ಹೋಗಿಬಿಡಲೆ?

ಇದರಿಂದ ಏನಾಗುತ್ತದೆ?

ಮಹಾರಾಜರು ಮಾಡಿರುವ ರಾಜಾಜ್ಞೆಯನ್ನು ಮಹಾರಾಣಿಯಾಗಿರುವ ನಾನು ಉಲ್ಲಂಘನೆ ಮಾಡಿದಂತೆ ಆಗುತ್ತದೆ. ನನಗೆ ಶಕ್ತಿ ಮತ್ತು ಸಾಮರ್ಥ್ಯ ಇದ್ದರೂ ಸಹ ಪತಿಯ ರಕ್ಷಣೆಗೆ ಹೋಗಲು ಆಗುತ್ತಿಲ್ಲವಲ್ಲ ಎಂದು ಹತಾಶ ಭಾವದಿಂದ ಚಡಪಡಿಸುತ್ತಿದ್ದಾಳೆ. ಯುದ್ಧಭೂಮಿಯಿಂದ ಬರಲಿರುವ ಸುದ್ದಿಗಾಗಿ ಕಾಯುತ್ತಿದ್ದಾಳೆ.

ಯುದ್ಧಭೂಮಿಯಲ್ಲಿ...!

ವಿಶಾಲವಾದ ಬಯಲು ಪ್ರದೇಶದಲ್ಲಿ ಸುತ್ತಲೂ ಬೇಲಿಯನ್ನು ಹಾಕಿ ಅಸಂಖ್ಯಾತ ಹಸುಗಳು ಹೊರಗೆ ಹೋಗದಂತೆ ನಿರ್ಬಂಧಿಸಲಾಗಿದೆ. ಇಲ್ಲಿ ಶಿವಾಜಿ ಮಹಾರಾಜರ ವಿಶೇಷ ಗುಣ ಕಂಡುಬರುತ್ತಿದೆ.

ಬೇಲಿಯ ಬಂಧನದಲ್ಲಿರುವ ಹಸುಗಳಿಗೆ ಹುಲ್ಲು, ನೀರು ಎಲ್ಲವನ್ನೂ ಸಮೃದ್ಧಿಯಾಗಿ ನೀಡಲಾಗಿದೆ. ಕೆಲವರು ಹಸುಗಳ ಹಾಲು ಕರೆದು ಹಂಚಿಕೊಳ್ಳುತ್ತಿದ್ದಾರೆ.

ಈಶಪ್ರಭುವಿನ ಸೈನ್ಯಪಡೆ ಈ ಯುದ್ಧಭೂಮಿಯಿಂದ ಎರಡು ಗಾವುದಗಳ ಅಂತರದಲ್ಲಿ ಬೀಡು ಬಿಟ್ಟಿದೆ. ದೂತನ ಮೂಲಕ ಸಂದೇಶ ಕಳಿಸಲಾಗಿದೆ.

ಬೆಳವಡಿಯ ದೂತ ಮರಾಠ ಸೈನ್ಯದ ದಂಡನಾಯಕ ಮತ್ತು ಪ್ರಧಾನ ಅಮಾತ್ಯರನ್ನು ಭೇಟಿ ಮಾಡಿ ಸಂದೇಶದ ಸುತ್ತೋಲೆಯನ್ನು ತಲುಪಿಸಿದನು.

ಯುದ್ಧ ಸಂದೇಶ ಹೀಗಿದೆ!

ಹಿಂದೂ ಧರ್ಮ ಮತ್ತು ಹಿಂದೂಗಳ ಪ್ರತಿನಿಧಿಯಂತೆ ಇರುವ ಛತ್ರಪತಿ ಶಿವಾಜಿ ಮಹಾರಾಜರ ದಿವ್ಯಸಾನಿಧ್ಯದಲ್ಲಿ ಬೆಳವಡಿ ಸಂಸ್ಥಾನದ ಸಿಂಹಾಸನಾಧಿಕಾರಿ ಈಶಪ್ರಭು, ವಿನಯದಿಂದ ಮಾಡುವ ವಿಜ್ಞಾಪನೆಗಳು.

ತಮ್ಮಂತಹ ಹೃದಯ ವೈಶಾಲ್ಯದವರಿಗೆ, ನಿಮ್ಮ ಸೈನಿಕರು ಮಾಡಿರುವ ಕೃತ್ಯದ ಅರಿವು ಇರಲಾರದು ಎಂದು ಭಾವಿಸಿದ್ದೇನೆ. ನಿಮ್ಮವರು ನಮ್ಮ ಅಸಂಖ್ಯಾತ ಹಸುಗಳನ್ನು ಅಪಹರಿಸಿಕೊಂಡು ಬಂದಿದ್ದಾರೆ.

ಶಿವಾಜಿ ಮಹಾರಾಜರಿಂದ ಬಂದ ಮರುಸಂದೇಶದ ಸುತ್ತೋಲೆ, ಮರಾಠಿಗರ ಪ್ರತಿನಿಧಿಯ ಮೂಲಕ ಬೆಳವಡಿ ಅಮಾತ್ಯರ ಕೈ ಸೇರಿತು. ಅದನ್ನು ಓದಿ ಹೇಳಿದರು.

ಸಾರಾಂಶ ಹೀಗಿದೆ!

ಬೆಳವಡಿ ಸಂಸ್ಥಾನದ ಸನ್ನಿಧಾನದಲ್ಲಿ ನಮ್ಮ ವಿಜ್ಞಾಪನೆಗಳು. ನೀವು ನಮ್ಮ ಬಗ್ಗೆ ಬೆಳೆಸಿಕೊಂಡಿರುವ ಅಭಿಮಾನ, ಗೌರವಕ್ಕೆ ನಾವು ಚಿರಋಣಿಗಳಾಗಿದ್ದೇವೆ. ಆದರೆ ನಮ್ಮ ರಾಜನೀತಿ ಮತ್ತು ಕೆಲವು ಅನೂಹ್ಯ ನಿಯಮಗಳಿಗೆ ಬದ್ಧರಾಗಿ ನಾವು ಈ ನಿರ್ಧಾರ ತೆಗೆದುಕೊಂಡಿದ್ದೇವೆ.

ನಮ್ಮವರು ತುಂಬಾ ಮಂದಿ ನಿಮ್ಮ ಖಡ್ಗಕ್ಕೆ ಬಲಿಯಾಗಿದ್ದಾರೆ. ನಮಗಾಗಿ ಪ್ರಾಣ ಪಣವಾಗಿಟ್ಟು ಯುದ್ಧ ಮಾಡುವ ಸೈನಿಕರೆಂದರೆ ನಮ್ಮ ಪಾಲಿನ ಆಪತ್ಬಾಂಧವರು. ಆ ದುರಂತಕ್ಕೆ ನಾವು ಪ್ರತ್ಯುತ್ತರ ಕೊಡಲೇಬೇಕು. ನಿಮ್ಮ

ಗೋವುಗಳನ್ನು ನಾವು ಅಪಹರಿಸಿ ತಂದಿದ್ದೇವೆ. ಆದರೆ ಆ ಗೋವುಗಳ ಪಾಲನೆ, ಪೋಷಣೆಗಾಗಿ ಎಲ್ಲಾ ಅನುಕೂಲಗಳನ್ನು ಮಾಡಿದ್ದೇವೆ. ಮನುಷ್ಯರಿಗಿಂತ ನಮಗೆ ಪ್ರಾಣಿಗಳ ಮೇಲೆ ಅನುಕಂಪ ಇದೆ.

ನಿಮಗೆ ಧೈರ್ಯ ಮತ್ತು ಸೈನ್ಯಬಲ ಇದ್ದರೆ ಯುದ್ಧ ಮಾಡಿ ಗೆದ್ದು ನಿಮ್ಮ ಗೋವುಗಳನ್ನು ಬಿಡಿಸಿಕೊಂಡು ಹೋಗಿ.

ಗೆಲುವು ನಮ್ಮ ಗುರಿ!

ನಾವು ಗೆದ್ದರೆ ಬೆಳವಡಿ ಕೋಟೆ ಮತ್ತು ಎಲ್ಲಾ ಪ್ರಾಂತ್ಯಗಳನ್ನು ವಶಪಡಿಸಿಕೊಳ್ಳುತ್ತೇವೆ. ನಿಮ್ಮ ಕೋಟೆಯ ಮೇಲೆ ನಮ್ಮ ಲಾಂಛನದ ಧ್ವಜ ಹಾರಾಡುತ್ತದೆ.

ಶರಣಾಗಿ ಸಾಮಂತರಾದರೆ ರಕ್ತಪಾತ ನಿಲ್ಲುತ್ತದೆ. ನಿಮ್ಮ ಗೋವುಗಳನ್ನು ಕ್ಷೇಮವಾಗಿ ಬಿಡುಗಡೆ ಮಾಡುತ್ತೇವೆ.

ತೀರ್ಮಾನ ನಿಮ್ಮದು.

ಯುದ್ಧವೇ ಅಂತಿಮವಾದರೆ, ಜಗನ್ಮಾತೆ ನನಗೆ ಅನುಗ್ರಹಿಸಿರುವ ಖಡ್ಗ ರುಂಡಗಳ ಬಲಿದಾನ ಪಡೆಯುತ್ತದೆ.

ಇದು ಬೆದರಿಕೆ ಅಲ್ಲ, ಅಂತಿಮ ಎಚ್ಚರಿಕೆ!

ರಾಜಮುದ್ರೆ ಅಂಕಿತವಾಗಿದೆ
(ಮರಾಠಿ ಭಾಷೆಯಲ್ಲಿ ರುಜು ಇದೆ)

ಈಶಪ್ರಭು ಕ್ಷಣಗಳ ಕಾಲ ಚಡಪಡಿಸಿದನು. ಬೇಗ ಯಾವ ನಿರ್ಧಾರಕ್ಕೆ ಬರಲೂ ಅವನಿಂದ ಆಗಲಿಲ್ಲ.

ಎದೆ ಗಟ್ಟಿ ಮಾಡಿಕೊಂಡು ಅಂತಿಮ ತೀರ್ಮಾನದ ಸೂಚನೆಯಾಗಿ, ರಥದಲ್ಲಿದ್ದ ಶಂಖ ಎತ್ತಿಕೊಂಡು ಊದಿದನು.

ಉಳಿದ ನಾಯಕರುಗಳು ಸಹ ರಣಕಹಳೆ ಊದಿದರು.

ಚಂಡಿಕೆ ಭಾರಿಸಿದರು.

ಕೊಂಬು, ಕೂರಂಬ ಊದಿದರು.

ಈಶಪ್ರಭು 'ಹರ ಹರ ಮಹಾದೇವ್' ಎಂದು ಕೂಗಿದನು.

ಉಳಿದವರು ಧ್ವನಿಗೂಡಿಸಿದರು.

ಈ ಮೊದಲೇ ಸೈನ್ಯವನ್ನು ನಾಲ್ಕು ಭಾಗಗಳಾಗಿ ನಿಯೋಜಿಸಲಾಗಿತ್ತು. ಪ್ರತಿ ವಿಭಾಗದಲ್ಲಿ ಅನುಭವಸ್ಥ ದಂಡನಾಯಕರು ಇದ್ದರು. ಏಕಕಾಲದಲ್ಲಿ ಸೈನ್ಯ ನಾಲ್ಕು ಕಡೆಗಳಿಂದ ಮರಾಠ ಸೈನಿಕರ ಕಡೆ ನುಗ್ಗಿ ವೀರವಿಹಾರ ಮಾಡಿತು.

ಮರಾಠ ಸೈನಿಕರು ತತ್ತರಿಸಿದರು.

ಈಶಪ್ರಭು ಕುದುರೆ ಸವಾರಿ ಮಾಡುತ್ತಲೇ ಎದುರಾಗಿ ಬರುತ್ತಿದ್ದ ಮರಾಠ ಸೈನಿಕರ ರುಂಡಗಳನ್ನು ಕತ್ತರಿಸುತ್ತಿದ್ದದ್ದು ಯಾವ ರೀತಿ? ಬಾಳೆಯ ಗಿಡವನ್ನು ಒಂದೇ ಪ್ರಹಾರದಿಂದ 'ಕಚಕ್' ಎಂದು ಕತ್ತರಿಸುವಂತೆ.

ಇದೇ ವೇಳೆ ಅನುಭವಸ್ಥ ಸೇನಾಧಿಕಾರಿಗಳು ತುಂಬಾ ಬುದ್ಧಿವಂತಿಕೆಯಿಂದ ರಣತಂತ್ರಗಳನ್ನು ಪ್ರಯೋಗ ಮಾಡುತ್ತಿದ್ದಾರೆ.

ಶಿವಾಜಿ ಮಹಾರಾಜರು ಎಲ್ಲಿ?

ಅವರೇಕೆ ಬಂದಿಲ್ಲ?

ಈಶಪ್ರಭು ಖಡ್ಗ ಹಿಡಿದು ವೀರವಿಹಾರ ಮಾಡುತ್ತಾ ಶೋಧಿಸುತ್ತಿದ್ದಾನೆ.

ಶಿವಾಜಿ ಮಹಾರಾಜರಂಥ ಮಹಾನ್ ಸಾಹಸಿಯನ್ನು ಪರಾಭವಗೊಳಿಸಿದರೆ ನನ್ನ ಕೀರ್ತಿ ದಿಗಂತವ್ಯಾಪಿಯಾಗುತ್ತದೆ.

ಇದೇ ನನ್ನ ಗುರಿ.

ಎದುರಾಗಿ ಬರುತ್ತಿರುವ ಸೈನಿಕರು ಮತ್ತು ಪ್ರಮುಖ ನಾಯಕರುಗಳನ್ನು ಈಶಪ್ರಭು ಬಲಿ ತೆಗೆದುಕೊಳ್ಳುತ್ತಿದ್ದಾನೆ.

ಅವನ ಗಮನವೆಲ್ಲಾ ಶಿವಾಜಿ ಮಹಾರಾಜರನ್ನು ಶೋಧಿಸುವುದರ ಕಡೆ ಲೀನವಾಗಿದೆ.

'ಹರ ಹರ ಮಹಾದೇವ.'

ಯುದ್ಧಭೂಮಿಯ ಯಾವುದೋ ಮೂಲೆಯಿಂದ ಕೇಳಿಬಂದಿತು ವೀರತ್ವದ ದೈವನಾಮ ಘೋಷಣೆ!

** ** **

ಮಲ್ಲಮ್ಮ ಮತ್ತು ಕಾವಲು ಪಡೆಯವರಿಗೆ ಆನಂದ–ಆಶ್ಚರ್ಯ ಆಗುತ್ತಿದೆ.

ನಂಬಲಾಗುತ್ತಿಲ್ಲ ಅವರಿಂದ.

ಯುದ್ಧದಲ್ಲಿ ಬೆಳವಡಿ ಸೈನಿಕರ ಮೇಲುಗೈ ಆಗುತ್ತಿದೆ. ಶತ್ರುಗಳ ರುಂಡಗಳನ್ನು ಈಶಪ್ರಭು ಚೆಂಡಾಡುತ್ತಿದ್ದಾರೆ. ಸೈನಿಕರು ರಣೋತ್ಸಾಹದಿಂದ ವಿಜೃಂಭಿಸುತ್ತಿದ್ದಾರೆ.

ಗೆಲುವು ನಮ್ಮದಾಗುತ್ತದೆ.

ಆ ವಿಶ್ವಾಸ ಇದೆ.

ಯುದ್ಧದ ಲಕ್ಷಣ ಬದಲಾಗಿದೆ.

ಇತಿಹಾಸದ ಅಧ್ಯಾಯದಲ್ಲಿ ಸುವರ್ಣಾಕ್ಷರಗಳಿಂದ ಬರೆಯಲ್ಪಡುವ ವಿಜಯ ನಮ್ಮದಾಗುತ್ತದೆ.

ಮಲ್ಲಮ್ಮನಿಗೆ ಸಂತೋಷವಾಗಿದೆ. ಅವಳು ಮೌನವಾಗಿ ದೇವರನ್ನು ಪ್ರಾರ್ಥಿಸುತ್ತಿದ್ದಾಳೆ. ಅವಳು ಕೋಟೆ ಮತ್ತು ರಾಜಧಾನಿಯ ನಾಯಕತ್ವದ

ಜವಾಬ್ದಾರಿ ವಹಿಸಿದ್ದ ನಾಲ್ಕು ಮಂದಿ ದಂಡನಾಯಕಗಳನ್ನು ಕರೆದು "ಯುದ್ಧದಲ್ಲಿ ನಮ್ಮ ಕೈ ಮೇಲಾಗುತ್ತಿದೆ. ಈ ಸಂದರ್ಭದಲ್ಲಿ ನಮ್ಮವರಿಗೆ ಹೆಚ್ಚಿನ ಪ್ರಮಾಣದಲ್ಲಿ ಸೈನ್ಯಬಲ ಬೇಕಾಗುತ್ತದೆ. ಆದ್ದರಿಂದ ಎರಡು ತುಕಡಿ ಸೈನ್ಯದೊಂದಿಗೆ ಇಬ್ಬರು ದಂಡನಾಯಕರುಗಳು ಹೊರಡಲಿ. ರಾಜಧಾನಿಯ ರಕ್ಷಣೆಗೆ ಎರಡು ತುಕಡಿ ಸೈನ್ಯ ಸಾಕು. ಬೇಗ ಹೊರಡಿ" ಎಂದು ಆದೇಶಿಸಿದಳು.

ಆಗ ವೇಗವಾಗಿ ಓಡುವ ಕುದುರೆಯೊಂದಿಗೆ ಬಂದ ದೂತನೊಬ್ಬ ಸಂದೇಶ ತಂದಿದ್ದನು. ಆ ಸಂದೇಶ ಆಘಾತ ಉಂಟುಮಾಡಿತು. ಸೈನಿಕರು, ಪ್ರಜೆಗಳು ಗಾಬರಿಯಾದರು.

ಮಲ್ಲಮ್ಮ ನಿಂತಲ್ಲೇ ತತ್ತರಿಸುತ್ತಾ ತೂರಾಡಿದಳು.

ಅನಿರೀಕ್ಷಿತ ಆಘಾತ!

ಮಲ್ಲಮ್ಮ ಕೂಡಲೇ ಸಾವರಿಸಿಕೊಂಡಳು, ಉಕ್ಕೇರಿ ಬರುತ್ತಿರುವ ದುಃಖವನ್ನು ನಿಯಂತ್ರಿಸಿಕೊಂಡು ಎದುರಾಗಲಿರುವ ಅಪಾಯಕಾರಿ ಸನ್ನಿವೇಶಗಳಿಂದ ರಕ್ಷಣೆ ಪಡೆಯಲು ಸಿದ್ಧಳಾದಳು. ಸಾಮಾನ್ಯ ಸ್ತ್ರೀಯರಂತೆ ಕಂಬನಿ ಮಿಡಿಯುತ್ತಾ ದುಃಖದ ಕಡಲಲ್ಲಿ ಮುಳುಗುವ ಹಾಗಿರಲಿಲ್ಲ.

ರಾಜಧಾನಿಯನ್ನು ರಕ್ಷಿಸಬೇಕು.

ಪ್ರಜೆಗಳ ಪ್ರಾಣ ರಕ್ಷಣೆ ಮಾಡಬೇಕು.

ಆ ಕೂಡಲೇ ಆದೇಶಿಸಿದಳು.

ರಾಜಧಾನಿಯಲ್ಲಿರುವ ಎಲ್ಲ ಪ್ರಜೆಗಳಿಗೂ ಅಪಾಯದ ಸಂದೇಶ ನೀಡಿ... ಎಲ್ಲರೂ ಬೇಗ... ತುಂಬಾ ಬೇಗ ಮನೆಗಳನ್ನು ತೊರೆದು ಕೋಟೆಯೊಳಗೆ ಸೇರಿಕೊಳ್ಳಿ. ತಡ ಮಾಡಿದರೆ ಕೋಟೆ ಬಾಗಿಲನ್ನು ಹಾಕಲಾಗುತ್ತದೆ.

ಡಂಗೂರ ಸಾರುತ್ತಿದ್ದಾರೆ.

ಅಪಾಯದ ಸೂಚನೆಯ ಘಂಟೆಯ ನಿನಾದ ಮೊಳಗುತ್ತಿದೆ. ಪ್ರಜೆಗಳು ಪ್ರಾಣಭಯದಿಂದ ಧಾವಂತಗೊಂಡು ಓಡಿ ಬರುತ್ತಿದ್ದಾರೆ. ಕೈಗೆ ಸಿಕ್ಕ ಕೆಲವೇ ಅಮೂಲ್ಯ ವಸ್ತುಗಳನ್ನು ಎತ್ತಿಕೊಂಡು, ಆತುರದಿಂದ ಬಾಗಿಲನ್ನು ಭದ್ರಪಡಿಸಿ ಬರುತ್ತಿದ್ದಾರೆ. ಆ ಕ್ಷಣಗಳಲ್ಲಿ ಎಲ್ಲರಿಗೂ ಸಹ, ಪ್ರಾಣ ಕಾಪಾಡಿಕೊಳ್ಳುವುದರ ವಿನಾ ಬೇರೆ ಯಾವ ಆಲೋಚನೆಯೂ ಬಂದಿಲ್ಲ. ಎಲ್ಲರೂ ಕೋಟೆಯೊಳಗೆ ಸೇರುತ್ತಿದ್ದಾರೆ.

ಮಲ್ಲಮ್ಮ ಸೈನ್ಯದ ತುಕಡಿಗಳನ್ನು ವಿಭಾಗ ಮಾಡಿ ರಾಜಧಾನಿ ಮತ್ತು ಕೋಟೆಯ ನಾಲ್ಕು ಕಡೆಗಳಲ್ಲಿ ಆಯೋಜಿಸಿದ್ದಾಳೆ. ನುರಿತ ಬಿಲ್ಲುಗಾರರು ಎತ್ತರವಾದ ಸ್ಥಳಗಳಲ್ಲಿ ನಿಂತು, ಶತ್ರುಗಳು ಆಕ್ರಮಣ ಮಾಡುವ ಮೊದಲೇ ಬಾಣಗಳನ್ನು ಪ್ರಯೋಗ ಮಾಡಿ ಹೆಣಗಳನ್ನು ಉರುಳಿಸಲು ಸಿದ್ಧರಾಗಿದ್ದಾರೆ.

ಕೋಟೆ ಬಾಗಿಲನ್ನು ಹಾಕಲಾಯಿತು. ಒಳ ಭಾಗದಲ್ಲಿ ದಿಂಡಿನ ತೂಬುಗಳನ್ನು ಬಾಗಿಲಿಗೆ ಅಡ್ಡಲಾಗಿ ತೂಬುಗಳ ರೀತಿಯಲ್ಲಿ 'ಎಕ್ಸ್' ಆಕಾರದಲ್ಲಿ ಸಿಕ್ಕಿಸಲಾಯಿತು. ನಾಲ್ಕು ತೂಬುಗಳಿಗೆ ಬಿರಡೆಗಳನ್ನು ತೂರಿಸಿ, ತೂಬುಗಳು ಅಲ್ಲಾಡದ ರೀತಿ ಭದ್ರಗೊಳಿಸಲಾಯಿತು.

ಮಲ್ಲಮ್ಮ ಕೋಟೆಯೊಳಗೆ ಇದ್ದಾಳೆ. ಪ್ರಾಣಭೀತಿಯಿಂದ ಕಂಗಾಲಾಗಿರುವ ಪ್ರಜೆಗಳಿಗೆ ಅವಳು ಧೈರ್ಯ ಹೇಳುತ್ತಿದ್ದಾಳೆ. ಎಲ್ಲರೊಂದಿಗೆ ಬೆರೆತು, ಬದುಕಿನ ಭರವಸೆಯನ್ನು ಅವರಲ್ಲಿ ತುಂಬುತ್ತಿದ್ದಾಳೆ.

ಅವಳ ಕಣ್ಣುಗಳು ಕಂಬನಿಯಿಂದ ಭರ್ತಿಯಾಗಿವೆ.

ಕಂಬನಿ ಕಣ್ಣುಗಳಿಂದ ಉದುರುವ ಮೊದಲೇ ಅವಳು ವಸ್ತ್ರದಿಂದ ಒತ್ತಿಕೊಳ್ಳುತ್ತಾಳೆ. ಪ್ರಜೆಗಳಿಗೆ ಅವಳ ಮನೋ ವ್ಯಾಕುಲತೆ ಕಂಡು ದುಃಖವಾಗುತ್ತಿದೆ.

ಇಲ್ಲ... ಅವಳಿಂದ ಆಗುತ್ತಿಲ್ಲ.

ಏಕಾಂತ ಎಂಬುದು ಅಸಂಖ್ಯಾತ ಮಂದಿ ಇರುವ ಆ ಕೋಟೆಯಲ್ಲಿ ಹೇಗೆ ಸಾಧ್ಯ?

ಅವಳು ಪ್ರಕೃತಿ ಸಹಜವಾದ ಮಲ, ಮೂತ್ರ ವಿಸರ್ಜನೆಗಾಗಿ, ಮಹಾರಾಣಿಗೆಂದೇ ಪ್ರತ್ಯೇಕವಾಗಿದ್ದ ಶೌಚಾಲಯದ ಕೊಠಡಿಗೆ ಹೋಗುತ್ತಾಳೆ. ದುಃಖ ಶಮನ ಆಗುವ ತನಕ ನಿಶ್ಶಬ್ದವಾಗಿ ಅತ್ತು ಹೊರಗೆ ಬರುತ್ತಾಳೆ.

ಪ್ರಜೆಗಳು ಭಯ, ಆತಂಕದಿಂದ ತತ್ತರಿಸುತ್ತಿದ್ದಾರೆ.

ಶಿವಾಜಿ ಮಹಾರಾಜರ ಕಡೆಯ ಸೈನಿಕರು ಯಾವಾಗ ಕೋಟೆ ಮೇಲೆ ಆಕ್ರಮಣ ಮಾಡುತ್ತಾರೆ? ಇದೆಲ್ಲ ಏನು? ನಮ್ಮ ಪ್ರಾಣ ಉಳಿಯುವುದೆ?

ಕೋಟೆಯ ಬಂಧನದಲ್ಲಿ ಇಂತಹ ಆತಂಕದ ವಾತಾವರಣದಲ್ಲಿ ಕಾಲ ಕಳೆಯುವುದು ಎಷ್ಟೊಂದು ಕಷ್ಟಕರ ಎಂಬುದು ಅನುಭವ ಆಗುತ್ತಿದೆ.

ಮರಣ ಮೃದುಂಗ

ಎಲ್ಲಿ... ಶಿವಾಜಿ ಮಹಾರಾಜರು ಎಲ್ಲಿ? ಅವರೊಂದಿಗೆ ಹೋರಾಡಿ ವಿಜಯ ಗಳಿಸಲೇಬೇಕು. ಮಹಾವೀರನೊಂದಿಗೆ ಹೋರಾಡಿ ಗೆದ್ದರೆ ವೀರತ್ವ ಪ್ರಾಪ್ತಿ ಆಗುತ್ತದೆ ಮತ್ತು ಕೀರ್ತಿ ಪ್ರಕಾಶಿಸುತ್ತದೆ.

ಈಶಪ್ರಭುವಿನಲ್ಲಿ ಈಗ ಮಹಾ ರಣೋತ್ಸಾಹ ತುಂಬಿಕೊಂಡಿದೆ. ಎದುರಾಗುತ್ತಿರುವ ಸೈನಿಕರನ್ನು ಬಾಳೆಯ ದಿಂಡಿನ ರೀತಿ ಕತ್ತರಿಸಿ ಎಸೆಯುತ್ತಾ ಮುಂದೆ, ಮುಂದೆ ಸಾಗುತ್ತಿದ್ದಾನೆ.

ಆಗ ಎಲ್ಲಿಂದಲೋ ತೂರಿಕೊಂಡು ಬಂದ ಬಾಣ ಈಶಪ್ರಭುವಿನ ಖಡ್ಗ ಹಿಡಿದಿದ್ದ ಬಲಗೈಗೆ ನಾಟಿಕೊಂಡಿತು.

ನೋವಿನಿಂದ ತತ್ತರಿಸಿದನು.

ರಕ್ತ ಸಿಡಿಯಿತು.

ಖಡ್ಗ ಕೈಯಿಂದ ಜಾರಿತು.

ಮತ್ತೊಂದು ಕಡೆಯಿಂದ ಬಲು ಹರಿತವಾದ ಈಟಿ ಮಹಾರಾಜನ ಎದೆಯ ಮೂಲಕ ತೂರಿಕೊಂಡು ಬೆನ್ನಿನ ಭಾಗದಲ್ಲಿ ಕಾಣಿಸಿಕೊಂಡಿತು.

ಕುದುರೆಯ ಮೇಲೆ ಕುಳಿತು ಯುದ್ಧ ಮಾಡುತ್ತಿದ್ದ ಮಹಾರಾಜ ವಾಲಿಕೊಂಡು ನೆಲದ ಮೇಲೆ ದಬಾಲನೆ ಬಿದ್ದನು.

ಬಲತೋಳಿನಲ್ಲಿ ಬಾಣ ಚುಚ್ಚಿಕೊಂಡಿದೆ... ಎದೆ ಮತ್ತು ಬೆನ್ನಿನಲ್ಲಿ ಈಟಿ ತೂರಿಕೊಂಡಿದೆ.

ಯಮಯಾತನೆ ಉಂಟಾಗುತ್ತಿದೆ. ಮರಾಠ ಸೈನಿಕರಲ್ಲಿ ಕೆಲವರು ನುಗ್ಗಿದರು.

ಪ್ರಾಣ ಹೋಗಿಲ್ಲ!

ಶತ್ರುಶೇಷ ಬಿಡಬಾರದು.

ಏಕಕಾಲದಲ್ಲಿ ನಾಲ್ಕಾರು ಮಂದಿ ಸುತ್ತುವರೆದು ತಮ್ಮಲ್ಲಿರುವ ಆಯುಧಗಳಿಂದ ಹಲವಾರು ಸಲ ತಿವಿದರು. ಪ್ರಾಣ ಹೋಗಿರುವುದನ್ನು ಗಮನಿಸದೆ ತಿವಿಯುತ್ತಿದ್ದಾರೆ.

ಬೆಳವಡಿ ಸೈನಿಕರು ದೂರದಲ್ಲಿದ್ದರು. ಅವರಿಗೆ ಈ ದೃಶ್ಯ ಕಂಡು, ರಾಜನ ರಕ್ಷಣೆಗಾಗಿ ಧಾವಿಸಿ ಬಂದರು. ಆದರೆ... ಆದರೆ ಎಲ್ಲಾ ಮುಗಿದಿತ್ತು.

ಮರಾಠ ಸೇನಾಧಿಪತಿ ವಿಜಯ ಕಹಳೆ ಊದಿದನು. ಮರಾಠ ಲಾಂಛನದ ಮಹಾಧ್ವಜ ಹಾರಾಡಿತು. ಬೆಳವಡಿ ಸೈನಿಕರಲ್ಲಿ ಕೆಲವರನ್ನು ಬಂಧಿಸಿದರು.

ಪಲಾಯನ ಮಾಡುತ್ತಿದ್ದವರನ್ನು ಬೆನ್ನಟ್ಟಿ ಪ್ರಾಣ ತೆಗೆದರು.

ರಾಜಾಜ್ಞೆ ಕೋಟೆ ಆಕ್ರಮಿಸಿ...!

ಮರಾಠರ ಭಾರೀ ಪ್ರಮಾಣದ ಸೈನ್ಯ ಬೆಳವಡಿ ಕಡೆ ಪ್ರಯಾಣ ಮಾಡಿತು. ಸೈನ್ಯ ಪ್ರಯಾಣ ಪ್ರಾರಂಭ ಮಾಡಿದ ತುಂಬಾ ಹೊತ್ತಿನ ನಂತರ ಶಿವಾಜಿ ಮಹಾರಾಜರು ರಥದಲ್ಲಿ ಹೊರಟರು.

ಅಧ್ಯಾಯ ಏಳು

ಗುಪ್ತಚಾರ ವಿಭಾಗದಿಂದ ಬೆಳವಡಿಯ ಕೋಟೆ ಮತ್ತು ರಾಜಧಾನಿಯ ಪ್ರದೇಶದ ಬಗ್ಗೆ ಇರುವ ಮಾರ್ಗಗಳ ಬಗ್ಗೆ ಮಾಹಿತಿ ತರಿಸಿಕೊಂಡಿದ್ದಾರೆ. ಅನುಭವಸ್ಥ ಸೇನಾಧಿಪತಿ ಮತ್ತು ದಂಡನಾಯಕರುಗಳು, ಯಾವ ಮಾರ್ಗದಿಂದ ಆಕ್ರಮಣ ಮಾಡಬೇಕೆಂದು ಕಾರ್ಯ ಯೋಜನೆಯನ್ನು ರೂಪಿಸಿದ್ದಾರೆ.

ಸೈನ್ಯ ಬೆಳವಡಿ ಹೊರ ಪ್ರಾಂತ್ಯದಲ್ಲಿ ಬೀಡು ಬಿಟ್ಟಿದೆ.

ಆಕ್ರಮಣಕ್ಕೆ ಸೂಕ್ತ ಸಮಯ ಎಂದರೆ, ಬೆಳಗಿನ ಜಾವ ನಾಲ್ಕು ಗಂಟೆ ಅಥವಾ ಒಂದು ಗಂಟೆ ಮೊದಲು.

ಏಕಕಾಲದಲ್ಲಿ ನಾಲ್ಕು ಕಡೆಗಳಿಂದ ಆಕ್ರಮಣ ಮಾಡಬೇಕು. 'ಬತಾರೆ'ಗಳನ್ನು ಮೊದಲು ಸಿಡಿಸಬೇಕು. ಗೋಪುರದ ರೀತಿ ಇರುವ ಒಳಭಾಗದಲ್ಲಿ ಮಾಡಿರುವ ಕಂದರದಲ್ಲಿ ಸೈನಿಕರು ಅಡಗಿಕೊಂಡು ವಿಷಬಾಣಗಳು ಅಥವಾ ಸ್ಫೋಟಕಗಳ ಪ್ರಯೋಗ ಮಾಡಿದರೆ ನಾವು ಪ್ರವೇಶ ಮಾಡುವುದು ಸುಲಭ ಆಗುತ್ತದೆ.

ಆ ಕ್ಷಣಗಳಲ್ಲಿ ಸ್ಫೋಟಕಗಳು, ಸಿಡಿಮದ್ದುಗಳನ್ನು ಸಿಡಿಸುವ ಅನುಭವಸ್ಥ ತಂಡದವರು ಕಾರ್ಯಾಚರಣೆ ಪ್ರಾರಂಭಿಸಿದರು.

ಬತಾರೆಗಳು ಸಿಡಿದಾಗ ಉಂಟಾಗುತ್ತಿದ್ದ ಶಬ್ದದಿಂದ, ಕೋಟೆಯೊಳಗೆ ಆಶ್ರಯ ಪಡೆದಿದ್ದ ಪ್ರಜೆಗಳು ಭೀತರಾಗುತ್ತಿದ್ದರು.

ಅವರಲ್ಲಿ ಭಯದೊಂದಿಗೆ ಒಂದು ರೀತಿಯ ಅನುಮಾನ ಉಂಟಾಯಿತು. ಈ ಕೋಟೆಯನ್ನು ಸಹ ಸಿಡಿಸಿದರೆ ಏನು ಗತಿ ಎಂದು ಹೆದರುತ್ತಲೇ ಮಲ್ಲಮ್ಮನ ಕಡೆ ನೋಡಿದರು.

ಮಲ್ಲಮ್ಮ "ನೀವುಗಳು ಹೆದರುವ ಅಗತ್ಯ ಇಲ್ಲ. ಅವರು ಈ ಕೋಟೆಯನ್ನು ಸ್ಫೋಟಗೊಳಿಸಲಾರರು. ಹೊರಗೆ ನಮ್ಮ ಸೈನಿಕರು ಅಧಿಕ ಪ್ರಮಾಣದಲ್ಲಿದ್ದಾರೆ.

ಅಗತ್ಯ ಬಿದ್ದರೆ ನಿಮ್ಮನ್ನೆಲ್ಲಾ ಕೋಟೆಯ ಒಳಗೆ ಭದ್ರಪಡಿಸಿ ನಾನು ರಕ್ಷಣೆಗಾಗಿ ಹೋಗುತ್ತೇನೆ" ಎಂದಳು.

ಪ್ರಜೆಗಳು ಭಾವುಕರಾಗುತ್ತಿದ್ದಾರೆ.

"ನನಗೆ ನನ್ನ ಪ್ರಾಣ ಮುಖ್ಯ ಅಲ್ಲ. ನಮ್ಮನ್ನು ನಂಬಿರುವ ಪ್ರಜೆಗಳ ರಕ್ಷಣೆ ಮುಖ್ಯ. ಅದಕ್ಕಾಗಿ ನನ್ನ ಬಲಿದಾನವಾದರೂ ಸಹ ಚಿಂತೆ ಮಾಡುವುದಿಲ್ಲ. ಇದು ನಾನು ಮಾಡುತ್ತಿರುವ ಪ್ರಮಾಣ. ಇದಕ್ಕೆ ನಮ್ಮ ಕುಲದೇವರ ಮೇಲಾಣೆ" ಎಂದಳು.

ಆ ಕ್ಷಣಗಳಲ್ಲಿ ತುಂಬಾ ಮಂದಿ ಸಂಕಲ್ಪ ಮಾಡಿದರು. ನಮ್ಮ ಪ್ರಾಣ ಹೋದರೂ ಪರವಾಗಿಲ್ಲ ಈ ಮಹಾತಾಯಿಯನ್ನು ಬಿಟ್ಟು ಇರಬಾರದು. ನಮ್ಮ ಪ್ರಾಣ ಕಾಪಾಡು ಎಂದು ಅಳುತ್ತಾ ಒತ್ತಾಯ ಮಾಡಬಾರದು.

ಕಾರಣ ಏನು?

ಪತಿ ದೇವರನ್ನು ಕಳೆದುಕೊಂಡಿರುವ ದುಃಖದಲ್ಲಿದ್ದರೂ ಸಹ, ಎಲ್ಲವನ್ನೂ ನುಂಗಿಕೊಂಡು ಪ್ರಜೆಗಳ ರಕ್ಷಣೆಗಾಗಿ ಕಂಕಣಬದ್ಧಳಾಗಿ ನಿಂತಿದ್ದಾಳೆ.

ಮರಾಠ ಸೈನಿಕರು ಕೋಟೆಯ ದಿಡ್ಡಿ ಬಾಗಿಲನ್ನು ಒಡೆದು ಒಳಗೆ ಬಂದರೂ, ನಮ್ಮ ಪ್ರಾಣ ತೆಗೆದರೂ ಹೆದರಬಾರದು. ಹೇಗಿದ್ದರೂ ಪ್ರಾಣ ಉಳಿಯುವುದಿಲ್ಲ. ನಮ್ಮ ಜೀವ ಇರುವ ತನಕ ಶತ್ರುಗಳೊಂದಿಗೆ ಹೋರಾಡಬೇಕು ಎಂದು ಸಂಕಲ್ಪ ಮಾಡಿದ್ದಾರೆ. ಈ ಸಂಕಲ್ಪ ಗಟ್ಟಿಯಾಗಿದ್ದರಿಂದ ಪ್ರಾಣದ ಮೇಲಿನ ಆಸೆ, ಭಯ ಕಡಿಮೆ ಆಗಿದೆ.

ವಾಸ್ತವ ಸಂಗತಿ ಏನು?

ಎಲ್ಲರ ಮನಸ್ಸು ಒಂದೇ ಸ್ಥಿತಿಯಲ್ಲಿ ಇರುವುದಿಲ್ಲ ಎಂಬುದು ನಿಜ. ಆಶ್ರಯ ಪಡೆದಿರುವವರಲ್ಲಿ ತುಂಬಾ ಮಂದಿ ಪ್ರಾಣಭಯದಿಂದ ತತ್ತರಿಸುತ್ತಿದ್ದಾರೆ. ಅಳುತ್ತಿರುವ ಎಳೆಯ ಮಕ್ಕಳನ್ನು ತಬ್ಬಿಕೊಂಡು ಗೋಳಾಡುತ್ತಿದ್ದಾರೆ. ಮಲ್ಲಮ್ಮ ಅವರಿಗೆ ಧೈರ್ಯ ತುಂಬುತ್ತಿದ್ದಾಳೆ. ಆ ಕೋಟೆಯ ಉಗ್ರಾಣದಲ್ಲಿರುವ ಆಹಾರದ ಬಗ್ಗೆ ಗಮನಿಸುತ್ತಿದ್ದಾಳೆ.

ಕೋಟೆಯ ಒಳ ಆವರಣದಲ್ಲಿ, ಇಂತಹ ಅಪಾಯಕಾರಿ ಸನ್ನಿವೇಶ ಎದುರಾದಾಗ, ಆಶ್ರಯ ಪಡೆದಿರುವ ಪ್ರಜೆಗಳಿಗೆ ಎರಡು ಹೊತ್ತಾದರೂ ಭೋಜನದ ವ್ಯವಸ್ಥೆ ಮಾಡಲು ದವಸ, ಧಾನ್ಯ, ತರಕಾರಿಗಳು ಮತ್ತು ಇನ್ನಿತರ ಅಗತ್ಯ ವಸ್ತುಗಳನ್ನು ಸಂಗ್ರಹಿಸಲಾಗಿದೆ. ಅರಮನೆಯಿಂದ ನಿಯೋಜಿತವಾಗಿರುವ ಬಾಣಸಿಗರೊಂದಿಗೆ, ಕೋಟೆಯಲ್ಲಿರುವ ಪ್ರಜೆಗಳಲ್ಲಿ ಕೆಲವರು ಭೋಜನ ತಯಾರಿಸಲು ಸಹಕರಿಸುತ್ತಿದ್ದಾರೆ.

ಶತ್ರುಗಳ ದೃಷ್ಟಿಗೆ ಬೀಳದಂತೆ ಕೋಟೆಯೊಳಗೆ ಅಂತರ್‌ಚಲನ ವ್ಯವಸ್ಥೆ ಮಾಡಲಾಗಿದೆ.

ಮತ್ತೊಮ್ಮೆ ಸ್ಫೋಟ ಕೇಳಿಸಿತು.

ಶಬ್ದ ಕೇಳಿದರೆ ನಡುಕವಾಗುತ್ತದೆ.

ಮಲ್ಲಮ್ಮನಿಗೆ ತಿಳಿದಿದೆ. ಕೋಟೆಯ ಹೊರ ಆವರಣದಲ್ಲಿರುವ, ರಾಜಧಾನಿಯ ಪ್ರವೇಶಕ್ಕೆ ತಡೆ ಉಂಟು ಮಾಡುವ ಬತಾರೆಗಳನ್ನು ಸಿಡಿಸುತ್ತಿದ್ದಾರೆ.

ಬೆಳವಡಿಯ ಸೈನಿಕರು ಕೋಟೆಯೊಳಗೆ ಬರುತ್ತಿರುವ ಶತ್ರುಗಳ ಮೇಲೆ ನಿರಂತರವಾಗಿ ಬಾಣಗಳನ್ನು ಬಿಡುತ್ತಿದ್ದಾರೆ. ಆದರೆ ಮರಾಠ ಸೈನಿಕರು ಸ್ಫೋಟಕಗಳನ್ನು ಸಿಡಿಸುತ್ತಿರುವುದರಿಂದ, ಒಳಗೆ ಅಡಗಿಕೊಂಡು ಶತ್ರುಗಳ ಮೇಲೆ ಬಾಣಗಳ ಪ್ರಯೋಗ ಮಾಡುತ್ತಿದ್ದವರೆಲ್ಲಾ, ಸಿಡಿ ಸ್ಫೋಟಕ್ಕೆ ಬಲಿಯಾಗಿದ್ದರು. ಗೋಡೆ ಚೂರಾದಂತೆ ಸೈನಿಕರ ದೇಹಗಳು ಹಲವು ಚೂರುಗಳಾಗಿ ಸಿಡಿದು ಚೂರು ಚೂರಾಗಿದ್ದವು.

ಕೋಟೆಯ ಒಂದು ಭಾಗ ಸಂಪೂರ್ಣವಾಗಿ ನಾಶವಾದ್ದರಿಂದ, ಮರಾಠ ಸೈನಿಕರಿಗೆ ಪುರ ಪ್ರವೇಶ ಮಾಡಲು ಒಂದು ರೀತಿಯಲ್ಲಿ ತುಂಬಾ ಅನುಕೂಲವೇ ಆಯಿತು.

ಸೈನ್ಯ ನುಗ್ಗಿತು!

ರಾಜಧಾನಿಯ ರಕ್ಷಣೆಗಿದ್ದ ಬೆಳವಡಿ ಸೈನಿಕರು, ಸೇನಾ ದಂಡ ನಾಯಕರ ಆದೇಶದಂತೆ, ಆಕ್ರಮಣ ತಡೆಯುವಂತಹ ಪ್ರಯತ್ನ ಮಾಡಿದರು.

ಆದರೆ ಆಧುನಿಕ ಆಯುಧಗಳೊಂದಿಗೆ ಮುನ್ನುಗ್ಗಿದ ಮರಾಠ ಸೈನ್ಯ ಸಂಖ್ಯೆಯಲ್ಲಿ ಅಪರಿಮಿತವಾಗಿತ್ತು. ಹಾಗಾಗಿ ಬೆಳವಡಿಯ ಸೈನಿಕರು ವೀರಾವೇಶದಿಂದ ಹೋರಾಡಿದರೂ ಸಹ ಪ್ರಾಣ ಉಳಿಸಿಕೊಳ್ಳಲು ಆಗಲಿಲ್ಲ. ರಾಜಧಾನಿಯ ಹಲವಾರು ಕಡೆಗಳಲ್ಲಿ ಹೆಣಗಳು ಬಿದ್ದಿವೆ.

ರಕ್ತದ ಕೋಡಿ ಹರಿಯುತ್ತಿದೆ.

ಕೆಲವರ ಪ್ರಾಣ ಪೂರ್ತಿಯಾಗಿ ಹೋಗಿರಲಿಲ್ಲ. ಅಂತಹವರು ಯಮಯಾತನೆ ಅನುಭವಿಸುತ್ತಾ ನರಳುತ್ತಿದ್ದಾರೆ. ಅವರಿಗೆ ಚಿಕಿತ್ಸೆ ಕೊಡಿಸಲು ಯಾರಿಂದಲೂ ಸಾಧ್ಯವಾಗುತ್ತಿರಲಿಲ್ಲ. ಕಾರಣ, ರಾಜಧಾನಿಯ ಎಲ್ಲಾ ಕಡೆ ಮರಾಠ ಸೈನಿಕರು ತಿರುಗುತ್ತಿದ್ದಾರೆ.

ಮನೆಗಳಿಗೆ ನುಗ್ಗಿದರು.

ವಿಚಿತ್ರ ಏನು?

ಬಹುತೇಕ ಯಾವ ಮನೆಗಳಿಗೂ ಸಹ ಬೀಗ ಹಾಕಿರಲಿಲ್ಲ. ಮರಾಠ ಸೈನಿಕರು ಬೀಗ ಹಾಕಿರುವ ಮನೆಗಳ ಬೀಗ ಒಡೆದರು.

ಬಡವರ ಮನೆಗಳಲ್ಲಿ ಪಾತ್ರೆಗಳು, ತಟ್ಟೆಗಳು, ಲೋಟಗಳು, ಚಾಪೆ, ಕಂಬಳಿ, ದಿಂಬುಗಳು ಮತ್ತು ತುಂಬಾ ಕಡಿಮೆ ಪ್ರಮಾಣದಲ್ಲಿ ಆಹಾರ ಸಾಮಗ್ರಿಗಳಿದ್ದವು. ಶ್ರೀಮಂತರ ಮನೆಗಳಲ್ಲಿ ಬೆಲೆ ಬಾಳುವ ವಸ್ತುಗಳಿದ್ದವು.

ಮರಾಠ ಸೈನಿಕರು ಎಲ್ಲಾ ಕಡೆ ತಿರುಗಾಡಿದರೂ ಬೆಳವಡಿ ಪ್ರಜೆಗಳು ಕಂಡುಬರಲಿಲ್ಲ. ಅಂದರೆ ಎಲ್ಲರೂ ಕೋಟೆಯಲ್ಲಿ ಆಶ್ರಯ ಪಡೆದಿದ್ದಾರೆ.

ಶಿವಾಜಿ ಮಹಾರಾಜರಿಂದ ಆದೇಶ ಬಂದಿತು. ಅಸಂಖ್ಯಾತ ಕೋಟೆಗಳನ್ನು ವಶಪಡಿಸಿಕೊಂಡಿರುವ ಅವರು ಬೆಳವಡಿ ಕೋಟೆಯ ಮೇಲೆ ದೃಷ್ಟಿ ಹಾಕಿದ್ದಾರೆ.

ಸೈನಿಕರು ಕೋಟೆ ಪ್ರವೇಶಿಸಲು ನುಗ್ಗಿದ್ದಾರೆ. ಅಬ್ಬ... ಅಷ್ಟೊಂದು ಎತ್ತರವಾಗಿರುವ ಮತ್ತು ಬಲಯುತವಾಗಿರುವ, ಬಹು ವಿಶಾಲ ವ್ಯಾಪ್ತಿಯ ಕೋಟೆಯನ್ನು ಈ ಹಿಂದೆ ಕಂಡಿರಲಿಲ್ಲ. ಆ ಕೋಟೆಯ ಸುತ್ತಲೂ ತುಂಬಾ ಎತ್ತರವಾದ ಗೋಡೆಯನ್ನು ನಿರ್ಮಿಸಲಾಗಿದೆ. ಗೋಡೆಯ ಮೇಲೆ ಹತ್ತಿ, (ಕೋಟೆ) ಒಳಗೆ ಪ್ರವೇಶಿಸಲು ಮಾರ್ಗ ಇರುವುದೇನೋ ಎಂದು ಪ್ರಯತ್ನ ಮಾಡಿದರು.

ಏಕಕಾಲದಲ್ಲಿ ನಲವತ್ತು ಮಂದಿ ನಾಲ್ಕು ಭಾಗಗಳಲ್ಲಿ ನಿರ್ಮಿಸಲಾಗಿದ್ದ ಗೋಡೆಯ ಮೇಲೆ ಆಯುಧಗಳೊಂದಿಗೆ ಹತ್ತಿದರು.

ಗೋಡೆ ಹತ್ತಿದವರು ವಿಕೃತವಾಗಿ ಕಿರುಚುತ್ತಾ ನೆಲದ ಮೇಲೆ ದಬಾಲನೆ ಬಿದ್ದರು.

ಆ ರೀತಿ ಸತ್ತವರ ದೇಹದ ತುಂಬಾ ಅಲ್ಲಲ್ಲಿ ನೀಲಿಛಾಯೆ ಕಂಡುಬರುತ್ತಿದೆ. ಅಲ್ಲಿಗೆ ಉಳಿದ ಸೈನಿಕರು ಬಂದರು.

ಸತ್ತವರ ರಕ್ತದಲ್ಲಿ ಅತ್ಯಂತ ಶೀಘ್ರವಾಗಿ ಪರಿಣಾಮ ಬೀರುವಂತಹ ವಿಷ ಸೇರಿದೆ.

ಈ ವಿಷ ಎಲ್ಲಿದೆ?

ಆನೆಗಳನ್ನು ಕರೆಸಿಕೊಂಡು ಅವುಗಳ ಮೇಲೆ ಹತ್ತಿ ಪರಿಶೀಲನೆ ಮಾಡಿದರು. ಆದರೆ ಹೊರನೋಟಕ್ಕೆ ಏನೂ ಸಹ ಕಾಣಲಿಲ್ಲ.

ಆದರೆ ಸೂಕ್ಷ್ಮವಾಗಿ ಪರೀಕ್ಷೆ ಮಾಡಿದಾಗ, ಗೋಡೆಯ ಒಳಭಾಗದಲ್ಲಿ ಕಂಡುಬಂದಿತು. ನೀಲಿಛಾಯೆ ಇರುವ ಗಾಜಿನ ಚೂರುಗಳು ಸೂಕ್ಷ್ಮವಾಗಿ ಗಮನಿಸದ ಹೊರತು ಕಾಣುತ್ತಿರಲಿಲ್ಲ. ಹಾಗಾಗಿ ಕೆಲವು ಮಂದಿ ಸೈನಿಕರು ಮೃತರಾದರು.

ಮುಂದೆ ಏನು ಎಂಬ ಸಮಸ್ಯೆ ಅವರನ್ನು ಕಾಡಲಾರಂಭಿಸಿತು. ಸೇನಾಧಿಪತಿ ಎಲ್ಲವನ್ನೂ ಗಮನಿಸಿ, ಕೋಟೆಯ ಸುತ್ತಲೂ ಇರುವ ಗೋಡೆಯನ್ನು ಒಡೆದು ಒಳಗೆ ಹೋಗಲು ಆದೇಶ ನೀಡಿದನು.

ಗೋಡೆ ಒಡೆಯುವ ಕೆಲಸ ಪ್ರಾರಂಭವಾಯಿತು. ಎಷ್ಟರಮಟ್ಟಿಗೆ ಬಲಯುತವಾಗಿದೆ ಎಂದರೆ ಆಗಿನ ಕಾಲದ ಸುತ್ತಿಗೆ, ಹಾರೆಗಳಂತಹ ಉಪಕರಣಗಳಿಂದ ಒಡೆಯುತ್ತಿದ್ದಾರೆ.

ಆದರೂ ಬೇಗ ಕಾರ್ಯವಾಗುತ್ತಿಲ್ಲ ಎಂಬುದು ಬೇಸರ, ಅಸಹನೆ ಉಂಟು ಮಾಡಿದೆ.

ಇತಿಹಾಸದ ಮಾಹಿತಿ!

ಶಿವಾಜಿ ಮಹಾರಾಜರ ಮರಾಠ ಸೈನ್ಯ ಮತ್ತು ಬೆಳವಡಿ ಸೈನ್ಯದ ಯುದ್ಧ ಒಟ್ಟು ಇಪ್ಪತ್ತೇಳು ದಿನಗಳ ಕಾಲ ನಡೆಯಿತು. ಅದರಲ್ಲಿ ಕೋಟೆ ಬಾಗಿಲು ಒಡೆದು ಆಕ್ರಮಣ ಮಾಡಲು ಮತ್ತು ಮಲ್ಲಮ್ಮನ ನಾಯಕತ್ವದಲ್ಲಿ ಯುದ್ಧ ಮುಗಿಯಲು ಇಷ್ಟು ದಿನಗಳ ಕಾಲಾವಧಿ ಬೇಕಾಯಿತು. ಆದರೆ ಕೋಟೆ ಭಂಗ ಮಾಡುವುದೇ ಅತ್ಯಂತ ಪ್ರಯಾಸಕರ ಕೆಲಸವಾಗಿತ್ತು.

** ** **

ಪತಿಯ ಸಾವು ಸಂಭವಿಸಿ ನಾಲ್ಕು ದಿನಗಳಾಗಿವೆ. ಪತಿಯ ಅಂತಿಮ ದರ್ಶನ ಪಡೆಯಲು ಸಹ ಮಲ್ಲಮ್ಮನಿಗೆ ಅವಕಾಶ ಆಗಲಿಲ್ಲ. ಪತಿಯ ಶವ ಎಲ್ಲಿದೆ?

ಅಂತ್ಯಸಂಸ್ಕಾರ ಆಗಿರುವುದೆ?

ಹೇಗೆ ಸಾಧ್ಯ?

ಯಾರು ಮಾಡುತ್ತಾರೆ?

ಉಳಿದ ಸೈನಿಕರ ಶವಗಳಂತೆ ಬೆಳವಡಿ ಮಹಾರಾಜನ ಶವ ಅನಾಥವಾಗಿ ಬಿದ್ದಿರುವುದೆ? ಹದ್ದುಗಳು, ಪತಿಯ ದೇಹವನ್ನು ಕುಕ್ಕಿ... ಕುಕ್ಕಿ ತಿನ್ನುತ್ತಿರುವುವೆ? ಬೇರೆ ಕ್ರೂರಮೃಗಗಳು ಆ ಶವವನ್ನು ಎಳೆದಾಡುತ್ತಾ ತಿನ್ನುತ್ತಿರಬಹುದೆ? ನಿಜವಾಗಿ ಅಲ್ಲಿ ಏನು... ಏನು ನಡೆಯುತ್ತಿದೆ?

ಅಲ್ಲಿ ಏನು ನಡೆಯುತ್ತಿದೆ ಎಂಬುದರ ಬಗ್ಗೆ ಮಾಹಿತಿ ಸಿಗುತ್ತಿಲ್ಲ. ನಮ್ಮ ಕಡೆಯ ಬಹುತೇಕ ಸೈನಿಕರು ಸತ್ತಿದ್ದಾರೆ. ಸುದ್ದಿ ವಿನಿಮಯ ಮಾಡುವ ದೂತರು ಮರಾಠ ಸೈನಿಕರಿಗೆ ಹೆದರಿ ತಲೆಮರೆಸಿಕೊಂಡಿದ್ದಾರೆ. ಅವರು ಕೋಟೆ ಹತ್ತಿರ ಬರಲು ಸಾಧ್ಯವಿಲ್ಲ. ಪ್ರವೇಶಕ್ಕೆ ಮಾರ್ಗ ಇಲ್ಲ. ಕೋಟೆಯೊಳಗೆ ಹೋಗಲು ಅಥವಾ ಅಲ್ಲಿಂದ ಹೊರಗೆ ಬರಲು ಸುರಂಗ (ರಹಸ್ಯ) ಮಾರ್ಗಗಳಿವೆ. ಆದರೆ ಮಹಾರಾಜ, ಮಲ್ಲಮ್ಮ, ಪ್ರಧಾನ ಅಮಾತ್ಯರು ಮತ್ತು ಮಂತ್ರಿಗಳಲ್ಲಿ ವಿಶ್ವಾಸಾರ್ಹವಾಗಿರುವ ಕೆಲವೇ ಮಂದಿಗೆ ಮಾತ್ರ ಅವುಗಳನ್ನು ತೋರಿಸಲಾಗಿದೆ. ಆದರೆ ಸಮಸ್ಯೆ ಏನು?

ಅವರ್‍ಯಾರೂ ಈಗ ಬರುವ ಪ್ರಯತ್ನ ಮಾಡಲಾರರು. ಮರಾಠ ಸೈನಿಕರ ದೃಷ್ಟಿಗೆ ಬಿದ್ದರೆ ಅನಾಹುತ ಆಗುತ್ತದೆ.

ಅವರ ಪ್ರಾಣ ಉಳಿಯುವುದಿಲ್ಲ.

ಮತ್ತೊಂದು ಅಪಾಯ ಏನು?

ಶತ್ರುಗಳಿಗೆ ಕೋಟೆಯೊಳಗೆ ಪ್ರವೇಶ ಮಾಡುವ ರಹಸ್ಯ ಮಾರ್ಗ ತಿಳಿಯುತ್ತದೆ.

ಪತಿಯ ಅಂತಿಮ ದರ್ಶನ ಮಾಡಲೇಬೇಕು ಎಂಬ ತುಡಿತ ಜಾಸ್ತಿಯಾಗುತ್ತಿದೆ. ಆದರೆ ಹೇಗೆ ಸಾಧ್ಯ?

ಕೋಟೆಯಿಂದ ಹೊರಗೆ ಹೋಗಬೇಕು. ಅಲ್ಲಿಂದ ಯುದ್ಧಭೂಮಿಯ ಕಡೆ ಪ್ರಯಾಣ ಮಾಡಬೇಕು. ಅಪಾರ ಸಂಖ್ಯೆಯಲ್ಲಿ ಬಂದಿರುವ ಮರಾಠ ಸೈನಿಕರು ಎಲ್ಲಾ ಕಡೆ ಗಸ್ತು ತಿರುಗುತ್ತಿರುತ್ತಾರೆ. ಅವರ ದೃಷ್ಟಿಗೆ ಬಿದ್ದರೆ ಅಪಾಯ ತಪ್ಪಿದ್ದಲ್ಲ.

ಅಪಾಯ ಅಂತ ಹೆದರಿಕೊಂಡು ಕುಳಿತರೆ, ಪತಿಯ ಅಂತಿಮ ದರ್ಶನ ಆಗುವುದಿಲ್ಲ. ಇದು ಬದುಕಲ್ಲಿ ಶಾಶ್ವತವಾದ ಕೊರಗನ್ನು ಉಂಟು ಮಾಡುತ್ತದೆ.

ಮಲ್ಲಮ್ಮ ಚಡಪಡಿಸುತ್ತಿದ್ದಾಳೆ.

ಆಲೋಚನೆಗಳ ಲಹರಿ ಬಲು ವೇಗವಾಗಿ ಸಾಗುತ್ತಿದೆ.

ಮಲ್ಲಮ್ಮ ನಿರ್ಧರಿಸಿದಳು.

ಪತಿಯ ಅಂತಿಮ ದರ್ಶನ ಮಾಡಲೇಬೇಕು...!

ಕಾರ್ಯ ಯೋಜನೆಯನ್ನು ರೂಪಿಸಿ ತನ್ನ ಗುರುತು ಸಿಗದ ರೀತಿಯಲ್ಲಿ ಬದಲಾದಳು.

ಬೆಳವಡಿ ಕೋಟೆಯ ರಹಸ್ಯ ಸುರಂಗ ಮಾರ್ಗದ ಮೂಲಕ ಹೋದರೆ, ರಾಜಧಾನಿಯ ಹೊರಭಾಗದಲ್ಲಿರುವ, ಕಲ್ಲಿನ ಮಂಟಪದ ಸುರಂಗದ ಹೊರಭಾಗದ ಮಾರ್ಗ ಕಂಡುಬರುತ್ತದೆ.

ಸುರಂಗದ ಮೇಲೆ ಹಾಸುಗಲ್ಲನ್ನು ಮೊದಲಿನಂತೆ ಜೋಡಿಸಿದರೆ ಶತ್ರುಗಳಿಗೆ ಅನುಮಾನವಾಗಲಿ, ಅಲ್ಲಿ ಸುರಂಗವಿದೆ ಎಂಬ ಕಲ್ಪನೆಯಾಗಲಿ ಬರುವುದಿಲ್ಲ.

ಮಲ್ಲಮ್ಮ ಬೆಂಕಿಯ ಪಂಜನ್ನು ಹಿಡಿದು ಕೋಟೆಯ ಒಳಭಾಗದಲ್ಲಿರುವ ರಹಸ್ಯ ಮಾರ್ಗದಲ್ಲಿ ಸಾಗುತ್ತಿದ್ದಾಳೆ. ಒರೆಯಲ್ಲಿ ಖಡ್ಗ ಇದೆ.

ಸುರಂಗ ಮಾರ್ಗ ಅಂತ್ಯಗೊಂಡಿದ್ದು ಆ ಕಲ್ಲಿನ ಮಂಟಪದ ಹತ್ತಿರ. ಅವಳೀಗ ಬೆಂಕಿಯ ಪಂಜನ್ನು ಆರಿಸಿ ದೂರ ಎಸೆದಳು. ಯಾಕೆ ಅಂದರೆ, ಉರಿಯುತ್ತಿರುವ ಬೆಂಕಿಯ ಬೆಳಕು ತನ್ನ ಗುರುತನ್ನು ತೋರಿಸುತ್ತದೆ ಎಂದು ಗೊತ್ತಿದೆ.

ನಂತರ ಏನಾಯಿತು?

ಮಲ್ಲಮ್ಮ ಮರಗಳ ನಡುವೆ ನಡೆಯುತ್ತಿರುವಾಗ ಇಬ್ಬರು ಸೈನಿಕರು ಪಹರೆ ತಿರುಗುತ್ತಿರುವುದು ಕಂಡುಬಂದಿತು. ಮಲ್ಲಮ್ಮ ಮರಗಳ ಮರೆಯಲ್ಲಿ

ನಿಂತು ಅವಕಾಶಕ್ಕಾಗಿ ಕಾಯುತ್ತಿದ್ದಳು. ಹಾಗಾಗಿ ಆ ಸೈನಿಕರು ಹತ್ತಿರ ಬಂದ ಕೂಡಲೇ ಅವರ ಮೇಲೆ ಆಕ್ರಮಣ ಮಾಡಲು ಸುಲಭ ಸಾಧ್ಯವಾಯಿತು.

ಅವರಿಬ್ಬರ ಪ್ರಜ್ಞೆ ತಪ್ಪಿಸಿ, ಹತ್ತಿರದಲ್ಲಿರುವ ಆಳವಾದ ಕಂದರದಲ್ಲಿ ಉರುಳಿಸಿ ಅಲ್ಲಿಂದ ಬದಲಾಗಿ ಬಂದಳು.

ಬದಲಾಗುವುದು ಅಂದರೇನು?

ಮರಾಠ ಸೈನಿಕರ ಸಮವಸ್ತ್ರ ಧರಿಸಿ ಈಗ ಧೈರ್ಯವಾಗಿ ಪ್ರಯಾಣ ಮಾಡಿದಳು. ಕೆಲವು ತಾಸುಗಳ ಪ್ರಯಾಣದ ನಂತರ ಯುದ್ಧಭೂಮಿ ಕಂಡುಬಂದಿತು.

ಯುದ್ಧಭೂಮಿ ಸ್ಮಶಾನವಾಗಿದೆ.

ಎಲ್ಲಾ ಕಡೆ ಹೆಣಗಳಿವೆ.

ನೆತ್ತರಿನಿಂದ ನೆಲ ತೇವವಾಗಿದೆ.

ಅಲ್ಲಿ ಕೆಲವು ಮರಾಠ ಸೈನಿಕರು ಪಹರೆ ತಿರುಗುತ್ತಿದ್ದಾರೆ.

ಮಲ್ಲಮ್ಮನ ಬಾಹ್ಯರೂಪ ಬದಲಾಗಿದೆ. ಪುರುಷ ಮರಾಠ ಸೈನಿಕನ ರೀತಿಯಲ್ಲಿ ಬದಲಾಗಿದ್ದಾಳೆ. ಮರಾಠ ಸೈನಿಕರೇ ಎದುರಾಗುತ್ತಿದ್ದರೂ ಗುರುತಿಸಲು ಆಗಿರಲಿಲ್ಲ. ಮಲ್ಲಮ್ಮ ತುಂಬಾ ಎಚ್ಚರಿಕೆಯಿಂದ ಶವಗಳನ್ನು ಪರಿಶೀಲನೆ ಮಾಡುತ್ತಿದ್ದಾಳೆ.

ಈಶಪ್ರಭುವಿನ ಶವ ಕಾಣುತ್ತಿಲ್ಲ!

ಅವಳು ಹತಾಶಳಾಗಿದ್ದಾಳೆ.

ದುಃಖ ಸಹಿಸಲಾಗುತ್ತಿಲ್ಲ. ಈ ಅವಧಿಯಲ್ಲಿ ರಾತ್ರಿ ಕಳೆದು ಸೂರ್ಯೋದಯವಾಗಿದೆ. ಬೆಳಕಿನ ಹೊಂಗಿರಣ ಎಲ್ಲಾ ಕಡೆ ಹರಡಿದೆ. ಎಲ್ಲಾ ಕಡೆ ನೋಡುತ್ತಿದ್ದಾಳೆ.

ಆಗ ಆ ದೃಶ್ಯ ಕಂಡಿತು.

ಚಿತೆ ಸಿದ್ಧಪಡಿಸಲಾಗಿದೆ. ದೂರದಲ್ಲಿ ಸೈನಿಕರು ನಿಂತಿದ್ದಾರೆ. ಸೈನಿಕನೊಬ್ಬ ದೊಡ್ಡ ಹರಿವಾಣದಲ್ಲಿ ಗಂಧದ ತುಂಡುಗಳನ್ನು ಇಟ್ಟುಕೊಂಡು ಬಂದು ಕೊಟ್ಟನು. ರಾಜೋಚಿತವಾದ ಉಡುಪುಗಳನ್ನು ಧರಿಸಿದ್ದ ಮತ್ತು ಕಡಿಮೆ ಪ್ರಮಾಣದಲ್ಲಿ ಗಡ್ಡ ಬೆಳೆಸಿದ್ದ ವ್ಯಕ್ತಿ, ಹರಿವಾಣದಲ್ಲಿರುವ ಗಂಧದ ತುಂಡುಗಳನ್ನು ತೆಗೆದು ಶವದ ಸುತ್ತಲೂ ಜೋಡಿಸಿದನು.

ದೃಷ್ಟಿ ತುಂಬಾ ಚುರುಕಾಗಿದ್ದರಿಂದ ಮಲ್ಲಮ್ಮನಿಗೆ ಶವದ ಮುಖ ಕಂಡಿತು.

ಪತಿಯ ಶವ...!

ಅವಳು ಭಾವೋನ್ಮಾದಗೊಂಡಳು.

ಕಣ್ಣುಗಳಿಂದ ಕಂಬನಿ ತುಳುಕುತ್ತಾ ಕೆನ್ನೆಯ ಮೇಲೆ ಜಾರಿತು.

ಸೈನಿಕನೊಬ್ಬ ಉರಿಯುತ್ತಿರುವ ಬೆಂಕಿಯ ಪಂಜನ್ನು ತಂದು ಕೊಟ್ಟನು. ಆ ವ್ಯಕ್ತಿ ಚಿತೆಗೆ ಅಗ್ನಿಸ್ಪರ್ಶ ಮಾಡಿತು.

ಶಿವಾಜಿ ಮಹಾರಾಜ್...!

ಅವರನ್ನು ಮಲ್ಲಮ್ಮ ಈ ಹಿಂದೆ ಎಂದೂ ಸಹ ಪ್ರತ್ಯಕ್ಷವಾಗಿ ನೋಡಿರಲಿಲ್ಲ. ಆದರೆ ಅವರ ಬಗ್ಗೆ ವರ್ಣನೆ ಮಾಡುವುದನ್ನು ಮಂತ್ರಿಗಳಿಂದ ಕೇಳಿ ತಿಳಿದಿದ್ದಳು.

ಆಕ್ರಮಣ ಮಾಡಲು ಬಂದಿದ್ದ ಶಿವಾಜಿ, ಯುದ್ಧದಲ್ಲಿ ಮರಣ ಹೊಂದಿದ್ದ ರಾಜ ಈಶಪ್ರಭುವಿಗೆ ಸ್ವಯಂ ಅಗ್ನಿಸ್ಪರ್ಶ ಮಾಡುತ್ತಿದ್ದಾರೆ.

ಚಿತೆ ಧಗಧಗನೆ ಉರಿಯುತ್ತಿದೆ.

ಹೃದಯೇಶ್ವರನಂತೆ ಇದ್ದ ಪತಿಯನ್ನು ಕಳೆದುಕೊಂಡಿರುವ ದುಃಖ ಮತ್ತು ಕ್ಷತ್ರಿಯ ಪದ್ಧತಿಯಲ್ಲಿ ಶವಸಂಸ್ಕಾರ ಆಗುತ್ತಿದೆ ಎಂಬ ಆತ್ಮತೃಪ್ತಿ ಅವಳಿಗೆ ಉಂಟಾಗಿದೆ.

ತಾನು ಎಲ್ಲಿದ್ದೇನೆ, ತನ್ನ ಸುತ್ತಲೂ ಯಾರ್‍ಯಾರು ಇದ್ದಾರೆ ಎಂಬುದನ್ನು ಮರೆತಿದ್ದಾಳೆ. ಅವಳು ಪ್ರಯಾಣದ ಕಾಲದಲ್ಲಿ, ಮರಾಠ ಸೈನಿಕನ ಮೇಲೆ ಆಕ್ರಮಣ ಮಾಡಿ ಪ್ರಜ್ಞೆ ತಪ್ಪಿಸಿ ಆತನ ಸಮವಸ್ತ್ರ ಧರಿಸಿ, ಅದಕ್ಕೆ ಪೂರಕವಾಗುವ ರೀತಿಯಲ್ಲಿ ಬಾಹ್ಯ ರೂಪದಲ್ಲಿ ಬದಲಾವಣೆ ಮಾಡಿಕೊಂಡಿದ್ದಳು.

ಆದರೆ ಆಗ ಮರಗಳ ನಡುವಿನಿಂದ ಯಾರೋ ಒಬ್ಬ ಜೋರಾಗಿ ಕೂಗುತ್ತಾ ಈ ಗುಂಪಿನ ಕಡೆ ಬರುತ್ತಿದ್ದಾನೆ.

ಮಲ್ಲಮ್ಮ ಬೆಚ್ಚಿಬಿದ್ದಳು.

ಆ ಕ್ಷಣಗಳಲ್ಲಿ ಜಾಗೃತಳಾದಳು.

ಓಡಿಬರುತ್ತಿರುವ ವ್ಯಕ್ತಿಯ ಮೈಮೇಲೆ ಒಳ ಉಡುಪು ಮಾತ್ರ ಇದೆ...!

ಆ ಕ್ಷಣ ಗುರುತಿಸಿದಳು.

ಅಪಾಯ ಎದುರಾಗುತ್ತಿದೆ!

ಅವಳು ಹಿಂದೆ ಸರಿಯಲಾರಂಭಿಸಿದಳು. ದೂರದಲ್ಲಿ ನಿಂತು ಕಂಬನಿ ಮಿಡಿಯುತ್ತಿದ್ದ ಮರಾಠ ಸೈನಿಕನಂತೆ ಇದ್ದ ಇವಳನ್ನು ಗಮನಿಸಿದ್ದನು ಸೇನಾನಿ.

ಅನುಮಾನ ಬಂದಿತು. ಅದೇ ಸಮಯಕ್ಕೆ ಸರಿಯಾಗಿ ಒಳ ಉಡುಪಿನಲ್ಲಿ ಓಡಿಬರುತ್ತಾ, ಜೋರಾಗಿ ಕಿರುಚುತ್ತಿದ್ದ ಒಬ್ಬನನ್ನು ಸೇನಾನಿ ಗಮನಿಸಿದರು.

ಆ ಕ್ಷಣ ಪತ್ತೆ ಮಾಡಿದರು.

ಅದ್ಯಾಕೆ ಈ ಅವಸ್ಥೆಯಲ್ಲಿ ಬರುತ್ತಿದ್ದಾನೆ ಎಂದುಕೊಳ್ಳುತ್ತಿರುವಾಗಲೇ, ಅಳುತ್ತಿರುವ ವ್ಯಕ್ತಿ ಹಿಂದೆ-ಹಿಂದೆ ಸರಿಯುತ್ತಿರುವುದನ್ನು ಕಂಡು ಸೇನಾನಿ

"ಬಂಧಿಸಿ... ಅವನನ್ನು ಬಂಧಿಸಿ ಕರೆತನ್ನಿ... ಹೋಗಿ... ಎಲ್ಲಾ ಬೇಗ ಓಡಿ" ಎಂದು ಕೈ ತೋರಿಸಿ ಜೋರಾಗಿ ಕೂಗಿ ಆದೇಶಿಸಿದನು.

ಶಿವಾಜಿ ಮಹಾರಾಜರು ಪ್ರಶ್ನಾರ್ಥಕವಾಗಿ ನೋಡಿದರು. ಸೇನಾನಿ ವಿವರಿಸುತ್ತಿರುವಾಗಲೇ, ಒಳ ಉಡುಪಿನಲ್ಲಿ ಓಡಿ ಬರುತ್ತಿರುವ ಸೈನಿಕನನ್ನು ಕರೆದು ನಿಲ್ಲಿಸಿ ವಿಚಾರಿಸಿದರು.

ಅವನು ಎಲ್ಲಾ ಹೇಳುತ್ತಿದ್ದಾನೆ.

ಅಳುತ್ತಾ ಹಿಂದೆ ಸರಿಯುತ್ತಿರುವ ಅವಳನ್ನು ಸೈನಿಕರು ನೋಡಿದರು. ಆದರೆ ಅವಳು ರಭಸದಿಂದ ಓಡುತ್ತಿದ್ದಾಳೆ. ಸೈನಿಕರು ಹಿಂಬಾಲಿಸುತ್ತಿದ್ದಾರೆ. ಇನ್ನು ಕೆಲವರು ಕುದುರೆಗಳನ್ನು ಹತ್ತಿ ಸವಾರಿ ಮಾಡುತ್ತಾ, ಓಡುತ್ತಿರುವ ಅವಳ ಕಡೆ ಈಟಿ, ಭಲ್ಲೆಗಳನ್ನು ಎಸೆಯುತ್ತಿದ್ದಾರೆ. ಅವಳು ನೇರವಾಗಿ ಓಡುತ್ತಿಲ್ಲ. ಅತ್ತಿತ್ತ ಚಲಿಸುತ್ತಾ, ಮರಗಳ ನಡುವೆ ನುಗ್ಗಿ ಮರೆಯಾಗುತ್ತಿದ್ದಾಳೆ.

ಹಗಲಿನ ವೇಳೆ ಆಗಿದ್ದರಿಂದ ಅವಳು ಮರೆಯಾಗುತ್ತಿದ್ದರೂ ಸಹ ಬಾಹ್ಯರೂಪ ಆಗಾಗ ಮಿಂಚಿ ಮರೆಯಾಗುವ ರೀತಿಯಲ್ಲಿ ಕಂಡುಬರುತ್ತಿದೆ.

ಸೇನಾನಿ "ಪ್ರಭು... ನಮ್ಮ ಊಹೆ ನಿಜವಾಗಿದ್ದರೆ ಅವಳು... ಅವಳು ಬೆಳವಡಿಯ ಮಹಾರಾಣಿ ಮಲ್ಲಮ್ಮನೇ ಇರಬೇಕು. ಪತಿಯ ಅಂತಿಮ ದರ್ಶನ ಮಾಡಲು ತಂತ್ರಗಾರಿಕೆ ಉಪಯೋಗಿಸಿ, ನಮ್ಮವರ ಮೇಲೆ ಹಲ್ಲೆ ಮಾಡಿ, ಸಮವಸ್ತ್ರವನ್ನು ಧರಿಸಿ ಬಂದಿದ್ದಾಳೆ. ಅವಳನ್ನು ಹಿಡಿದು ಬಂಧಿಸಿದರೆ, ಯಾವ ರೀತಿಯ ಪ್ರತಿರೋಧ ಇಲ್ಲದಂತೆ ತುಂಬಾ ಸುಲಭವಾಗಿ ಕೋಟೆ ಮತ್ತು ಅರಮನೆಯನ್ನು ವಶಪಡಿಸಿಕೊಳ್ಳಬಹುದು" ಎಂದನು.

ಶಿವಾಜಿ ಮಹಾರಾಜ್ ಎಚ್ಚರಿಸಿದರು.

"ಮಲ್ಲಮ್ಮ ರಾಣಿಯ ಸಾಹಸದ ಬಗ್ಗೆ ನಾವು ಕೇಳಿದ್ದೇವೆ. ನೀವು ಅಂದುಕೊಂಡಷ್ಟು ಸುಲಭವಾಗಿ ಮಹಾರಾಣಿಯನ್ನು ಬಂಧಿಸಲು ಆಗುವುದಿಲ್ಲ. ಒಂದು ವೇಳೆ ಸೆರೆ ಸಿಕ್ಕರೆ, ಆಕೆಯನ್ನು ತುಂಬಾ ಗೌರವಯುತವಾಗಿ ಕರೆತರಬೇಕು. ಈ ಆದೇಶವನ್ನು ನಮ್ಮ ಸೈನಿಕರಿಗೆ ತಿಳಿಸಿಬಿಡಿ."

** ** **

ಮಲ್ಲಮ್ಮ ಮರಗಳ ಮರೆಯಲ್ಲಿ ನಿಂತು ಸಮವಸ್ತ್ರವನ್ನು ಕಳಚಿ ಎಸೆದು ಗುಡ್ಡ ಹತ್ತಿ ಮರೆಯಾದಳು. ಆದರೆ ಸೈನಿಕರು, ಅವಳು ಮುಂದೆ ಓಡುತ್ತಿದ್ದಾಳೆ, ಮರಗಳ ನಡುವೆ ಮರೆಯಾಗಿದ್ದಾಳೆ ಎಂದುಕೊಂಡೇ ಓಡುತ್ತಿದ್ದಾರೆ.

ಮರಗಳ ನಡುವೆ ಜಾಲಾಡುತ್ತಿದ್ದಾರೆ.

ಇಲ್ಲ... ಮಲ್ಲಮ್ಮ ಸಿಗಲಿಲ್ಲ. ಆದರೆ ಎಲ್ಲೋ ಒಂದು ಕಡೆ ಮರಾಠ ಸೈನ್ಯದ ಸಮವಸ್ತ್ರ ಕಂಡುಬಂದಿತು.

ಅವರಿಗೆ ಗುಡ್ಡದ ಕಲ್ಪನೆ ಬರಲಿಲ್ಲ.

ಕಾರಣ ಏನು?

ಅಷ್ಟೊಂದು ಕಡಿದಾಗಿರುವ, ಕಲ್ಲು, ಮುಳ್ಳು, ಪೊದೆಗಳಿಂದ ತುಂಬಿರುವ ಗುಡ್ಡವನ್ನು ಹತ್ತುವ ಸಾಹಸ ಮಾಡಿರಲಾರಳು ಎಂದು ಹಿಂತಿರುಗಿ ಬಂದಿದ್ದರು.

ಆದರೆ ಆಗಿದ್ದೇನು?

ಶಿವಾಜಿ ಮಹಾರಾಜರು ಕೋಪದಿಂದ "ಆಕೆ ಬಗ್ಗೆ ತಿಳಿಯದೆ ಹಿಂಬಾಲಿಸಿದ್ದೀರಿ. ಆಕೆಯ ಸಾಹಸ, ಸಾಮರ್ಥ್ಯದ ಬಗ್ಗೆ ನಿಮಗೆ ತಿಳಿದಿಲ್ಲ. ಆಕೆ ಎಷ್ಟೇ ಕಠಿಣವಾದ ಗುಡ್ಡಬೆಟ್ಟವನ್ನು ಹತ್ತಬಲ್ಲಳು. ಹೋಗಿ... ಬೇಗ ಹೋಗಿ ಆ ಗುಡ್ಡವನ್ನೆಲ್ಲಾ ಶೋಧನೆ ಮಾಡಿ" ಎಂದು ರೇಗುವ ರೀತಿ ಹೇಳಿದರು.

ಸೈನ್ಯದ ತುಕಡಿ ಹೊರಟಿತು.

** ** **

ಹಗಲಿನಲ್ಲಿ ಸೂರ್ಯನ ಬೆಳಕು ತುಂಬಾ ಪ್ರಕಾಶಮಾನವಾಗಿ ಪ್ರಜ್ವಲಿಸುತ್ತಿದ್ದರೂ ಸಹ, ಆ ಗುಡ್ಡದಲ್ಲಿ ಮರಗಳು ತುಂಬಾ ಎತ್ತರವಾಗಿ ಮತ್ತು ಒತ್ತೊತ್ತಾಗಿ ಬೆಳೆದಿದ್ದರಿಂದ ನಸುಗತ್ತಲು ಆವರಿಸಿದಂತೆ ಗೋಚರಿಸುತ್ತಿದೆ.

ಮಲ್ಲಮ್ಮ ಮರಗಳ ನಡುವೆ ನಿಂತು ಆಯಾಸ ಪರಿಹಾರ ಮಾಡಿಕೊಂಡಳು. ಮೃದುವಾದ ಪಾದಗಳಿಗೆ ಚುಚ್ಚಿಕೊಂಡಿದ್ದ ಮುಳ್ಳುಗಳನ್ನು ಕಿತ್ತೆಸೆದಳು.

ಬಂಡೆಗಳ ನಡುವಿನಿಂದ ಹರಿಯುತ್ತಿರುವ ನೀರಿನ ತೊರೆಯ ಹತ್ತಿರ ಹೋಗಿ ಮುಖ, ಮೈ ತುಂಬಾ ನೀರನ್ನು ಎರಚಿಕೊಂಡಳು ಮತ್ತು ಬೊಗಸೆ ಕೈಗಳ ತುಂಬಾ ನೀರನ್ನು ಹಿಡಿದು ಕುಡಿದಳು.

ಆಯಾಸ ಪರಿಹಾರವಾಗಿದೆ!

ಬಂಡೆಯ ಮೇಲೆ ಕುಳಿತಿದ್ದ ಅವಳು ತೊರೆಯತ್ತ ಬೆನ್ನು ಬಾಗಿಸಿ ನೀರು ಕುಡಿಯುತ್ತಿರುವಾಗ ಹಿಂಭಾಗದಿಂದ ನೆರಳು ಕಂಡಿತು.

ಮರಾಠ ಸೈನಿಕರು ಬಂದಿರಬೇಕು ಎಂದು ಆಕ್ರಮಣ ಎದುರಿಸಲು ಸಿದ್ಧಳಾದಳು. ಕುಳಿತಿರುವ ಜಾಗದಿಂದ ಚಂಗನೆ ನೆಗೆದು ಹಿಂದಕ್ಕೆ ತಿರುಗುತ್ತಿರುವಾಗಲೇ, ಒರೆಯಿಂದ ಖಡ್ಗವನ್ನು ಎಳೆದು ತೆಗೆದಿದ್ದಳು.

ಅವಳು ಬೆಚ್ಚಿಬಿದ್ದಳು.

ಮರಾಠ ಸೈನಿಕನಲ್ಲ.

ಸೈನಿಕರಾಗಿದ್ದರೆ ಕ್ಷಣಗಳ ಅವಧಿಯ ಪ್ರಹಾರದಲ್ಲಿ ರುಂಡಗಳನ್ನು ಚೆಂಡಾಡಿ ಬಿಡುತ್ತಿದ್ದಳು. ಆದರೆ ಅಲ್ಲಿ ನಿಂತಿರೋದು ಕರಡಿ...!

ಭಾರೀ ಗಾತ್ರದ ಕರಡಿ.

ಮಲ್ಲಮ್ಮ ಗಾಬರಿಯಾಗಲಿಲ್ಲ. ಅವಳ ಕೈಯಲ್ಲಿ ಹರಿತವಾದ ಖಡ್ಗ ಇದೆ. ಆದರೆ ಕರಡಿಯ ಮೇಲೆ ಸಾವಿನ ಪ್ರಹಾರ ಮಾಡಲಿಲ್ಲ. ಗಿರ್ರನೆ ತಿರುಗುತ್ತಾ ಗಾಳಿಯಲ್ಲಿ ಖಡ್ಗವನ್ನು ಆಡಿಸುತ್ತಾ ಕರಡಿಯ ಕಡೆ ರಭಸದಿಂದ ನುಗ್ಗಿದಳು. ಕರಡಿ ಗಾಬರಿಯಾಗಿ ಹಿಂದೆ ಸರಿಯಲಾರಂಭಿಸಿತು.

ಅವಳು ಖಡ್ಗವನ್ನು ಬೀಸುತ್ತಾ, ಮುಂದೆ ನುಗ್ಗಿದಳು. ಕರಡಿ ಅವಳ ಮೇಲೆ ಬೀಳಲು ಪ್ರಯತ್ನಿಸಿತು. ಚೂಪಾದ ಉಗುರುಗಳಿಂದ ಪರಚಲು ಪ್ರಯತ್ನಿಸಿದಾಗ ಹಿಂದಕ್ಕೆ ನೆಗೆದಳು.

ಕ್ಷಣಗಳಲ್ಲಿ ಕರಡಿಯನ್ನು ಕೊಲ್ಲಬಲ್ಲ ಖಡ್ಗ ಮತ್ತು ಆ ಸಾಮರ್ಥ್ಯ ಇತ್ತು. ಆದರೆ ಆ ಪ್ರಾಣಿಯನ್ನು ಸಾಯಿಸಬಾರದು ಎಂಬ ಉದ್ದೇಶದಿಂದ, ಹಿಂದಕ್ಕೆ ನೆಗೆದು ವಾಲಿಕೊಂಡು ನೆಲದ ಮೇಲೆ ಬಿದ್ದಳು. ಮತ್ತು ಆ ಕ್ಷಣದಲ್ಲಿ ಉರುಳುತ್ತಾ, ನೆಲದ ಮಣ್ಣನ್ನು ಬೊಗಸೆ ಕೈಗಳಲ್ಲಿ ತುಂಬಿಸಿಕೊಂಡು ಕರಡಿಯ ಮುಖದ ಮೇಲೆ ತೂರಿದಳು.

ಕಣ್ಣುಗಳಿಗೆ ಮಣ್ಣು ಬಿದ್ದಿತು.

ಕರಡಿ ತತ್ತರಿಸುತ್ತಿದೆ.

ಮಲ್ಲಮ್ಮ ಅಲ್ಲಿಂದ ಪಲಾಯನ ಮಾಡುವ ಮೊದಲು ಸುತ್ತಲೂ ನೋಡಿದಳು. ಸ್ವಲ್ಪ ಭಾಗ ಒಡೆದಿರುವ ಮಡಕೆಯೊಂದು ಕಂಡುಬಂದಿತು. ಅದನ್ನು ಎತ್ತಿಕೊಂಡು ನೀರು ತುಂಬಿಸಿ ಅದರ ಮುಖದ ಮೇಲೆ ರಪ್ಪನೆ ಎರಚಿದಳು.

ಆ ಕರಡಿ ಕಣ್ಣುಗಳನ್ನು ಉಜ್ಜಿಕೊಂಡು ತಿಳಿಯಾದ ನಂತರ ನೋಡಿತು. ಅಲ್ಲಿ ಮಲ್ಲಮ್ಮ ಇರಲಿಲ್ಲ.

ಮಲ್ಲಮ್ಮ ಗುಡ್ಡದ ಭಾಗವನ್ನು ನೇರವಾಗಿ ಇಳಿಯಲಿಲ್ಲ. ಹಿಂಭಾಗದಲ್ಲಿ ಸಂದು, ಕಂದರಗಳಲ್ಲಿ ಜಾರುತ್ತಾ ರಾಜಧಾನಿಯ ಗಡಿಭಾಗದತ್ತ ಬಂದಳು. ಆದರೆ ಕೋಟೆ ಪ್ರವೇಶ ಮಾಡಬೇಕಾದರೆ, ರಾಜಧಾನಿಯ ಹೊರಭಾಗದಲ್ಲಿರುವ ಸುರಂಗದ ಮೂಲಕ ತುಂಬಾ ದೂರ ಸಾಗಬೇಕು. ಈ ರಹಸ್ಯ ಮಾರ್ಗ ಮಹಾರಾಜ, ಮಲ್ಲಮ್ಮ ಮತ್ತು ಪ್ರಧಾನ ಅಮಾತ್ಯರಿಗೆ ತಿಳಿದಿತ್ತು. ಮಲ್ಲಮ್ಮ ತನ್ನ ಇಬ್ಬರು ಮಕ್ಕಳು ಪ್ರೌಢರಾದ ಮೇಲೆ ಅವರಿಗೆ ಈ ರಹಸ್ಯ ಮಾರ್ಗದ ಪರಿಚಯ ಮಾಡಿಸಲು ತೀರ್ಮಾನ ಮಾಡಿದ್ದಳು.

ಮಹಾರಾಣಿ ಮಲ್ಲಮ್ಮ ಕೋಟೆಯಲ್ಲಿ ಇರಲಿಲ್ಲವಾದ್ದರಿಂದ, ಮೊದಲೇ ಭೀತರಾಗಿದ್ದ ಪ್ರಜೆಗಳು ಮತ್ತಷ್ಟು ಆತಂಕಗೊಂಡರು. ತುಂಬಾ ಹೊತ್ತಿನ ನಂತರ ಮಲ್ಲಮ್ಮ ಪುನರ್‌ಪ್ರವೇಶ ಮಾಡಿದಾಗ ಸಂತಸಗೊಂಡರು. ಆದರೆ ಮಹಾರಾಣಿಯನ್ನು ಪ್ರಶ್ನೆ ಮಾಡುವ ಧೈರ್ಯ ಯಾರಿಗೂ ಇರಲಿಲ್ಲ.

** ** **

ಶಿವಾಜಿ ಮಹಾರಾಜ್, ಮಂತ್ರಿಗಳು ಹಾಗೂ ಸೇನಾ ನಾಯಕರುಗಳು ಸಭೆ ಸೇರಿದ್ದಾರೆ. ಪತಿಯ ದರ್ಶನಕ್ಕಾಗಿ ಮಲ್ಲಮ್ಮ ಮಾರುವೇಷದಲ್ಲಿ ಬಂದು, ತಮ್ಮ ಸೈನ್ಯ ಪಡೆಯ ಹಿಡಿತಕ್ಕೆ ಸಿಗದೆ ಪಲಾಯನ ಮಾಡಿದ್ದಾಳೆ.

ಅವಳ ಚಾಣಾಕ್ಷತನ, ಸಮಯೋಚಿತ ಬುದ್ಧಿವಂತಿಕೆ, ಧೈರ್ಯ, ಎದೆಗಾರಿಕೆಯನ್ನು ಸ್ವಯಂ ಶಿವಾಜಿ ಮಹಾರಾಜರು ಮೆಚ್ಚಿಕೊಂಡು ಮನಃಪೂರ್ವಕವಾಗಿ ಹೊಗಳುತ್ತಿದ್ದಾರೆ.

"ಔರಂಗಜೇಬನ ನಂತರ ನಮಗೆ ಸಮಬಲ ಪರಾಕ್ರಮದ ಎದುರಾಳಿಯಾಗಿರೋದು ಬೆಳವಡಿ ರಾಜ ಈಶಪ್ರಭು ಅಲ್ಲ; ವೀರವಿಹಾರ ಮಾಡಿರುವ, ಜಗತ್ತಿನಲ್ಲೇ ಮೊದಲ ಸಲ ಅಸಂಖ್ಯಾತ ಮಹಿಳೆಯರಿಗೆ ಕ್ಷತ್ರಿಯ ವಿದ್ಯೆಯನ್ನು ಕಲಿಸಿರುವ ವೀರವನಿತೆ ಮಲ್ಲಮ್ಮ. ಅಂತಹ ಎದುರಾಳಿಯನ್ನು ಎದುರಿಸಿ ಮಣಿಸುವುದರಲ್ಲಿ ಒಂದು ರೀತಿಯ ಸವಾಲು ಇರುತ್ತದೆ. ಇದೇನು ಸಾಮಾನ್ಯವಲ್ಲ. ಆ ವೀರ ರಾಣಿಯನ್ನು ಪರಾಭವಗೊಳಿಸಿ ಕೋಟೆಯನ್ನು ವಶಪಡಿಸಿಕೊಳ್ಳಲೇಬೇಕು. ಇದೇ ನನ್ನ ಅಂತಿಮ ಗುರಿ ಆಗಲಿ" ಎಂದರು. ದಂಡನಾಯಕರ ಕಡೆ ತಿರುಗಿ "ನಮ್ಮವರಿಗೆ ಬೆಳವಡಿ ಕೋಟೆಯನ್ನು ವಶಪಡಿಸಿಕೊಳ್ಳಲು ಇನ್ನೂ ಸಹ ಆಗಿಲ್ಲ. ಆದರೆ ಆ ಮಹಾರಾಣಿ ಇಲ್ಲಿಗೆ ಬಂದು ಪತಿಯ ಅಂತಿಮ ದರ್ಶನ ಮಾಡಿ ಹೋಗಿರೋದು ಅಸಾಮಾನ್ಯ ಸಾಹಸ. ಆ ಕೋಟೆಯ ದಿಡ್ಡಿ ಬಾಗಿಲನ್ನು ಒಡೆದು ಒಳಗೆ ನುಗ್ಗಿ" ಎಂದು ಆದೇಶಿಸಿದರು.

"ನೆನಪಿರಲಿ ದಂಡ ನಾಯಕರೆ. ಕೋಟೆ ಒಳಗೆ ಆಶ್ರಯ ಪಡೆದಿರುವ ಹೆಂಗಸರು, ವೃದ್ಧರು, ಮಕ್ಕಳು ಮತ್ತು ಅಸಹಾಯಕರು, ರೋಗದಿಂದ ನರಳುತ್ತಿರುವವರ ಮೇಲೆ ಹಲ್ಲೆ ಮಾಡಬೇಡಿ."

"ಮಲ್ಲಮ್ಮ ನಮ್ಮ ಏಕೈಕ ಗುರಿ."

"ಆ ಮಹಾರಾಣಿಯನ್ನು ಬಂಧಿಸಿ."

ಮತ್ತಷ್ಟು ಮರಾಠ ಸೈನಿಕರು ಸೋನಾಪುರದಿಂದ ಬೆಳವಡಿಯ ಕಡೆ ಪ್ರಯಾಣ ಮಾಡಿದರು. ಅಂತಿಮವಾಗಿ ಶಿವಾಜಿ ಮಹಾರಾಜರು ರಥದಲ್ಲಿ ಬೆಳವಡಿ ಕಡೆ ಪ್ರಯಾಣ ಮಾಡಿದರು. ಆ ಕೋಟೆಯ ನಿರ್ಮಾಣ ಯಾವ ರೀತಿ ಇದೆ? ಅದರ ವ್ಯೂಹ ಮತ್ತು ಪ್ರಮಾಣ ಬದ್ಧತೆ ಯಾವ ರೀತಿ ಇದೆ ಎಂಬುದನ್ನು ಪರಿಶೀಲನೆ ಮಾಡಬೇಕು.

ಮರಾಠ ಸೈನಿಕರು ಸತತ ಪ್ರಯತ್ನದ ನಂತರ ಕೋಟೆಯ ಮುಂಭಾಗಕ್ಕೆ ಬಂದರು. ಬಲು ಎತ್ತರವಾಗಿರುವ ಮತ್ತು ಭಾರೀ ಗಾತ್ರದ ದಿಡ್ಡಿ ಬಾಗಿಲನ್ನು ಕಂಡು ವಿಸ್ಮಯಗೊಂಡರು. ಬಾಗಿಲಿನ ಎಂಟು ಕಡೆಗಳಲ್ಲಿ ಹಿಡಿಗಾತ್ರದ ಕಬ್ಬಿಣದ ಸರಳುಗಳನ್ನು ಎಕ್ಸ್ ಆಕಾರದಲ್ಲಿ ಎಲ್ಲಾ ಕಡೆ ಕ್ಲಾಂಪ್ ಮಾಡಲಾಗಿದೆ.

ತುಂಬಾ ತೂಕ ಇರುವ ದಪ್ಪ ಗಾತ್ರದ ಬೀಗಗಳಿಗೆ ಸರಪಣಿಯ ಕೊಂಡಿಗಳ ಮೂಲಕ ತೂರಿಸಲಾಗಿದೆ.

ಸೈನಿಕರು ಪಳಗಿದ ಆನೆಯ ಮೂಲಕ ದಿಡ್ಡಿ ಬಾಗಿಲನ್ನು ಗುದ್ದಿಸಲಾರಂಭಿಸಿದರು. ಆದರೂ ಸಹ ದಿಡ್ಡಿ ಬಾಗಿಲು ಅಲ್ಲಾಡುತ್ತಿಲ್ಲ.

ಯುದ್ಧ ಆರಂಭಿಸಿ ಅಂದಿಗೆ ಇಪ್ಪತ್ತಾರನೇ ದಿನ. ಮತ್ತೊಂದು ದಿನದ ಸೂರ್ಯನ ಉದಯವಾಯಿತು.

ಶಿವಾಜಿ ಮಹಾರಾಜರಿಗೆ ಅಸಹನೆ, ಕೋಪ ಉಂಟಾಗುತ್ತಿದೆ.

ದಿಡ್ಡಿ ಬಾಗಿಲನ್ನು ಒಡೆದು ಒಳಗೆ ನುಗ್ಗಲು ಶಿವಾಜಿ ಮಹಾರಾಜರು ಬೇರೊಂದು ತಂತ್ರ ಉಪಯೋಗಿಸಿದರು. ಅಲ್ಲಿಯತನಕ ಯುವ ದಂಡನಾಯಕರಿಗೂ ಅದರ ಆಲೋಚನೆ ಸಹ ಬಂದಿರಲಿಲ್ಲ. ಈಗ ಅವರು ಪ್ರಯೋಗ ಮಾಡಲು ಪ್ರಾರಂಭಿಸಿದರು.

** ** **

ಹೀಗೆ ಎಷ್ಟು ದಿವಸ ಕೋಟೆಯೊಳಗೆ ಇರಲು ಸಾಧ್ಯ?

ಆಹಾರ ಸಾಮಗ್ರಿಗಳು ಖಾಲಿಯಾಗುತ್ತಿವೆ. ಇಪ್ಪತ್ತೇಳು ದಿನಗಳಿಂದ ಒಂದೇ ಜಾಗದಲ್ಲಿ ನಾಲ್ಕು ಗೋಡೆಗಳ ನಡುವೆ, ಪ್ರಾಣಭಯ, ಆತಂಕದಿಂದ ಕಳೆಯುವುದು ಎಂದರೆ! ಅದೊಂದು ರೀತಿಯಲ್ಲಿ ಪರಮ ನರಕಯಾತನೆ.

ಬಾಣಸಿಗರು ಬಂದು ಮಹಾರಾಣಿಗೆ ನಮಸ್ಕರಿಸಿ “ಒಂದು ದಿನಕ್ಕೆ ಆಗುವಷ್ಟು ಮಾತ್ರ ದವಸಧಾನ್ಯ ಉಳಿದಿದೆ” ಎಂದಷ್ಟೇ ಹೇಳಿ ಜಾಗ ಖಾಲಿ ಮಾಡಿದರು.

ಮಲ್ಲಮ್ಮನಿಗೆ ಗಾಬರಿಯಾಗಿದೆ.

ಮುಂದೇನು ಗತಿ?

ಅರಮನೆಯಲ್ಲಿ ಹಿಂಭಾಗದ ರಹಸ್ಯ ಮಾಳಿಗೆಯಲ್ಲಿರುವ ಉಗ್ರಾಣದಿಂದ ದವಸ ಧಾನ್ಯ ತರಬಹುದು. ಆದರೆ ಈಗಿನ ಪರಿಸ್ಥಿತಿಯಲ್ಲಿ ಅದು ಅಸಾಧ್ಯ. ಈಗಾಗಲೇ ಮರಾಠ ಸೈನಿಕರು ಆಕ್ರಮಿಸಿಕೊಂಡಿದ್ದಾರೆ. ಏನು ಮಾಡಲಿ ಎಂಬ ಚಿಂತೆ ಕಾಡತೊಡಗಿದೆ.

ಕೋಟೆಯಲ್ಲಿ ಆಶ್ರಯ ಪಡೆದಿದ್ದವರಲ್ಲಿ, ಯುದ್ಧದ ತರಬೇತಿ ಪಡೆದಿದ್ದ ಮಹಿಳಾ ಸೈನಿಕರು ತುಂಬಾ ಮಂದಿ ಇದ್ದಾರೆ. ಅವರಿಗೆಲ್ಲಾ ಯುದ್ಧ ಸನ್ನದ್ಧರಾಗಲು ಮಲ್ಲಮ್ಮ ಆದೇಶಿಸಿದಳು. ಮುಂದೆ ಎದುರಾಗಲಿರುವ ಅಪಾಯ ಎದುರಿಸಲು ಸಿದ್ಧರಾಗುತ್ತಿದ್ದಾರೆ.

ಆಗ.... ಆಗ ಮುಂಭಾಗದ ದಿಡ್ಡಿ ಬಾಗಿಲಿನ ಮೂಲಕ ಹೊಗೆ ಬರಲಾರಂಭಿಸಿತು.

ಬೆಂಕಿ ಜ್ವಾಲೆ ಪ್ರಜ್ವಲಿಸುತ್ತಿದೆ.

ಎಲ್ಲರೂ ಭಯಗೊಂಡಿದ್ದಾರೆ.

ಮಲ್ಲಮ್ಮನಿಗೆ ಅರ್ಥವಾಗಿದೆ.

ಬೆಂಕಿ ಪ್ರಜ್ವಲಿಸುವ ತೈಲಗಳನ್ನು ದಿಡ್ಡಿ ಬಾಗಿಲಿಗೆ ಎರಚಿದ್ದಾರೆ ಮತ್ತು ಬೆಂಕಿ ಹಾಕಿದ್ದಾರೆ...!

ಅದು ಬಹುತೇಕ ಮರದಿಂದ ಮಾಡಿರುವುದರಿಂದ ಬೆಂಕಿಯಿಂದ ಉರಿದು ಸಡಿಲಗೊಳ್ಳುತ್ತದೆ. ನಂತರ ಅವರು ಕಬ್ಬಿಣದ ಸಲಾಕೆಗಳು, ಸರಪಣಿಗಳನ್ನು ಸುಲಭವಾಗಿ ತೆಗೆಯುತ್ತಾರೆ.

ಮಲ್ಲಮ್ಮ ಹೆದರಲಿಲ್ಲ. ಈಗ ಮಹಿಳಾ ಸೈನಿಕರು ಖಡ್ಗ, ಗುರಾಣಿಗಳನ್ನು ಹಿಡಿದು ಹಿಂಭಾಗದ ದ್ವಾರದ ಮೂಲಕ ಹೊರಗೆ ಹೋಗಬೇಕು ಮತ್ತು ಎದುರಾಗುವ ಆ ಸೈನ್ಯವನ್ನು ಎದುರಿಸಬೇಕು.

ಇದೊಂದೇ ಮಾರ್ಗ...!

ಮರಾಠ ಸೈನಿಕರು ದಿಡ್ಡಿ ಬಾಗಿಲನ್ನು ಬೆಂಕಿಯಿಂದ ಸಡಿಲಗೊಳಿಸಿ ಒಳಗೆ ನುಗ್ಗುವ ಮೊದಲೇ ನಾವು ಪಲಾಯನ ಮಾಡಬೇಕು. ಈ ಪ್ರಯತ್ನದಲ್ಲಿ (ರಕ್ಷಣೆ ಪಡೆದಿರುವ) ಪ್ರಜೆಗಳನ್ನು ಕಾಪಾಡುತ್ತಾ ಮರಾಠ ಸೈನ್ಯವನ್ನು ಎದುರಿಸಬೇಕು.

ಮುಂಭಾಗದಲ್ಲಿ ಮಲ್ಲಮ್ಮ ಮತ್ತು ಹಲವಾರು ಮಂದಿ ಮಹಿಳಾ ಸೈನಿಕರು. ಅವರ ಹಿಂದೆ ಪ್ರಜೆಗಳು ಬರಬೇಕು.

ಪ್ರಜೆಗಳ ಹಿಂದೆ ಶಸ್ತ್ರಧಾರಿಗಳಾಗಿರುವ ಸೈನ್ಯಪಡೆ ಇರಬೇಕು.

ಇನ್ನು ಕೆಲವೇ ನಿಮಿಷಗಳಲ್ಲಿ ಮರಾಠ ಸೈನ್ಯ ಮುಂಭಾಗದ ಪ್ರವೇಶ ದ್ವಾರದ ಮೂಲಕ ಆಕ್ರಮಣ ಮಾಡಲಿದೆ. ಆದರೆ ಮಲ್ಲಮ್ಮ ಹಠಾತ್ತನೆ ಹಿಂಭಾಗದ ದ್ವಾರ ತೆರೆಯುವ ಆದೇಶ ನೀಡಿದಳು.

ಪಶ್ಚಿಮ ದ್ವಾರ ತೆರೆದುಕೊಂಡಿತು. ಅಲ್ಲಿ ಮರಾಠ ಸೈನಿಕರಿದ್ದರು ನಿಜ. ಆದರೆ ಈ ಹಠಾತ್ ದಾಳಿಯನ್ನು ಅವರು ನಿರೀಕ್ಷೆ ಮಾಡಿರಲಿಲ್ಲ.

ಸೈನಿಕರು ಎಚ್ಚೆತ್ತುಕೊಳ್ಳುವಷ್ಟರಲ್ಲಿ ಮಲ್ಲಮ್ಮನ ಖಡ್ಗ ಗಾಳಿಯಲ್ಲಿ ಆಡಿತು. ಹತ್ತು ಹಲವಾರು ರುಂಡಗಳು ನೆಲ ಕಾಣುತ್ತಿರುವಾಗಲೇ, ಬೆಳವಡಿ ಸೈನ್ಯ ಆಕ್ರಮಣ ಮಾಡಿತು.

ಮಲ್ಲಮ್ಮನಿಗೆ ಕುದುರೆ ಕಂಡಿತು. ಉಟ್ಟಿದ್ದ ಸೀರೆಗೆ ವೀರಗಾಸೆ ರೀತಿ ಕಚ್ಚೆ ಹಾಕಿ ಕುದುರೆಯ ಕಡೆ ಓಡಿದಳು. ಆಗ ಎದುರಾದ ಸೈನಿಕರನ್ನು ತನ್ನ ಖಡ್ಗದ ಪ್ರಹಾರಕ್ಕೆ ಬಲಿ ಕೊಡುತ್ತಾ, ಕುದುರೆಯ ಹತ್ತಿರ ಬಂದ ಕೂಡಲೇ ಚಂಗನೆ ನೆಗೆದು ಕುಳಿತಳು.

ಕುದುರೆ ಕೆನೆಯುತ್ತಾ ಮುಂಗಾಲುಗಳನ್ನು ಮೇಲೆತ್ತಿ ಮೈ ಒದರಿತು. ಮಲ್ಲಮ್ಮ ಇಂತಹ ಎಷ್ಟೋ ಕುದುರೆಗಳನ್ನು ನಿಯಂತ್ರಿಸಿ ಸವಾರಿ ಮಾಡಿದ್ದಳು.

ವಿಶಾಲವಾದ ಬಯಲು ಪ್ರದೇಶದಲ್ಲಿ ಮರಾಠ ಮತ್ತು ಬೆಳವಡಿ ಸೈನ್ಯ ಎದುರಾಗಿದೆ. ಸಮಬಲ ಪರಾಕ್ರಮದಿಂದ ಹೋರಾಡುತ್ತಿದ್ದಾರೆ.

ವೀರತ್ವ ವಿಜೃಂಭಿಸುತ್ತಿದೆ.

ಮಲ್ಲಮ್ಮ ಕೆರಳಿದ್ದಾಳೆ.

ಮೊದಲ ದಿನದ ಯುದ್ಧದಲ್ಲಿ ಮರಾಠ ಸೈನಿಕರು ಅಧಿಕ ಪ್ರಮಾಣದಲ್ಲಿ ಸತ್ತಿದ್ದಾರೆ. ಕತ್ತಲಾದ ಕೂಡಲೇ ಯುದ್ಧ ನಿಲುಗಡೆಗೊಂಡಿದೆ.

ಮಲ್ಲಮ್ಮ, ಇನ್ನಿತರ ಸೈನಿಕರಿಗೆ ಗಾಯಗಳಾಗಿವೆ. ಶಿಬಿರದಲ್ಲಿ ವಿಶ್ರಾಂತಿ ತೆಗೆದುಕೊಳ್ಳುತ್ತಿದ್ದಾರೆ. ಭೋಜನದ ವ್ಯವಸ್ಥೆ ಮಾಡಿದ್ದಾರೆ. ಆದರೆ ಎಲ್ಲರೂ ನೈಮಾಗೆತು ಮಲಗುವ ಹಾಗಿರಲಿಲ್ಲ. ಪಾಳಿಯ ಕೆಲಸದ ನಿಬಂಧನೆಯಂತೆ ಸೈನಿಕರು ರಾತ್ರಿ ಪೂರ್ತಿ ಎಚ್ಚರವಾಗಿದ್ದರು.

ಮಲ್ಲಮ್ಮ ಭೋಜನ ಮಾಡಿ ವಿಶ್ರಾಂತಿ ತೆಗೆದುಕೊಂಡ ನಂತರ ಪ್ರಧಾನ ಅಮಾತ್ಯರು, ದಂಡ ನಾಯಕರು ಮತ್ತು ಮುಖ್ಯ ಸೇನಾಧಿಪತಿಯನ್ನು ಕರೆಸಿ ಚರ್ಚೆ ಮಾಡಿದಳು.

ಗುಪ್ತಚಾರ ಭಾಗದವರು ಮರಾಠ ಸೈನ್ಯದ ಸಿದ್ಧತೆಯ ಬಗ್ಗೆ ಮಾಹಿತಿ ನೀಡಿದರು. ಯಾವ-ಯಾವ ಕಡೆಗಳಿಂದ ಏಕಕಾಲದಲ್ಲಿ ಆಕ್ರಮಣ ಮಾಡುತ್ತಾರೆ ಎಂಬ ಅತ್ಯಂತ ಗೌಪ್ಯ ಮಾಹಿತಿಯನ್ನು ಚಾಣಾಕ್ಷತನದಿಂದ ಸಂಗ್ರಹಿಸಿ ವರದಿ ಮಾಡಿದ್ದರು.

ಶತ್ರು ಪಾಳೆಯ ನುಗ್ಗಿ ಅವರಿಗೆ ಅನುಮಾನ ಬಾರದ ರೀತಿಯಲ್ಲಿ ಮಾಹಿತಿ ಸಂಗ್ರಹಿಸುವುದು ಅತ್ಯಂತ ಅಪಾಯಕಾರಿ ಕೆಲಸ ಎಂದು ಹೇಳಬಹುದು. ಮಲ್ಲಮ್ಮ ಈ ಗುಪ್ತಚಾರ ಸಮೂಹದವರಿಗೆ ವಿಶೇಷ ಉಡುಗೊರೆಗಳನ್ನು ನೀಡಿ ಪ್ರೋತ್ಸಾಹಿಸಿದಳು.

ಮಲ್ಲಮ್ಮ ಸೇನಾಧಿಪತಿಗೆ ಆದೇಶ ನೀಡಿದಳು. ನಾವು ಬೆಳಗಿನ ಮೊದಲ ಜಾವದಲ್ಲಿ ಅಂದರೆ ನಾಲ್ಕು ಗಂಟೆಗಿಂತ ಸ್ವಲ್ಪ ಮೊದಲು ಆಕ್ರಮಣ ಮಾಡೋಣ. ರಾತ್ರಿಯ ಆ ಕತ್ತಲಿನ ಯುದ್ಧಕ್ಕೆ ಕೇವಲ ಇಪ್ಪತ್ತು ಮಂದಿ ಅನುಭವಸ್ಥರೊಂದಿಗೆ ನಾನು ಹೋಗುತ್ತೇನೆ. ಬೆಂಕಿಯ ಪಂಜುಗಳು ಪ್ರತಿಯೊಬ್ಬರಿಗೂ ಬೇಕು. ಯುದ್ಧದ ಅಗತ್ಯಗಳ ಉಸ್ತುವಾರಿ ನೋಡಿಕೊಳ್ಳುತ್ತಿರುವ ಆಡಳಿತ ಅಧಿಕಾರಿಯನ್ನು ಕರೆಸಿ ಎಲ್ಲವನ್ನು ಸಿದ್ಧಪಡಿಸಲು ಆದೇಶಿಸಿದಳು. ಆಕ್ರಮಣ ರಹಸ್ಯವಾಗಿರಬೇಕೆಂದು ಎಚ್ಚರಿಸಿದ್ದಾಳೆ.

ಹಿಂದಿನ ದಿವಸ ಪೂರ್ತಿ ಅಂದರೆ ಬೆಳಗಿನಿಂದ ಸಂಜೆ ತನಕ ಯುದ್ಧ ಮಾಡಿ ಆಯಾಸಗೊಂಡಿದ್ದವರು ಮತ್ತು ಗಾಯಗಳಿಂದ ನರಳುತ್ತಿದ್ದವರು ಎರಡೂ ಕಡೆಯ ಸೈನ್ಯದಲ್ಲಿದ್ದರು. ಮರಾಠ ಸೈನಿಕರು ಶಿಬಿರಗಳಲ್ಲಿ ಮಲಗಿದ್ದಾರೆ.

ಇಂತಹ ಅಪಾಯಕಾರಿ ಆಕ್ರಮಣವನ್ನು ಅವರು ನಿರೀಕ್ಷೆ ಮಾಡಿರಲಿಲ್ಲ. ಆಗ ಆಗಿದ್ದೇನು?

ಮಲ್ಲಮ್ಮನೊಂದಿಗೆ ಬಂದಿದ್ದ ಅನುಭವಸ್ಥ ಇಪ್ಪತ್ತು ಮಂದಿ, ಬಾಣಗಳಿಗೆ ತೈಲದಿಂದ ಅದ್ದಿದ್ದ ಬಟ್ಟೆ ಉಂಡೆಗಳನ್ನು ಕಟ್ಟಿ ಬೆಂಕಿ ಹತ್ತಿಸಿ, ಮರಾಠರ ಶಿಬಿರಗಳ ಮೇಲೆ ಪ್ರಯೋಗ ಮಾಡಲಾರಂಭಿಸಿದರು.

ಬೆಂಕಿ ದಿಗ್ಗನೆ ಹತ್ತಿಕೊಂಡಿದೆ.

ಕೆನ್ನಾಲಿಗೆ ಹರಡಿ ಉರಿಯುತ್ತಿದೆ.

ಕೆಲವೇ ನಿಮಿಷಗಳಲ್ಲಿ ಹಲವಾರು ಶಿಬಿರಗಳು ಬೆಂಕಿಗೆ ಆಹುತಿಯಾಗಿವೆ. ಸೈನಿಕರಲ್ಲಿ ಕೆಲವರು ಬೆಂಕಿಗೆ ಬಲಿಯಾಗಿದ್ದಾರೆ. ಇನ್ನು ಕೆಲವರು, ಬೆಂಕಿಯಿಂದ ಆಗಿರುವ ಸುಟ್ಟ ಗಾಯಗಳಿಂದ ತಪ್ಪಿಸಿಕೊಂಡು ಓಡಿ ಹೋಗುತ್ತಿದ್ದಾರೆ.

ಕೆರಳಿಬಿಟ್ಟರು ಶಿವಾಜಿ ಮಹಾರಾಜರು. ಎಂತೆಂತಹ ಪ್ರಚಂಡರನ್ನೆಲ್ಲಾ ಎದುರಿಸಿ ವಿಜಯಶಾಲಿಗಳಾಗಿದ್ದ ಇವರು ಈಗ, ಸಾಮಾನ್ಯ ಸಂಸ್ಥಾನ ಬೆಳವಡಿಯವರ ಹಠಾತ್ ದಾಳಿಯಿಂದ ಅಧಿಕ ಪ್ರಮಾಣದಲ್ಲಿ ನಷ್ಟವನ್ನು ಅನುಭವಿಸಿದ್ದಾರೆ. ಆ ಕೂಡಲೇ ಸೇನಾ ದಂಡನಾಯಕರನ್ನು ಕರೆಸಿ "ಬೆಳವಡಿ ಪ್ರಾಂತ್ಯದ ಮೇಲೆ ಆಕ್ರಮಣ ಮಾಡಿ ಕೋಟೆ, ಅರಮನೆ ವಶಪಡಿಸಿಕೊಳ್ಳಿ. ಮಹಾರಾಣಿ ಮಲ್ಲಮ್ಮನಿಗೆ ತಕ್ಕ ಪಾಠ ಕಲಿಸಲೇಬೇಕು. ನಮ್ಮ ಎಂಟು ಪಡೆಯ ಸೈನ್ಯದೊಂದಿಗೆ, ಏಕಕಾಲದಲ್ಲಿ ಎಲ್ಲಾ ಕಡೆಯಿಂದ ದಾಳಿ ಮಾಡಿ" ಎಂದರು.

ಮರಾಠರ ಮಹಾ ಸೈನ್ಯ ಸಕಲ ಯುದ್ಧ ಸಿದ್ಧತೆಗಳೊಂದಿಗೆ ಬೆಳವಡಿ ಪ್ರಾಂತ್ಯದ ಮೇಲೆ ಆಕ್ರಮಣ ಮಾಡಿತು.

ಹರಹರ ಮಹಾದೇವ...!

ಮರಾಠ ಸೈನಿಕರು ಘೋಷಣೆಯೊಂದಿಗೆ ನುಗ್ಗಿದರು.

ಮಲ್ಲಮ್ಮ ಇದನ್ನು ನಿರೀಕ್ಷೆ ಮಾಡಿದ್ದಳು. ಹಾಗಾಗಿ ಬೇರೆ ಯಾವ ರೀತಿಯ ತೊಂದರೆ ಆಗಲಿಲ್ಲ. ಸೈನ್ಯ ಸಕಲ ಯುದ್ಧ ಸಿದ್ಧತೆಗಳೊಂದಿಗೆ ಮರಾಠರನ್ನು ಎದುರಿಸಿತು.

ಮುಖಾಮುಖಿ ಯುದ್ಧ ನಡೆಯುತ್ತಿದೆ.

ಕುದುರೆ ಸವಾರಿ ಮಾಡುತ್ತಲೇ ಖಡ್ಗ ಪ್ರಹಾರ ಮಾಡುತ್ತಾ ನುಗ್ಗುತ್ತಿದ್ದಾಳೆ. ಬೆಳವಡಿ ಸೈನಿಕರು ತಾವೇನು ಕಡಿಮೆ ಇಲ್ಲ ಎಂಬಂತೆ ಮರಾಠ ಸೈನಿಕರನ್ನು ದಂಡಿಸುತ್ತಿದ್ದಾರೆ.

ಮಲ್ಲಮ್ಮನನ್ನು ತಡೆಯಲು ಆಗುತ್ತಿಲ್ಲ. ಏಕಕಾಲದಲ್ಲಿ ಹತ್ತಾರು ಮಂದಿ ಮರಾಠ ಸೈನಿಕರು ಎದುರಾದರೂ ಸಹ ಕರುಣೆ ತೋರದೆ ಕೊಲ್ಲುತ್ತಿದ್ದಾಳೆ.

ಆ ಕ್ಷಣದಲ್ಲಿ ಮರಾಠ ಸೈನಿಕರಲ್ಲಿ ಭಯ ಮತ್ತು ಪ್ರಾಣ ಅಸ್ಥಿರತೆಯ ಅನುಭವ ಆಗಲಾರಂಭಿಸಿತು.

ಮರಾಠರ ಮುಖ್ಯ ದಂಡನಾಯಕ ತನ್ನವರಿಗೆ, ಯಾವ ರೀತಿ ಆಕ್ರಮಣ ಮಾಡಿದರೆ ಮಲ್ಲಮ್ಮನ ಆರ್ಭಟಕ್ಕೆ ಕಡಿವಾಣ ಹಾಕಬಹುದು ಎಂದು ತಿಳಿಸಿದರು.

ಮರಾಠ ಸೈನಿಕರಲ್ಲಿ ಕೆಲವರು ಆಗ ನೆಲದ ಮೇಲೆ ಉರುಳುತ್ತಾ ಸುಳಿವೇ ಕೊಡದ ರೀತಿಯಲ್ಲಿ, ಏಕಕಾಲದಲ್ಲಿ ಕುದುರೆಯ ಕಾಲುಗಳನ್ನು ಕತ್ತರಿಸಿದರು.

ಕುದುರೆ ವಿಕೃತ ರೀತಿಯಲ್ಲಿ ಕೆನೆಯುತ್ತಾ ನೆಲದ ಮೇಲೆ ದಬಾಲನೆ ಬಿದ್ದಿತು.

ಮಲ್ಲಮ್ಮ ಆಯತಪ್ಪಿ ನೆಲಗ ಮೇಲೆ ಉರುಳಿಕೊಂಡಳು.

ಮರಾಠ ಸೈನಿಕರು ಹತ್ತಾರು ಸಂಖ್ಯೆಯಲ್ಲಿ ನೆಲದ ಮೇಲೆ ಬಿದ್ದ ಮಲ್ಲಮ್ಮನನ್ನು ಆಕ್ರಮಿಸಿಕೊಂಡರು.

ಮಲ್ಲಮ್ಮ ಸೋಲಲಿಲ್ಲ!

ನೆಲದ ಮೇಲೆ ಬಿದ್ದಿದ್ದವಳು, ಆ ಕ್ಷಣಗಳಲ್ಲಿ ವೃತ್ತಾಕಾರವಾಗಿ ತಿರುಗುತ್ತಾ, ಚಂಗನೆ ನೆಗೆದು, ತನ್ನ ಮೇಲೆ ಪ್ರಹಾರ ಮಾಡಿದ ಸೈನಿಕರ ಖಡ್ಗಗಳಿಂದ ತಪ್ಪಿಸಿಕೊಳ್ಳುತ್ತಾ ಪ್ರತಿಯಾಗಿ ಪ್ರಹಾರ ಮಾಡುತ್ತಾ ವಿಜೃಂಭಿಸಿದಳು.

ಕುದುರೆಯ ದೇಹ ಒಂದು ಕಡೆ ಬಿದ್ದಿದೆ. ಕತ್ತರಿಸಿರುವ ನಾಲ್ಕು ಕಾಲುಗಳು ಹರಿಯುತ್ತಿರುವ ರಕ್ತದೊಂದಿಗೆ ಬೇರೆ-ಬೇರೆ ಕಡೆ ಬಿದ್ದಿವೆ. ಕ್ಷಣಗಳ ಕಾಲ ನರಳಿದ ಕುದುರೆ ಮಲ್ಲಮ್ಮನ ಕಡೆ ಅಂತಿಮವಾಗಿ ನೋಡುತ್ತಾ ಪ್ರಾಣ ಬಿಟ್ಟಿತು.

ಅದು ಮಲ್ಲಮ್ಮನ ಪ್ರೀತಿ, ಅಭಿಮಾನದ ಕುದುರೆ. ಪ್ರತಿನಿತ್ಯ ಮೈ ತಡವಿ, ಮುದ್ದಾಡಿ ಸವಾರಿ ಮಾಡುತ್ತಿದ್ದಳು. ಆ ಕುದುರೆಗೆ ಹುಲ್ಲು, ತರಕಾರಿ ಸಿಪ್ಪೆಗಳು, ಕಲಗಚ್ಚು, ರಾಗಿಹಿಟ್ಟು ಕದರಿದ ನೀರನ್ನು ಕುಡಿಸುತ್ತಿದ್ದರು.

ಮಲ್ಲಮ್ಮ ಮೃತ್ಯು ಪ್ರಹಾರಗಳನ್ನು ಎದುರಿಸುತ್ತಾ, ತಿರುಗೇಟು ನೀಡುತ್ತಿದ್ದಳೇ ವಿನಾ, ಕುದುರೆಯ ಕಡೆ ನೋಡಲು ಹೇಗೆ ಸಾಧ್ಯ?

ಮಲ್ಲಮ್ಮ ರುಂಡಮಾಲಿನಿಯಾಗಿದ್ದಾಳೆ.

ಚಂಡಿಚಾಮುಂಡಿಯಾಗಿದ್ದಾಳೆ.

ಶಿವಾಜಿ ಮಹಾರಾಜರಿಗೆ ಸಂದೇಶ ತಲುಪಿತು. ಮಲ್ಲಮ್ಮ ಏಕಾಂಗಿಯಾಗಿ ಮರಾಠ ಸೈನಿಕರನ್ನು ಭದ್ರಕಾಳಿಯಂತೆ ಬಲಿ ತೆಗೆದುಕೊಳ್ಳುತ್ತಿದ್ದಾಳೆ.

ಶಿವಾಜಿ ಮಹಾರಾಜರು ಹೆಂಗಸಿನೊಂದಿಗೆ ಎಂದೂ ಯುದ್ಧ ಮಾಡಿರಲಿಲ್ಲ. ಈಗಲೂ ಮಾಡಲಿಲ್ಲ. ಮತ್ತೊಂದು ದೊಡ್ಡ ಸೈನ್ಯಪಡೆ ನುಗ್ಗುವಂತೆ ಆದೇಶಿಸಿದರು.

ಮಲ್ಲಮ್ಮ ಸಾಯಬಾರದು!

ಜೀವಸಹಿತ ಹಿಡಿದು ತರಬೇಕು.

ಮಲ್ಲಮ್ಮ ಆಯಾಸಗೊಂಡಿದ್ದಾಳೆ. ಅವಳ ಬಾಹುಗಳು ನೋಯುತ್ತಿವೆ ಮತ್ತು ತೀವ್ರ ರೀತಿಯ ಪ್ರಹಾರಕ್ಕೆ ತಡೆ ಉಂಟಾಗುತ್ತಿದೆ. ಎಷ್ಟು ಕಾಲ ಈ ರೀತಿ ಹೋರಾಡಲು ಸಾಧ್ಯ? ಮಲ್ಲಮ್ಮನಿಗೆ ಎದುರಾಗಿ ನುಗ್ಗಿ ಅವಳು ಹಿಡಿದಿರುವ ಖಡ್ಗ ಜಾರಿಸಲು ಸಾಧ್ಯವೇ ಇಲ್ಲ.

ಅವಳ ಕೈಯಲ್ಲಿ ಖಡ್ಗ ಇರುವ ತನಕ, ಪ್ರಹಾರ ಮಾಡುತ್ತಿರುವ ಕೈ ಸೋಲುವ ತನಕ, ಮರಾಠ ಸೈನಿಕರು ಶವಗಳಾಗುತ್ತಿರುತ್ತಾರೆ. ಕತ್ತಿವರಸೆಯಲ್ಲಿ ನುರಿತರಾಗಿರುವ ಪ್ರಚಂಡರು ಎದುರಾಗಿದ್ದಾರೆ.

ಮಲ್ಲಮ್ಮನ ದೇಹ ಬೆವರುತ್ತಿದೆ.

ದೇಹ ಸಮತೋಲನ ಕಳೆದುಕೊಳ್ಳುತ್ತಿದೆ. ಖಡ್ಗ ಹಿಡಿದಿರುವ ಕೈ ಸೋಲುತ್ತಿದೆ. ಆದರೂ ಸಹ, ವೀರಾವೇಶದಿಂದ ಪ್ರಚಂಡರನ್ನು ಎದುರಿಸುವ ಪ್ರಯತ್ನ ಮಾಡುತ್ತಿದ್ದಾಳೆ.

ಮಲ್ಲಮ್ಮನ ಸಾಹಸವನ್ನು ದೂರದಿಂದ ನೋಡುತ್ತಿರುವ ಶಿವಾಜಿ ಮಹಾರಾಜ್ ಅವರ ಮುಖದಲ್ಲಿ ಮೆಚ್ಚುಗೆ ಕಂಡು ಬರುತ್ತಿದೆ. ಕರ್ನಾಟಕದ ಪುಣ್ಯಭೂಮಿಯಲ್ಲಿ ಸ್ವಾಭಿಮಾನ, ಆತ್ಮಗೌರವ ಮತ್ತು ಶತ್ರುಗಳ ವಿರುದ್ಧ, ಬ್ರಿಟಿಷರ ವಿರುದ್ಧ ಹೋರಾಡಿದ್ದ ಸಾಹಸಿ ವೀರವನಿತೆಯರ ಬಗ್ಗೆ ಕೇಳಿ ತಿಳಿದಿದ್ದರು. ಈಗ ಮಲ್ಲಮ್ಮನ ಸಾಹಸವನ್ನು ಪ್ರತ್ಯಕ್ಷವಾಗಿ ನೋಡುತ್ತಿರುವುದರಿಂದ ಬೆರಗಾಗುತ್ತಿದ್ದಾರೆ.

ಮರಾಠರ ಮುಖ್ಯ ಸೇನಾ ದಂಡನಾಯಕನ ರಭಸದ ಪ್ರಹಾರದಿಂದ, ಆ ಅವಧಿಯಲ್ಲಿ ಬಲಗೈ ಸೋತು, ದೇಹ ನಿಯಂತ್ರಣ ಕಳೆದುಕೊಂಡಿದ್ದರಿಂದ, ಖಡ್ಗ ಅವಳ ಕೈಯಿಂದ ಜಾರಿತು.

ಏಕಕಾಲದಲ್ಲಿ ಎಲ್ಲರೂ ಸಹ ಅವಳನ್ನು ಮುತ್ತಿಕೊಂಡರು.

ವೀರವನಿತೆಯನ್ನು ಈಗ ಹತ್ತಾರು ಹರಿತ ಖಡ್ಗಗಳು ಆವರಿಸಿವೆ. ಅವಳೀಗ ಏನನ್ನೂ ಮಾಡಲಾಗದ ಹತಾಶ ಸ್ಥಿತಿಯಲ್ಲಿದ್ದಾಳೆ. ಮಲ್ಲಮ್ಮನನ್ನು ಸಾಯಿಸಬಾರದು. ಆಕೆಯನ್ನು ಬಂಧಿಸಿ ಗೌರವಯುತವಾಗಿ ಕರೆತರಬೇಕು ಎಂದು ಶಿವಾಜಿ ಮಹಾರಾಜರ ಆದೇಶವಾಗಿತ್ತು.

ಅವಳನ್ನು ಬಂಧಿಸಿದರು.

ಮಹಾರಾಣಿಯ ಬಂಧನದ ಸುದ್ದಿ ತಿಳಿದು ಬೆಳವಡಿ ಪ್ರಜೆಗಳು ಭಯಗೊಂಡರು. ಸೈನಿಕರು, ಪ್ರಧಾನ ಅಮಾತ್ಯರು, ಮಂತ್ರಿಗಳು ಶ್ವೇತ ಧ್ವಜವನ್ನು ಮೇಲೆತ್ತಿ ಹಾರಾಡಿಸಿದರು.

** ** **

ಮಲ್ಲಮ್ಮನ ಸುತ್ತಲೂ ಸೈನಿಕರಿದ್ದಾರೆ. ಆದರೆ ಅವಳನ್ನು ಬಂಧಿಸಿರಲಿಲ್ಲ. ಶಿವಾಜಿ ಮಹಾರಾಜರು ಎತ್ತರವಾದ ಸ್ಥಳದಲ್ಲಿ ಕುಳಿತಿದ್ದಾರೆ. ಮಲ್ಲಮ್ಮ ಬಂಧಿತಳಾಗಿ ಬರುತ್ತಿರುವುದನ್ನು ಕಂಡ ಕೂಡಲೇ ಆಸನದಿಂದ ಇಳಿದು ಹತ್ತಿರ ಬಂದು ಕೈಗಳನ್ನು ಜೋಡಿಸಿದರು.

"ತಾಯಿ... ನನ್ನ ತಾಯಿ... ನಿನ್ನಂತಹ ವೀರವನಿತೆಯನ್ನು ಕಂಡು ನಾನು ಧನ್ಯನಾಗಿದ್ದೇನೆ. ಈ ನೆಲ, ನಾಡು ನಿನ್ನಂತಹ ವೀರವನಿತೆಯರ ಧೈರ್ಯ, ಸಾಹಸ, ಸ್ವಾಭಿಮಾನ, ದೇಶಭಕ್ತಿ ಮತ್ತು ರಾಜನಿಷ್ಠೆಯ ಕಾರಣದಿಂದ ಪುಣ್ಯವಾಗಿದೆ. ಧನ್ಯ... ಕರ್ನಾಟಕ ಧನ್ಯವಾಗಿದೆ."

ಮಲ್ಲಮ್ಮ ತಲೆ ತಗ್ಗಿಸಿರಲಿಲ್ಲ.

ಆಕೆಯ ಮುಖದಲ್ಲಿ ಭೀತಿ ಇರಲಿಲ್ಲ.

ಅದೇ ಗಾಂಭೀರ್ಯದ ನಿಲುವು ಕಂಡುಬರುತ್ತಿದೆ. ದಿಟ್ಟತನದಿಂದ, ಎದೆಗಾರಿಕೆಯಿಂದ ಎದೆ ಉಬ್ಬಿಸಿ ನಿಂತಿದ್ದಾಳೆ.

"ನೀನು ಸಹೋದರಿ ಎಂದು ಭಾವಿಸಿದ್ದೇನೆ. ಹೇಳು ತಾಯಿ ನಿನಗೇನು ಬೇಕು."

ಮಲ್ಲಮ್ಮ ತಲೆ ಎತ್ತಿದಳು.

ಕಣ್ಣುಗಳಲ್ಲಿ ಹೊಳಪಿದೆ.

ಮುಖದಲ್ಲಿ ರಾಜ ಗಾಂಭೀರ್ಯತೆ ಇದೆ.

"ನಾವು ಕನ್ನಡಿಗರು, ಸ್ವಾಭಿಮಾನ, ಆತ್ಮಗೌರವ ನಮಗೆ ಪ್ರಾಣಕ್ಕಿಂತ ಮುಖ್ಯ. ಈ ಯುದ್ಧದಲ್ಲಿ ಸೋತಿರುವ ನಾವು ಮಾನಸಿಕವಾಗಿ ಶರಣಾಗಿಲ್ಲ... ಎಂದೂ ಶರಣಾಗುವುದಿಲ್ಲ. ಅಂದ ಮೇಲೆ ನಿಮ್ಮನ್ನು ಬೇಡುವುದರಲ್ಲಿ ಯಾವ ಅರ್ಥವೂ ಇಲ್ಲ. ಈಗಲೂ ನಾನು ಸೋಲನ್ನು ಒಪ್ಪಿಕೊಂಡಿಲ್ಲ. ನನ್ನ ಕೈಗೆ ಖಡ್ಗ ಕೊಡಿ. ಪ್ರಾಣ ಇರುವ ತನಕ ಹೋರಾಡುತ್ತೇನೆ. ಇದರ ವಿನಾ ನಾನು ಬೇರೆ ಏನನ್ನೂ ಬೇಡುವುದಿಲ್ಲ."

ಶಿವಾಜಿ ಮಹಾರಾಜರು "ನಿನ್ನನ್ನು ನಾನು ಸಹೋದರಿ, ತಾಯಿ ಎಂದು ಕರೆದಿದ್ದೇನೆ. ಇದು ಭಾವನಾತ್ಮಕ ಬಾಂಧವ್ಯದ ಬೆಸುಗೆ. ನಿನ್ನಂತಹ ತಾಯಿಯನ್ನು ಬಲಿ ಕೊಟ್ಟರೆ ನನ್ನ ಆರಾಧ್ಯ ದೇವತೆ ಭವಾನಿ ಮಾತೆ ನನ್ನನ್ನು ಎಂದೂ ಕ್ಷಮಿಸುವುದಿಲ್ಲ" ಎಂದರು.

ಮಲ್ಲಮ್ಮ "ನಾನು ಬೇಡುವುದಿಲ್ಲ. ನೀವು ವಿಜಯ ಪತಾಕೆ ಹಾರಿಸಿದ್ದೀರಿ. ನನ್ನ ಪ್ರಜೆಗಳಿಗೆ ಹಿಂಸೆ ಕೊಡುವುದಾಗಲಿ ಅವರ ಪ್ರಾಣಹರಣ ಮಾಡುವುದಾಗಲಿ ಅಥವಾ ಸುಮಂಗಲಿಯರ ಶೀಲಹರಣ ಮಾಡುವಂತ ಹೀನಕೃತ್ಯಕ್ಕೆ ನೀವು ಅವಕಾಶ ಕೊಡುವುದಿಲ್ಲ ಎಂಬ ನಂಬಿಕೆ ನನಗಿದೆ. ನಾನು ಕೇಳುವುದಿಷ್ಟೇ. ನನ್ನನ್ನು ಬಂಧಿಸಿ ಸೆರೆಮನೆಯಲ್ಲಿಡಬೇಡಿ.

ನಾನು ಎಂದೂ ಅಸಹಾಯಕಳಾಗಿ ಕೊರಗುತ್ತಾ ಎಂದೋ ಯಾವತ್ತೋ ಸಾಯಲಾರೆ."

ಮಲ್ಲಮ್ಮ ಮುಂದುವರೆಸುತ್ತಾ "ಖಡ್ಗವನ್ನು ನನ್ನ ಕೈಗೆ ಕೊಡಿ. ನನ್ನ ಪ್ರಾಣ ಇರುವ ತನಕ ಹೋರಾಡಿ, ಬೆಳವಡಿಗೆ ನ್ಯಾಯ ಸಲ್ಲಿಸುತ್ತಾ, ನಿಮ್ಮವರನ್ನು ಸಾಧ್ಯವಾದಷ್ಟು ಬಲಿ ತೆಗೆದುಕೊಂಡ ನಂತರ ಪ್ರಾಣ ಬಿಡುತ್ತೇನೆ" ಎಂದು ಉತ್ತರಿಸಿದಳು.

ಇದೆಂತಹ ದಿಟ್ಟತನ!

ಇದೆಂತಹ ಕೆಚ್ಚೆದೆಯ ಎದೆಗಾರಿಕೆ. ಶಿವಾಜಿ ಮಹಾರಾಜರು "ಮೆಚ್ಚಿದೆ ತಾಯಿ ನಿನ್ನ ಈ ಸ್ವಾಭಿಮಾನ, ಆತ್ಮಗೌರವವನ್ನು. ಕ್ಷತ್ರಿಯ ವೀರತ್ವದ ಗುಣಗಳನ್ನು ಮೆಚ್ಚಿಕೊಂಡಿದ್ದೇನೆ. ನಾನು ಗೆದ್ದಿಲ್ಲ. ನಿನ್ನ ಸಾಹಸಕ್ಕೆ ಮೆಚ್ಚಿಕೊಂಡು ಬಿಡುಗಡೆ ಮಾಡುತ್ತೇನೆ ಮತ್ತು ನಿನ್ನ ಸಾಮ್ರಾಜ್ಯ, ಕೋಟೆ, ರಾಜಧಾನಿಯನ್ನು ವಶಪಡಿಸಿಕೊಳ್ಳುವುದಿಲ್ಲ. ನಾನು ಸೈನ್ಯ ಸಮೇತ ನನ್ನ ನಾಡಿಗೆ ಹಿಂತಿರುಗುತ್ತೇನೆ. ನಾನು ಭಿಕ್ಷೆ ನೀಡುತ್ತಿಲ್ಲ. ಸಹೋದರಿಗೆ ಈ ಅಣ್ಣ ಉಡುಗೊರೆಯಾಗಿ ನೀಡುತ್ತಿದ್ದಾನೆ. ಅಷ್ಟೇ ಅಲ್ಲ, ಇನ್ನು ಮುಂದೆ ನೀನು ಬೆಳವಡಿ ಪ್ರಾಂತ್ಯವನ್ನು ಆಳುತ್ತಿರುವಾಗ, ಯಾರಿಂದಲಾದರೂ ತೊಂದರೆ ಬಂದರೆ ನನ್ನನ್ನು ನೆನಪು ಮಾಡಿಕೊಂಡು ದೂತನ ಮೂಲಕ ಸಂದೇಶ ಕಳಿಸಿದರೆ ನನ್ನಿಂದ ಯಾವ ರೀತಿಯ ಸಹಾಯ ಬೇಕಾದರೂ ಸಿಗುತ್ತದೆ. ಸಹೋದರ ಭಾವನೆಯಿಂದ ನಾನು ಮಾಡುವ ಸಹಾಯವನ್ನು ನೀನು ಸ್ವೀಕರಿಸಲೇಬೇಕು. ಇದೇ ನಮ್ಮಿಬ್ಬರ ಭಾವನಾತ್ಮಕ ಪವಿತ್ರ ಸಂಬಂಧದ ಸಂಕೇತವಾಗಲಿ" ಎಂದು ಹೇಳಿ ಮಂತ್ರಿಗಳನ್ನು ಕರೆದು ಅವರಿಗೆ ಮಾತ್ರ ಕೇಳುವಂತೆ ಹೇಳಿದರು.

ಮಂತ್ರಿಯ ಆದೇಶದಂತೆ ಆಸನವನ್ನು ತಂದು ಇಡಲಾಯಿತು. ಕುಡಿಯಲು ತಂಪು ಪಾನೀಯ ಮತ್ತು ಹಣ್ಣುಗಳನ್ನು ತಂದಿಟ್ಟರು. ಮತ್ತೊಬ್ಬ ಸೈನಿಕ ದೊಡ್ಡ ಹರಿವಾಣದಲ್ಲಿ ಚಿನ್ನದಿಂದ ಮಾಡಿರುವ ಕಿರೀಟ ಮತ್ತು ನೆಲದ ಮೇಲೆ ಬಿದ್ದಿದ್ದ ಮಲ್ಲಮ್ಮನ ಖಡ್ಗಕ್ಕೆ ಅಂಟಿದ್ದ ರಕ್ತಲೇಪನ ತೊಳೆದು ಒರಸಿ ತಂದನು.

ಈಗ ಶಿವಾಜಿ ಮಹಾರಾಜರು ಹತ್ತಿರ ಬಂದು ಈಗ ಗೌರವಯುತವಾಗಿ "ಬೆಳವಡಿ ಮಹಾರಾಣಿ ಮಲ್ಲಮ್ಮ ನೀವು ಈ ಗೌರವವನ್ನು ಸ್ವೀಕರಿಸಲೇಬೇಕು" ಎಂದು ಹೇಳಿ ಸಹೋದರತ್ವ ಭಾವದಿಂದ ಆಕೆಯ ಭುಜಗಳನ್ನು ಹಿಡಿದು ಆಸನದಲ್ಲಿ ಕೂರಿಸಿದರು.

ಹರಿವಾಣದಲ್ಲಿರುವ ಕಿರೀಟವನ್ನು ತೆಗೆದು ಅವಳ ತಲೆಗೆ ಕ್ಷತ್ರಿಯ ಪದ್ಧತಿಯಂತೆ ಇಟ್ಟರು. ನಂತರ ಖಡ್ಗವನ್ನು ಮುಂದೆ ಹಿಡಿದಾಗ ಮಲ್ಲಮ್ಮ ಎರಡೂ ಕೈಗಳನ್ನು ಮುಂದೆ ನೀಡಿ ಸ್ವೀಕರಿಸಿದಳು.

ಅವಳು ಭಾವುಕಳಾಗಿ ಕೈಗಳನ್ನು ಜೋಡಿಸಿದಳು. ನಂತರ ಶಿವಾಜಿ ಮಹಾರಾಜ್ ಮಲ್ಲಮ್ಮನ ಹತ್ತಿರ ಹೋಗಿ ತಲೆ ಸವರುತ್ತಾ "ನಾನು ಇನ್ನು ಹೊರಡುತ್ತೇನೆ" ಎಂದು ಹೇಳಿ, ಮಂತ್ರಿಗಳಿಗೆ ಆದೇಶಿಸಿ, ಕೊಪ್ಪರಿಗೆ ತುಂಬಾ ಚಿನ್ನದ ನಾಣ್ಯಗಳನ್ನು ತುಂಬಿಸಿ ಬೆಳವಡಿಗೆ ಕಳಿಸಿದರು. ಆದರೆ, ಮಲ್ಲಮ್ಮ ಆ ಕಾಣಿಕೆಯನ್ನು ಸ್ವೀಕರಿಸಲು ಒಪ್ಪಲಿಲ್ಲ.

ಶಿವಾಜಿ ಮಹಾರಾಜ್ "ಸಹೋದರಿ... ಇದು ಕಾಣಿಕೆ ಅಲ್ಲ. ಯುದ್ಧದ ಸಲುವಾಗಿ ನಿನ್ನ ರಾಜ್ಯದ ಬೊಕ್ಕಸ ಬರಿದಾಗಿದೆ. ಖಾಲಿಯಾಗಿರುವ ಬೊಕ್ಕಸದಿಂದ ರಾಜ್ಯದ ನಿತ್ಯದ ಕಾರ್ಯಗಳು ಅಸಾಧ್ಯ. ಇದನ್ನು ಉಪಯೋಗಿಸಿಕೊಂಡು ಆಡಳಿತದ ಅಭಿವೃದ್ಧಿ ಮಾಡು. ನಿನ್ನಂತಹ ದಿಟ್ಟತನದ ಹೆಣ್ಣಿಗೆ ಯಾವುದೂ ಅಸಾಧ್ಯವಲ್ಲ. ಶುಭವಾಗಲಿ ಸಹೋದರಿ" ಎಂದು ಹರಸಿ ರಥವನ್ನು ಹತ್ತಿದರು.

ಶಿವಾಜಿ ಮಹಾರಾಜರು ಆಕೆಯ ಕಡೆ ಮತ್ತು ಬೆಳವಡಿ ಸೈನಿಕರ ಕಡೆ ನೋಡಿ ಕೈ ಆಡಿಸುತ್ತಿದ್ದಾರೆ. ದೃಷ್ಟಿ ಮರೆಯಾಗುವ ತನಕ ನೋಡಿದ ಮಲ್ಲಮ್ಮ ನಂತರ ಸೈನಿಕರ ಕಡೆ ತಿರುಗಿ ಮುಂದೇನು ಮಾಡಬೇಕು ಎಂಬುದನ್ನು ಆದೇಶಿಸಿದಳು. ಸೈನ್ಯದೊಂದಿಗೆ ರಾಜಧಾನಿಗೆ ಹಿಂತಿರುಗಿದಳು.

ನಿತ್ಯದ ಆಡಳಿತ ಪ್ರಾರಂಭವಾಯಿತು. ಇದರೊಂದಿಗೆ ಆಕೆಗೆ ಪತಿಯ ನೆನಪು ಬಂದು ಆ ಕ್ಷಣಗಳಲ್ಲಿ ಹೃದಯ ಭಾರವಾದಂತೆ ಆಗಿ ಎದೆ ಒತ್ತಿಕೊಂಡು ನಿಟ್ಟುಸಿರು ಬಿಡುತ್ತಿದ್ದಳು.

ಯುದ್ಧದ ಕಾರಣದಿಂದ ಕಂಗಾಲಾಗಿದ್ದ ಪ್ರಜೆಗಳು ನಿಧಾನವಾಗಿ ಬದಲಾಗುತ್ತಾ ನಿತ್ಯ ಜೀವನದ ವ್ಯವಹಾರಗಳಲ್ಲಿ ತೊಡಗಿಕೊಂಡರು. ಮಲ್ಲಮ್ಮ ದಕ್ಷತೆಯಿಂದ ರಾಜ್ಯವನ್ನಾಳಿದಳು.

** ** **

ಗ್ರಂಥಋಣ ಮತ್ತು ಇತಿಹಾಸದ ಪುನರ್ ಅವಲೋಕನ

ಬೆಳವಡಿ ಮಲ್ಲಮ್ಮನ ಸಾಹಸ ಚರಿತ್ರೆಯ ಬಗ್ಗೆ ಜಾನಪದ ಶೈಲಿಯ ಹಾಡುಗಳು ಮತ್ತು ಲಾವಣಿ ರೂಪದಲ್ಲಿ ಸಹ ಹೇಳುತ್ತಾ ತುಂಬಾ ಮಂದಿ ಹೆಂಗಸರು ಕುಣಿಯುತ್ತಿದ್ದರು. ಆದರೆ ಇತಿಹಾಸಕಾರರ ಅಭಿಪ್ರಾಯ ಸಾಮಾನ್ಯವಾಗಿ ಏಕರೂಪವಾಗಿರುವುದಿಲ್ಲ. ಇತಿಹಾಸಕಾರರು ಬೇರೆ ಏನು ಹೇಳಿದ್ದಾರೆ?

ಶಿವಾಜಿ ಮಹಾರಾಜರು ಮತ್ತು ಮಲ್ಲಮ್ಮನ ನಡುವೆ ನಡೆದಿತ್ತು ಎನ್ನಲಾಗಿರುವ ಯುದ್ಧದ ಬಗ್ಗೆ ಇತಿಹಾಸದಲ್ಲಿ ಉಲ್ಲೇಖವಿದ್ದರೂ ಸಹ ತಜ್ಞರ ಅಭಿಪ್ರಾಯ ವಿಭಿನ್ನವಾಗಿದೆ.

'ಶಿವ ವಂಶ' ಎಂಬುದು ಸಂಸ್ಕೃತದ ಉತ್ಕೃಷ್ಟ ಗ್ರಂಥವಾಗಿದೆ. ಇದರಲ್ಲಿ ಉಲ್ಲೇಖಗೊಂಡಿರುವಂತೆ, ಬೆಳವಡಿ ಮಲ್ಲಮ್ಮ ಶಿವಾಜಿ ಮಹಾರಾಜರನ್ನು ಯುದ್ಧದಲ್ಲಿ ಪರಾಭವಗೊಳಿಸಿದರು.

'ಜದುನಾಥ್ ಸರ್ಕಾರ್' ಎಂಬ ಇತಿಹಾಸಕಾರರು ಮರಾಠಿ ಭಾಷೆಯಲ್ಲಿ ಶಿವಾಜಿ ಮಹಾರಾಜರ ಜೀವನ ಚರಿತ್ರೆಯನ್ನು ಬರೆದಿದ್ದಾರೆ. ಅದರಲ್ಲಿ ಮಲ್ಲಮ್ಮನನ್ನು 'ಸಾವಿತ್ರಿಬಾಯಿ' ಎಂದು ಅಭಿಮಾನದಿಂದ ಶಿವಾಜಿಯವರು ಕರೆದಿದ್ದಾರೆ ಎಂಬ ಉಲ್ಲೇಖವಿದೆ. ಇದೇ ಗ್ರಂಥದಲ್ಲಿ, ಮಲ್ಲಮ್ಮ ಮತ್ತು ಶಿವಾಜಿ ಸೈನ್ಯದ ಯುದ್ಧ ಇಪ್ಪತ್ತೇಳು ದಿನಗಳ ಕಾಲ ನಡೆಯಿತು ಎಂದು ಬರೆದಿದ್ದಾರೆ.

'ಸಂತ ರಾಮನಾಥ ಪಂಥ್' ಎಂಬುವವರ ಕೃತಿಯಲ್ಲಿ ಈ ರೀತಿ ಬರೆಯಲಾಗಿದೆ. ಬೆಳವಡಿ ಕೋಟೆ ಬಲು ಗಟ್ಟಿ ಭದ್ರವಾಗಿತ್ತು. ಅದನ್ನು ಛೇದಿಸಲು ಮರಾಠ ಸೈನಿಕರು ತುಂಬಾ ಪ್ರಯಾಸ ಪಡಬೇಕಾಯಿತು.

ಮತ್ತೊಂದು ದಾಖಲೆ!

ಯಾದವಾಡದ ಕಲ್ಲು ಅಥವಾ ಯಾದವಾಡದ ಶಾಸನ.

ಈ ಶಾಸನಗಳಲ್ಲಿ ಸಹ ಯುದ್ಧದ ಬಗ್ಗೆ ಸಂಕ್ಷಿಪ್ತ ರೀತಿಯಲ್ಲಿ ಉಲ್ಲೇಖವಿದೆ.

ಜಡೆ ಶಕಾವರಿ

ಚಿತ್ರಗುಪ್ತ ಶಿಖರ್

ಮಾಳವೀಯ ಬೋಕರ್

ಈ ಮರಾಠಿ ಕೃತಿಗಳಲ್ಲಿ–ಬೆಳವಡಿ ಮಲ್ಲಮ್ಮ ವೀರವನಿತೆಯಾಗಿ ಹೋರಾಡುತ್ತಾಳೆ. ಆದರೆ ಅಂತಿಮವಾಗಿ ಮರಾಠ ಸೈನಿಕರು ಅವಳನ್ನು ಬಂಧಿಸುವುದರಲ್ಲಿ ಯಶಸ್ವಿಯಾಗುತ್ತಾರೆ.

ಮಲ್ಲಮ್ಮಳ ಧೈರ್ಯ, ಸಾಹಸ, ಸ್ವಾಭಿಮಾನವನ್ನು ಮೆಚ್ಚಿಕೊಂಡಿದ್ದ ಶಿವಾಜಿ ಮಹಾರಾಜರು ಮಲ್ಲಮ್ಮನನ್ನು ಗೌರವಯುತವಾಗಿ ಬಿಡುಗಡೆ ಮಾಡುತ್ತಾರೆ. ಅಂತಿಮವಾಗಿ ಮಲ್ಲಮ್ಮನ ಪುತ್ರ 'ನಾಗಭೂಷಣ'ನಿಗೆ ರಾಜ್ಯಾಭಿಷೇಕ ಮಾಡಿದರು ಎಂದು ನಿರೂಪಿಸಲಾಗಿದೆ.

ಆದರೆ 'ಶಿವ ವಂಶ' ಎಂಬ ಸಂಸ್ಕೃತ ಗ್ರಂಥದಲ್ಲಿ(ಇತಿಹಾಸ) ಮಲ್ಲಮ್ಮ ಯುದ್ಧದಲ್ಲಿ ಶಿವಾಜಿಯವರನ್ನು ಸೋಲಿಸುತ್ತಾಳೆ. ಶಿವಾಜಿ ಮಹಾರಾಜರು ಆಕೆಯನ್ನು ತನ್ನ ತಾಯಿ ಎಂದು ಸಂಬೋಧಿಸಿ ಕ್ಷಮೆ ಕೇಳುತ್ತಾರೆ ಎಂದು ತಿಳಿಸಲಾಗಿದೆ.

ಒಟ್ಟಿನಲ್ಲಿ ಶಿವಾಜಿ ಮಹಾರಾಜರು ಮತ್ತು ಮಲ್ಲಮ್ಮನ ಸೈನ್ಯದ ನಡುವೆ ತುಂಬಾ ದೀರ್ಘಕಾಲ ಸಮಬಲ ಪರಾಕ್ರಮದಿಂದ ಯುದ್ಧ ನಡೆಯಿತು.

ಮಲ್ಲಮ್ಮ ಪರಾಭವಗೊಂಡಿದ್ದರೂ ಸಹ, ಶಿವಾಜಿ ಮಹಾರಾಜರ ಎದುರಿಗೆ ತಲೆ ತಗ್ಗಿಸಿ ನಿಂತಿರಲಿಲ್ಲ.

ಪ್ರಾಣಭಿಕ್ಷೆ ಬೇಡಲಿಲ್ಲ.

ಸಾಮಂತರಾಗಲು ಒಪ್ಪಲಿಲ್ಲ.

ನನಗೆ ಖಡ್ಗ ಕೊಡಿ. ಪ್ರಾಣ ಇರುವ ಕೊನೆಯ ಕ್ಷಣದ ತನಕ ಹೋರಾಡಿ, ಸಾಧ್ಯವಾದಷ್ಟು ಮರಾಠ ಸೈನಿಕರನ್ನು ಬಲಿ ತೆಗೆದುಕೊಂಡು, ಖಡ್ಗ ಪ್ರಹಾರ ಮಾಡುತ್ತಲೇ ಸಾಯುತ್ತೇನೆ ಎನ್ನುತ್ತಾಳೆ.

ಮಲ್ಲಮ್ಮ ಹುಟ್ಟಿನಿಂದಲೇ ವಿಶೇಷ ಗುಣಲಕ್ಷಣಗಳಿಂದ ಬೆಳೆದಿದ್ದಳು. ಬೆಳೆಯುತ್ತಿರುವಾಗಲೇ ಆಕೆಗೆ ಕ್ಷತ್ರಿಯ ವಿದ್ಯೆ ಬಗ್ಗೆ ಆಸಕ್ತಿ ಉಂಟಾಗಿತ್ತು.

ಕತ್ತಿವರಸೆ, ಕುದುರೆ ಸವಾರಿ, ಬಿಲ್ಲು ಬಾಣಗಳ ಪ್ರಯೋಗ ಮತ್ತು ಭಲ್ಲೆ, ಈಟಿ ಎಸೆತಗಳನ್ನು ಕಲಿತಿದ್ದಳು.

ಕುಸ್ತಿ ವರಸೆ ಸಹ ಕಲಿತಿದ್ದಳು.

ಸಂಸ್ಕೃತ, ಮರಾಠಿ, ಕನ್ನಡ ಮತ್ತು ಇನ್ನಿತರ ಭಾಷೆಗಳಲ್ಲಿ ಓದಲು, ಬರೆಯಲು ಮತ್ತು ನಿರರ್ಗಳವಾಗಿ ಮಾತನಾಡ ಬಲ್ಲವಳಾಗಿದ್ದಳು.

ಎಂದೂ ಯಾರಿಗೂ, ಯಾವುದಕ್ಕೂ ಸಹ ಹೆದರದ ವೀರ ವನಿತೆಯಾಗಿದ್ದಳು. ಅಂತಹ ಮಲ್ಲಮ್ಮನ ಬಗ್ಗೆ ಕನ್ನಡದಲ್ಲಿ ಸಹ ಅನೇಕ ಕೃತಿಗಳು ರಚನೆಯಾಗಿವೆ.

'ಕರುನಾಡ ಸಿಡಿಲು'

'ಬೆಳವಡಿಯ ವೀರವನಿತೆ'

'ಮಹಾರಾಣಿ ಮಲ್ಲಮ್ಮ'

ಇಂತಹ ಹಲವಾರು ಗ್ರಂಥಗಳು ಈ ಕೃತಿ ರಚನೆಗೆ ಆಧಾರವಾಗಿವೆ ಮತ್ತು ತಜ್ಞರ ಅಭಿಪ್ರಾಯ ಸಹ ರಚನೆಗೆ ಪೂರಕವಾಗಿದೆ.

ಮಲ್ಲಮ್ಮ ಕನ್ನಡ ನಾಡಿನ ಕನ್ನಡಿಗರ ನೆನಪಿನಂಗಳದಲ್ಲಿ ಶಾಶ್ವತವಾಗಿ ಮತ್ತು ನಿತ್ಯ ಹಸಿರಿನ ನೆನಪಾಗಿ ಉಳಿದಿದ್ದಾಳೆ ಎಂಬುದು ನಾವೆಲ್ಲರೂ ಹೆಮ್ಮೆಯಿಂದ ಹೇಳಿಕೊಳ್ಳಬೇಕಾಗಿರುವ ಸಂಗತಿಯಾಗಿದೆ.

ಮಲ್ಲಮ್ಮ ಕನ್ನಡ ನಾಡಿನಲ್ಲಿರುವ ಎಲ್ಲರ ಮನೆ ಮಗಳು. ನಿನ್ನಂತೆ ಧೈರ್ಯ, ಸಾಹಸ, ಎದೆಗಾರಿಕೆ, ಸ್ವಾಭಿಮಾನ ತುಂಬಿರುವ ಹೆಣ್ಣು ಮಕ್ಕಳು ಈ ನಾಡಿನಲ್ಲಿ ಜನಿಸಲಿ. ಇದು ಈ ಕೃತಿಯ ಮೂಲಕ ಆ ವೀರವನಿತೆಗೆ ಸಲ್ಲಿಸುತ್ತಿರುವ ಗೌರವವಾಗಿದೆ.

** ** **

ಬೆಳವಡಿ ಮಲ್ಲಮ್ಮನ ಕಾದಂಬರಿಯ
ಆಧಾರ ಗ್ರಂಥಗಳು

1. 'ಕರುನಾಡ ಸಿಡಿಲು', ಲೇಖಕರು-ಯ.ರು. ಪಾಟೀಲ ಪ್ರಕಾಶಕರು.
2. 'ಬೆಳವಡಿ ಮಲ್ಲಮ್ಮ', You Tube, ಡಾ. ಆರತಿ ಕೌಂಡಿನ್ಯ.
3. 'ಬೆಳವಡಿ ಮಲ್ಲಮ್ಮ ಉತ್ಸವ', ಡಾ. ಸರಸ್ವತಿದೇವಿ ಭಗವತಿ (ಬೆಳವಡಿ).
4. 'ಆದರ್ಶ ಮಹಿಳೆ ಮಲ್ಲಮ್ಮ', ಶ್ರೀ ಶಿವಲಿಂಗಪ್ಪ ಪರಮಪ್ಪ ಪೂಜಾರ್-ಹೊಸಕೇರಿ.
5. 'ಬೆಳವಡಿ ಮಲ್ಲಮ್ಮ', ಬೇಟಗೇರಿ ಕೃಷ್ಣಮೂರ್ತಿ.

ವೀರಲೋಕದ ಪ್ರಕಟಣೆಗಳು

1. ಕೈ ಹಿಡಿದು ನೀ ನಡೆಸು ತಂದೆ–ವಿಶ್ವೇಶ್ವರ ಭಟ್ 250/–
2. ವಿಶ್ವಸುಂದರಿ–ಕುಂ. ವೀರಭದ್ರಪ್ಪ........................160/–
3. ನಿಮಗೆಷ್ಟು ಹಣ ಬೇಕು?–ಅನಂತ ಹುದೆಂಗಜೆ........................250/–
4. ಆರ್ಟ್ ಆಫ್ ಸಕ್ಸಸ್–ರಮೇಶ್ ಅರವಿಂದ್........................120/–
5. ಮನಿ ಮನಿ ಎಕಾನಮಿ–ರಂಗಸ್ವಾಮಿ ಮೂಕನಹಳ್ಳಿ........................160/–
6. ಇವರು ಅವರು ದೇವರು–ಜೋಗಿ........................200/–
7. ಲಾಸ್ಟ್ ಡೇಸ್ ಆಫ್ ಲೆಜೆಂಡ್ಸ್–ಗಣೇಶ್ ಕಾಸರಗೋಡು 225/–
8. ಒಳ್ಳೆಯ ಬದುಕಿನ ಸೂತ್ರಗಳು–ರವಿ ಕೃಷ್ಣಾರೆಡ್ಡಿ........................150/–
9. ಸೋಲೆಂಬ ಗೆಲುವು–ದೀಪಾ ಹಿರೇಗುತ್ತಿ........................150/–
10. ಬೆಳ್ಳಿತೆರೆಯ ಬಂಗಾರದ ಗೆರೆ–ಗಣೇಶ್ ಕಾಸರಗೋಡು 150/–
11. ನಟನ ಕಥೆ–ಮಂಡ್ಯ ರಮೇಶ್–ಎನ್. ಧನಂಜಯ 250/–
12. ತ್ಯಾಗಕ್ಕಿಲ್ಲ ನೂಕುನುಗ್ಗಲು–ಡಾ. ಗವಿಸ್ವಾಮಿ ಎನ್. 150/–
13. ಬದುಕೇ ಭಗವಂತ–ಡಾ. ಡಿ.ಎಸ್. ಶ್ರೀನಿವಾಸ ಪ್ರಸಾದ್ 170/–
14. ಮಾದಕ ದೊರೆ–ಸಂತೋಷಕುಮಾರ ಮೆಹೆಂದಳೆ........................375/–
15. ದ್ವೈತ–ರಾಘವ್ 140/–
16. ಹೃದಯದ ಮಾತು ಕೇಳಿ–ಮಂಜುನಾಥ್ ಚಾಂದ್........................160/–
17. ಹಿಂದಿನ ನಿಲ್ದಾಣ–ಶುಭಶ್ರೀ ಭಟ್ಟ........................120/–
18. ಪ್ರೀತ್‌ಸು–ರಾಜೀವ ನಾರಾಯಣ ನಾಯಕ 170/–
19. ಕೃಷಿ ಯಾಕೆ ಋಷಿ?–ನರೇಂದ್ರ ರೈ ದೇರ್ಲ........................140/–
20. ಕ್ಷಯ–ಡಾ. ವಾಸುದೇವ ಶೆಟ್ಟಿ........................120/–
21. ಅರ್ಧ ಬಿಸಿಲು ಅರ್ಧ ಮಳೆ...–ಸದಾಶಿವ ಸೊರಟೂರು........................120/–
22. ಯಾರೂ ಹೇಳದ ಕಥೆಗಳು–(ಸಂ.) ಸುದರ್ಶನ ಚೆನ್ನಂಗಿಹಳ್ಳಿ........................150/–
23. ಕಥಾ ಸಾಗರಿ–ನಾಗವೇಣಿ ವೆಂ. ಹೆಗಡೆ ಹೆಗ್ಗರ್ಸಿಮನೆ........................125/–
24. ಮೆಮರೀಸ್ ಆಫ್ ಬಾರ್ಸಾ–ರಂಗಸ್ವಾಮಿ ಮೂಕನಹಳ್ಳಿ........................160/–
25. ಮೇರುನಟ–ಡಾ. ಶರಣು ಹುಲ್ಲೂರು........................240/–
26. ನಾ ಸೆರೆಹಿಡಿದ ಕನ್ಯಾಸ್ತ್ರೀ–ಶಶಿಧರ ಹಾಲಾಡಿ 200/–
27. ಟ್ರಾಯ್–ಗಾಯಿತ್ರಿ ರಾಜ್........................200/–
28. ಫಾರೆಸ್ಟರ್ ಪೊನ್ನಪ್ಪ–ನೌಶಾದ್ ಜನ್ನತ್........................300/–
29. ವಿಶ್ವಯಾನಕ್ಕೆ ಗಣಿತವಾಹನ–ಎಸ್.ವಿ. ಶ್ರೀನಿವಾಸಮೂರ್ತಿ 200/–
30. ಲೆಟ್ಸ್ ಮೇಕ್ ಎ ಶಾರ್ಟ್ ಫಿಲಂ–ಜಯರಾಮಾಚಾರಿ 120/–
31. ಕುಣಿಗಲ್ ಟು ಕಂದಹಾರ್–ಮಂಜುನಾಥ್ ಕುಣಿಗಲ್........................ 260/–
32. ಗದಾಯುದ್ಧಂ–ಡಾ. ಎಂ.ಎ. ಜಯರಾಮ್ ರಾವ್........................350/–
33. ಫೀನಿಕ್ಸ್–ದೀಪಾ ಹಿರೇಗುತ್ತಿ........................120/–
34. ಹಿಟ್ಲರ್ ಲವ್ ಪಾಲಿಟಿಕ್ಸ್–ಸತೀಶ ಬಳೆಗಾರ 170/–
35. ಭಾನುಮತಿಯ ಪರಿವಾರ–ಕುಮಾರಸ್ವಾಮಿ ತೆಕ್ಕುಂಜ........................140/–

36. ನೀ ದೂರ ಹೋದಾಗ–ಫೌಝಿಯ ಸಲೀಂ..........220/–
37. ವ್ಯಗ್ರ ಮತ್ತು ಇತರ ಕಾದಂಬರಿಗಳು–ಕುಮಾರ ಬೇಂದ್ರೆ..........180/–
38. ಸತ್ಯದ ಅನಾವರಣ–ಕೆ.ಎಸ್. ರಮಾಸುಂದರಿ..........100/–
39. ಅಂತಾರಾಷ್ಟ್ರೀಯ ಕುಂಬಳಕಾಯಿ ಮತ್ತು ಇತರ ಕಥೆಗಳು–ಅಬ್ದುಲ್ ರಶೀದ್..........120/–
40. ಅನಾಥ ಪ್ರೀತಿಯ ಅನುಬಂಧ–ಬಿ. ಮಂಜುನಾಥ್ ಕಾಮತ್ ಹಾಲಾಡಿ..........140/–
41. ಹಕ್ಕಿ ಮತ್ತು ಹುಡುಗಿ (ಕವನ ಸಂಕಲನ)–(ಸಂ.) ಪ್ರಜಾವಾಣಿ ಬಳಗ..........150/–
42. ಹಾವಿನ ಮನೆ–ಅನು ಬೆಳ್ಳೆ (ರಾಘವೇಂದ್ರ ಬಿ. ರಾವ್)..........250/–
43. ಈಗಲ್ಸ್ ಲೈನ್–ರಾಜೇಶ್ ಕುಮಾರ್ ಕಲ್ಯಾ..........220/–
44. ನಂಬಿಕೆಯೆಂಬ ಗಾಳಿಕೊಡೆ–ಡಾ. ಪ್ರೇಮಲತ ಬಿ...........180/–
45. 10 ಕುಟುಂಬ 18 ಗೋತ್ರದ ಗೌಡ ಪರಂಪರೆ–ಮುತ್ತೂರು ಅನಂತರಾಜ ಗೌಡ..........300/–
46. ಗಿಳಿಯು ಬಾರದೆ ಇರದು (ಕಥಾಸಂಕಲನ)–ಪಿ.ಎಸ್. ಶ್ರೀಧರನ್ ಪಿಳ್ಳ
(ಅನುವಾದ: ಮೇರಿ ಜೋಸೆಫ್)..........85/–
47. ಒಂದು ಆದಿಮ ಪ್ರೇಮ (ಕವನ ಸಂಕಲನ)–ನಂದಿನಿ ಹೆದ್ದುರ್ಗ..........150/–
48. ಮಣ್ಣೇ ಮೊದಲು... (ಕವನ ಸಂಕಲನ)–ಪಾಪುಗುರು..........120/–
49. ಬಿಂಜೆಮುಳ್ಳು (ಕವನ ಸಂಕಲನ)–ಫಾಲ್ಗುಣ ಗೌಡ ಅಚವೆ..........120/–
50. ಅಮೋಘವರ್ಷ–ಡಾ. ಲಕ್ಷ್ಮಣ ಕೌಂಟೆ..........420/–
51. ಗಾಯಗೊಂಡ ಸಾಲುಗಳು (ಕವನ ಸಂಕಲನ)–ಸದಾಶಿವ ಸೊರಟೂರು..........110/–
52. ನಿನ್ನ ಧ್ಯಾನದ ನೂರೊಂದು ಹಣತೆ (ಕವನ ಸಂಕಲನ)–ವಾಸುದೇವ ನಾಡಿಗ್..........170/–
53. ಕ್ರಿಕೆಟಾಯಣ–ಎಚ್. ಪ್ರೇಮಾನಂದ ಕಾಮತ್..........230/–
54. ಹೂವಿನಕೊಲ್ಲಿ–ಅಬ್ದುಲ್ ರಶೀದ್..........270/–
55. ಕನಸುಗಳ ಶ್ರಾದ್ಧ–(ಅನುವಾದ) ಡಾ. ಗೀತಾ ಸುನಿಲ್ ಕಶ್ಯಪ್..........200/–
56. ವೀರ ಸಿಂಧೂರ ಲಕ್ಷ್ಮಣ–ಕೌಂಡಿನ್ಯ..........190/–
57. ಸಹಭಾಷಿಕರ ಕನ್ನಡ ಪ್ರೇಮ–ಡಾ. ಡಿ.ಎಸ್. ಶ್ರೀನಿವಾಸ ಪ್ರಸಾದ್..........400/–
58. ಚಿತ್ರ–ವಿಚಿತ್ರ–ರವೀಂದ್ರ ವೆಂಶಿ..........220/–
59. ಜನಮಿತ್ರ ಅರಸು–ಡಾ. ಡಿ.ಎಸ್. ಚೌಗಲೆ..........80/–
60. ಹಂಸಾಕ್ಷರ–ಜಯರಾಮಾಚಾರಿ..........160/–
61. ನದಿಯೊಂದು ಕಡಲ ಹುಡುಕುತ್ತಾ–ಸಂತೆಬೆನ್ನೂರು ಫೈಜ್ನಟ್ರಾಜ್..........180/–
62. ನೀಲಿ ಮತ್ತು ಸೇಬು–ಸುಧಾ ಆಡುಕಳ..........180/–
63. ಕಾಗೆ ಮೇಷ್ಟ್ರು–ವಿಕ್ರಮ ಹತ್ವಾರ..........125/–
64. ಪರಿಮಳದ ಪಡಸಾಲೆ (ಎಸ್. ದಿವಾಕರ್ ಪ್ರಪಂಚಕ್ಕೊಂದು ಪ್ರವೇಶಿಕೆ)..........190/–
65. ಈ ಹೊತ್ತಿನ ಕಥೆಗಳು–(ಸಂ) ವಿಜಯ ಕರ್ನಾಟಕ..........250/–
66. ನಿಶ್ಚಲವ ಕಲಕಿದ ಹಕ್ಕಿ–ವಿಕ್ರಮ ಹತ್ವಾರ..........100/–
67. ಹರಿವ ಕನ್ನಡಿ–ಸ್ವಯಂಪ್ರಭಾ ಮಹೇಶ..........120/–
68. ನರಕದ ಕೆನ್ನಾಲಿಗೆಯಂಥ ನಿನ್ನ ಬೆನ್ನಹುರಿ–ಅಬ್ದುಲ್ ರಶೀದ್..........130/–
69. ಚಿಕ್ಕಮುಟ್ಟಮ್ಮನವರ ಗೃಹನ್ಯಾಯ–ಕೆ. ಸತ್ಯನಾರಾಯಣ..........140/–
70. ಹಕ್ಕಿ ಅಟೆಂಡೆನ್ಸ್–ಡಾ. ಲೀಲಾ ಅಪ್ಪಾಜಿ..........595/–
71. ದಡ ಸೇರದ ದೋಣಿಗಳು–ಬೇಲೂರು ರಾಮಮೂರ್ತಿ..........275/–

72. ನಿಷಿತೆ–ಪ್ರೀತಿನಿ ಧನಂಜಯ..250/–
73. ಮಲೆನಾಡ ಅಜ್ಜಿ–ಶೋಭಾ ರಾವ್ 175/–
74. ಮಲ್ಲಿಮಲ್ಲಿಗಿ–ಎಂ.ಎಲ್. ಪ್ರಸನ್ನ..210/–
75. ಬೆಳವಡಿ ಮಲ್ಲಮ್ಮ–ಕೌಂಡಿನ್ಯ..200/–
76. ಆರೋಹಣ–ವಿವೇಕಾನಂದ ಕಾಮತ್ 190/–
77. ಕಂದಕ–ಭಾರದ್ವಾಜ ಕೆ. ಆನಂದತೀರ್ಥ.. 265/–
78. ಕ್ರಮಣ–ಭಾರದ್ವಾಜ ಕೆ. ಆನಂದತೀರ್ಥ..375/–
79. ವ್ಯಾಘ್ರಹತ್ಯೆಯ ನಿಗೂಢಗಳು–ಡಾ. ಟಿ.ಎಸ್. ವಿವೇಕಾನಂದ 200/–
80. ಹಿಮಾಲಯದ ನರಭಕ್ಷಕಗಳು–ಡಾ. ಟಿ.ಎಸ್. ವಿವೇಕಾನಂದ 675/–
81. ಪರಿಸರ ನಿಘಂಟು–ಡಾ. ಟಿ.ಎಸ್. ವಿವೇಕಾನಂದ 625/–
82. ಪ್ರೀತಿಯೆನುವ ಮಾಯೆ–ಬಿ.ಆರ್. ಲಕ್ಷ್ಮಣರಾವ್ 320/–
83. ಸಹಜ ಜೀವನ–ರವಿ ಕೃಷ್ಣಾರೆಡ್ಡಿ 160/–
84. ಬಿಂಬ–ಬಿಂಬನ–ಗೋಪಾಲಕೃಷ್ಣ ಪೈ & ಗಿರೀಶ್ ಕಾಸರವಳ್ಳಿ........................ 385/–
85. ಕಥಾ ಸಂಕ್ರಾಂತಿ (ಕನ್ನಡ)–(ಸಂ) ಕೇಶವ ಮಳಗಿ....................................185/–
86. ಕುಸುರೆಳ್ಳು–(ಸಂ) ಕೇಶವ ಮಳಗಿ...320/–
87. ಕಥಾ ಸಂಕ್ರಾಂತಿ (ತೆಲುಗು)–(ಸಂ) ಕೇಶವ ಮಳಗಿ 220/–
88. **Festive (English)–(Ed) Keshava Malagi**...249/–
89. ಕಥಾ ಸಂಕ್ರಾಂತಿ (ಮಲಯಾಳಂ)–(ಸಂ) ಕೇಶವ ಮಳಗಿ..................................
90. ಕಗ್ಗಕ್ಕೊಂದು ನ್ಯಾನೋ ಕತೆ–ವಿ. ಗೋಪಕುಮಾರ್ 130/–
91. ಪುನರುತ್ಥಾನ–ಪಾರ್ವತಿ ಪಿಟಗಿ 200/–
92. ಮಹಾವಿನಾಶ–ಡಾ. ಲಕ್ಷ್ಮಣ ಕೌಂಟೆ...450/–
93. ಮಿಸ್ಸಿನ ಡೈರಿ–ಮೇದಿನಿ ಕೆಸವಿನಮನೆ..200/–
94. ನೀಲಿ ಶಾಯಿಯ ಕಡಲು–ಗೀತಾ ದೊಡ್ಮನೆ...120/–
95. ಬಹುತ್ವ ಭಾರತ ಕಟ್ಟಿದವರು–ರಾಘವೇಂದ್ರ ಪ್ರಭು ಎಂ. 350/–

www.ingramcontent.com/pod-product-compliance
Lightning Source LLC
LaVergne TN
LVHW100300051026
849517LV00006B/2156
* 9 7 8 9 3 9 4 9 4 2 6 8 4 *